ഗ്രീൻ ബുക്സ്

ശബരിമല:
ചരിത്രവും വർത്തമാനവും

എഡി: വി.യു. സുരേന്ദ്രൻ

നിരൂപകൻ, എഴുത്തുകാരൻ.
തൃശൂർ ജില്ലയിൽ ജനനം.
ചരിത്രത്തിൽ ബിരുദാനന്തരബിരുദവും
പത്രപ്രവർത്തനത്തിൽ ഡിപ്ലോമയും.
ആറ്റൂർ വഴികൾ (കവിതാപഠനങ്ങൾ - എഡിറ്റർ)
ഗ്രീൻ ബുക്സ് പ്രസിദ്ധീകരിച്ചു.

ലേഖനം

ശബരിമല:
ചരിത്രവും വർത്തമാനവും

എഡിറ്റർ

വി.യു. സുരേന്ദ്രൻ

ഗ്രീൻ ബുക്സ്

green books private limited
gb building, civil lane road, ayyanthole,
thrissur- 680 003, kerala, ph: +91 487-2381066, 2381039
website: www.greenbooksindia.com
e-mail: info@greenbooksindia.com

malayalam
sabarimala: charithravum varthamanavum
(articles)

edited
by
v.u. surendran

first published may 2019

branches:
thrissur 0487-2422515
palakkad 0491-2546162
thiruvananthapuram 0471-2335301
calicut 0495 4854662
kannur 0497-2763038

isbn : 978-93-88830-47-8

GBPL/1085/2019

മുഖക്കുറി

നവോത്ഥാനനായകർ കൊളുത്തിവെച്ച വെളിച്ചങ്ങൾ തല്ലിക്കെടുത്തി നൂറ്റാണ്ടുകളുടെ പിറകിലേക്ക് ഇരുട്ടിലേക്ക് ചവിട്ടിത്താഴ്ത്തുമ്പോൾ, പ്രകാശം പരത്തുന്ന ഏതാനും ഉത്കൃഷ്ട ലേഖനങ്ങളുടെ സമാഹാരം ഗ്രീൻ ബുക്സ് വായനക്കാർക്കായി സമർപ്പിക്കുന്നു.

കൃഷ്ണദാസ്
മാനേജിങ് എഡിറ്റർ

ഉള്ളടക്കം

പ്രിയ സഹോദരികളേ, മറക്കരുത് ശബരിമലയിലേക്ക് പോകണം

നിത്യചൈതന്യയതി

ശബരിമലയ്ക്ക് ആളുകൾ എന്നു പോയിത്തുടങ്ങി എന്നറിയുന്നില്ല. ജാതിയുടെ സ്പർശം ഇല്ലാതിരുന്ന ഒരേയൊരു സ്ഥലം ശബരിമലയായിരുന്നു. ജാതി, മതം ഈ മാതിരി ഒരു വ്യത്യാസവുമില്ലാതെ തമിഴരും മലയാളികളും ഒരുപോലെ ഒത്തുകൂടി. അന്നൊക്കെ പേട്ട തുള്ളുമ്പോൾ 'തീയം തിന്തകത്തോം, തീയം തിന്തകത്തോം' എന്നാണ് പാടിയിരുന്നത്. അത് ഞാനിന്നും ഓർക്കുന്നു. ആ പാട്ട് എന്തുകൊണ്ടോ നിന്നുപോയി. ധർമ്മശാസ്താവ് എന്നുപറയുന്നത് ബുദ്ധന്റെ പേരാണെന്നും ഓർക്കുക. ബുദ്ധനാണല്ലോ ഇവിടെ ജാതി, മത വ്യത്യാസം ആദ്യം ഇല്ലാതാക്കിയത്.

എന്നാൽ, ഇപ്പോൾ ശബരിമലയെ എല്ലാ സ്പർദ്ധകളും ദുരാചാരങ്ങളും വളർത്തിയെടുക്കാനുള്ള പുതിയ മൂശയാക്കി മാറ്റിയിരിക്കുന്നു. അവിടെയിപ്പോൾ നാം കേൾക്കുന്നത് പത്തുവയസ്സിനും അമ്പതുവയസ്സിനും ഇടയിലുള്ള ഒരു സ്ത്രീപോലും മലചവിട്ടിക്കയറി സന്നിധാനത്ത് എത്തരുതെന്നാണ്. എന്താണ് നമ്മുടെ സ്ത്രീകളുടെ പാതിത്യം? അവർക്ക് മാസക്കുളി വേണ്ടിവരുമെന്നുള്ളതാണെങ്കിൽ പല പുരുഷന്മാർക്കും സ്ഖലനരോഗമുള്ള ഈ രാജ്യത്ത് അവർക്ക് ദിവസക്കുളി തന്നെ വേണ്ടിയിരിക്കുന്നു. സ്വപ്നസ്ഖലനം ഉണ്ടാകുന്ന പുരുഷന് ശബരിമലയിൽ ചെല്ലുന്നതിന് പൊലീസ് പരിശോധന വേണ്ടായെങ്കിൽ നമ്മളൊക്കെ പെറ്റുവളർത്തിത്തന്ന സ്ത്രീക്ക് ഏതോ ദോഷമുണ്ടെന്ന് കരുതുന്നവർക്ക് മനോരോഗമാണ് (deep chronic depression). ശബരിമലയ്ക്കു പോകുന്ന അയ്യപ്പന്മാർ എല്ലാം പെണ്ണ് പെറ്റുണ്ടായിട്ടുള്ളവർ തന്നെയാണ്. മലയ്ക്കു പോകുന്നതിന്റെ തലേ ദിവസം വരെ ഊണൊരുക്കി കൊടുക്കുന്നതും വീട്ടിലെ പെണ്ണുങ്ങൾത്തന്നെയാണ്. അവരെല്ലാം വളർന്നിട്ടുള്ളത് അമ്മയുടെ സ്തന്യാമൃതം കുടിച്ചുതന്നെയാണ്. ഇത്രനാളും കേരളത്തിലില്ലാതിരുന്ന ഒരു പുതിയ പാതിത്യം ഇപ്പോൾ സ്ത്രീകളിലുണ്ടെന്ന് പറയുന്നതായ പുതിയ അയിത്തം ഇനി ജാതിയിലേക്കും

മതത്തിലേക്കും കൂടി കലരും. ഇങ്ങനെയൊരു പാതിത്യം ഉണ്ടാക്കിയാൽ ദേവീക്ഷേത്രങ്ങളിലൊന്നും ആർക്കും കയറാനൊക്കാതെ വരും. കന്യാകുമാരിയിലെയും ചെങ്ങന്നൂരിലെയും കൊടുങ്ങല്ലൂരിലെയും ചോറ്റാനിക്കരയിലേയും ഭരണിക്കാവിലേയും ദേവിമാരുടെ രക്തം പുരണ്ട തുണികൾ ഭക്തജനങ്ങൾ നേരത്തെതന്നെ അഡ്വാൻസ് കൊടുത്ത് വാങ്ങിക്കൊണ്ടുപോകുന്നില്ലേ? ഇന്നലെ ചെയ്തതോരബദ്ധം മൂഢർക്ക് ഇന്നത്തെ ആചാരമാകുകയല്ല ചെയ്തത്, ഇന്നലെ ചെയ്ത സുബദ്ധത്തെ ഇന്നിപ്പോൾ അനാചാരമാക്കുകയാണ് ദേവസ്വം ബോർഡ് ചെയ്യുന്നത്.

മലയാളികൾക്ക് പ്രത്യേകമായി ഉള്ള ഒരു രോഗമാണ് ഇംഗ്ലീഷിൽ പറയുന്ന ക്രോണിക് സെക്ഷ്വൽ റിപ്രഷൻ എന്നത്. അവർക്ക് ഒരു സ്ത്രീ അവരെപ്പോലെ ആത്മാവുള്ളവരാണെന്ന് ചിന്തിക്കാൻ കഴിയുന്നില്ല. അവരെപ്പോലെത്തന്നെ വിചാരശീലവും മനശ്ശക്തിയും ആദ്ധ്യാത്മമായ ഉത്കർഷവും സ്ത്രീകൾക്കും ഉണ്ടെന്ന് എന്തുകൊണ്ടാണ് ഇവിടത്തെ പുരുഷന്മാർ ചിന്തിക്കാത്തത്? അതു പുരുഷന്മാരുടെ അപകർഷതാബോധം കൊണ്ടുമാത്രമാണ്.

വൈദികകാലം മുതൽ ഇങ്ങോട്ട് സ്ത്രീയോട് കാണിച്ചു പോരുന്ന കടുത്ത അനീതിയും ക്രൂരതയും എന്നന്നേക്കുമായി നമ്മുടെ നാട്ടിൽ നിന്ന് തുടച്ചുമാറ്റേണ്ട കാലമായി. കോടതികളും പൊലീസുമൊക്കെ ഇടപെട്ട് ഭഗവത്ദർശനത്തിന് പോകുന്ന സ്ത്രീകളെ ശബരിമലയിൽ നിന്ന് കണ്ടുപിടിച്ച് ഉന്മൂലനം ചെയ്യണമെന്ന് പത്രത്തിൽ എഴുതിക്കണ്ടു. ഇതു കേട്ടിട്ട് ലജ്ജിക്കാത്ത പുരുഷന്മാർ ഈ രാജ്യത്തുണ്ടല്ലോ എന്നതാണ് എന്നെ ലജ്ജിപ്പിക്കുന്നത്. അതുകൊണ്ട് ഞാൻ ഇവിടത്തെ പ്രകൃതിദൃശ്യത്തെ സ്നേഹിക്കുന്ന സകല സ്ത്രീകളോടും അഭ്യർത്ഥിക്കുന്നു, നിങ്ങൾ ഒറ്റക്കെട്ടായി ശബരിമലയ്ക്ക് പോകുവിൻ! ഒരു പൊലീസും നിങ്ങളെ ഒന്നും ചെയ്യുകയില്ല. അവർ കരുണയുള്ളവരാണല്ലോ! അയ്യപ്പനും നിങ്ങളുടെ ഭാഗത്താണ്. ഒന്നുമില്ലെങ്കിലും മാളികപ്പുറത്തമ്മയുടെ അടുത്തെങ്കിലും നിങ്ങൾക്ക് പോകാം. ആ അമ്മയും ആഗ്രഹിക്കുന്നുണ്ടാകും സന്നിധാനത്തേക്കൊന്ന് പോകുവാൻ! അങ്ങോട്ടു പോകുവാൻ നിങ്ങൾ അവർക്ക് ഒരു കൂട്ടായിരിക്കും.

(ദൈവത്തിന്റെ പൂന്തോട്ടം എന്ന പുസ്തകത്തിൽനിന്ന്)

■

ശബരിമല:
മിത്തും യാഥാർത്ഥ്യവും

സ്വാമി സന്ദീപാനന്ദഗിരി

ശബരിമലയെക്കുറിച്ചു പറയുമ്പോൾ നമുക്ക് എപ്പോഴും ആദ്യം ഓർമ്മ വരുന്നത് ശബരിയെക്കുറിച്ചാണ്. ശബരിയെ മാറ്റി നിർത്തി ശബരി മലയെ അനുസ്മരിക്കുന്നത് ശരിയല്ല. ജനങ്ങൾക്ക് ശബരിമലയുടെ ആചാരം, വിശ്വാസം, ഐതിഹ്യം എന്നിവയെക്കുറിച്ച് വ്യക്തമായി ഒന്നു മറിയാത്ത അവസ്ഥയാണ്. ശബരി മാതംഗി മഹർഷിയുടെ ആശ്രമം നിലനിന്നത് അവിടെയാണ്. ശബരി രാമനെ കാണുന്നതും രാമൻ ശബരിക്ക് ബ്രഹ്മവിദ്യ ഉപദേശിക്കുന്നതും അവിടെ വെച്ചാണ്. അതു കൊണ്ടാണ് അവിടം ശബരിമല എന്നറിയപ്പെടുന്നത്.

വ്യാസന്റെ രാമായണത്തിലും എഴുത്തച്ഛന്റെ അദ്ധ്യാത്മ രാമായണ ത്തിലും ഇത്തരം കാര്യങ്ങൾ പ്രതിപാദിക്കുന്നുണ്ട്. വ്യാസന്റെ അദ്ധ്യാത്മ രാമായണത്തിൽ ശബരിയെ അല്പം കൂടി ഉയർത്തിയിട്ടാണ് അവതരി പ്പിച്ചിരിക്കുന്നത്. രാമൻ അങ്ങേയറ്റത്തെ താത്പര്യത്തോടുകൂടിയാണ് ശബരിയുടെ തപസിനെക്കുറിച്ച് അന്വേഷിക്കുന്നതും ആ ഭൂപ്രദേശ ത്തേക്ക് എത്തുന്നതും. രാമന് ആ ഭൂപ്രദേശത്തിന്റെ സവിശേഷതകളെ ക്കുറിച്ച് ശബരി സവിസ്തരം പറഞ്ഞുകൊടുക്കുന്നുണ്ട്. കാരണം രാമന് ആ സ്ഥലത്തെക്കുറിച്ച് വ്യക്തമായി ഒന്നുംതന്നെ അറിയില്ലായിരുന്നു. ശബരി രാമന്റെ ഒരു ഗുരുസ്ഥാനത്തേക്ക് ഉയരുന്നുണ്ട്. വാല്മീകിരാമാ യണത്തിൽ ഇപ്രകാരമാണെങ്കിൽ അദ്ധ്യാത്മ രാമായണത്തിൽ ഇതിൽ നിന്നു വ്യത്യസ്തമായ കാഴ്ചയാണുള്ളത്. രാമൻ എത്തുമ്പോൾ ശബരി പഴങ്ങൾ ഒക്കെ നൽകി രാമനെ സൽക്കരിക്കുന്നുണ്ട്. അതിനുശേഷം തന്റെ ഉപചാരങ്ങളിൽ സംതൃപ്തനാണോ എന്ന് ശബരി അന്വേഷിക്കു ന്നുണ്ട്. അപ്പോൾ സ്ത്രീയാവട്ടെ പുരുഷനാകട്ടെ എന്നെ ഭജിക്കുന്നതിൽ ഭക്തി മാത്രമാണ് പ്രധാനം എന്ന് രാമൻ പറയുന്നുണ്ട്. രാമന്റെ ഇത്തര മൊരു സ്റ്റേറ്റ്മെന്റിനെ എടുത്തുകൊണ്ടാണ് കോടതിവിധി പുറപ്പെടു വിച്ചത്. യഥാർത്ഥത്തിൽ കോടതിയിലൂടെ രാമന്റെ വാക്കുകളാണ് പുറത്തു വന്നത്.

യുക്തിരഹിതമായ വിശ്വാസങ്ങൾ

കേരളത്തിലെ ഏതൊരു ക്ഷേത്രത്തെ സംബന്ധിച്ചും ഐതിഹ്യമുണ്ട്. അതിനു വലിയ യുക്തിയുടെ അടിസ്ഥാനമൊന്നുമില്ല. കൊട്ടാരത്തിൽ ശങ്കുണ്ണിയുടെ ഐതിഹ്യമാലയിൽ ഇത്തരം വിവരണങ്ങൾ ധാരാളമുണ്ട്. താഴ്ന്ന ജാതിക്കാരിയായ ഒരു സ്ത്രീ പുല്ലരിയാൻ പോയപ്പോൾ, പുല്ലരിഞ്ഞ സമയത്തു രക്തം കണ്ടു, ബ്രാഹ്മണൻ സ്ഥിരമായി കുളത്തിൽ കുളിക്കാൻ പോയിരുന്നു. അദ്ദേഹത്തിനു പ്രായമായപ്പോൾ കുട എടുക്കാൻ പോലും പറ്റാണ്ടായി. ആ സന്ദർഭത്തിൽ ഇനി മുതൽ ഞാനിവിടെ കൂടിക്കോളാമെന്ന അശരീരി കേട്ടു, എന്നിങ്ങനെയുള്ള നിരവധി നിരവധിയായ ഐതിഹ്യങ്ങൾ ഒട്ടനവധി ക്ഷേത്രങ്ങളെ കേന്ദ്രീകരിച്ചു നിൽക്കുന്നുണ്ട്. ഇത്തരത്തിൽ യുക്തിരഹിതമായ വിശ്വാസങ്ങളുടെ അടിത്തറയിന്മേലാണ് ക്ഷേത്രങ്ങൾ കെട്ടിപ്പൊക്കിയിരിക്കുന്നത്. എന്നാൽ വേദങ്ങളിലേക്കും തന്ത്രശാസ്ത്രങ്ങളിലേക്കും എത്തിയാൽ വേറിട്ട കാഴ്ചപ്പാടുകൾ കാണാം. ഐതിഹ്യങ്ങളെ മറികടന്നു കൊണ്ടുള്ള കാഴ്ചപ്പാടുകളാണത്. ക്ഷേത്രത്തെ ഒരു ശരീരമായിട്ടാണ് തന്ത്രശാസ്ത്രം വിശകലനം ചെയ്യുന്നത്. ക്ഷേത്രത്തിനകത്തേക്കു പ്രവേശിക്കുന്നു എന്നു പറഞ്ഞാൽ നമ്മൾ നമ്മുടെ ഉള്ളിലേക്കു പ്രവേശിക്കുന്നു എന്നാണർത്ഥം. സനാതന ധർമ്മത്തിൽ ഇപ്രകാരമാണ് പറയുന്നത്.

ശബരിമല സ്ഥാപിച്ചത് പരശുരാമൻ (?)

ശബരിമലയുടെ ഐതിഹ്യം പരിശോധിച്ചാൽ കാര്യങ്ങൾ വളരെ രസകരമാണ്. ശബരിമല സ്ഥാപിക്കുന്നത് പരശുരാമനാണ്. ശബരിമലയിൽ പ്രതിഷ്ഠ നടത്താനുള്ള കാരണങ്ങളെക്കുറിച്ച് ഐതിഹ്യമാലയിൽ വിശദമാക്കുന്നുണ്ട്. ശബരിമലയിൽവെച്ച് പരശുരാമനും ശബരിയും തമ്മിൽ കണ്ടുമുട്ടുന്നുണ്ട്. താൻ നടത്തിയ പ്രതിഷ്ഠകളെക്കുറിച്ച് പരശുരാമൻ ശബരിയോടു പറയുകയും ഇരുവരും കണ്ടുമുട്ടിയ സന്ദർഭത്തിന്റെ സ്മരണയ്ക്ക് ശബരിമലയിൽ പ്രതിഷ്ഠ നടത്തുന്നുണ്ട്. മൂന്നു മൂർത്തികളാണ് ശബരിമലയിലുള്ളത്. ഒന്ന് കാളിമൂർത്തിയാണ്. രണ്ടാമത്തേത്, ജന്മംകൊണ്ട് മുഹമ്മദീയനായ വാവരു സ്വാമിയാണ്. പിന്നെ കടുത്ത സ്വാമി എന്നൊരു ഈഴവനുണ്ട്. ഇവർക്കു മൂന്നുപേർക്കും മകരം ഏഴാം തീയതി ഒരു കുരുതി നടത്തുന്നുണ്ട്. ഇത്തരം കാര്യങ്ങളാണ് കൊട്ടാരത്തിൽ ശങ്കുണ്ണി ഐതിഹ്യമാലയിൽ പ്രതിപാദിക്കുന്നത്. കടുത്ത സ്വാമിയൊക്കെ ഇത്തരം കഥകളിൽ നിന്ന് നീക്കം ചെയ്യപ്പെട്ടു കഴിഞ്ഞു. കീഴാള വിഭാഗത്തിൽപ്പെട്ട ആളുകളെ പരിഗണിക്കേണ്ട ആവശ്യമില്ലല്ലോ.

ശബരിമലയിലെ ആചാരലംഘനങ്ങൾ

കൊട്ടാരത്തിൽ ശങ്കുണ്ണിയുടെ പ്രത്യേകത ഓരോ ക്ഷേത്രത്തെ സംബന്ധിച്ചുള്ള ഐതിഹ്യങ്ങൾ പ്രതിപാദിക്കുന്നതിനൊപ്പം ആ പ്രദേശത്തു

നിന്നു ലഭിക്കാവുന്ന മറ്റു വിവരങ്ങളെക്കൂടി കൂട്ടിച്ചേർത്ത് വിപുലീകരിക്കുമായിരുന്നു. ഏതെങ്കിലും ക്ഷേത്രത്തിൽ സ്ത്രീകൾ ഏതെങ്കിലും വിലക്ക് കല്പിക്കപ്പെട്ടിരുന്നെങ്കിൽ കൊട്ടാരത്തിൽ ശങ്കുണ്ണി അത് കൂട്ടിച്ചേർക്കുമായിരുന്നു. 1870ലാണ് അദ്ദേഹം ഐതിഹ്യമാല എഴുതുന്നത്. ക്ഷേത്ര കേന്ദ്രീകൃതമായി സ്ത്രീകൾക്ക് വിലക്ക് ഉണ്ടായിരുന്നുവെങ്കിൽ അത് അദ്ദേഹം തീർച്ചയായും കൂട്ടിച്ചേർക്കുമായിരുന്നു. അത്തരമൊരു പ്രതിപാദനമില്ലാത്തതിനാൽ കാര്യം മറിച്ചായിരുന്നുവെന്നു അനുമാനിക്കാവുന്നതാണ്.

വർത്തമാനകാലത്തു നിന്നുകൊണ്ട് ശബരിമലയെ പരിശോധിക്കുമ്പോൾ ഗുരുതരമായ ആചാരലംഘനങ്ങൾ അവിടെ നടക്കുന്നു എന്നത് വ്യക്തമാണ്. ശബരിമല എന്താണോ ഉയർത്തിപ്പിടിച്ചത് അതിനു കടകവിരുദ്ധമായ കാര്യങ്ങളാണ് അവിടെ നടന്നുകൊണ്ടിരിക്കുന്നത്. ഇന്ത്യൻ സമൂഹത്തിലെ ഹിന്ദുവിഭാഗത്തെ മുൻനിർത്തി പരിശോധിച്ചാൽ പല വൈരുദ്ധ്യങ്ങളെയും കണ്ടെത്തുവാൻ കഴിയുന്നതാണ്. ഹിന്ദുക്കൾക്കിടയിൽ തന്നെ പല വിഭാഗങ്ങളുണ്ട്. ശൈവരും വൈഷ്ണവരും തമ്മിൽ ചേരില്ല. തൂത്തുക്കുടിയിലൊക്കെ ഈ രണ്ടു വിഭാഗങ്ങളും തമ്മിൽ സംഘർഷങ്ങൾ ഉണ്ടാവാറുണ്ട്. ശൈവരുടെ ക്ഷേത്രത്തിൽ വൈഷ്ണവരും വൈഷ്ണവരുടെ ക്ഷേത്രത്തിൽ ശൈവരും കയറാറില്ല. വ്യത്യസ്തമായ ആചാരരീതികളും നിലനിൽക്കുന്നു. എന്നാൽ ഈ രണ്ടു വിഭാഗക്കാരേയും ചേർത്തുനിർത്തുന്ന ഒന്നാണ് ശബരിമല.

ദീർഘവീക്ഷണമുള്ള ആചാര്യന്മാർ രൂപം കൊടുത്തതാണത്. ശ്രീഹരിഹര സുതൻ എന്ന പ്രയോഗം ശ്രീമദ് ഭാഗവതത്തിൽ അഷ്ടമസ്കന്ദത്തിൽ നിന്നാണ് ഉരുത്തിരിഞ്ഞു വന്നത്. പാലാഴി കടഞ്ഞെടുത്താണ് അമൃത് സമ്പാദിക്കുന്നത്. അതിനായി ദേവന്മാർ അസുരന്മാരെക്കൂടി കൂട്ടുപിടിച്ചിരുന്നു. പക്ഷേ, അമൃത് പങ്കുവെയ്ക്കുന്ന വേളയിൽ അസുരന്മാർ വഞ്ചിക്കപ്പെട്ടു. അസുരന്മാർ സ്ത്രീവിഷയത്തിൽ തത്പരരായിരുന്നു. ആ സന്ദർഭത്തിൽ വിഷ്ണുമോഹിനീരൂപം പൂണ്ട് അസുരന്മാർക്കായി അമൃതു പങ്കുവെച്ചു. കണ്ണടച്ചിരുന്ന അസുരന്മാർ വിഡ്ഢികളുമായി. ഈയൊരു കാര്യമാണ് പന്തളത്തും മറ്റും സ്ത്രീകൾ സമരം ചെയ്യുമ്പോൾ ഓർമ്മ വരുന്നത്.

മോഹിനിയെക്കണ്ട ശിവൻ കാമമോഹിതനായി മോഹിനിയെ പ്രാപിക്കുന്നുണ്ട്. മോഹിനിയുടെ പുറകേ ശിവൻ പാഞ്ഞു എന്ന രീതിയിലാണ് ഭാഗവതത്തിൽ പ്രതിപാദിച്ചിരിക്കുന്നത്. എന്നാൽ സ്കന്ദപുരാണത്തിൽ ആസുര കാണ്ഡത്തിൽ വേറൊരു ആഖ്യാനമുണ്ട്. ഇന്ദ്രൻ ഇന്ദ്രാണിയുടെ അടുത്തുനിന്നു പോകുമ്പോൾ ഇന്ദ്രാണിക്ക് ചെറിയ വിഷമങ്ങൾ ഉണ്ടാകുന്നുണ്ട്. ആ സന്ദർഭത്തിൽ ശാസ്താവിനെ സ്മരിച്ചോളാൻ ഇന്ദ്രൻ ഇന്ദ്രാണിയോടു പറയുന്നു. ശാസ്താവ് ആരാണെന്ന ഇന്ദ്രാണിയുടെ അന്വേഷണത്തിന് ഇന്ദ്രൻ ആ കഥ പറയുന്നുണ്ട്. ഗണ്ഡകി നദിയുടെ

തീരത്താണ് ശാസ്താവു ജനിക്കുന്നത്. മണികണ്ഠൻ എന്ന പേരും അപ്പോൾ സൂചിതമാകുന്നുണ്ട്. ശിവനും വിഷ്ണുവും എല്ലാം കുട്ടിയെ വന്നു അനുഗ്രഹിക്കുന്നുണ്ട്. ഇന്ദ്രൻ കഥ പറഞ്ഞു പോയതിനുശേഷം ഇന്ദ്രാണി ശാസ്താവിനെ സ്മരിക്കുകയും ശാസ്താവ് പ്രത്യക്ഷപ്പെടുകയും ചെയ്യുന്നു. പുരാണത്തിൽ ആകെ ഇത്രേയുള്ളൂ.

അയ്യപ്പനെക്കുറിച്ച് അന്വേഷണം നടത്തിയാൽ പുരാണങ്ങളിൽ നിന്നും വിവരങ്ങൾ ലഭിക്കില്ല. ശാസ്താവിനെക്കുറിച്ച് അന്വേഷിച്ചാൽ കാര്യങ്ങൾ ലഭിക്കും. ആചാര്യനരേന്ദ്ര ഭൂഷൺ-നെ (ഹിന്ദു എൻസൈക്ലോപീഡിയ)പ്പോലെയുള്ളവർ ശാസ്താവിന്റെ ദക്ഷിണേന്ത്യൻ നാമമാണ് അയ്യപ്പൻ എന്നു സമർത്ഥിക്കുന്നുണ്ട്. കൊട്ടാരത്തിൽ ശങ്കുണ്ണി രണ്ടുപേരെയും ഒന്നായി കണ്ടാണ് ഐതിഹ്യമാലയിൽ അവതരിപ്പിച്ചത്.

പരശുരാമന്റെ ശാസ്താപ്രതിഷ്ഠ

നമുക്ക് ഒരിക്കലും നിഷേധിക്കുവാൻ കഴിയാത്ത കാര്യമാണ് ശബരിമലയിൽ, ശാസ്താ പ്രതിഷ്ഠ നടത്തിയത് പരശുരാമനാണ്. ഇതിനെ ഹിന്ദുത്വവാദികൾ മറികടക്കുന്നത് അയ്യപ്പൻ ശാസ്താവിൽ ലയിച്ചു എന്നാണ്. ഹിന്ദുധർമ്മപ്രകാരം തന്റെ മൂർത്തിയിൽ ആ മൂർത്തിയെ ആരാധിക്കുന്നവർ ലയിച്ചു ചേരുമെന്ന വിശ്വാസമുണ്ട്. അത്തരത്തിൽ മൂർത്തികളിൽ ലയിച്ചവരാണ് ഗുരുവായൂർ കേശവൻ മുതൽ ശ്രീ കരുണാകരൻവരെ. എന്നുവെച്ച് ഗുരുവായൂർ കോൺഗ്രസിന്റേത് ആകില്ല. അയ്യപ്പൻ ശാസ്താവിൽ ലയിച്ചു എന്നു പറയുമ്പോൾ അതു പിന്നെ അയ്യപ്പനാകുന്നത് എങ്ങനെ? ശാസ്താവ് അവിടെ ഇരിക്കുന്നത് ഭാര്യയോടും മകനോടും ചേർന്നിട്ടാണ്.

അയ്യപ്പൻ നൈഷ്ഠിക ബ്രഹ്മചാരിയല്ല

അയ്യപ്പൻ നൈഷ്ഠിക ബ്രഹ്മചാരിയാണ് എന്ന വാദം ഇവിടുത്തെ അയ്യപ്പവാദികൾ ഉയർത്തുന്നുണ്ട്. വളരെ തെറ്റായ ഒരു കാര്യമാണ് ഇക്കൂട്ടർ വിശ്വസിക്കുന്നതും പ്രചരിപ്പിക്കുന്നതും മറ്റുള്ളവരെ വിശ്വസിക്കുവാൻ പ്രേരിപ്പിക്കുന്നതും. ഹിന്ദുധർമ്മത്തിൽ അത്തരമൊരു കാര്യമേയില്ല. നൈഷ്ഠിക ബ്രഹ്മചാരി എന്നു പറയുവാൻ കഴിയുന്നത് ശ്രീഹനുമാനെ മാത്രമാണ്. ബ്രഹ്മചര്യം എന്നു പറയുന്നത് ബ്രഹ്മത്തെ അറിയലാണ് അല്ലാതെ അതു സ്ത്രീവിരോധമല്ല. ഇവിടെ ഇത്തരത്തിൽ പല തരം വൈരുദ്ധ്യങ്ങളുണ്ട്. ഭാരതീയ വിചാരകേന്ദ്രത്തിന്റെ പ്രയോക്താവ് സഞ്ജയൻ ഇത്തരം കാര്യങ്ങൾക്കു പിന്നിൽ യുക്തിയോ അടിസ്ഥാനമോ ഇല്ലായെന്നു വ്യക്തമാക്കിയിട്ടുണ്ട്.

വ്രതവും ആർത്തവവും തമ്മിൽ ബന്ധമില്ല

ശബരിമല നൽകുന്ന സ്വാതന്ത്ര്യം അപാരമാണ്. ശബരിമലയിൽ ദർശനത്തിനായി പോകാൻ താത്പര്യപ്പെടുന്ന ഒരാൾ മാലയിടുന്നതോടുകൂടി ആ വ്യക്തി സ്വാമിയായി മാറുന്നു. ഏതു ക്ഷേത്രത്തിൽ പോയാലും അയാൾ അവിടത്തെ മൂർത്തിയിൽ സ്വാമിയെയാണ് ദർശിക്കുന്നത്. അതുകൊണ്ടാണ് ഏതു ക്ഷേത്രത്തിൽ പോയാലും ഭക്തൻ 'സ്വാമിയേ' എന്നു വിളിക്കുന്നത്. വ്രതാനുഷ്ഠാനങ്ങളോടുകൂടി ശബരിമല ദർശനത്തിനൊരുങ്ങുന്ന ഭക്തൻ അതുവഴി പൂർണ്ണവൈരാഗിയാകുന്നു.

ഏതൊരു പുരുഷനും പോകാവുന്നതുപോലെ സ്ത്രീകൾക്കും ശബരിമലയിൽ പോകാവുന്നതാണ്. പണ്ടുകാലത്ത് കൊടുംകാടായിരുന്നതിനാൽ യാത്ര അപകടകരമായിരുന്നു. അതുകൊണ്ടാണ് സ്ത്രീകൾക്ക് യാത്ര നിഷിദ്ധമായത്. സ്ത്രീകൾക്ക് വ്രതമെടുത്ത് ശബരിമലയിൽ കയറാവുന്നതാണ്. വ്രതവും ആർത്തവവും തമ്മിൽ ബന്ധിപ്പിക്കുന്നതിൽ ശുദ്ധ മണ്ടത്തരമാണുള്ളത്. വ്രതമെന്നത് മനസ്സിന്റെ വിശുദ്ധിയാണ്.

സ്ത്രീ പ്രവേശന വിലക്ക് - സംഘപരിവാർ അജണ്ട

തൊണ്ണൂറുകളിലാണ് പത്തിനും അമ്പതിനും ഇടയിൽ പ്രായമുള്ള സ്ത്രീകൾ പ്രവേശിക്കരുത് എന്ന നിബന്ധനയുണ്ടാകുന്നത്. ഇത്തരം വിലക്കുകളുടെ പിന്നിൽ അയ്യപ്പവാദികളുടെ പ്രത്യേക താത്പര്യങ്ങൾ മാത്രമാണുള്ളത്. അതിനൊന്നും ആചാരത്തിന്റെയോ അനുഷ്ഠാനത്തിന്റെയോ പിൻബലമില്ല. ഹിന്ദു സനാതന ധർമ്മങ്ങളിലൊന്നും ഇത്തരത്തിൽ യാതൊരു വിലക്കുകളെപ്പറ്റിയും പറയുന്നതേയില്ല. ഇപ്പോൾ നടത്തുന്ന സമരങ്ങൾ തികച്ചും രാഷ്ട്രീയ പ്രേരിതമാണ്. അതിനു പിന്നിൽ വേറെ ലക്ഷ്യങ്ങളാണുള്ളത്. ■

ഇതൊക്കെയാണ് നമ്മുടെ വിഡ്ഢിത്തം

ഡോ. എം.ജി.എസ്. നാരായണൻ

ശബരിമലയിൽ ഒരു പ്രായപരിധിയിലുള്ള സ്ത്രീകൾക്ക് പ്രവേശനം നൽകണമെന്ന സുപ്രീംകോടതി വിധി വന്നതിനുശേഷവും അവിടെ സ്ത്രീകളെ പ്രവേശിപ്പിക്കാതെ പ്രതിരോധിക്കുന്നതെന്തിനാണെന്ന് എനിക്ക് മനസ്സിലാവുന്നില്ല. ശബരിമലയിൽ കുടികൊള്ളുന്ന അയ്യപ്പൻ ബ്രഹ്മചാരിയാണെന്നും സ്ത്രീകളെത്തിയാൽ ബ്രഹ്മചര്യം ഇല്ലാതാവുമെന്നുമാണ് എതിർക്കുന്നവരുടെ വാദം. പക്ഷേ, ഇതൊരു കാരണം പോലുമേ അല്ല. തടസ്സമുന്നയിക്കാനുതകുന്ന വാദവുമല്ല. സ്ത്രീകളെ കാണുമ്പോഴേ ഇല്ലാതാവുന്നതാണ് ബ്രഹ്മചര്യമെങ്കിൽ അതിനെ എങ്ങനെയാണ് ബ്രഹ്മചര്യം എന്നു വിളിക്കാനാകുക?

ബ്രാഹ്മണ്യത്തിൽ മനസ്സുറപ്പിച്ച് മറ്റൊന്നും ചിന്തിക്കാതെ, മറ്റു താത്പര്യങ്ങൾക്കൊന്നും വഴങ്ങാതെ ഏതാണ്ടൊരു തപസ്സുപോലെ അനുഷ്ഠിക്കുന്നതായിരുന്നു വാസ്തവത്തിൽ നൈഷ്ഠിക ബ്രഹ്മചര്യം. അല്ലെങ്കിൽ അതിന്റെ പരിപൂർണ അർത്ഥം ഇതാണ്. അല്ലാതെ ഒരാൾ അല്ലെങ്കിൽ ഒരു യുവതി അങ്ങോട്ടേക്ക് ചെല്ലുമ്പോഴേക്കും ഇല്ലാതാവുന്ന ഒന്നല്ല ബ്രഹ്മചര്യം. ഇന്ന് ബ്രഹ്മചര്യത്തെ സ്ത്രീകളുമായുള്ള ബന്ധം ഇല്ലാതാവുക എന്ന മാനത്തിൽ മാത്രമായി ഒതുക്കിയതായി കാണാം. തീർത്തും അർത്ഥശൂന്യമായ, ബാലിശമായ വാദമാണിത്. ഇക്കാര്യം പറഞ്ഞ് യുവതികളെ തടയുന്നതും യുക്തിരാഹിത്യമാണ്.

അയ്യപ്പൻ ബ്രഹ്മചാരിയാണെന്നത് ശബരിമലയിലെ സങ്കല്പമാണ്. പക്ഷേ, മറ്റു ചില കേന്ദ്രങ്ങളിൽ അയ്യപ്പന് രണ്ടു ഭാര്യമാരുള്ളതായാണ് കാണുന്നത്. പൂർണ, പുഷ്കല എന്ന പേരിൽ രണ്ടു ഭാര്യമാർ ഇരുവശങ്ങളിലും ഇരിക്കുന്ന അയ്യപ്പവിഗ്രഹങ്ങളുണ്ട്. ഇതിലേത് സ്വീകരിക്കണമെന്നത് തീർത്തും വ്യക്തിപരമായ സ്വാതന്ത്ര്യമാണ്. ശബരിമലയിൽ അയ്യപ്പൻ ബ്രഹ്മചാരിയായാണ് കുടികൊള്ളുന്നത് എന്നുപോലും നമ്മൾ മനുഷ്യന്മാർ സങ്കല്പിച്ചുണ്ടാക്കിയതാണ്. ആ സങ്കല്പമാണ് ഇന്ന്

ഏറെക്കുറെ ഒരു കലാപത്തിന്റെ അവസ്ഥയിലേക്ക് നയിച്ചിരിക്കുന്നത്.

ഇതൊക്കെയാണ് നമ്മുടെ വിഡ്ഢിത്തം. പൊതുജനം വിഡ്ഢികളാണെന്നതിന്റെ മറ്റൊരു തെളിവും കൂടിയാണിത്. വിശ്വാസം എന്നതു തന്നെ അർത്ഥശൂന്യമായ ഒന്നാണ്. ആളുകൾ ഉണ്ടാക്കിയെടുക്കുന്നതാണത്. അതിന്റെ പിന്നിൽ ഗൂഢമായ ലക്ഷ്യങ്ങളും രാഷ്ട്രീയ താത്പര്യങ്ങളും കണ്ടേക്കാം.

തമിഴ്നാട്ടിലെ ഓരോ ഗ്രാമങ്ങൾക്കും ഒരു ചുറ്റുമതിലുണ്ടാവും. ആ ഗ്രാമങ്ങളിലെല്ലാം ഒരു വാൾ നിവർത്തിപ്പിടിച്ച് കുതിരപ്പുറത്തിരിക്കുന്ന പടയാളികളുടെ പ്രതിഷ്ഠ കാണാം. അയ്യനാർ എന്നായിരുന്നു അവർ വിളിച്ചിരുന്നത്. അതുതന്നെയാണ് പിന്നീട് അയ്യപ്പനായി മാറിയത്. ശാസ്താവ് എന്നും ആ ദൈവത്തെ വിളിച്ചിരുന്നു. ശാസിക്കുന്നയാൾ എന്ന അർത്ഥത്തിലാണ് അങ്ങനെയൊരു വിശേഷണം.

കേരളത്തിൽ എല്ലാ ദിക്കിലും അയ്യപ്പക്ഷേത്രങ്ങളുണ്ടായിരുന്നു. പ്രധാന ക്ഷേത്രങ്ങളുടെയെല്ലാം ഉപക്ഷേത്രം പോലെ. അവിടെയൊന്നും സ്ത്രീകൾക്ക് ഏതെങ്കിലും തരത്തിൽ നിയന്ത്രണമില്ല. എന്നാൽ, ശബരിമലയിൽ ആളുകൾ ധാരാളമായി പോവാൻ തുടങ്ങിയപ്പോഴാണ് സ്ത്രീകൾക്ക് നിയന്ത്രണം വന്നുതുടങ്ങിയത്. ബ്രഹ്മചാരിയായതുകൊണ്ടാണ് ആ നിയന്ത്രണം എന്ന് ഞാൻ കരുതുന്നില്ല. സ്ത്രീകളോടുള്ള നമ്മുടെ സമൂഹത്തിന്റെ മൊത്തത്തിലുള്ള മനോഭാവപ്രകടനം കൂടിയായാണ് ഞാനതിനെ കാണുന്നത്. എപ്പോഴും എന്തുകാര്യത്തിലായാലും സ്ത്രീകളെ പിറകോട്ടടിപ്പിക്കുന്ന ഒരു നിലപാടാണ് നാം സ്വീകരിച്ചുപോരുന്നത്.

ആർത്തവമെന്ന ശാരീരികാവസ്ഥയുടെ പേരിലാണ് മറ്റൊരു ബാലിശമായ വാദം. ആർത്തവത്തിന്റെ പേരിൽ അമ്പലങ്ങളിൽനിന്നും വീട്ടിൽ നിന്നു തന്നെയും മാറ്റിനിർത്തുന്നതും പണ്ടുകാലത്തുണ്ടായിരുന്ന ദുരാചാരങ്ങളിലൊന്നാണ്. തീർത്തും ജൈവശാസ്ത്രപരമായ ഈ പ്രക്രിയയിലൂടെ രക്തം പുറന്തള്ളുന്നു എന്നല്ലാതെ ആർത്തവത്തിൽ ശുദ്ധിയുടെ വേർതിരിവ് കാണിക്കേണ്ടതില്ല. അങ്ങനെ ആർത്തവ കാര്യങ്ങളിൽ മാറ്റിനിർത്തുകയാണെങ്കിൽ പൊതുരംഗത്തുനിന്നും തൊഴിലിടങ്ങളിൽ നിന്നുമെല്ലാം സ്ത്രീ പുറത്തേക്ക് പോവേണ്ടി വരില്ലേ? തീർത്തും പഴഞ്ചനായ ഒരു ന്യായമാണിത്. പലവിധ അന്ധവിശ്വാസങ്ങളുടെ ഉപോത്പന്നമാണത്.

ഇനി കാലങ്ങളായുള്ള ആചാരം ലംഘിക്കപ്പെടുന്നു എന്ന വാദം പരിശോധിക്കാം. കാലാനുസൃതമായി ലംഘിക്കാനുള്ളതല്ലെങ്കിൽ പിന്നെന്തിനാണ് ആചാരങ്ങൾ? അയിത്തം, തൊട്ടുകൂടായ്മ പോലുള്ള

'അനാചാര'ങ്ങൾ നോക്കൂ. എത്ര സുന്ദരമായി ആചരിച്ചുകൊണ്ടിരുന്നവയാണ് അവയെല്ലാം. എന്നാൽ ഇന്ന് ആരും പിന്തുടരുന്നില്ലല്ലോ. അത്രയേ ഉള്ളൂ ആചാരങ്ങളുടെ കാര്യം. കാലത്തിനനുസരിച്ച്, സമൂഹത്തിന്റെ ആവശ്യത്തിന് അനുസരിച്ച്, ജനങ്ങളുടെ ബൗദ്ധിക പുരോഗതിക്ക് അനുസരിച്ച് അവ മാറും. അല്ലെങ്കിൽ മാറണം. അങ്ങനെ മാറാനുള്ളതുതന്നെയാണ് ആചാരങ്ങൾ.

ആചാരങ്ങളിലെ പൊള്ളത്തരം കുമാരനാശാൻ 'ചണ്ഡാലഭിക്ഷുകി'യിൽ വ്യക്തമാക്കിയിട്ടുണ്ട്.

"ഇന്നലെച്ചെയ്തോരബദ്ധം
മൂഢർക്കിന്നത്തെയാചാരമാവാം,
നാളത്തെശ്ശാസ്ത്രമതാവാം
അതിൽ മൂളായ്ക സമ്മതം രാജൻ."

ആചാരങ്ങൾ അർത്ഥശൂന്യമാവുമ്പോഴാണ് നാമതിനെ അനാചാരമെന്ന് വിളിക്കുന്നത്. ഇതൊന്നും ഒരു വ്യക്തി ഉണ്ടാക്കിവെക്കുന്നതല്ല. കാലങ്ങളായി ഉരുത്തിരിഞ്ഞുവരുന്നതാണ്. അതുകൊണ്ട് തന്നെ കാലത്തിന് യോജിക്കാത്ത ആചാരങ്ങൾ പൊളിച്ചെഴുതുകതന്നെ വേണം. ഒരു കാലത്ത് ചില ആളുകൾക്ക് തോന്നുന്ന കാര്യം മറ്റു ചിലർ അംഗീകരിക്കുമ്പോൾ ആചാരം രൂപപ്പെടുന്നു. കാലം കഴിഞ്ഞാൽ അവ മാറേണ്ട സാഹചര്യമുണ്ടാവും. മാറ്റംകൂടാതെ നിൽക്കാൻ ഒരു ആചാരത്തിനും കഴിയില്ല. മാറ്റാതിരിക്കേണ്ട കാര്യവുമില്ല.

മുമ്പൊന്നും ശബരിമലയിൽ ആളുകൾ ഇത്ര കൂട്ടത്തോടെ പോവുന്ന പ്രവണത ഉണ്ടായിരുന്നില്ല. അന്ന് ആ സ്ഥലത്തിന് പ്രത്യേക പ്രാധാന്യവുമുണ്ടായിരുന്നില്ല. ഇന്നത്തേക്കാൾ കാടുപിടിച്ച ഒരു ഭൂവിഭാഗം മാത്രമായിരുന്നു ശബരിമല. ഇരുപതാം നൂറ്റാണ്ടിന്റെ മധ്യത്തിനു ശേഷമാണ് ഇന്ന് കാണുന്ന ജനപ്രീതിയാർജ്ജിച്ചു തുടങ്ങിയത്.

ഈ പറഞ്ഞ കാലയളവിൽ ക്രിസ്ത്യാനികൾ ക്ഷേത്രം കത്തിച്ചുവെന്നും സെന്റ്തോമസിന്റെ കാലത്തുണ്ടായിരുന്ന ഒരു കുരിശ് നിലയ്ക്കലിൽ നാട്ടിയെന്നുമുള്ള പ്രചാരണമുണ്ടായിരുന്നു. ക്ഷേത്രം കത്തിച്ചുവെന്ന പ്രചാരണത്തോടുള്ള (സത്യമാണോ വ്യാജമാണോ എന്നെനിക്കറിയില്ല) ഹിന്ദുക്കളുടെ പ്രതികരണം എന്ന നിലയ്ക്കാണ് അങ്ങോട്ട് ആളുകൾ കൂടുതൽ പോകാൻ തുടങ്ങിയത്. ഇക്കാലത്തെപ്പോലെ ചെറിയ കാര്യങ്ങൾ 'കത്തിച്ചു' വലുതാക്കുന്നവർ അന്നുമുണ്ടായിരുന്നു.

ഈ സംഭവത്തിനു ശേഷമാണ് ശബരിമല കൂടുതൽ മാധ്യമശ്രദ്ധ നിറഞ്ഞ ഇടമായത്. അതുവരെ പ്രാദേശികമായ ആളുകൾ മാത്രം

സന്ദർശിച്ചിരുന്ന ഒരു ആരാധനാകേന്ദ്രം മാത്രമായിരുന്നു അവിടം. തമിഴ്നാട്, കർണാടക തുടങ്ങിയ ഭാഗങ്ങളിൽനിന്ന് കൂടുതലായി ഭക്തർ എത്താൻ തുടങ്ങിയതും ഇതേ കാലഘട്ടത്തിലാണ്.

എന്നാൽ, മുമ്പ് ശബരിമലയിൽ യുവതികൾ പ്രവേശിച്ചിരുന്നതായി എനിക്കറിയില്ല. മുമ്പ് സ്ത്രീകൾ പ്രവേശിച്ചിരുന്നു എന്ന തരത്തിൽ വാർത്തകൾ പ്രചരിക്കുന്നുണ്ട്. അവയൊന്നും ഞാൻ അക്കാലത്ത് കണ്ടിട്ടില്ല.

ഇന്ന് ഭക്തിക്കപ്പുറം ടൂറിസം പോലെ ഒരു വ്യവസായമായി ശബരിമല തീർത്ഥാടനം മാറിയിരിക്കുന്നു. ആധുനിക വ്യവസായ യുഗത്തിൽ ചിലർക്ക് ആദായമുണ്ടാക്കാനുള്ള വ്യവസായം. എന്തൊക്കെയായാലും മുമ്പെങ്ങുമില്ലാത്തവിധം പ്രശസ്തിയും പ്രാധാന്യവും അയ്യപ്പന് കിട്ടിയെന്നതിൽ തർക്കമില്ല. പുതിയ സാഹചര്യങ്ങൾ കാരണം കഷ്ടത്തിലായതും അയ്യപ്പൻ തന്നെ.

ശബരിമല മലയരയന്മാരുടെ അധീശത്വകേന്ദ്രമായിരുന്നു എന്ന് ഇപ്പോൾ പറഞ്ഞുകേൾക്കുന്നു. ഇതിന് മുമ്പൊന്നും ഞാനീക്കാര്യം കേട്ടിട്ടില്ല. ഇതിന് തെളിവായി പ്രമാണങ്ങൾ ഉള്ളതായി അറിവില്ല. ബുദ്ധന്മാരുടെ കേന്ദ്രമായിരുന്നു എന്നൊരു വാദവും ഉയർന്നുവന്നിട്ടുണ്ട്. കേരളത്തിൽ ആകെയൊരു ബുദ്ധവിഹാരകേന്ദ്രമാണുണ്ടായിരുന്നത്. ശ്രീമൂലവാസ വിഹാരം ആണത്. ബുദ്ധവിശ്വാസികളും ശബരിമലയും തമ്മിലൊരു ബന്ധവുമില്ല.

എല്ലാ പ്രായത്തിലുള്ള സ്ത്രീകളെയും ശബരിമലയിൽ സന്ദർശിക്കാനനുവദിക്കണം എന്ന സുപ്രധാന വിധിയിൽ തെറ്റു കാണാനാവില്ല. ലിംഗനീതി ഉറപ്പുവരുത്തുന്ന നയപരമായ വിധിയാണിത്. വിധി അംഗീകരിക്കാൻ ഇന്ത്യൻ പൗരനെന്ന നിലയ്ക്ക് നാമോരോരുത്തരും ബാധ്യസ്ഥരാണ്. ശബരിമല സ്ഥിതി ചെയ്യുന്ന സംസ്ഥാനമെന്ന നിലയ്ക്ക് കേരളസർക്കാരിന്റെ ബാധ്യതയാണ് ഈ വിധി നടപ്പാക്കുകയെന്നത്.

വിധി നടപ്പാക്കുന്നതു സംബന്ധിച്ചുള്ള അഭിപ്രായ വ്യത്യാസങ്ങൾ ചർച്ചചെയ്ത് പരിഹരിക്കുകയാണ് വേണ്ടത്. നടപ്പാക്കും മുമ്പ് ചില മുന്നൊരുക്കങ്ങൾ നടത്തേണ്ടിയിരുന്നു. ബന്ധപ്പെട്ട സംഘടനകളെയും പാർട്ടികളെയും കൂട്ടായ്മകളെയുമെല്ലാം വിളിച്ചുകൂട്ടി ചർച്ചയിലൂടെ അഭിപ്രായങ്ങൾ സ്വരൂപിച്ച് ഏകകണ്ഠമായി ഒരു വിവേകപൂർണ തീരുമാനത്തിലെത്തുകയാണ് വേണ്ടത്. ഇക്കാര്യത്തിൽ സർക്കാരിന് വീഴ്ച പറ്റി. ഇത്തരമൊരു നീക്കം നടത്തിയാലും ഇപ്പോൾ എതിർപ്പ് പ്രകടിപ്പിക്കുന്ന രാഷ്ട്രീയകക്ഷിയായ ബി.ജെ.പി അനുകൂലിക്കുമെന്ന് ഒരു പ്രതീക്ഷയുമില്ല. കാരണം വികാരങ്ങളുടെ കൂട്ടുപിടിച്ച് വിശ്വാസത്തിന്റെ

മറവിൽ കലാപമുണ്ടാക്കാൻ സംഘപരിവാർ ശ്രമം തുടങ്ങിയത് ദിവസങ്ങൾക്ക് മുമ്പ് നാം കണ്ടതാണല്ലോ. ഇന്നും നമ്മുടെ കേരളത്തിൽ അതിന്റെ അലയൊലികൾ അടങ്ങിയിട്ടില്ല.

കഴിഞ്ഞ മാസം ശബരിമലയിൽ ഉണ്ടായത് ഒരിക്കലും സംഭവിക്കാൻ പാടില്ലാത്ത കാര്യങ്ങൾ. നിരവധി പേർ ഭക്തിയോടെ എത്തുകയും ആരാധന നിർവഹിക്കുകയും ചെയ്യുന്ന പരിശുദ്ധമായ ഒരിടത്ത് ഒരിക്കലും ഒരു കാരണവശാലും ഉണ്ടാവാൻ പാടില്ലാത്തതാണ്. നിലവിലുള്ള ബഹളങ്ങളും പ്രതിഷേധവുമെല്ലാം അർഥശൂന്യമാണ്. പൂജിക്കാനും ആരാധിക്കാനും താത്പര്യമുള്ളവർ പോവട്ടെ. ആക്ടിവിസ്റ്റുകൾ, മാധ്യമപ്രവർത്തകർ എന്നെല്ലാം പറഞ്ഞ് സ്ത്രീകളെ കാറ്റഗറൈസ് ചെയ്യുന്നത് യുക്തിരാഹിത്യമാണ്. എങ്ങനെയാണ് ശബരിമല വരുന്ന ഒരു യുവതി ആക്ടിവിസ്റ്റാണോ യഥാർത്ഥ വിശ്വാസിയാണോ എന്ന് വർഗീകരിക്കാനാവുക? വിശ്വാസികളോ അല്ലാത്തവരോ എന്ന് വേർതിരിക്കാൻ എന്ത് മാനദണ്ഡമാണുള്ളത്? വിശ്വാസിയല്ലെങ്കിൽ തന്നെ അവരെ തടയാൻ മറ്റുള്ളവർക്ക് എന്തവകാശം? വിശ്വാസമുള്ളവർ സ്ത്രീയോ പുരുഷനോ ആയിക്കൊള്ളട്ടെ, അവർക്ക് അയ്യപ്പനെ കാണണമെങ്കിൽ ഒരു നിയന്ത്രണവുമില്ലാതെ പോകാൻ സാധിക്കണം.

എന്നാൽ, ആഴ്ചകൾക്കു മുമ്പ് നിലയ്ക്കലിലും മറ്റും നടന്ന പ്രക്ഷോഭങ്ങളിൽ അറസ്റ്റിലായവരൊന്നും വിശ്വാസികളായിരുന്നില്ലല്ലോ. രാഷ്ട്രീയക്കാരായിരുന്നു അവരെല്ലാം. തീവ്ര ഹിന്ദുത്വവാദം ആശയമാക്കിയവർ. എന്തെങ്കിലും ചെറിയ വിഷയം കിട്ടിയാൽ അതിനെ പെരുപ്പിച്ചു കാട്ടി കലാപമുണ്ടാക്കുകയെന്നത് പലരുടെയും അജണ്ടയാണ്.

ഇക്കാര്യത്തിൽ കോൺഗ്രസിന്റെ നിലപാട് തീർത്തും പരിഹാസ്യമാണ്. അവർക്ക് ഒരു നിലപാടുണ്ടോ എന്നുപോലും ആർക്കുമറിയില്ല. ഒരു രാഷ്ട്രീയശക്തിയെന്ന നിലയ്ക്ക് അനുദിനം പ്രസക്തി നഷ്ടപ്പെട്ടുകൊണ്ടിരിക്കുകയാണ് കോൺഗ്രസിന്. അമ്മയും മകനും മാത്രമുള്ള ഒരു പാർട്ടിയായി കോൺഗ്രസ് മാറി. മുമ്പുണ്ടായിരുന്ന പ്രസക്തിയും ശക്തിയും ഇല്ലാത്തതുകൊണ്ട് തന്നെ കോൺഗ്രസ് എന്തു പറയുന്നു എന്നിപ്പോൾ ആരും ചോദിക്കാറില്ല.

പൊതുരംഗങ്ങളിൽ ധാരാളമായി സ്ത്രീകൾ മുന്നോട്ടുവരാൻ തുടങ്ങിയത് അടുത്തകാലത്താണ്. ഈയടുത്ത കാലം വരെ വീടിന്റെ അടുക്കളയിലായിരുന്നു മിക്ക സ്ത്രീകളുടെയും സ്ഥാനം. എന്നാൽ, കാലം മാറി. മറ്റെല്ലായിടങ്ങളിലേയുംപോലെ ആരാധനാലയങ്ങളിലും തുല്യനീതി

വേണമെന്ന അടിസ്ഥാന അവകാശ സംരക്ഷണത്തിന്റെ ഭാഗമായിരിക്കാം സ്ത്രീകൾ ധാരാളമായി ഈ വിധിയെ അംഗീകരിച്ചു മുന്നോട്ടുവരുന്നതും എതിർപ്പുകളെ മറികടന്ന് പോരാട്ടത്തിലേർപ്പെടുന്നതും.

എന്നാൽ, ഒറ്റയ്ക്കൊറ്റയ്ക്കുള്ള പോരാട്ടത്തിനുമപ്പുറം ഇതിനകത്ത് സ്ത്രീകൾ തങ്ങളുടെ അവകാശം നേടിയെടുക്കാനായി നടത്തേണ്ടത് സംഘടിതമായ മുന്നേറ്റമാണ്. കൂട്ടായുള്ള പോരാട്ടത്തിലൂടെയാണ് മാറ്റം കൊണ്ടുവരേണ്ടത്. നമ്മുടെ നാട്ടിൻപുറങ്ങളിലുള്ള സ്ത്രീകളൊന്നും ഇതേക്കുറിച്ച് അത്രമാത്രം ബോധവതികളാണെന്ന് എനിക്കു തോന്നുന്നില്ല. വാർത്താ ചാനലുകൾ കാണാത്ത, പത്രവാർത്തകൾ വായിക്കാത്ത സ്വന്തം വീട്ടിൽ സാധാരണ ജീവിതം നയിക്കുന്ന ധാരാളം സ്ത്രീകൾ നമുക്കു ചുറ്റും ഇന്നുമുണ്ട്. അവരും ഇക്കാര്യത്തിൽ നിലപാടെടുക്കേണ്ടതുണ്ട്. തങ്ങളുടെ കൂടി വിഷയമാണിതെന്ന് അവർ തിരിച്ചറിയേണ്ടതുണ്ട്. ഇക്കാര്യം അറിഞ്ഞില്ലെന്നോ നിലപാടില്ലെന്നോ പറഞ്ഞ് മാറിനിൽക്കുന്നതിൽ അർത്ഥമില്ല. അടിസ്ഥാനപരമായ മാറ്റം ഉണ്ടായിക്കഴിഞ്ഞാൽ മാത്രമേ സാമൂഹികമായ വലിയ ഒരു വിപ്ലവം സൃഷ്ടിക്കാൻ കഴിയൂ.

■

സൂക്ഷിക്കുക:
നമ്മൾ കേരളീയ മനസ്സാക്ഷിയുടെ സൂക്ഷ്മനിരീക്ഷണത്തിലാണ്

സി. രാധാകൃഷ്ണൻ

'സ്വർഗ്ഗത്തിലേക്കുള്ള പാത പലപ്പോഴും സദുദ്ദേശ്യങ്ങളുടെ ഇഷ്ടിക പാകിയതാണ്' എന്നൊരു പഴമൊഴിയുണ്ടല്ലോ. 'ശുദ്ധൻ ദുഷ്ടന്റെ ഫലം ചെയ്യാം' എന്നതിന്റെ പടിഞ്ഞാറൻ പരിഭാഷയാണിത്.

എല്ലാ കക്ഷികളുടേയും പ്രഖ്യാപിത ലക്ഷ്യങ്ങൾ നല്ലതാണെന്നാലും എല്ലാംകൂടി മഹാമാരണത്തിലേക്ക് നയിക്കുന്നു എന്നതുതന്നെയാണല്ലോ ശബരിമലയിലേയും കഥ. ഓരോരുത്തരുടേയും പരസ്യനിലപാടുകൾ നോക്കാം. സുപ്രീംകോടതി ഒരു തീർപ്പു കല്പിച്ചിരിക്കുന്നു. ലിംഗസമത്വം മൗലികാവകാശമാണെന്നും നടപ്പിലാവണമെന്നുമേ ആർക്കും പറയാനാവൂ. എല്ലാ പാർട്ടികളും പ്രസ്ഥാനങ്ങളും പ്രഗത്ഭരും കേന്ദ്രസംസ്ഥാന ഭരണക്കാരും വിധിയെ ഒരുപോലെ സ്വാഗതം ചെയ്യുകയുമുണ്ടായി. പക്ഷേ, സഗുണാരാധനാക്രമങ്ങളുടെ ഭരണഘടനയായ തന്ത്രസമുച്ചയത്തിലെ ആചാരങ്ങൾക്കനുസൃതമായേ വിധി നടപ്പിലാക്കാവൂ എന്ന് ഊരാളനും തന്ത്രിമാരും പറഞ്ഞു. തീർത്തും ന്യായമായ കാര്യം.

ഇന്ത്യൻ ഭരണഘടനയുടെ ബലത്തിൽ വേരുറപ്പിച്ച സ്ഥാപനങ്ങളിലൊന്നായ സംസ്ഥാന സർക്കാർ സുപ്രീംകോടതി വിധി നടപ്പാക്കാൻ ബാദ്ധ്യസ്ഥമാണെന്ന് മുഖ്യമന്ത്രി പ്രഖ്യാപിച്ചു. അല്ലെന്ന് ആർക്കു പറയാം! വിധി നടപ്പാക്കുന്നതിന് ചില പ്രായോഗികവിഷമങ്ങൾ വരാമെന്നും അതിനാൽ സുപ്രീംകോടതിയിൽ ഒരു പുനഃപരിശോധനാ ഹർജി നൽകാമെന്നും തിരുവിതാംകൂർ ദേവസ്വം ബോർഡ് നിർദ്ദേശിച്ചു. അവർക്കാണല്ലോ ക്ഷേത്രം നടത്തിപ്പിന്റെ ഉത്തരവാദിത്വം. ഇതോടെ, ഒരു കുഴപ്പവും കൂടാതെ എല്ലാം ഭംഗിയാവുമെന്ന് തീർച്ചയായി. ഇനി, ഈ നിലപാടുകൾ ഫലത്തിൽ എങ്ങോട്ടു നയിച്ചു എന്നു പരിശോധിച്ചാലോ?

പതിനെട്ടാംപടിയിൽ യുവതീസാന്നിദ്ധ്യം ആചാരവിരുദ്ധമാണെന്നും ക്ഷേത്രത്തിലെ നിത്യനിദാനങ്ങളുമായി ബന്ധപ്പെട്ട എല്ലാവരുടേയും

അഭിപ്രായം നോക്കിയേ വിധി ഉണ്ടാകാവൂ എന്നും കൂടി കേരളസർക്കാർ നൽകിയ പത്രികയിലുണ്ടായിരുന്നെങ്കിലും കോടതി അതു പരിഗണിച്ചില്ല. വിധി നടപ്പിലാക്കാൻ പുറപ്പെട്ട സർക്കാറാണെങ്കിലോ, ഇങ്ങനെയൊരു കാര്യം തങ്ങൾ തന്നെ ചൂണ്ടിക്കാണിച്ചിരുന്നത്, വിധി നടത്തിപ്പിന്റെ ഭാഗമായി സ്വമേധയാ ഏറ്റെടുക്കാനൊന്നും മിനക്കെട്ടില്ല. മാത്രമല്ല, പുനഃ പരിശോധനാ ഹർജി നൽകുന്നതിൽനിന്ന് ദേവസ്വം ബോർഡ് പിന്മാറുകയും ചെയ്തു. പിന്നീടുണ്ടായ അനിഷ്ട സംഭവങ്ങളിൽ ഒന്നുംതന്നെ കേരളമെന്ന പുണ്യഭൂമിയിൽ നടക്കരുതായിരുന്നു. അക്രമവും പൊലീസിന്റെ സാന്നിദ്ധ്യവുംകൊണ്ട് കലുഷമാകാനുള്ളതല്ലല്ലോ ദേവാലയ പരിസരം. ശാന്തസുന്ദരമായ ആശ്രമദേശം അട്ടഹാസങ്ങളാലും ആർത്തനാദങ്ങളാലും അസുന്ദരമാകാനും പാടില്ലല്ലോ.

ഒരു സാംസ്കാരിക പ്രവർത്തകൻ എന്ന നിലയിൽ നിങ്ങൾ എന്തുപോംവഴിയാണ് കാണുന്നതെന്ന് പ്രിയപ്പെട്ട വായനക്കാരും മാധ്യമക്കാരും സ്നേഹിതരും എന്നോടു ചോദിക്കുന്നു. പറയുന്നതെന്തും എരിതീയിൽ എണ്ണയായേക്കാമെന്ന ശങ്കയാൽ മൗനം പാലിച്ചു. അത് ഇനിയും തുടർന്നാൽ കൃത്യവിലോപമാകുമെന്നു തോന്നുന്നു.

ഞാനൊരു വേദാന്തവിദ്യാർത്ഥിയാണ്, സാംസ്കാരിക പ്രവർത്തകനോ മറ്റേതെങ്കിലും വേഷക്കാരനോ അല്ല. ഈശാവാസ്യ ഉപനിഷത്തിലെ ആദ്യശ്ലോകമാണ് എന്റെ മാർഗ്ഗവും ലക്ഷ്യവും. അതിന്റെ വെളിച്ചത്തിലാണ് മനുഷ്യസമത്വവും സാഹോദര്യവും കിനാവു കാണുന്നത്. ഇതു യാഥാർത്ഥ്യമാകാൻ 'അതു ഞാൻ തന്നെയാണ്' എന്ന ഈശ്വര താദാത്മ്യമല്ലാതെ വഴിയില്ല എന്നു തിരിച്ചറിയുകയും ചെയ്യുന്നു. സർവ്വം ഈശാവാസ്യമാണെന്നിരിക്കെ പ്രപഞ്ചത്തിൽ ഒന്നിനും അശുദ്ധി എന്നൊന്നില്ല. എല്ലാം വിശുദ്ധമാണ്, (ജീവൻ പുലരാൻ വേണ്ടി മാത്രം ത്യാജ്യ ഗ്രാഹ്യഭേദം കല്പിക്കുന്നു.) വിസർജ്ജനത്തിന്റെ പേരിൽ സ്ത്രീക്ക് പുരുഷനില്ലാത്ത കളങ്കമൊന്നും തന്നെ ഇല്ല. (ഒരു സ്വപ്നസ്ഖലനത്തിൽ പുരുഷനിൽനിന്നുണ്ടാകുന്നത് കോടിക്കണക്കിന് ജീവാങ്കുരങ്ങളുടെ മൃതദേഹങ്ങളാണ്.) ഋതുവാർന്ന പെണ്ണിനും ഇരപ്പനും ദാഹകനും എല്ലാം ഈശ്വരാരാധനയ്ക്കുള്ള അവകാശം തുല്യമാണെന്ന് രാമാനുജനെഴുത്തച്ഛൻ എന്ന ഋഷി പറഞ്ഞത് ഇതിനാലാണ്. എല്ലാ ക്ഷേത്രങ്ങളിലെയും വിഗ്രഹങ്ങൾ വേദാന്തിക്ക് ഒരുപോലെയാണ്. മഴ പെയ്ത് എങ്ങും വെള്ളം നിറഞ്ഞ അവസ്ഥയിൽ ഒരു പൊട്ടക്കിണറുകൊണ്ട് എന്തു പ്രയോജനമുണ്ടോ അത്രയേ വിവേകിയായ പരമജ്ഞാനിക്ക് എല്ലാ വേദശാസ്ത്രങ്ങളും കൊണ്ടുമുള്ളൂ എന്നും ഗീതാകാരൻ 'പ്രഹസൻ ഇവ' (നർമ്മഭാവത്തോടെ) പറയുന്നു.

പക്ഷേ, ഗീത പഠിച്ചും വ്യാഖ്യാനിച്ചും മറ്റുചില കാര്യങ്ങൾ കൂടി അറിഞ്ഞു. ഈ പ്രപഞ്ചത്തിലുള്ള ആരെയും ഒന്നിനേയും ബോധപൂർവ്വം വേദനിപ്പിക്കാൻ ആർക്കും അവകാശമില്ല; ഈശ്വരാരാധനയ്ക്ക്

അനേകായിരം വഴികളും സമ്പ്രദായങ്ങളുമുണ്ട്. അതിലൊന്നാണ് സഗുണാരാധന. ഇതിൽ ഭാവങ്ങളും നിഷ്ഠകളുമുള്ള സങ്കല്പങ്ങളെയാണ് ഭജിക്കുന്നത്. ആരാധ്യഭാവങ്ങൾ അനന്തങ്ങളാണ്; എതെങ്കിലുമൊന്നിൽ വിശ്വസിക്കുന്ന ആരെയും ഉദ്വേഗം കൊള്ളിക്കാനോ വേദനിപ്പിക്കാനോ പാടില്ല. (ഗീതാദർശമോ അതിന്റെ ഇംഗ്ലീഷ് പരിഭാഷയോ കാണുക.) ശബരിമലയിലെ പ്രതിഷ്ഠാസങ്കല്പം നൈഷ്ഠിക ബ്രഹ്മചാരിയുടേതാണ്. അതിൽ വിശ്വസിക്കുകയോ വിശ്വസിക്കാതിരിക്കുകയോ ചെയ്യാൻ ആർക്കും അധികാരവും അവകാശവും ഉണ്ട്. പക്ഷേ, ആ സങ്കല്പത്തെ അവഹേളിക്കാനോ അവിടെ ചെന്ന് ആ സങ്കല്പത്തിന്റേതായ അനുഷ്ഠാനങ്ങൾക്ക് നിരക്കാതെ പെരുമാറാനോ വിശ്വാസമുള്ള ആരും തയ്യാറാവില്ല. വിശ്വാസമില്ലാത്തവർ, വിശ്വാസികളെ വേദനിപ്പിക്കാനും പ്രകോപിപ്പിക്കാനുമല്ലെങ്കിൽപ്പിന്നെ, എന്തിനവിടെ പോകണം?

വിശ്വാസം പരീക്ഷിച്ചറിയാൻ ഒരു വഴിയും ഇല്ലാത്തതുകൊണ്ട് ഇത് ഒരു കോടതിയുടേയും പരിധിയിൽ വരുന്ന കാര്യമല്ല. സുപ്രീംകോടതി ഈ വസ്തുത കാണാതെ പോയതെന്തുകൊണ്ടെന്നറിയില്ല. സങ്കല്പവിരുദ്ധമായി കടന്നുവരുന്നവരുടെ വിശ്വാസം പരിശോധിക്കാൻ ഒരു മുറയുമില്ലാത്തതിനാൽ കോടതിവിധി എങ്ങനെ നീതിപൂർവ്വം നടപ്പാക്കാനാണ് എന്ന ശങ്ക സർക്കാരിന് ഇല്ലാതെപോയത് അതിലേറെ കഷ്ടം. വീണ്ടുവിചാരം കൂടാതേയും കൂടിയാലോചനകൾ നടത്താതേയും ബദ്ധപ്പെട്ട് ബലപ്രയോഗത്തിനിറങ്ങിയത് അവിവേകവുമായി. ഓർക്കുക: നാമെല്ലാവരും കേരളീയ മനസ്സാക്ഷി എന്ന ലോകോത്തര സി.സി.ടി.വിയുടെ സൂക്ഷ്മനിരീക്ഷണത്തിലാണ്. ലോകത്തിന്റെ നാനാഭാഗത്തുമുണ്ടായ എല്ലാ ജാതിമതങ്ങളും അറിവുകളും ആശയങ്ങളും ആചാരക്രമങ്ങളും സങ്കല്പങ്ങളും ആയിരത്താണ്ടുകളായി അതാതുകാലത്ത് വിരുന്നുവരികയും ഇവിടെ പണ്ടേ, ഉള്ള ഉപനിഷദ് ദർശനത്താൽ സസന്തോഷം സ്വീകരിച്ചാദരിക്കപ്പെടുകയും ചെയ്തു. ആധുനിക ലോകത്ത് സാർവ്വലൗകിക സാഹോദര്യത്തിനുള്ള ഏറ്റവും വലിയ മഹാക്ഷേത്രമാണ് കേരളം. ഭാവി ലോകമനുഷ്യന് സ്വയം വാർത്തെടുക്കാൻ ഏറ്റവും അനുയോജ്യമായ മൂശ!

പൈതൃകമായി കിട്ടിയതിനെ കൂടുതൽ അമൂല്യമാക്കാൻ പറ്റിയില്ലെങ്കിലത് കഴിവുകേടായി മാത്രമേ അറിയപ്പെടൂ. ദൂരക്കാഴ്ചയില്ലായ്മ കൊണ്ടതിന് നാശം വരുത്തുന്നത് അക്ഷന്തവ്യമായ അപരാധം തന്നെ ആയിപ്പോവും. ലോകത്തിനു മുന്നിൽ ഇനിയുമേറെ നാം നിന്ദ്യരാകുന്നതിനു മുൻപേ പ്രശ്നം രമ്യമായി പരിഹരിക്കുക. തോൽവി ആരുടെയായാലും മലയാൺമ എന്ന സംസ്കൃതി വിജയിക്കണം; വിജയിച്ചേ തീരൂ.

■

പ്രളയാനന്തര മാനവികത: ശബരിമലയുടെ പശ്ചാത്തലത്തിൽ

ബി. രാജീവൻ

കേരളത്തിൽ ഏതാണ്ട് ഒരു നൂറ്റാണ്ടിനുശേഷം ഉണ്ടായ പെരുവെള്ളപ്പൊക്കം മലയാളികളെ ആകെ പിടിച്ചുലച്ച സംഭവമാണ്. എന്നാൽ ഈ വെള്ളപ്പൊക്കം എത്രമാത്രം ഭയാനകവും വിനാശകരവും ആയിരുന്നെങ്കിലും അതിനെ നേരിടുന്നതിൽ മലയാളിസമൂഹം കാട്ടിയ ത്യാഗബുദ്ധിയും ധീരതയും ഐക്യവും ആരെയും വിസ്മയിപ്പിക്കാൻ പോന്ന വിധം മാനുഷികഗുണങ്ങളുടെ ഔന്നത്യത്തെ ഉദാഹരിക്കുന്നവയായിരുന്നു. കേരളീയ ജീവിതത്തിന്റെ ധാർമ്മികത്തകർച്ചയെക്കുറിച്ച് സമീപകാലത്ത് ഉയർന്നുവന്നുകൊണ്ടിരുന്ന കടുത്ത ആശങ്കകളെ മുഴുവൻ അസ്ഥാനത്താക്കുന്നവയായിരുന്നു വെള്ളപ്പൊക്കത്തിൽപെട്ടവരെ രക്ഷിക്കുന്നതിനും സഹായിക്കുന്നതിനും വേണ്ടി മലയാളി സമൂഹം നടത്തിയ നിസ്വാർത്ഥവും നിർഭയവുമായ ഇടപെടലുകൾ. പ്രത്യേകിച്ചും നമ്മുടെ സാംസ്കാരിക പാരമ്പര്യത്തെ മുഴുവൻ പുച്ഛിക്കുന്നവരെന്നും സാമൂഹികബോധമില്ലാത്തവരെന്നും ശകാരിക്കപ്പെട്ടുകൊണ്ടിരുന്ന യുവജനങ്ങൾ ആൺ പെൺ ഭേദമില്ലാതെ വെള്ളപ്പൊക്ക ദുരിതാശ്വാസത്തിനിടയിൽ നടത്തിയ പ്രവർത്തനങ്ങൾ. ഇതിനൊക്കെ അപ്പുറം ഔദ്യോഗിക ദുരിതാശ്വാസപ്രവർത്തനങ്ങളെ കവച്ചുവെച്ചുകൊണ്ട് രംഗത്തുവന്ന മത്സ്യത്തൊഴിലാളികൾ അടക്കമുള്ള കീഴാള ബഹുജനതയുടെ ഇടപെടലുകൾ ലോകശ്രദ്ധ പിടിച്ചെടുക്കാൻ പോന്ന വിധം ധീരവും സ്നേഹനിർഭരവുമായിരുന്നു. ഈ അനുഭവമാണ് മറ്റു പല മേഖലകളിലുമെന്നപോലെ പുനർനിർമ്മാണത്തിന്റെയും വീണ്ടെടുക്കലിന്റെയും ആയ ഈ സന്ദർഭത്തിൽ പ്രളയാനന്തര മാനവികതയെക്കുറിച്ചും അഭിമാനപൂർവ്വം സംസാരിക്കാൻ നമ്മെ പ്രേരിപ്പിക്കുന്നത്.

എന്നാൽ പ്രകാശവും പ്രതീക്ഷയും നിറഞ്ഞ ഈ അന്തരീക്ഷത്തിൽ കഴിഞ്ഞ ഏതാനും ദിവസങ്ങൾകൊണ്ട് ഉരുണ്ടുകൂടാൻ തുടങ്ങിയിരിക്കുന്ന ഇരുട്ട് നമ്മെ ആശങ്കയിൽ ആഴ്ത്താൻ തുടങ്ങിയിരിക്കുന്നു. ശബരിമല ക്ഷേത്രത്തിലെ യുവതീപ്രവേശനത്തെ സംബന്ധിക്കുന്ന കോടതി

വിധിയുമായി ബന്ധപ്പെട്ട് നമ്മുടെ രാഷ്ട്രീയസാംസ്കാരിക ജീവിതത്തിൽ അരങ്ങേറിക്കൊണ്ടിരിക്കുന്ന പുതിയ സംഭവങ്ങളെക്കുറിച്ചാണ് ഞാൻ സൂചിപ്പിക്കുന്നത്. മറ്റെല്ലാ സംസ്ഥാനങ്ങളിൽനിന്നും വ്യത്യസ്തമായി സംഘപരിവാർ ശക്തികൾക്കു മുന്നിൽ അവരുടെ സങ്കുചിത ഹൈന്ദവ രാഷ്ട്രസങ്കല്പത്തെ ചെറുത്തുകൊണ്ട് ഇന്ത്യൻ മതനിരപേക്ഷതയുടെയും ജനാധിപത്യമൂല്യങ്ങളുടെയും കീഴടക്കാനാവാത്ത ഒരു കോട്ടയായി നില കൊണ്ട കേരളത്തിൽ ഫാസിസ്റ്റ് രാഷ്ട്രീയം പരസ്യമായ ഏറ്റുമുട്ടലിനു തയ്യാറായി രംഗത്ത് എത്തിയിരിക്കുന്നു. ബാബറി മസ്ജിദ് തകർത്തതു പോലെ രാഷ്ട്രീയ നേട്ടത്തിനു വേണ്ടി കേരളീയ ജനാധിപത്യ രാഷ്ട്രീയ സംസ്കാരത്തിന്റെ ഉന്നതമാതൃകയെ തകർക്കാനുള്ള ചുവടുവയ്പ്പായി നാം ഇതിനെ കാണണം. പ്രളയക്കെടുതിക്ക് സമാനമായ ഒരു ഭീഷണി യായിത്തന്നെയാണ് കേരളീയ സമൂഹത്തിന്റെ ജീവിതലോകം ഇന്ന് ഇതിനെ അഭിമുഖീകരിക്കുന്നത്.

ചുരുക്കത്തിൽ നാം ഇന്ന് നേരിടുന്നത് ഒരു വശത്ത് ആരെയും വിസ്മ യിപ്പിക്കുംവിധം കേരളത്തിൽ ഉയർന്നുവന്നിരിക്കുന്ന മാനവികതയുടെ ഒരു പുതിയ മുഖത്തെയും മറുവശത്ത് സ്ത്രീകളെ തെരുവിലിറക്കി സ്ത്രീ വിരുദ്ധ മുദ്രാവാക്യങ്ങൾ വിളിപ്പിക്കുന്ന സംഘപരിവാർ രാഷ്ട്രീയത്തെ യുമാണ്. ഈ വൈപരീത്യത്തിന്റെ കാരണങ്ങൾ കണ്ടെത്തിക്കൊണ്ട ല്ലാതെ ഇന്ന് നമ്മുടെ നാട്ടിൽ രൂപംകൊണ്ടിരിക്കുന്ന നവമാനവികതയുടെ പൊരുളിനെ വളർത്തിക്കൊണ്ടുവരാനാകില്ല. ഇത്തരം ഒരന്വേഷണത്തിന് ആദ്യമായി വേണ്ടത് വെള്ളപ്പൊക്കകാലത്ത് ആൺപെൺ ഭേദമില്ലാതെ യുവജനങ്ങളുടെയും പാർശ്വവത്കരിക്കപ്പെട്ട തൊഴിൽകൂട്ടങ്ങളുടെയും സ്ത്രീകളുടെയും അങ്ങേയറ്റം ഹൃദയസ്പർശിയായ പ്രവർത്തനങ്ങളി ലൂടെ ഉയർന്നുവന്ന നവമാനവികതയുടെ രാഷ്ട്രീയമായ വേരുകളും ഗുണ പരമായ അന്തരവും കണ്ടെത്തുക എന്നുള്ളതാണ്. അതിനായി ഇന്ന് ഉയർന്നുവന്നിരിക്കുന്ന നവമാനവികത, കേരളീയ നവോത്ഥാനത്തിൽ പ്രവർത്തിച്ച അധികൃതരും അദ്ധ്വാനിക്കുന്നവരും സ്ത്രീകളുമടങ്ങുന്ന ചൂഷിത കീഴാളജനതയുടെ സ്വാതന്ത്ര്യവാഞ്ഛയുടെ ചരിത്രത്തിൽ എങ്ങനെ വേരോടി നിൽക്കുന്നു എന്ന് തിരിച്ചറിയേണ്ടിയിരിക്കുന്നു. അതോടൊപ്പംതന്നെ കേരളത്തിൽ സംഘപരിവാറിന്റെ പിണിയാളു കളായി പ്രവർത്തിക്കുന്ന പ്രതിലോമ ശക്തികളുടെ രാഷ്ട്രീയ ചരിത്രവും പുറത്തുകൊണ്ടുവരേണ്ടതുണ്ട്. അതായത് കേരളത്തിൽ ആധുനിക മുതലാളിത്ത പൗരസമൂഹവളർച്ചയോടൊപ്പം ശക്തി പ്രാപിച്ച, അതിന്റെ സ്വാർത്ഥതങ്ങളിൽ അധിഷ്ഠിതമായ, മൂല്യസങ്കല്പങ്ങളും നവസവർണ്ണ വത്കരണ തൃഷ്ണകളും ഒരു വശത്തും അധികൃതരും പാർശ്വവത്കൃ തരും മറ്റു അദ്ധ്വാനിക്കുന്ന ദരിദ്രജനതയും അടിച്ചമർത്തപ്പെടുന്ന സ്ത്രീ കളും അവരുടെ നിസ്വാർത്ഥതയിലും സ്നേഹത്തിലും അധിഷ്ഠിതമായ സ്വാതന്ത്ര്യ തൃഷ്ണകൾ മറുവശത്തുമായി ഏറ്റുമുട്ടിക്കൊണ്ടിരിക്കുന്ന തിന്റെ ചരിത്രം ഇന്ന് നമുക്ക് പരിശോധിക്കേണ്ടിയിരിക്കുന്നു. 'പുന്നപ്ര

വയലാർ സമരവും 'വിമോചന സമരവും' ആ ഏറ്റുമുട്ടലിന്റെ ചില ഉയർന്ന ഘട്ടങ്ങൾ ആയിരുന്നു. ഇന്ന് ആ ഏറ്റുമുട്ടലിന്റെ പുതിയൊരു ഘട്ടത്തിലാണ് നമ്മൾ. യുവജനതയും സ്ത്രീകളും അദ്ധ്വാനിക്കുന്ന ബഹുജനതയും ഉയർത്തിപ്പിടിക്കുന്ന നവ മാനവികതയുടെ മൂല്യങ്ങളും സംഘപരിവാർ രാഷ്ട്രീയത്തിന്റെ സ്ത്രീവിരുദ്ധവും കീഴാളവിരുദ്ധവുമായ നവസവർണ്ണ യാഥാസ്ഥിതിക മൂല്യങ്ങളും തമ്മിലുള്ള ഏറ്റുമുട്ടലാണത്. ഈ സംഘർഷത്തിന്റെ ചരിത്രത്തിലേക്ക് കടക്കുന്നതിനു മുൻപായി കഴിഞ്ഞ പെരുവെള്ളപ്പൊക്കത്തിൽ കേരളത്തിൽ തെളിഞ്ഞുവന്ന നൂതനമാനവികതയെ മൗലികവും ഭിന്നവുമാക്കുന്ന സവിശേഷതകൾ എന്തെന്നു നോക്കാം.

ഒന്നാമതായി ഇത് ഒരു പുതിയതരം മാനവികതയാണ്. നൂറ്റാണ്ടുകൾ പഴക്കമുള്ള പഴയ ലിബറൽ മുതലാളിത്ത മാനവികതയിൽനിന്ന് തീർത്തും ഭിന്നഗുണങ്ങളോടെ പ്രവർത്തിക്കുന്ന ഒരു സാമൂഹികശക്തിയാണത്. പഴയ ലിബറൽ മാനവികത സ്വകാര്യത്തെയും പൊതുകാര്യത്തെയും അതായത് വ്യക്തിപരമായതിനെയും രാഷ്ട്രീയത്തേയും വിരുദ്ധമണ്ഡലങ്ങളിലേക്കു വേർതിരിച്ചു നിർത്തുന്ന ആധുനിക മുതലാളിത്ത പൗരസമൂഹത്തിന്റെ മാനവികതയാണ്. ആത്യന്തികമായി സ്വകാര്യസ്വത്തിലും സ്വകാര്യ വ്യക്തിയിലും അധിഷ്ഠിതമായ ഒരു വ്യവസ്ഥയുടെ മാനവികതയാണ്. സ്വാർത്ഥത്തിന്റെ അതിരുകളെ ഭേദിച്ചാൽ അടിസ്ഥാനം തന്നെ തകർന്നുപോകുന്ന ഒരു സാമൂഹികവ്യവസ്ഥയിൽ സ്നേഹവും ത്യാഗവും സമർപ്പണവുമെല്ലാം യാഥാർത്ഥ്യ ബാഹ്യമായ സ്വപ്നങ്ങളോ ഉന്നതമായ കേവലാദർശങ്ങളോ ആണ്. എന്നാൽ നാം ഇവിടെപ്പറയുന്ന നവമാനവികത ഇന്ന് ലോകമാകെ സംഭവിച്ചുകൊണ്ടിരിക്കുന്ന ചില അഗാധരാഷ്ട്രീയ പരിവർത്തനങ്ങളുമായി ബന്ധപ്പെട്ടവയാണ്.

വിവിധ രീതികളിലും വിവിധ ജീവിത തലങ്ങളിലും ആഗോള മുതലാളിത്ത മൂലധനത്തിന്റെ ചൂഷണത്തിനു വിധേയമായിക്കൊണ്ടിരിക്കുന്ന ഐ.ടി തൊഴിലാളികൾ മുതൽ പാർശ്വവത്കൃതരും സ്ത്രീകളും അടങ്ങുന്ന ബഹുജനത വിവിധരൂപങ്ങളിൽ നടത്തിക്കൊണ്ടിരിക്കുന്ന ചെറുത്തുനില്പുകളിൽനിന്നാണ് ഈ പരിവർത്തനങ്ങൾ സംഭവിക്കുന്നത്. ഇതിൽനിന്ന് രൂപപ്പെടുന്ന നൂതന മാനവികത സ്വാഭാവികമായും സ്വകാര്യസ്വത്തിന്റെയും സ്വകാര്യവ്യക്തിയുടെയും സ്വാർത്ഥവൃത്തങ്ങളെ തകർത്ത് അപരനിലേക്കും പ്രകൃതിയിലേക്കും വ്യാപിക്കുന്ന ഒരു സ്നേഹശക്തി പ്രവാഹമാവാതെ വയ്യ.

അതുകൊണ്ടുതന്നെ ഈ നവമാനവികത യൂറോപ്യൻ മനുഷ്യനെ കേന്ദ്രത്തിൽ പ്രതിഷ്ഠിക്കുന്ന പാശ്ചാത്യമുതലാളിത്ത മുഖ്യധാരാ ആധുനികതയുടെ മനുഷ്യപ്രകൃതി വിരുദ്ധതാസങ്കല്പത്തെയും വംശമഹത്ത്വവാദങ്ങളെയും മറികടക്കുന്ന മാറുന്ന ജീവിതബന്ധരൂപങ്ങളിൽ നിന്നാണ് വരുന്നത്. അതിനാൽ ഈ പുതിയ ജീവിതബന്ധരൂപങ്ങൾക്ക് പഴയ ലിബറൽ മുതലാളിത്ത പൗരസമൂഹത്തിലെ സ്വകാര്യവും

പൊതുകാര്യവും തമ്മിൽ, സ്ത്രീയും പുരുഷനും തമ്മിൽ, വ്യക്തിയും സമൂഹവും തമ്മിൽ, നിലനിന്ന വൈപരീത്യങ്ങളെ അപ്രസക്തമാക്കുന്ന ഒരു പുതിയ ധാർമ്മിക ജീവിതലോകം അനിവാര്യമായിത്തീരുന്നു. കേരളത്തിൽ വെള്ളപ്പൊക്കകാലത്ത് ദുരിതാശ്വാസപ്രവർത്തനങ്ങളിൽ പൂർണ്ണമായ സമർപ്പണത്തോടെ പ്രവർത്തിച്ച യുവതീയുവാക്കളും തൊഴിലാളികളും മീൻപിടുത്തക്കാരും പഴയ മുതലാളിത്ത സിവിൽ സമൂഹത്തിൽ വ്യക്തി സമൂഹതാത്പര്യങ്ങളുടെയും ലിംഗഭേദത്തിന്റെയും വിരുദ്ധതകളെ അവഗണിച്ചവർ ആയിരുന്നു. യുവതികളും യുവാക്കളും ഇടകലർന്ന് രാപകൽ ഇല്ലാതെ പ്രവർത്തിച്ച ഈ സന്ദർഭങ്ങളിൽ ഒന്നും സാധാരണ കേൾക്കാറുള്ളതുപോലെ ലൈംഗികതയുമായി ബന്ധപ്പെട്ട ഒരു പ്രശ്നവും ഉയർന്നുവന്നില്ല. ആൺപെൺ വിഭജനത്തിനപ്പുറമുള്ള സൗഹൃദത്തിന്റെ മറ്റൊരു ലോകത്തേക്കു കടക്കാൻ അനായാസം നമ്മുടെ യുവാക്കൾക്കു കഴിഞ്ഞു.

വെള്ളത്തിൽ മുങ്ങിപ്പോകുന്നവരെ രക്ഷിക്കാൻ സ്വന്തം പണിയായുധങ്ങളുമായി എത്തിയ മീൻപിടുത്തക്കാർ അടക്കമുള്ളവർ എന്തെങ്കിലും സ്വാർത്ഥതാത്പര്യങ്ങളെ മുൻനിർത്തിയല്ല വിശ്രമമില്ലാതെ പണിയെടുത്തത്. ഇങ്ങനെ താരപദവിയും പണവുമടക്കമുള്ള എന്തെങ്കിലും ബാഹ്യലക്ഷ്യങ്ങളോ സ്വാർത്ഥ താത്പര്യങ്ങളോ ഇല്ലാതെ മനുഷ്യധാർമ്മികതയുടെ അന്തഃസ്ഥിതത്വത്തെ (Immenence) തെളിയിക്കുകയാണവർ ചെയ്തത്. ദുരിതാശ്വാസ ക്യാമ്പുകളിലും കുടുംബത്തിന്റെയും ജാതിയുടെയും മതത്തിന്റെയും സമ്പത്തിന്റെയും പദവിയുടെയും മുതലാളിത്ത പൗരസമൂഹ ശ്രേണീബന്ധങ്ങളെ തകർക്കുന്ന ഒരു പുതിയ ജീവിത മാതൃകയോട് മലയാളികൾ വേഗത്തിൽ പൊരുത്തപ്പെടുന്നത് കാണാമായിരുന്നു. നാശനഷ്ടങ്ങളുടെയും ദുരിതങ്ങളുടെയും നടുവിലും പല ക്യാമ്പുകളിലും എല്ലാവരും ചേർന്നാഘോഷിക്കുന്ന വിവാഹങ്ങൾ പോലും നടക്കുകയുണ്ടായി.

എന്നാൽ ഇതിനെയെല്ലാം ഒറ്റയടിക്ക് റദ്ദുചെയ്യുന്ന ഒരു രാഷ്ട്രീയ കടന്നാക്രമണമാണ് ഇപ്പോൾ കേരളത്തിൽ സംഘപരിവാർ നടത്തിക്കൊണ്ടിരിക്കുന്നത്. കേരളം നവോത്ഥാനത്തിന്റെ യഥാർത്ഥ മൂല്യങ്ങളിൽ നിന്ന് വളരെ പിന്നോട്ടുപോയ ഒരു പ്രതീതിയാണ് ഇപ്പോൾ കേരളത്തിൽ അവർ സൃഷ്ടിച്ചുകൊണ്ടിരിക്കുന്നത്. ഇതിന്റെ മറ്റൊരു അപകടം ലിബറൽ മുതലാളിത്തത്തിന്റെ രേഖീയവും പാശ്ചാത്യവുമായ ചരിത്ര സങ്കല്പങ്ങൾക്കും കാലഹരണപ്പെട്ട ലിബറൽ മാനവികതാ സങ്കല്പങ്ങൾക്കും മടങ്ങിവരാനുള്ള ഒരന്തരീക്ഷവും നിലവിൽ വന്നിരിക്കുന്നു എന്നതാണ്. അനിവാര്യമായും ഘട്ടം ഘട്ടമായി വികസിക്കുന്ന ചരിത്രത്തെക്കുറിച്ചുള്ള സങ്കല്പവും അതിൽ കോർത്തിട്ട് യാന്ത്രിക പുരോഗമനവാദവും യുക്തിവാദവും ശാസ്ത്രവാദവുംകൊണ്ട് സംഘപരിവാറിനെ നേരിടാമെന്നാണ് അവർ കരുതുന്നത്. എന്നാൽ ഈ വാദങ്ങളെല്ലാം

ബഹുഭൂരിപക്ഷം വരുന്ന വിശ്വാസികളായ ഇന്ത്യൻ ഗ്രാമീണ ജനതയെ സംഘപരിവാറിന്റെ ആധുനിക കപടമതവാദങ്ങളിലേക്ക് തള്ളിയിടാനാണ് സഹായിച്ചിട്ടുള്ളത്. കഴിഞ്ഞ ഏഴു പതിറ്റാണ്ടു കാലത്തെ അനുഭവപാഠം അതാണ്.

ഇവിടെയാണ് ചെറിയ ഇടവേളയിൽ ഒരു ചെറുനാളംപോലെയാണെങ്കിലും ഉയർന്നുവന്ന നവമാനവികതയുടെ സ്ഫുരണങ്ങളെ നാം ഗൗരവപൂർവ്വം കാണേണ്ടതിന്റെ പ്രാധാന്യം. ഇത്തരം അനന്യസംഭവങ്ങളി (Events)ലൂടെയാണ് ഒരു രാജ്യത്തിന്റെ ചരിത്രം ഒരു ഘട്ടത്തിൽ നിന്ന് മറ്റൊരു ഘട്ടത്തിലേക്ക് ഗുണകരമായി മാറുന്നത്. മുതലാളിത്ത ആധുനികതയുടെ യാന്ത്രികവാദങ്ങളേയും അവയിൽനിന്ന് പരോക്ഷമായി ഊർജ്ജം വലിച്ചെടുക്കുന്ന ആധുനിക നവസവർണ്ണ സങ്കീർണ്ണതകളെയും ഒറ്റയടിക്ക് നിഷേധിച്ചുകൊണ്ട് കേരളത്തിൽ ഉയർന്നു വന്നിരിക്കുന്ന നവമാനവികത സംഘപരിവാർ എത്ര പരിശ്രമിച്ചാലും മായ്ച്ചുകളയാൻ ആകാത്ത അത്തരമൊരു അനന്യ രാഷ്ട്രീയ സംഭവമാണ് (Political Event). കാരണം ഇത്തരം യഥാർത്ഥ സൂക്ഷ്മസംഭവങ്ങൾ ഒരു ഭൗതിക സന്ദർഭത്തിന്റെ ഭൗതികബന്ധത്തിൽ മാത്രം ഒതുങ്ങി നിൽക്കുന്ന ഒന്നല്ല. വാസ്കോഡഗാമയുടെ കപ്പൽ കോഴിക്കോട് കടൽത്തീരത്ത് അടുത്തു എന്ന ഭൗതിക യാഥാർത്ഥ്യത്തിൽ ഒതുങ്ങുന്ന ഒന്നല്ലല്ലോ ഒരു രാജ്യത്തിന്റെ ചരിത്രത്തെ ആകെ മാറ്റിയ ലോകചരിത്രപരമായ ആ അനന്യ സംഭവം.

പാശ്ചാത്യ മുഖ്യധാര ആധുനികതയെയും അതിന്റെ മറുപുറമായ ആധുനിക പൗരസ്ത്യ യാഥാസ്ഥിതികതയെയും ഒരേപോലെ മറികടക്കുന്ന ഒരു സംഭവമായി ഇതിനെ കണക്കാക്കണമെന്ന് പറഞ്ഞല്ലോ. അതുകൊണ്ടുതന്നെ പല ആധുനികരും യാഥാസ്ഥിതികരും ഒരുപോലെ ഇതൊരു താൽക്കാലിക ഉത്തരാധുനിക സംഭവമാണെന്നമട്ടിൽ തള്ളിക്കളയാൻ സാധ്യതയുണ്ട്. എന്നാൽ ഇത് ഒരു ഉത്തരാധുനിക (post modern) പ്രതിഭാസമല്ല. മറിച്ച് ആധുനികതയുടെ രണ്ട് വികൃതമുഖങ്ങളെയും നേരിടുന്ന ഒരു ബദൽ ആധുനിക (AlterModern) സംഭവമാണ്. കേരളത്തിൽ ഉയർന്നുവന്ന ഈ നവമാനവികതയാണ് ഒരുപക്ഷേ, ഇന്ത്യയിൽ എമ്പാടും സംഘപരിവാറിനെതിരായ ഒരു വിമോചക ശക്തിയായി നാളെ പടരാൻ പോകുന്നത്.

കാരണം, അതിന്റെ വേരുകൾ ഹൈന്ദവ ദേശരാഷ്ട്രവാദത്തിനും പാശ്ചാത്യ മുതലാളിത്ത ആധുനികതയ്ക്കും എതിരെ ഒരേസമയം പൊരുതി മരണം വരിച്ച മഹാത്മാഗാന്ധിയിലാണ്. ഗാന്ധിക്കും മുൻപേ ആധുനികതയുടെ നവസവർണ്ണ മുതലാളിത്തത്തിനും പാശ്ചാത്യ ആധുനികതയുടെ വൈപരീത്യങ്ങൾക്കുമെതിരെ ശക്തമായ നിലപാട് കൈക്കൊണ്ടവരാണ് അയ്യാ വൈകുണ്ഠ സ്വാമികളും ശ്രീനാരായണ ഗുരുവും. അതുകൊണ്ടുതന്നെ അവർ ഉദ്ഘാടനം ചെയ്ത നവോത്ഥാനത്തിന്റെ യഥാർത്ഥമായ പൊരുൾ പൂർണ്ണമായും തമസ്കരിക്കപ്പെടുകയും

ഗാന്ധിയുടെ കാര്യത്തിലെന്നപോലെ അവരെ ആധിപത്യം പുലർത്തുന്ന വ്യവസ്ഥയുടെ നോക്കുകുത്തികളാക്കി മാറ്റുകയും ചെയ്തു. ശ്രീനാരായണ ഗുരു സ്ഥാപിച്ച ശിവഗിരി മഠത്തിൽ ബി.ജെ.പിയുടെ അഖിലേന്ത്യാ പ്രസിഡന്റായ അമിത് ഷായെ ശ്രീനാരായണന്റെ അനുയായിയുടെ വേഷം കെട്ടുന്ന വെള്ളാപ്പള്ളി നടേശൻ ആദരിച്ചാനയിക്കുന്ന ദുരന്തരംഗം ഇക്കഴിഞ്ഞ ദിവസങ്ങളിലാണ് നാം കണ്ടത്. ഇവിടെയാണ്, കേരളം ഇന്ന് ഉയർത്തിയെടുത്തിരിക്കുന്ന നവമാനവികതയുടെ പശ്ചാത്തലത്തിൽ, വൈകുണ്ഠസ്വാമികളും നാരായണഗുരുവും തുടങ്ങിവച്ച നവോത്ഥാനത്തിന്റെ യഥാർത്ഥ പൊരുളും ശക്തിയും വീണ്ടെടുക്കുക എന്ന ദൗത്യം പരമപ്രധാനമായിത്തീരുന്നത്.

ഇത്തരമൊരു പരിശ്രമം നമ്മെ കൊണ്ടെത്തിക്കുന്നത് നിശ്ചയമായും പടിഞ്ഞാറും കിഴക്കുമുള്ള മുതലാളിത്ത ആധുനികതയുടെ വികൃത മുഖങ്ങൾക്കെതിരേ പ്രവർത്തിക്കുന്ന ഒരു ബദൽ ആധുനിക (Alter Modern) ഇന്ത്യൻ ജീവിതത്തെ വിഭാവനം ചെയ്ത വൈകുണ്ഠസ്വാമിയിലും ശ്രീനാരായണ ഗുരുവിലും ആയിരിക്കും. സ്നേഹത്തിലും ത്യാഗത്തിലും അധിഷ്ഠിതമായ ഈ ബദൽ ജീവിത ഭാവനയുടെ രാഷ്ട്രീയ ശക്തികളെ വേണ്ടവണ്ണം പുറത്തെടുത്താൽ അതിനുമുന്നിൽ പൊടിഞ്ഞു പോകുന്നതേയുള്ളൂ, ഒരുവശത്ത് സമൂഹത്തെ ഒന്നാകെ നവസവർണ്ണ മൂല്യങ്ങൾക്കു കീഴ്പ്പെടുത്തുന്ന സംഘപരിവാർ മുതലാളിത്തത്തിന്റെ യാഥാസ്ഥിതികത്വവും മറുവശത്ത് മുതലാളിത്ത ആധുനികതയുടെ യാന്ത്രിക പുരോഗമന യുക്തിവാദവും. കാരണം, ദളിതരും ആദിവാസികളും മുക്കുവരും കൈവേലക്കാരും കർഷകത്തൊളിലാളികളും സ്ത്രീകളുമൊക്കെ അടങ്ങുന്ന കീഴാള സമൂഹങ്ങളെ മുഴുവൻ നിഷ്കരുണവും നിഷ്ഠുരവുമായി പാർശ്വവത്കരിച്ചുകൊണ്ട് ശക്തിപ്പെട്ട കേരളത്തിലെ മുഖ്യധാരാ സമൂഹത്തിനുവേണ്ടിയല്ല. വൈകുണ്ഠസ്വാമിയും ശ്രീനാരായണ ഗുരുവും നിലകൊണ്ടത്. അവർ നിലകൊണ്ടത് അടിച്ചമർത്തപ്പെട്ട കീഴാളജനതയുടെ മോചനത്തിനുവേണ്ടിയായിരുന്നു. കേരളീയ നവോത്ഥാനത്തെക്കുറിച്ചുള്ള ആധുനിക മുഖ്യധാരാ ഭാഷ്യങ്ങളിൽ തീർത്തും തമസ്കരിക്കപ്പെട്ടത് ഈ യാഥാർത്ഥ്യമാണ്.

ഇന്ത്യൻ നവോത്ഥാന ചരിത്രത്തിൽ ഇന്നും അവഗണിക്കപ്പെട്ടുകൊണ്ടിരിക്കുന്ന ഒരു നാമമാണ് അയ്യാ വൈകുണ്ഠസ്വാമിയുടേത്. ഇന്ത്യൻ നവോത്ഥാനത്തിന്റെ പിതൃത്വം ആരോപിക്കപ്പെട്ട രാജാറാം മോഹൻറായ് നയിച്ച പ്രസ്ഥാനം യഥാർത്ഥത്തിൽ ഉത്തരേന്ത്യയിലെ നവസവർണ്ണ മേലാളന്മാരുടെ ഉന്നതിക്കുവേണ്ടിയുള്ള ഒരാധുനിക മുതലാളിത്ത പ്രസ്ഥാനമായിരുന്നു. രാജാ റാം മോഹൻറായ് ബ്രഹ്മസമാജം സ്ഥാപിച്ചപ്പോൾ ഏതാണ്ട് അതേ കാലത്തുതന്നെ വൈകുണ്ഠസ്വാമികൾ സ്ഥാപിച്ചത് 'സമത്വസമാജ'മാണ്. പേരുകളുടെ ഈ അന്തരം പൊരുളിലേക്കു വ്യാപിക്കുന്നതു കാണുക. രാജാറാം മോഹൻ റായിയിൽ നിന്ന് വ്യത്യസ്തമായി വൈകുണ്ഠസ്വാമികൾ താൻ പ്രതിനിധാനം

ചെയ്ത കീഴാളജനതയുടെ ഒന്നാമത്തെ ശത്രുവായിക്കണ്ടത് പാശ്ചാത്യ ആധുനികതയുടെ വക്താക്കൾ ആയ കൊളോണിയൽ ശക്തികളെയാണ്. രണ്ടാമത്തെ ശത്രുവായി അദ്ദേഹം വിധിച്ചത് ആ കൊളോണിയൽ ശക്തികൾക്ക് സാമന്തവൃത്തി ചെയ്തിരുന്ന നാടുവാഴിയെയാണ്. ഒന്നാമത്തെ ശത്രുവിന് അദ്ദേഹം പേരിട്ടത് 'വെൺനീചന്മാർ' എന്നാണ്. രണ്ടാമത്തെ ശത്രുവിനെ, രാജാവിനെ, അദ്ദേഹം വിളിച്ചത് 'കരിനീചൻ' എന്നും ചുരുക്കത്തിൽ, ഒരുവശത്ത് പാശ്ചാത്യ ആധുനികതയ്ക്കും കൊളോണിയൽ കൊള്ളയ്ക്കും മറുവശത്ത് നാടൻ നവസവർണ്ണ മുതലാളിമാരുടെ അടിച്ചമർത്തലിനും എതിരേയാണ് വൈകുണ്ഠ സ്വാമികൾ തന്റെ വിട്ടുവീഴ്ചയില്ലാത്ത സമരം തുടർന്നത്. ഇങ്ങനെ കൊളോണിയൽ ആധുനികതയുടെയും നാടൻ മുതലാളിത്ത ആധുനികതയുടെയും മുന്നേറ്റങ്ങൾക്കെതിരേ ഒരു കീഴാള ബദൽ ആധുനികതയുടെ (Subaltern Alter Moderntiy) ധാർമ്മികലോകത്തെ ധീരമായി ഭാവനചെയ്യുകയും അതിന്റെ സാക്ഷാത്കാരത്തിനായി പ്രവർത്തിക്കുകയും ചെയ്ത മഹാത്മാവാണ് വൈകുണ്ഠസ്വാമികൾ. കൊടിയ പീഡനങ്ങൾ സഹിച്ചുകൊണ്ട് അദ്ദേഹം തന്റെ പാതയിൽ മുന്നോട്ടുപോയി. എന്നാൽ സ്വാതന്ത്ര്യാനന്തര ഇന്ത്യൻ രാഷ്ട്രീയം തെക്കൻ തിരുവിതാംകൂറിലെ നാടാർ സമുദായത്തെ ഒരു കീഴാള വോട്ടുബാങ്കായി ബന്ധിച്ചതോടെ വൈകുണ്ഠസ്വാമികളുടെ നാമം ഒരു ജാതിഗുരുവിന്റേതു മാത്രമായി ചുരുങ്ങി.

ശ്രീനാരായണഗുരുവും വൈകുണ്ഠസ്വാമികളെപ്പോലെതന്നെ കേരളത്തിലെ അധഃകൃത കീഴാള വർഗ്ഗത്തിനുമേൽ ആധിപത്യം പുലർത്തിയ കൊളോണിയൽ നവസവർണ്ണ ഭരണകൂട്ടുകെട്ടിന് എതിരെയാണ് നിലകൊണ്ടത്. അതായിരുന്നു ഗുരുവിന്റെ ധാർമ്മിക നവോത്ഥാന പദ്ധതിയുടെ രാഷ്ട്രീയം. ചുരുക്കത്തിൽ കൊളോണിയൽ ആധുനികതയ്ക്കും നാട്ടിൽ വളർന്നുവന്ന ലിബറൽ മുതലാളിത്ത ആധുനികതയ്ക്കും പകരം നിൽക്കാൻ പോന്ന അതിശക്തമായ ഒരു ബദൽ ആധുനികത (Alter Moderntiy)യ്ക്കാണ് നാരായണഗുരുവും ജന്മം നൽകിയത്.

എന്നാൽ, ഗാന്ധിജി ഇന്ത്യൻ മുതലാളിമാരെ മുൻനിർത്തി സ്വാതന്ത്ര്യസമരമെന്ന ജനകീയ ജനാധിപത്യ പ്രസ്ഥാനത്തിനു നേതൃത്വം കൊടുത്തപോലെ ഗുരു ഈഴവമുതലാളിമാരെ മുൻനിർത്തിയാണ് തന്റെ കീഴാള നവോത്ഥാനപ്രസ്ഥാനത്തെ നയിച്ചത്. ഇന്ത്യൻ മുതലാളിത്ത മൂലധനത്തിന്റെ ഉത്കർഷേച്ഛ ഗാന്ധിയെ തട്ടിത്തെറിപ്പിക്കുകയാണ് ചെയ്തതെങ്കിൽ കേരളത്തിൽ ഈഴവ മുതലാളിത്തം നാരായണഗുരുവിനെ പൂർണ്ണമായി കീഴാളവർഗ്ഗങ്ങളിൽനിന്ന് തട്ടിയെടുക്കുകയാണ് ചെയ്തത്. അധികാരക്കൈമാറ്റക്കാലത്തെ ഗാന്ധിയുടെ ദുഃഖംപോലെ തന്നെ തീവ്രമായിരുന്നു ജീവിതാവസാനകാലത്ത് ഗുരുവിന്റെ ദുഃഖവും. എസ്.എൻ.ഡി.പി. യോഗത്തെ സ്വന്തം വർഗ്ഗതാത്പര്യം സംരക്ഷിക്കാനുള്ള ഒരുപകരണമാക്കി മാറ്റുകയും ശ്രീനാരായണധർമ്മത്തെ സ്വയം

നവസവർണ്ണവത്കരണത്തിനുള്ള ഒരു പദ്ധതിയാക്കി മാറ്റുകയുമാണ് അവർ ചെയ്തത്. നാരായണഗുരു ഇക്കാര്യം തുറന്നുപറഞ്ഞുകൊണ്ട് ഡോക്ടർ പല്പുവിന് എഴുതിയ കത്തുകൾ ഇതിനു തെളിവാണ്. കേരളീയ കീഴാള നവോത്ഥാനത്തെ തട്ടിയെടുത്ത ഈഴവ നവസവർണ്ണ മുതലാളിവർഗ്ഗം എസ്.എൻ.ഡി.പി. യോഗത്തെ തട്ടിയെടുക്കുന്നതിനുവേണ്ടി നടത്തിയ ഉപജാപങ്ങളുടെ വർണ്ണനയാണ് യഥാർത്ഥത്തിൽ കുമാരനാശാന്റെ 'ഗ്രാമവൃക്ഷത്തിലെ കുയിൽ' എന്ന കാവ്യം. എസ്.എൻ.ഡി.പിയുടെ സ്ഥാപകനേതാവായ ഡോ. പല്പുവിനെ ദശാബ്ദങ്ങൾ നീണ്ട നിരാലംബമായ ഏകാന്ത ജീവിതത്തിലേക്കും ഭ്രാന്തിലേക്കും ബലമായി തള്ളിയിട്ടു. ഡോ. പല്പുവിന്റെ ധിഷണാശാലിയും മഹാപണ്ഡിതനുമായ പുത്രനെ അവർ ശിവഗിരിമഠത്തിൽനിന്ന് അപമാനിച്ചു പുറത്താക്കി. കേരളീയ നവോത്ഥാനത്തിന്റെ ഈ അട്ടിമറിയുടെ കഥ ഇവിടംകൊണ്ട് അവസാനിക്കുന്നില്ല.

ഇങ്ങനെ കീഴാളനവോത്ഥാനം അട്ടിമറിക്കപ്പെട്ടിട്ടും കേരളത്തിലെ വർഗ്ഗസമരത്തിലൂടെ ഒരു നൂതന വ്യവഹാരമായി അത് മുന്നേറുന്നുണ്ട്. പുന്നപ്ര വയലാർ സമരത്തിനു പിന്നിൽ ശ്രീനാരായണ പ്രസ്ഥാനത്തിന്റെ സ്വാധീനം എത്രമാത്രമുണ്ടെന്ന് സി. കേശവന്റെയും മറ്റും വിവരണങ്ങളിൽനിന്ന് ഇന്ന് വ്യക്തമായി നമുക്കറിയാം. എന്നാൽ പുന്നപ്ര വയലാർ സമരകാലത്ത് ആർ. ശങ്കറിന്റെ നേതൃത്വത്തിൽ ആയിരുന്ന എസ്.എൻ.ഡി.പി., സർ സി.പിയുടെ ഭാഗത്തായിരുന്നു. അതിനുശേഷമാണ് ആർ ശങ്കറും മന്നവും ചേർന്ന് 'ഹിന്ദുമഹാസഭ' എന്ന ഹൈന്ദവ മതരാഷ്ട്രീയ പ്രസ്ഥാനത്തിന് രൂപംകൊടുക്കുന്നത്. അക്കാലത്തെ മന്നത്ത് പദ്മനാഭന്റെ ഡയറിക്കുറിപ്പുകളിൽ ഗോൾവാക്കറും അദ്ദേഹവുമായി നിലനിന്ന അടുത്ത രാഷ്ട്രീയബന്ധത്തെക്കുറിച്ച് ഇന്ന് നമുക്ക് വായിക്കാൻ കഴിയും. സവർണ്ണവത്കരിക്കപ്പെട്ട കേരളീയ മുതലാളിവർഗ്ഗം കീഴാള ജനതയുടെ നവോത്ഥാനത്തെ അട്ടിമറിക്കുന്നതിന്റെ ഒരു പുതിയ ഘട്ടമായിരുന്നു 'ഹിന്ദുമഹാസഭ', ഇതിനുശേഷം ശക്തിപ്പെടുന്ന വിവിധ മത സാമുദായിക രാഷ്ട്രീയ പ്രസ്ഥാനങ്ങൾ കീഴാള രാഷ്ട്രീയ മുന്നേറ്റങ്ങൾക്കെതിരേ ഐക്യപ്പെടുന്നതും അടുത്ത ചുവടു വയ്ക്കുന്നതും നാം കാണുന്നത് വിമോചനസമരത്തിലാണ്.

വിമോചനസമരത്തിന്റെ വിജയത്തിനുശേഷം കേരളീയ നവോത്ഥാനത്തിന്റെ പരസ്പരം ഏറ്റുമുട്ടിയ മേലാള കീഴാള ധാരകൾ തമ്മിലുള്ള അന്തരം വിസ്മരിക്കപ്പെടുകയും നവോത്ഥാനമെന്നത് ആധുനിക കേരളത്തിന്റെ നിർമ്മിതിയിൽ പ്രവർത്തിച്ചു ഒരൊറ്റ ലിബറൽ സാംസ്കാരിക പ്രസ്ഥാനമായി അവതരിപ്പിക്കപ്പെടാൻ തുടങ്ങുകയും ചെയ്തു. അങ്ങനെ നവോത്ഥാനം കേരളസമൂഹം ഒന്നാകെ അണിനിരന്ന് 'അടി വച്ചടിവച്ചു' മുന്നോട്ടു വന്ന ഒരു പ്രക്രിയയായി ചിത്രീകരിക്കപ്പെടാനും തുടങ്ങി. ഇതിന്റെ ഫലമായാണ് നാരായണഗുരുവും ഡോ. പല്പുവും കുമാരനാശാനും അയ്യങ്കാളിയും വി.ടി. ഭട്ടതിരിപ്പാടും മറ്റും നയിച്ച കേരളത്തിലെ

കീഴാള ജനകീയ നവോത്ഥാന പ്രസ്ഥാനത്തെ ഇന്ന് വെള്ളാപ്പള്ളി നടേശനും മകനും സുകുമാരൻ നായരും സംഘപരിവാറിന് അനായാസം അടിയറ വയ്ക്കുന്നത്. ഇതിന്റെ ഒരു ദയനീയവശം ഈ പ്രക്രിയയെ ചെറുത്തു നിൽക്കുന്നു എന്നവകാശപ്പെടുന്ന പുരോഗമന ശാസ്ത്ര സാംസ്കാരിക പ്രസ്ഥാനങ്ങൾക്കൊന്നും എത്രയോ കാലമായി മേലാളന്മാർ നിർണ്ണയിക്കുന്ന കളിക്കളത്തിനപ്പുറത്തേക്ക് പോകാൻ കഴിയുന്നില്ല എന്നതാണ്. ഈ പ്രസ്ഥാനങ്ങളൊന്നും ശ്രീനാരായണന്റെയും ഡോ. പല്പുവിന്റെയും കുറ്റിപ്പുഴയുടെയും ഒന്നും ഉജ്ജ്വല ചിന്താപാരമ്പര്യത്തെ പിന്തുടരാൻ പ്രാപ്തിയുള്ളവയല്ല. ഇതിന്റെ ഫലമായി ഇവരും ചെയ്തത് കേരളീയ നവോത്ഥാനത്തെ ഏകരൂപവും ഏകമുഖവുമായ ഒരു ലിബറൽ പുരോഗമന പ്രസ്ഥാനമാക്കി അതിന്റെ രാഷ്ട്രീയ ഉള്ളടക്കത്തെ ചോർത്തിക്കളയുകയാണ്. ഈ വിധത്തിൽ നിർവീര്യമാക്കപ്പെട്ട നവോത്ഥാനത്തിന്റെ ചരിത്രം എത്ര ആവേശത്തോടെ ആവർത്തിച്ചാലും അവർക്ക് കേരളത്തിന്റെ ധാർമ്മികജീവിതത്തെ ഗ്രസിക്കുന്ന സംഘപരിവാർ രാഷ്ട്രീയത്തിനെതിരായ സമരത്തിൽ നവോത്ഥാനത്തിന്റെ ജനകീയ കീഴാള പാരമ്പര്യത്തെ ഒപ്പം കൂട്ടാൻ കഴിയില്ല.

കേരളീയ നവോത്ഥാനത്തിന്റെ ഈ വിപരീത പ്രവണതകളുടെ പശ്ചാത്തലത്തിലാണ് പെരുവെള്ളപ്പൊക്കക്കാലത്ത് ഉയർന്നുവന്ന നവമാനവികതയെയും തൊട്ടടുത്തുതന്നെ പൊന്തിവന്ന മതവർഗ്ഗീയതയുടെയും സമാന്തര സാന്നിദ്ധ്യത്തിന്റെ പൊരുൾ നമുക്കു തിരിച്ചറിയാൻ കഴിയുന്നത്. കേരളത്തിൽ യുവാക്കളിലൂടെയും തൊഴിലാളികളിലൂടെയും സ്ത്രീകളിലൂടെയും ഉയർന്നുവന്നിരിക്കുന്ന പുതിയ മാനവികത വൈകുണ്ഠസ്വാമിയിലൂടെയും ശ്രീനാരായണഗുരുവിലൂടെയും രൂപപ്പെട്ട ബദൽ കീഴാള അധുനികതയെ മുന്നോട്ടു കൊണ്ടുവരികയും ക്രിയാഭരിതമാക്കുകയുമാണ് ചെയ്യുന്നത്. അതിനുമുന്നിൽ പിടിച്ചു നിൽക്കാൻ സംഘപരിവാറിന് ആകില്ല. അതുകൊണ്ട് സംഘപരിവാറിനെതിരായ പഴയ ലിബറൽ പുരോഗമനവാദത്തിന്റെയും യുക്തിവാദത്തിന്റെയും ശാസ്ത്രവാദത്തിന്റെയും കാലഹരണപ്പെട്ട ചിന്താഗതികൾ വിട്ട് ബദൽ ആധുനികതയുടെ ഈ പുതിയ സ്ഫുരണത്തെ നമുക്ക് വളർത്തിയെടുക്കേണ്ടിയിരിക്കുന്നു. ■

ശബരിമല: കോടതിവിധിയും ആരാധനാസ്വാതന്ത്ര്യവും

ഡോ. കെ.എൻ. ഗണേശ്

ശബരിമലയിൽ എല്ലാ പ്രായപരിധിയിലുംപെട്ട സ്ത്രീകൾക്ക് പ്രവേശനം അനുവദിച്ചുകൊണ്ടുള്ള കോടതിവിധി പുതിയ വിവാദങ്ങൾക്ക് തിരികൊളുത്തിയിരിക്കുകയാണ്. പുരോഗമനശക്തികൾ പൊതുവിൽ വിധിയെ സ്വാഗതം ചെയ്യുന്നു. ഹിന്ദുത്വവാദികളും സ്വാമിമാരും ഭക്തകളാണെന്ന് അവകാശപ്പെടുന്ന സ്ത്രീകളും വിധിക്കെതിരെ രംഗത്തുവന്നിരിക്കുന്നു. രജസ്വലകളായ സ്ത്രീകൾ ശബരിമലയിൽ പ്രവേശിക്കുന്നതുകൊണ്ട് ക്ഷേത്രം കളങ്കപ്പെടുമെന്നും ആർത്തവവിരാമംവരെ കാത്തിരിക്കാൻ തയ്യാറാണെന്നും ഭക്തകൾ പ്രഖ്യാപിക്കുന്നു. സ്ത്രീകൾ ശബരിമലയിൽ പ്രാർത്ഥിക്കാൻ പോകരുതെന്നും അവർ പറയുന്നു, പ്രചരിപ്പിക്കുന്നു. ശബരിമലയിൽ സ്ത്രീകൾക്ക് പ്രവേശനം നിഷേധിച്ചത് ലിംഗവിവേചനമല്ലെന്ന് വാദിക്കുന്ന ഒരു സ്വാമിജി സ്ത്രീകളുടെ ടോയ്ലറ്റിൽ പുരുഷന്മാർ പോകാറുണ്ടോ എന്ന മറുചോദ്യമാണ് ചോദിക്കുന്നത്. ടോയ്ലറ്റുകളും ദേവാലയങ്ങളും ഒരുപോലെയാണോ കാണേണ്ടത് എന്ന ചോദ്യമുണ്ട്. അതുപോകട്ടെ. ശബരിമലയിൽ സ്ത്രീകൾക്ക് പ്രവേശനം നിഷേധിച്ചിരുന്നില്ലെന്നും രജസ്വലകളായ സ്ത്രീകൾക്ക് അല്ലെങ്കിൽ ആർത്തവപ്രായത്തിലുള്ള സ്ത്രീകൾക്കാണ് പ്രവേശനം നിഷേധിച്ചതെന്നും ചിലർ മറക്കുന്നു. ഈ നിരോധനം എടുത്തുകളയുക മാത്രമാണ് കോടതി ചെയ്തത്. ഇതിനിടെ ശിവസേന ഒരു ഹർത്താൽ പ്രഖ്യാപിക്കുകയും അതു പിൻവലിക്കുകയും ചെയ്തു.

ഹിന്ദുത്വവാദികൾക്കിടയിലും ഇതിനെ സംബന്ധിച്ച് സ്വരങ്ങൾ പലതാണ്. ആർ എസ് എസ് സ്ത്രീകളുടെ പ്രവേശനത്തിനനുകൂലമാണ്. എന്നാൽ ബിജെപിയുടെ കേരളഘടകം എതിരാണ്. അയ്യപ്പസേവാസംഘം പോലുള്ള സംഘടനകളും എതിരാണ്. ശബരിമലയുടെ പാരമ്പര്യത്തെ ആധാരമാക്കിയുള്ള വാദങ്ങളാണ് എതിർക്കുന്നവർ ഉപയോഗിക്കുന്നത്. ഒരു കാലത്ത് കേരളത്തിലെ ക്ഷേത്രങ്ങളിൽ അധഃസ്ഥിതരും പിന്നോക്ക വിഭാഗങ്ങളും പ്രവേശിക്കുന്നതും വിലക്കപ്പെട്ടിരുന്നു. നീണ്ടുനിന്ന

സമരങ്ങൾക്കുശേഷം എല്ലാ വിഭാഗങ്ങൾക്കുമായി ക്ഷേത്രങ്ങൾ തുറന്നു കൊടുക്കപ്പെട്ടു. നൂറ്റാണ്ടുകൾ നിലനിന്ന പാരമ്പര്യം ഇല്ലാതെയായി. ഇതൊക്കെ അംഗീകരിക്കുന്നവർ പോലും ശബരിമലയുടെ കാര്യത്തിൽ കടുംപിടുത്തം പിടിക്കുന്നതുകാണാം.

നിരോധനവും കോടതിവിധിയും

എന്തുകൊണ്ടാണ് ശബരിമലയിൽ ഇത്തരം ഒരു നിരോധനമുണ്ടായിരുന്നത് എന്നുചോദിക്കാം. നാം അറിയുന്നിടത്തോളം. 1940കളിൽ മാത്രമാണ് സ്ത്രീകളുടെ പ്രവേശനം നിരോധിക്കുന്നത്. അതിനുമുമ്പ് മല ചവിട്ടുന്ന സ്ത്രീകളുടെ എണ്ണം കുറവായിരുന്നു. ക്ഷേത്രപ്രവേശനം സൃഷ്ടിച്ച പുതിയ സാഹചര്യങ്ങൾ, പുതിയ ഗതാഗതമാർഗങ്ങളുടെ സൗകര്യങ്ങൾ, വർധിച്ച തുല്യതാബോധം എന്നിവ ക്ഷേത്രപ്രവേശനത്തിനുള്ള സ്ത്രീകളുടെ താത്പര്യത്തെ വർദ്ധിപ്പിച്ചിരിക്കാം. അതേസമയം പമ്പയും കരിമലയും കടന്ന് പതിനെട്ടാംപടി ചവിട്ടുന്നതിലെ ദുർഘടങ്ങളും വ്രതാനുഷ്ഠാനത്തിന്റെ പ്രാധാന്യവും നിരവധി സ്ത്രീപുരുഷന്മാരെ ഇതിൽ നിന്ന് ആദ്യഘട്ടത്തിൽ പിന്തിരിപ്പിച്ചിരുന്നു. ഭക്തജനങ്ങൾക്കുള്ള സൗകര്യങ്ങൾ വർധിച്ചതോടെ തീർഥാടകരുടെ എണ്ണവും വർധിച്ചു. പഴനിയും തിരുപ്പതിയും കൊല്ലൂർ മൂകാംബികയും പോലെ ശബരിമലയും പ്രധാന തീർഥാടനകേന്ദ്രമായി. പഴനിയിലും തിരുപ്പതിയിലുമെല്ലാം സ്ത്രീകളെ പ്രവേശിപ്പിക്കുമ്പോൾ ശബരിമലയിൽ പ്രവേശനം നിഷേധിക്കുന്നതു ചോദ്യങ്ങളുയർത്തി. ഇതിനെതുടർന്നാണ് പല ഹർജികൾ കോടതിയിലെത്തുന്നതും നീണ്ടു നിന്ന വാദപ്രതിവാദത്തിനു ശേഷം തീർപ്പുകല്പിക്കുന്നതും.

ശബരിമലയിൽ സ്ത്രീകൾക്ക് പ്രവേശനം നിഷേധിച്ചതിനെ വലതുപക്ഷ പിന്തിരിപ്പൻ ശക്തികൾ പൊതുവിൽ പിന്തുണച്ചത് വാദപ്രതിവാദം നീണ്ടുപോകാൻ കാരണമായി. എൽ ഡി എഫ് സർക്കാരുകൾ കേരളത്തിൽ സ്ത്രീകളുടെ പ്രവേശനത്തിനനുകൂലമായി നിലപാടെടുത്തു. എന്നാൽ യു ഡി എഫ് അടക്കമുള്ള വലതുപക്ഷശക്തികൾ സ്ത്രീകളുടെ പ്രവേശനത്തിനെതിരായിരുന്നു. ഇത്തരത്തിലുള്ള വിഭജനം തിരുവിതാംകൂർ ദേവസ്വം ബോർഡിന്റെ നിലപാടിനുള്ള പിന്തുണ വർദ്ധിപ്പിച്ചിരുന്നു. പുതിയ കോടതിവിധിക്കുശേഷം റിവ്യൂ പെറ്റീഷൻ നൽകാൻ പ്രതിപക്ഷനേതാവ് രമേശ് ചെന്നിത്തല ദേവസ്വംബോർഡിനോട് ആവശ്യപ്പെട്ടത് യുഡിഎഫിന്റെ നിലപാടിൽ മാറ്റമില്ലെന്നു സൂചിപ്പിക്കുന്നു. എന്നാൽ കേരളത്തിലെ ബഹുജനവികാരം സ്ത്രീകൾക്കൊപ്പമായത് പ്രവേശനത്തിനു വേണ്ടി വാദിച്ചവർക്കുള്ള പിന്തുണയായി.

പ്രവേശന നിരോധനത്തിന്റെ പൊരുൾ

ശബരിമലയിലെ സ്ത്രീകളുടെ നിരോധനത്തെ സംബന്ധിച്ച ചോദ്യങ്ങൾക്ക് കൃത്യമായ മറുപടി നൽകാൻ ദേവസ്വം ബോർഡിനോ ഹിന്ദുത്വ

വാദികൾക്കോ സാധിച്ചിട്ടില്ല. ശബരിമല അയ്യപ്പൻ നൈഷ്ഠിക ബ്രഹ്മചാരിയാണെന്നും സ്ത്രീകളുടെ പ്രവേശനം ശബരിമലയിലെ വ്രതഭംഗത്തിനു കാരണമാകുമെന്നതാണ് പ്രധാന വാദം. ശബരിമലയിലെ മണ്ഡലപൂജ നടക്കുന്നത് 41 ദിവസക്കാലത്തെ വ്രതത്തിനുശേഷമാണ്. വ്രതക്കാലത്ത് മദ്യം, മാംസാഹാരം തുടങ്ങിയവ വർജ്ജിക്കണം. ദീക്ഷയാചരിക്കണം. സ്ത്രീകളുമായുള്ള വേഴ്ച പാടില്ല. വ്രതശുദ്ധിക്കുവേണ്ടി സ്ത്രീകളെ കാണുന്നതുതന്നെ വിലക്കുന്നവരുണ്ട്. സ്ത്രീകളുടെ വ്രതവും വ്യത്യസ്തമല്ല. പക്ഷേ 41 ദിവസത്തിനിടയിൽ സ്ത്രീകൾ രജസ്വലകളാകും. അതോടെ വ്രതത്തിനു ഭംഗം വരും. വ്രതശുദ്ധിയോടെ ശബരിമലയിൽ പ്രവേശിക്കുന്നത് അയ്യപ്പനും ആവശ്യമാണ്. അയ്യപ്പന്റെ ബ്രഹ്മചര്യത്തിന് ഭംഗം വരാതിരിക്കുന്നതിന് ഭക്തരുടെ വ്രതശുദ്ധി ആവശ്യമാണ്. രജസ്വലകളായ സ്ത്രീകൾ ശബരിമല ചവിട്ടിയാൽ ഭക്തരുടെ വ്രത ശുദ്ധി ഇല്ലാകും. അതായത് അയ്യപ്പന്റെ ബ്രഹ്മചര്യത്തിനും ഭംഗം വരും. ചെറിയ പെൺകുട്ടികളും ആർത്തവ വിരാമം കഴിഞ്ഞ സ്ത്രീകളും വ്രതനിഷ്ഠയോടെ മല ചവിട്ടിയാൽ ഈ പ്രശ്നങ്ങളൊന്നും ഉണ്ടാകയില്ല.

ബ്രഹ്മചര്യത്തെക്കുറിച്ച് നിലനിന്ന ബ്രാഹ്മണസങ്കല്പം ഇവിടെ പ്രധാനമാണ്. ബ്രഹ്മചര്യം ലൈംഗിക സംയമനത്തിന്റെ കാലമാണ്. ലൈംഗികസംയമനം അതു ചെയ്യുന്ന ആളുടെ ആത്മീയശക്തിയെ അല്ലെങ്കിൽ വീര്യത്തെ വർധിപ്പിക്കുന്നു എന്നാണ് സങ്കല്പം. പൂർണമായി ലൈംഗിക സംയമനം നടത്തുന്ന ആളിന് ശരീരത്തിന്റെമേൽ പൂർണമായ നിയന്ത്രണം ഉണ്ടാകുമെന്നു മാത്രമല്ല, പലവിധത്തിലുള്ള അദ്ഭുതസിദ്ധികളുണ്ടാകുകയും ചെയ്യും. മാറാരോഗങ്ങളെയും അംഗവൈകല്യങ്ങളെയും ഭേദപ്പെടുത്തൽ, അഭീഷ്ടദാനം, പുലിയെ കീഴടക്കി പുലിപ്പാലുകൊണ്ടുവരുന്നതു പോലെയുള്ള ശക്തിയുടെ പ്രകടനം, മകരവിളക്കുപോലുള്ള 'അദ്ഭുത' ക്രിയകൾ തുടങ്ങിയവയെല്ലാം അയ്യപ്പന് സാധിക്കുന്നത് ഈ വീര്യം മൂലമാണ്. പ്രാചീന കാലത്തെ ബ്രാഹ്മണതാപസരുടെ അദ്ഭുതസിദ്ധികളും ഇതുമൂലമാണ്. ബുദ്ധനും 'ചില ബുദ്ധഭിക്ഷുക്കൾക്കും ഇതേതരത്തിലുള്ള സിദ്ധികളുണ്ടായിരുന്നതായി കഥകളുണ്ട്. ഇത്തരം സിദ്ധികളെല്ലാം പുരുഷകേന്ദ്രിതമായിരുന്നുവെന്നു വ്യക്തമാണ്. സ്ത്രീകളുടെ ആർത്തവചക്രം കൊണ്ടുതന്നെ ഇത്തരം സിദ്ധികൾ സ്ത്രീകൾക്കുണ്ടാവുകയില്ല. അവർ പുരുഷന്മാരുടെയും അയ്യപ്പന്റെയും വ്രതഭംഗം വരുത്തുകയും ചെയ്യും.

ലൈംഗികസംയമനംകൊണ്ട് ഏതെങ്കിലും വിധത്തിലുള്ള അദ്ഭുതസിദ്ധികൾ ആർക്കെങ്കിലും ലഭിച്ചതായി പ്രത്യേകിച്ച് തെളിവില്ല. അതുപോലെയുള്ളതോ അതിനെക്കാളധികമോ സിദ്ധികൾ മൈഥുനത്തിൽ സ്ഥിരമായി ഏർപ്പെട്ടവർക്ക് ലഭിച്ചിട്ടുമുണ്ട്. ഹിന്ദുദൈവങ്ങൾ തന്നെ നല്ല ഉദാഹരണമാണ്. ഹിന്ദുധർമ്മ ശാസ്ത്രങ്ങളിൽ ബ്രഹ്മചര്യം പഠനദശകളിലെ ഏകാഗ്രതയ്ക്കാവശ്യമാണെന്നു മാത്രമേ പറയുന്നുള്ളൂ.

മുഖ്യമായ ആശ്രമം ഗൃഹസ്ഥാശ്രമമാണ്. അതുകൊണ്ട് ഒരു ഹിന്ദു ക്ഷേത്രത്തിലും ഗൃഹസ്ഥാശ്രമികളായ സ്ത്രീപുരുഷന്മാർക്ക് പ്രവേശനത്തിന് ഒരു തടസ്സവുമില്ല. എല്ലാ ക്ഷേത്രങ്ങൾക്കും അവരുടെതായ അദ്ഭുതകഥകളുണ്ട്. നിരവധി ഭഗവതിക്ഷേത്രങ്ങളുമുണ്ട്. കൊല്ലൂർ മൂകാംബികാക്ഷേത്രം തന്നെ നല്ല ഉദാഹരണം. സ്ത്രീകളുടെ ക്ഷേത്രങ്ങളിൽ ദേവിയുടെ ലൈംഗികതയിൽ നിന്നുതന്നെയാണ് അവരുടെ സിദ്ധികളുണ്ടാകുന്നത്. ലൈംഗികസംയമനം ഹിന്ദുക്ഷേത്രങ്ങളുടെ സവിശേഷ സ്വഭാവമൊന്നുമല്ല.

നേരെമറിച്ച് ലൈംഗികത പലപ്പോഴും ശക്തമായ ആരാധനാരൂപമായിരുന്നതായി തെളിവുകളുണ്ട്, ദേവദാസീ സമ്പ്രദായം ഒന്നാമത്തെ തെളിവാണ്. താന്ത്രികവിധികളനുസരിച്ച് മാതംഗി, സാകിനി മുതലായ വനിതാ അർച്ചകകളും പുരോഹിതകളും കിഴക്കേ ഇന്ത്യയിലെ ക്ഷേത്രങ്ങളിൽ വ്യാപകമായിരുന്നു. താന്ത്രികവിധികളനുസിച്ച് പഞ്ച'മ'കാരങ്ങൾ എന്നറിയപ്പെടുന്ന നിവേദ്യങ്ങളിൽ മദ്യം, മാംസം, മത്സ്യം, മുദ്ര, മൈഥുനം എന്നിവയുൾപ്പെട്ടിരുന്നു. കേരളത്തിൽ തന്നെ പൂരക്കളി, തിരുവാതിരക്കളി തുടങ്ങിയവ അനുഷ്ഠാനകലകൾ ഗന്ധർവപൂജയും കാമദേവപൂജയും പോലുള്ള ലൈംഗികബന്ധമായ ആചാരങ്ങളാണ്.

ഇത്തരം ആചാരങ്ങൾക്കെല്ലാം എതിരായി ബ്രഹ്മചര്യസങ്കല്പം വളർത്തുകയാണ് ശബരിമലയുടെ പാരമ്പര്യമെന്നു വേണമെങ്കിൽ വാദിക്കാം. ശബരിമലയിലെ അയ്യപ്പനും മറ്റെല്ലാ സമാനമായ ക്ഷേത്രങ്ങളിലുള്ള ശാസ്താവും ഒന്നുതന്നെയാണെങ്കിൽ അയ്യപ്പന്റെ ബ്രഹ്മചര്യവാദം നിലനിൽക്കില്ല. എല്ലാ അയ്യപ്പൻകാവുകളിലും ക്ഷേത്രങ്ങളിലും രജസ്വലകളടക്കം എല്ലാ സ്ത്രീകൾക്കും പ്രവേശനമുണ്ട്. പല പരദേവതാ ക്ഷേത്രങ്ങളും അയ്യപ്പന്റേതാണ്. പരദേവതാക്ഷേത്രങ്ങൾ കുടുംബക്ഷേത്രങ്ങളായതുകൊണ്ട് അവിടെയും പുരുഷന്മാർക്കു മാത്രമായി ബ്രഹ്മചാരിയായ ദൈവത്തെ ആരാധിക്കാനാകില്ല. അപ്പോൾ ശബരിമലയിലെ മൂർത്തി വേറെ ആരോ ആണെന്നുപറയേണ്ടിവരും.

ശബരിമല അയ്യപ്പൻ വേട്ടക്കൊരുമകൻ എന്ന ദൈവമായിരുന്നു എന്ന വാദമുണ്ട്. വേട്ടക്കൊരുമകൻ സുബ്രഹ്മണ്യനാണ്. വേട്ടക്കൊരുമകൻ ബ്രഹ്മചാരിയല്ല. മറ്റൊരു വാദം അയ്യപ്പൻ ബൗദ്ധാരാധനയുടെ മറ്റൊരു രൂപമാണെന്നാണ്. അതിനുള്ള തെളിവുകളായി പറയുന്നത് അയ്യപ്പന്റെ മൂർത്തിയും മഹായാനബോധിസത്വനായ അവലോകിതേശ്വരനും തമ്മിലുള്ള സാമ്യവും മണ്ഡലത്തെക്കുറിച്ചുള്ള ആശയവും 'ശരണം'വിളിയുമാണ്. അയ്യപ്പൻ ബൗദ്ധാരാധനയുടെ രൂപമായിരുന്നു എന്നതിന് കൂടുതൽ തെളിവുകൾ ലഭ്യമല്ല. മഹായാന ബോധിസത്വന്മാർ എല്ലാവരും ബ്രഹ്മചാരികളാകണമെന്ന് നിർബന്ധവുമില്ല. കൂടാതെ, അവലോകിതേശ്വരനെ താന്ത്രിക ബുദ്ധമതത്തിലെ മൂർത്തിയായ താരയുമായി ബന്ധപ്പെടുത്താറുമുണ്ട്. ബുദ്ധമതത്തിൽ പൊതുവിൽ സംഘത്തിൽ ചേർന്നു ഭിക്ഷുക്കളായി മാറിയവർക്കു മാത്രമാണ് ബ്രഹ്മചര്യം

നിർബന്ധിക്കാറുള്ളത്. സാധാരണ ഉപാസകർക്ക് അതു ബാധകമല്ല. ബുദ്ധൻ തന്നെ നിരവധി സാധാരണ ഉപാസകരുടെ വീടുകളിൽ പോയി ഭക്ഷണം കഴിക്കുന്നുണ്ട്. അവിടെയൊന്നും ആർത്തവപ്രായത്തിലുള്ള സ്ത്രീകളുടെ സാമീപ്യംകൊണ്ട് അദ്ദേഹത്തിനോ മറ്റു ഭിക്ഷുക്കൾക്കോ വ്രതഭംഗം വരുന്നില്ല. അങ്ങനെ സംഭവിച്ചാൽ തന്നെ അതിന് പരിഹാര മാർഗങ്ങളും നിർദ്ദേശിക്കുന്നുണ്ട്.

ബ്രാഹ്മണഹിന്ദുമതവും ബ്രഹ്മചര്യവും

ഇതെല്ലാം കാണിക്കുന്നത് ഹിന്ദുമതത്തിൽ ലൈംഗികസംയമനം ഒരു ധാർമ്മിക സംഹിതയുടെ ഭാഗമായി കണക്കാക്കിയിരുന്നെങ്കിലും അതിന് ആരാധനയുമായി ബന്ധമില്ലായിരുന്നു എന്നാണ്. ബൗദ്ധമതത്തിലും ലൈംഗികസംയമനത്തിന് വ്രതങ്ങളും ഉപാസനയുമായി ബന്ധമില്ല. പിന്നെ ശേഷിക്കുന്നത് ഒന്നു മാത്രമാണ്. ഒരു സാധാരണ ദേവാലയത്തെ അദ്ഭുതസിദ്ധികളുള്ള ദേവന്റെ വാസസ്ഥാനമായി മാറ്റണമെങ്കിൽ അതിന് ഒരു ഉറവിടം വേണം. അതിനുള്ള ഒരു വഴി അയ്യപ്പനെ നൈഷ്ഠിക ബ്രഹ്മചാരിയായി അവതരിപ്പിക്കുകയും സ്ത്രീസംസർഗം നിഷേധിക്കുന്ന ആളായി ചിത്രീകരിക്കുകയുമാണ്. അയ്യപ്പന്റെ കഥയിൽ തന്നെ ഇത്തരം ചിത്രീകരണത്തിന്റെ അംശങ്ങൾ കാണാം. അതായത് അയ്യപ്പന്റെ സ്ത്രീ നിഷേധവും ബ്രഹ്മചര്യവും ആ മൂർത്തിയുടെ സിദ്ധികളുടെ വളർച്ചയെ കാണിക്കുകയും ഹിന്ദു ബ്രാഹ്മണ സങ്കല്പങ്ങളുടെ ഭാഗമായി അയ്യപ്പനെ മാറ്റുകയും ചെയ്യുന്നു. സാധാരണ ഹിന്ദുദേവതാ പാരമ്പര്യത്തിൽ നിന്നും അയ്യപ്പനെ അകറ്റുന്നു. ഹരിഹരപുത്രനായ അയ്യപ്പന്റെ ജനനം തന്നെ അദ്ഭുതമാണെന്ന ആശയംതന്നെ ഉദാഹരണമാണ്. വേട്ടക്കൊരു മകനോ ബുദ്ധമത സ്വാധീനത്തിൽ രൂപംകൊണ്ടതോ ആയ മൂർത്തിയെ ബ്രാഹ്മണവൽക്കരിക്കുന്നതിന്റെ ഭാഗമാണ് ഈ ബ്രഹ്മചര്യം. മണ്ഡല പൂജയ്ക്കും അതിനോട് അനുബന്ധമായ വ്രതാനുഷ്ഠാനത്തിനും വേറെ വേരുകൾ തേടേണ്ടതില്ല.

ഈ ആശയങ്ങളെല്ലാം എന്ന് വളർന്നുവന്നു എന്നത് കൂടുതൽ കൃത്യമായി ചരിത്രപരമായി പരിശോധിക്കേണ്ടതാണ്. അതിലേക്ക് ഇവിടെ കടക്കുന്നില്ല. മലമുകളിലെ അദ്ഭുതസിദ്ധിയുള്ള ബ്രഹ്മചാരിയായ ആൺകോയ്മാദൈവം തീർഥാടനസാധ്യതകളുള്ള ശക്തനായ ദൈവമാണ്. ഈ ദൈവത്തെ അതിന്റെ സിദ്ധികളെ, അതിന്റെ ബ്രഹ്മചര്യത്തിന്റെയും ആണത്തത്തിന്റെയും ഫലങ്ങളായി വളർത്തിക്കൊണ്ടുവരികയാണ് അതിനു മുമ്പു നടക്കുന്ന വ്രതാനുഷ്ഠാനത്തിന്റെയും കെട്ടുനിറ മുതൽ പതിനെട്ടാംപടി കയറുന്നതുവരെയുള്ള തീർത്ഥാടനത്തിന്റെ കാഠിന്യത്തെക്കുറിച്ചുള്ള കഥകളുടെയും അകമ്പടിയോടെ ചെയ്യുന്നത്. സ്ത്രീകളുടെ പ്രവേശനത്തെ സംബന്ധിച്ചു പിടിവാശിയും ഇതേ ആശയ സംഹിതയുടെ ഫലമാണ്.

അയ്യപ്പസേവാസംഘം

ഏതാണ്ട് അരനൂറ്റാണ്ടുകാലമായുള്ള അയ്യപ്പസേവാസംഘത്തിന്റെ പ്രവർത്തനവും പരിശോധിക്കേണ്ടതാണ്. ഒരുവശത്ത് മണ്ഡലപൂജയോടനുബന്ധിച്ചുള്ള തീർത്ഥാടനമാതൃക ശക്തമായി വളർത്തിക്കൊണ്ടുവന്നത് സംഘത്തിന്റെ നേതൃത്വത്തിലാണ്. താഴെ തട്ടിലുള്ള ഭക്തന്മാർ ഒരു പ്രാദേശികാചാരമായി രൂപപ്പെടുത്തിയ കെട്ടുനിറയെ വലിയ ഹൈന്ദവാഘോഷമാക്കി മാറ്റിയത് അയ്യപ്പസേവാസംഘമാണ്. തീർത്ഥാടനത്തിന് ഗുരുശിഷ്യബന്ധത്തിന്റേതായ ശൃംഖലകൾ ഉണ്ടാക്കിയെടുത്തതും അവർ തന്നെയാണ്. ഇത്തരത്തിലുള്ള തീർത്ഥാടനങ്ങളെ മലയാറ്റൂരിലേക്കും വേളാങ്കണ്ണിയിലേക്കുമുള്ള ക്രിസ്ത്യൻ തീർത്ഥാടനം നാഗൗറിലേക്കും ഏറുവാടിയിലേക്കുമുള്ള മുസ്ലിം തീർത്ഥാടനം തുടങ്ങിയവയ്ക്ക് സമാന്തരമായി അതേ നിഷ്ഠയോടെയുള്ള തീർത്ഥാടനമാക്കി മാറ്റാൻ ഇവർ ശ്രമിച്ചു. അവിടെയും തീർത്ഥാടനത്തിന്റെ സാഹസിക സ്വഭാവം സിദ്ധിയുടെയും ആണത്തത്തിന്റെയും ചിഹ്നമായും അവർ പ്രയോജനപ്പെടുത്തി. അയ്യപ്പഭക്തന്മാർ നവഹിന്ദുമതത്തിന്റെ വളരെ പ്രകടമായ, നൈഷ്ഠിക പ്രതിബദ്ധതയുള്ള ആൺചിഹ്നങ്ങളായി.

1981-82ൽ ശബരിമലക്ക് തൊട്ടടുത്തുള്ള നിലയ്ക്കൽ പള്ളിയുമായി ബന്ധപ്പെട്ട പ്രശ്നം കൈകാര്യം ചെയ്ത വിധം അയ്യപ്പസേവാസംഘത്തിന്റെ സാധ്യതകളുടെ തെളിവായിരുന്നു. തോമാശ്ലീഹാ സ്ഥാപിച്ചതെന്നു പറയപ്പെടുന്ന നിലയ്ക്കൽ പള്ളിയുമായി ബന്ധപ്പെട്ട് ഒരു കൽകുരിശ് തൊട്ടടുത്തുള്ള മറ്റൊരു ക്ഷേത്രത്തിന്റെ അങ്കണത്തിൽ നിന്ന് കണ്ടെടുത്തു. ക്രിസ്ത്യൻപള്ളി കുരിശിന്റെ മേൽ അവകാശവാദം ഉന്നയിച്ചു. അതൊരു വർഗീയസ്വഭാവമുള്ള തർക്കത്തിനു കാരണമാവുകയും ക്രിസ്ത്യൻ പള്ളി നിലയ്ക്കലിൽ കുരിശു സ്ഥാപിച്ച് അയ്യപ്പന്റെ പൂങ്കാവനം തകർക്കുന്നുവെന്ന് ആരോപിക്കുകയും ചെയ്തു. കുമ്മനം രാജശേഖരന്റെയും ജെ. ശിശുപാലന്റെയും നേതൃത്വത്തിലുള്ള ഹിന്ദു ഐക്യവേദി പ്രശ്നം ഏറ്റെടുത്തതോടെ വർഗീയസംഘർഷത്തിലേക്കു നീങ്ങി. കൽക്കുരിശ് നീക്കംചെയ്യാൻ ക്രിസ്ത്യൻ പള്ളി സമ്മതിച്ചതിനു ശേഷമാണ് പ്രശ്നം കെട്ടടങ്ങിയത്.

ഇതിനുശേഷവും ശബരിമലയെ സംബന്ധിച്ച നിരവധി പ്രശ്നങ്ങൾ അയ്യപ്പസേവാസംഘം ഏറ്റെടുക്കുന്നുണ്ട്. തീർത്ഥാടകർക്കുവേണ്ട സൗകര്യങ്ങളൊരുക്കാൻ വനം കൈയേറുന്നു എന്ന വനംവകുപ്പിന്റെ പരാതി. 'അയ്യപ്പന്റെ പൂങ്കാവന'ത്തിൽ വനംവകുപ്പ് ഇടപെടുന്നു എന്ന പരാതി, ഇത്തരത്തിലുള്ള തർക്കങ്ങളിലെല്ലാം സേവാസംഘം ഒരു ഘടകമാണ്. തീർത്ഥാടനത്തിന് വൻ പൊലീസ് സന്നാഹമുണ്ടെങ്കിലും അയ്യപ്പസേവാസംഘവും സജീവമാണ്. ശബരിമല തീർത്ഥാടനത്തിന്റെ എല്ലാ വശങ്ങളും ഭക്തന്മാരുടെ ആണധികാരക്രമത്തിന് കീഴിൽ കൊണ്ടുവരാനുള്ള എല്ലാ നീക്കങ്ങളും അയ്യപ്പസേവാസംഘത്തിന്റെയും

ഹിന്ദുത്വവാദികളുടെയും ഭാഗത്തുനിന്നുണ്ട്. തീർത്ഥാടകരായ സ്വാമിമാരെ ശബരിമല ക്ഷേത്രത്തിന്റെയും വേണ്ടിവന്നാൽ മറ്റു ഹിന്ദുമത സങ്കേതങ്ങളുടെയും സംരക്ഷരാക്കി മാറ്റുകയും ചെയ്യാം. അതിന് ലിംഗഭേദങ്ങളില്ലാത്ത, ബഹുസ്വരസ്വഭാവമുള്ള പഴനി തിരുപ്പതി മാതൃകയിലുള്ള ഭക്തജനങ്ങളെക്കാൾ ഫലപ്രദം ഗുരുശിഷ്യ പാരമ്പര്യവും ബ്രഹ്മചര്യവും നിഷ്ഠയുമുള്ള ആണധികാര രൂപമായ സ്വാമിമാരാണ്. തീർത്ഥാടനങ്ങളുടെ എണ്ണമനുസരിച്ച് ഗുരുസ്വാമിമാരെ നിശ്ചയിക്കുന്നവിധം ഓരോ പ്രദേശത്തും അയ്യപ്പഭക്തരുടെ കെട്ടുറപ്പുള്ള പാരമ്പര്യങ്ങളെ സൃഷ്ടിക്കുന്നു. അടുത്തകാലത്തായി തീർത്ഥാടക സ്വാമിമാരുടെ ഘടനയിൽ തന്നെ ആൺകോയ്മയുടെ തീവ്രമായ അംശങ്ങൾ പ്രകടമായി കാണാം. സ്വാമിമാരുടെ ഇടയിൽ വളർന്നുവരുന്ന ശുദ്ധിയെയും അശുദ്ധിയെയും സംബന്ധിച്ച നിഷ്കർഷകളും സ്ത്രീ അശുദ്ധയാണെന്ന മട്ടിൽ അകറ്റി നിർത്താനുള്ള ശ്രമവും ഇതിന്റെ ഭാഗമാണ്. മണ്ഡലകാലത്ത് ഭാര്യയെയും പെൺമക്കളെയും സ്വന്തം വീട്ടിലേക്കു പറഞ്ഞയക്കുന്ന സ്വാമിമാർവരെയുണ്ട്.

ഇതിനിടെ ശബരിമലയെ മണ്ഡലത്തിനും മകരവിളക്കിനുമപ്പുറമുള്ള ഒരു പൂർണസമയ ഹൈന്ദവ ക്ഷേത്രമാക്കാനുള്ള ശ്രമങ്ങൾ ആരംഭിച്ചിരുന്നു. ചിങ്ങം ഒന്നാം തീയതി നടതുറക്കുന്ന ഏർപ്പാട് ആരംഭിച്ചത് അങ്ങനെയാണ്. അന്ന് നടയിൽ എഴുത്തിനിരുത്താനായി കുട്ടികളെയും കൊണ്ട് അമ്മമാർ വന്നുതുടങ്ങിയപ്പോഴാണ് വ്രത നിഷ്ഠയുടെയും മറ്റും പ്രശ്നം ശക്തമായി ഉന്നയിക്കപ്പെട്ടത്. 1991-ൽ പ്രശ്നം കോടതിയിലെത്തി. കൂടാതെ കന്നട നടിയായ ജയമാല ഷൂട്ടിങ് സംബന്ധമായി ശബരിമലയിലെത്തിയത് പ്രശ്നമായി. അന്ന് ജസ്റ്റിസ് ബാലനാരായണ മാരാരുടെ വിധിയിലൂടെയാണ് ശബരിമല ആർത്തവപ്രായത്തിലുള്ള സ്ത്രീകൾക്ക് പൂർണമായി നിരോധിക്കപ്പെട്ടത്. ക്ഷേത്രത്തിന്റെ ഹൈന്ദവവത്കരണം ഇത്തരത്തിൽ നിയമത്തിന്റെ പിൻബലത്തോടെയുള്ള ആണധികാരത്തിന്റെ സ്ഥാപനത്തോടെയാണ് പൂർണമാകുന്നത്.

കോടതിവിധിയുടെ പ്രത്യാഘാതങ്ങൾ

ശബരിമല ദേവസ്വം ബോർഡിന്റെ വാദങ്ങൾ ഒരു ആധുനിക കോടതിയുടെ മുമ്പിൽ നിലനിൽക്കുന്നതായിരുന്നില്ല. അയ്യപ്പൻ നൈഷ്ഠിക ബ്രഹ്മചാരിയാണെന്നോ സ്ത്രീകളുടെ പ്രവേശനം വ്രതഭംഗം വരുത്തുമെന്നോ വാദിച്ചാൽ അതിന് വ്യക്തമായ തെളിവുകൾ വേണം. സ്ത്രീകളുടെ വരവ് സുരക്ഷാ പ്രശ്നങ്ങൾ സൃഷ്ടിക്കുമെന്ന് വാദിച്ചാൽ അതിനുള്ള സുരക്ഷാനടപടികളുടെ ഉത്തരവാദിത്തം ഗവൺമെന്റിനാണ്. പുരുഷന്മാർക്കുമാത്രം പ്രവേശനമുണ്ടായിരുന്ന മഹാരാഷ്ട്രയിലെ ഒരു ക്ഷേത്രം സ്ത്രീകൾക്കുകൂടി തുറന്നുകൊടുക്കാൻ കോടതി ആവശ്യപ്പെട്ടതോടെ കോടതിയുടെ പൊതുനിലപാട് വ്യക്തമായിരുന്നു. പിന്നെ ഒരളവ് വരെ ദേവസ്വം ബോർഡിന്റെ നിലപാടിനെ സഹായിച്ചത് യുഡിഎഫ്

സർക്കാരിന്റെയും ബിജെപിയുടെയും പിന്തുണയാണ്. മതപരതയുടെയോ ഹിന്ദുക്കളുടെ ആചാരാനുഷ്ഠാനങ്ങളുടെയോ മറ്റേതെങ്കിലും ചരിത്ര പരമായ തെളിവുകളുടെയോ ഒന്നും പിൻബലം ദേവസ്വം ബോർഡിന്റെ വാദങ്ങൾക്കുണ്ടായിരുന്നില്ല. ശബരിമലയിൽ സ്ത്രീകളുടെ പ്രവേശനം നിരോധിച്ചുകൊണ്ടുള്ള ചില ഗവൺമെന്റ് ഉത്തരവുകളാണ് പിൻബലം. സ്ത്രീകളുടെ പ്രവേശനത്തെ പിന്തുണച്ചുകൊണ്ട് ഗവൺമെന്റ് രംഗത്തു വന്നതോടെ, ഇത്തരം ഉത്തരവുകളെ മറികടക്കാമെന്ന സ്ഥിതി വരികയും ചെയ്തു. കേവലമായ ആണവകാശ ക്രമത്തിന്റെ അടിസ്ഥാനത്തിൽ മാത്രം നിലനിർത്തേണ്ട സ്ഥിതി ഹിന്ദുമതക്ഷേത്രങ്ങൾക്കില്ല. ആറ്റുകാൽ പൊങ്കാലപോലെ സ്ത്രീകൾ മാത്രം പങ്കെടുക്കുന്ന ആചാരങ്ങളുണ്ടാകാ മെങ്കിലും ആറ്റുകാൽ ക്ഷേത്രത്തിലെ പ്രവേശനത്തിന് അതു ബാധക മല്ല. ഏറ്റവും പ്രധാനമായി ഏതൊരു ക്ഷേത്രഅങ്കണവും ഒരു പൊതു ഇടമാണ്. ആരാധനാസ്വാതന്ത്ര്യം അനുവദിക്കപ്പെട്ട ഒരു രാജ്യത്തിൽ ക്ഷേത്രഅങ്കണത്തിലെ പ്രവേശനം ഏതെങ്കിലും വിധത്തിൽ നിയന്ത്രി ക്കാനുള്ള ശ്രമം 'പൊതുഇടം' എന്ന സങ്കല്പത്തിന് വിരുദ്ധമാണ്. നിര വധി ക്ഷേത്രങ്ങളിൽ സ്ഥാപിക്കപ്പെടുന്ന 'അഹിന്ദുക്കൾക്കു പ്രവേശന മില്ല' എന്ന ബോർഡ് പോലും ജനാധിപത്യവിരുദ്ധമാണ്. അഹിന്ദുവാ യാലും ഒരു പ്രത്യേക ദൈവത്തെ ആരാധിക്കാൻ ഒരു വ്യക്തിക്കു താത്പര്യമുണ്ടെങ്കിൽ അത് അനുവദിക്കുന്നത് ആരാധനാ സ്വാതന്ത്ര്യ വുമായി ബന്ധപ്പെട്ട ഒരു സാധ്യതയാണ്.

ഇതിനൊരു മറുവശമുണ്ട്. ജനാധിപത്യപരമായ സ്വാതന്ത്ര്യം എന്നത് ആശയപരമായ തടവറയല്ല. ശബരിമലക്ഷേത്രത്തിൽ സ്ത്രീകൾക്ക് പ്രവേശനം നൽകിയതിന്റെ അർത്ഥം എല്ലാ സ്ത്രീകളും ശബരിമലയിൽ പോയി പ്രാർഥിക്കണമെന്നല്ല. ഏതെങ്കിലും ഒരു സ്ത്രീ താൻ ആർത്തവ വിരാമത്തിനുശേഷം മാത്രമേ മല ചവിട്ടുകയുള്ളൂ എന്ന് വാദിച്ചാൽ അതിനവർക്ക് സ്വാതന്ത്ര്യമുണ്ട്. അതൊരു നിബന്ധനയായി മറ്റു സ്ത്രീ കളുടെമേൽ അടിച്ചേൽപ്പിക്കാനോ ശബരിമലയിൽ പോകുന്നതിനെ തട യാനോ അവർക്കവകാശമില്ല. അതുപോലെ അയ്യപ്പസേവാസംഘത്തിനും മറ്റു ഹിന്ദുത്വവാദികൾക്കും അവരെ തടയാൻ അവകാശമില്ല. അങ്ങനെ ശബരിമലയിൽ പോകാൻ തയ്യാറുള്ള സ്ത്രീകളുടെ സുരക്ഷ ഉറപ്പു വരുത്തുക ഗവൺമെന്റിന്റെ ബാധ്യതയാണ്. അത് സ്ത്രീപക്ഷ-ജനാ ധിപത്യ സംഘടനകളുടെയും ബാധ്യതയാകും.

മുമ്പു വിശദീകരിച്ചതുപോലെ, ലൈംഗികമായ ധാർമികനിഷ്ഠകളും നേരിട്ടുള്ള ആണധികാരരൂപങ്ങളും ക്ഷേത്രസംസ്കൃതിയുടെ ഭാഗമല്ല. അതുകൊണ്ടാണ് സ്ത്രീകൾ ധാരാളമായി ക്ഷേത്രങ്ങളിൽ പോകുന്നത്. ഒരർത്ഥത്തിൽ പൊതുജീവിതത്തിലും കുടുംബത്തിലും നേരിടുന്ന ആണധികാരരൂപങ്ങളെ ഒരു പരിധിവരെയെങ്കിലും മറികടക്കാൻ സ്ത്രീ കൾക്ക് സാധിക്കുന്നത് ദേവാലയങ്ങളിലാണ്. എന്നാൽ ദേവാലയങ്ങളിൽ പൗരോഹിത്യം അവരുടെ പ്രവർത്തനങ്ങളെ നിയന്ത്രിക്കുന്നുണ്ട്. ഇത്

ക്രിസ്ത്യൻ-ഇസ്ലാം മതങ്ങളിൽ കൂടുതൽ പ്രകടവും സുസംഘടിതവുമാണ്. ഇന്ന് അയ്യപ്പസേവാസംഘങ്ങളും വിവിധ ഹിന്ദുമിഷനുകളും ക്ഷേത്രസംരക്ഷണസമിതികൾ തുടങ്ങിയവയും ആർഎസ്എസിന്റെ നിരവധി സംഘടനകളും നവഹിന്ദുമതത്തിന്റെ ആണധികാരരൂപങ്ങളെ അടിച്ചേല്പിക്കാൻ ശ്രമിക്കുകയാണ്. അതിന് ക്ഷേത്രാങ്കണങ്ങൾ തന്നെയാണ് അവർ പ്രയോജനപ്പെടുത്തുന്നതും. ബാബറി മസ്ജിദ് ആക്രമണത്തിനുശേഷം ഈ സംഘടിതാക്രമണം ശക്തമാണ്. ശബരിമലയിലെ സ്ത്രീകളുടെ പ്രവേശനം സാധാരണ ക്ഷേത്ര സംസ്കൃതിയിൽ നിന്ന് ഭിന്നമായി ഇത്രയും തീക്ഷ്ണമായ വിവാദവിഷയമാക്കിയതും ഇവർ തന്നെ.

കോടതിയിൽ ഇവർ തൽക്കാലത്തേക്ക് പരാജയപ്പെട്ടെങ്കിലും പൊതുസമൂഹത്തിൽ, പ്രത്യേകിച്ച് സ്ത്രീസമൂഹത്തിൽ സുസംഘടിതമായി തന്നെ ആണധികാര ആശയസംഹിതകൾ ശക്തമായി പ്രചരിപ്പിക്കാനും വേണ്ടി വന്നാൽ ബലപ്രയോഗമുപയോഗിച്ചുതന്നെ പ്രവേശനത്തിനു ശ്രമിക്കുന്ന സ്ത്രീകളെ തടയാനുമുള്ള സാധ്യത വളരെയധികമാണ്. ആർത്തവ വിരാമത്തിനുശേഷമാണ് സ്ത്രീകൾ ശബരിമലയിൽ പ്രവേശിക്കേണ്ടത് എന്ന വാദം ഇതിന്റെ ഭാഗമാണ്. തീർത്ഥാടകയായ സ്ത്രീ സന്ന്യാസിനിയാണ്. തിരുപ്പതിയിലും പഴനിയിലും പോയി തല മൊട്ടയടിക്കുന്നതും സന്ന്യാസത്തിന്റെ രൂപം തന്നെ. അതായത് സ്ത്രീകളോട് ശബരിമലയിൽ പോയി സാധാരണനിലയിൽ പ്രാർത്ഥിച്ചുമടങ്ങാനല്ല ഇവർ ആവശ്യപ്പെടുന്നത്. വർണാശ്രമ ധർമ്മത്തിന്റെ പൊതു നിലപാടിൽ നിന്നുകൊണ്ട് സന്ന്യാസിനികളായി മാറുന്നതിനാണ്. പുരുഷന്മാർക്ക് ഇതാവശ്യമില്ല. അവർക്ക് വ്രതമനുഷ്ഠിച്ചാൽ മതി. അതായത്, സ്ത്രീ പുരുഷവിവേചനം കൃത്യമായി നിലനിർത്തുന്നതിനുള്ള തന്ത്രങ്ങളാണ് ഇവർ മെനയുന്നത്. ഇതുപയോഗിച്ച് പുതിയ സംഘർഷങ്ങൾ സൃഷ്ടിക്കാനുള്ള സാധ്യത തള്ളിക്കളയാവുന്നതല്ല. ഒരുവശത്ത് മതവിശ്വാസങ്ങളെ പ്രാക് മുതലാളിത്ത ആചാരബദ്ധതയുടെയും ധാർമ്മികക്രമങ്ങളുടെയും ശുദ്ധിയുടെയും അശുദ്ധിയുടെയും സങ്കല്പങ്ങളിൽ തളച്ചിടാൻ ശ്രമിക്കുമ്പോൾ മറുവശത്ത് വിശ്വാസിയുടെ ആരാധനാസ്വാതന്ത്ര്യത്തിന്റെ ജനാധിപത്യവൽക്കരണം മുഖ്യപ്രമേയമാകും. ഈ സമരം ഹിന്ദുക്കളിൽ മാത്രമല്ല, മറ്റുമത വിഭാഗങ്ങളിൽ കൂടി വ്യാപിക്കുമെന്നാണ് അടുത്തകാലത്തെ സൂചനകൾ കാണിക്കുന്നത്. പൗരോഹിത്യത്തെ നിർണയിക്കുന്ന സ്വകാര്യസ്വത്തിന്റെയും ആണധികാരത്തിന്റെയും സങ്കല്പവും ആരാധനാസ്വാതന്ത്ര്യത്തിന്റെ പൊതു ഇടങ്ങളും തമ്മിലുള്ള സംഘർഷം പ്രധാനമാകും. ■

ഇന്നലെ ചെയ്തോരബദ്ധം...

പ്രൊഫ. എം.എം. നാരായണൻ

പ്രത്യേക പ്രായപരിധിയിലുൾപ്പെടുന്ന സ്ത്രീകൾക്ക് ശബരിമല ക്ഷേത്ര പ്രവേശനത്തിലുണ്ടായിരുന്ന വിലക്കുകൾ എടുത്തുകളഞ്ഞ സുപ്രീംകോടതിവിധിക്കും ആ വിധി നടപ്പാക്കാൻ ഭരണഘടനാപരമായി ബാദ്ധ്യസ്ഥമായ സംസ്ഥാന സർക്കാരിനുമെതിരെ, ജനവികാരമിളക്കി കലാപ സദൃശമായ അന്തരീക്ഷം സൃഷ്ടിക്കാൻ ബി.ജെ.പി.യും കോൺഗ്രസ്സും രണ്ടുംകൽപിച്ച് രംഗത്തിറങ്ങിയിരിക്കുകയാണല്ലോ. കോടതിവിധി സ്വീകാര്യമല്ലെങ്കിൽ തൽപ്പരകക്ഷികൾക്ക് കോടതിയെ ത്തന്നെ സമീപിക്കാവുന്നതാണ്. കേന്ദ്രം ഭരിക്കുന്ന പാർട്ടിയടക്കം ഈ വിഷയത്തിൽ കക്ഷിയായതുകൊണ്ട് വിധിമറികടക്കാൻ പാർലമെന്റിൽ നിയമനിർമ്മാണമോ ഭരണഘടനാഭേദഗതിപോലുമോ ആകാം. ജനാധിപത്യത്തിലും നിയമവാഴ്ചയിലും വിശ്വസിക്കുന്നവർക്ക് ഇതല്ലാതെ മറ്റു പോംവഴിയില്ല. എന്നാൽ അങ്ങാടിയിൽ തോറ്റതിന് അമ്മയോട്, കോടതിവിധി 'പിടിക്കാത്തതു'കൊണ്ട് കേരള സർക്കാരിനോട്, തെരുവ് യുദ്ധം ചെയ്യുന്നതിന്റെ സാംഗത്യം വിശദീകരിക്കാൻ ബന്ധപ്പെട്ടവർക്ക് ബാദ്ധ്യതയുണ്ട്. അവരതിനു സന്നദ്ധരാവാത്തതിനാൽ കോടതിവിധിയെന്ന വീണുകിട്ടിയ വടികൊണ്ട് സംസ്ഥാനമന്ത്രിസഭയെ പ്രഹരിക്കലാണ്, ഈ അഭിനവ 'അയ്യപ്പഭക്ത'രുടെ, ആചാരരക്ഷകരുടെ ലക്ഷ്യമെന്ന്, സംശയിക്കുന്നവരെ കുറ്റപ്പെടുത്താനാവില്ല.

അടുത്തകാലത്ത് കേരളത്തിൽ നടന്ന ചില സംഭവങ്ങളുടെ, ഈയ്യിടെ സുപ്രീംകോടതി തന്നെ പുറപ്പെടുവിച്ച ചില സുപ്രധാനവിധികളുടെ പശ്ചാത്തലത്തിൽ പരിശോധിക്കേണ്ട ഒരു വിഷയമാണിത്. താരാധിപത്യവും ആൺകോയ്മയും അചോദ്യമായി പുലരുന്ന മലയാളസിനിമാലോകത്ത് നൂതനമായൊരു പെൺകൂട്ടായ്മ അനീതികളെ ചോദ്യം ചെയ്യാൻ കരുത്തുകാട്ടുകയുണ്ടായി. ഒരു ക്രൈസ്തവ പുരോഹിതപ്രമുഖന്റെ 'മൃഗയവിനോദ'ങ്ങളെ തുറന്നുകാട്ടാനും എതിർക്കാനും കന്യാസ്ത്രീകൾ തന്നെ മുന്നോട്ടു വരികയുണ്ടായി. ഇരുസന്ദർഭങ്ങളിലും ഒരുപോലെ കേരളഭരണം ഇരകൾക്കൊപ്പം നിലയുറപ്പിക്കുകയും

'വേട്ടക്കാരെ' 'വല'യിലാക്കുകയും ചെയ്തു. മഹാരാജാസിലെ അഭിമന്യുവിന്റെ അറുംകൊലയ്ക്കെതിരെ കേരള സമൂഹം കൈക്കൊണ്ട സമീപനവും സവിശേഷവും ശ്രദ്ധേയവുമായിരുന്നു. മുമ്പ് സമാനസന്ദർഭങ്ങളിൽ, കൊലപാതകത്തെ അപലപിക്കാൻ ആളുകളുടെ ജാതിയും മതവും കക്ഷിതാത്പര്യങ്ങളും പ്രതിബന്ധമായിരുന്നെങ്കിൽ, ഇത്തവണ കൊലയ്ക്കെതിരെ കേരളം ഒറ്റ മനുഷ്യനെപ്പോലെ പ്രതികരിച്ചു. പരസ്പരം ഐക്യപ്പെട്ടും സഹായിച്ചും സഹകരിച്ചും സംത്യജിച്ചും അന്യോന്യം ഊന്നുവടികളായി നിന്നും ഒക്കെയാണ് മലയാളി, മഹാപ്രളയം സൃഷ്ടിച്ച അദ്ഭുതപൂർവ്വമായ പ്രതിസന്ധിയെ മറികടന്നത്. പതിവുപോലെ കണ്ണും കാതുമില്ലാത്ത ഒരു യന്ത്രമാകുന്നതിനു പകരം കർമ്മകുശലതയും പ്രതിബദ്ധതയും മനുഷ്യപറ്റും ഉള്ള ഒരു ഭരണസംവിധാനത്തെ, തരംഗലീലയിൽ തടശ്ശിലപോലെ തളരാതെ, പക്വമായി, നിപുണമായി എല്ലാറ്റിനും നേരിട്ട് നേതൃത്വം നൽകുന്ന ഒരു മുഖ്യമന്ത്രിയെ കണ്ട് കേരളം മാത്രമല്ല, ലോകം മുഴുവൻ ശ്രദ്ധിക്കുകയും ശ്ലാഘിക്കുകയും ചെയ്തു. ഇതെല്ലാം, ചെങ്ങന്നൂർ ഉപതെരഞ്ഞെടുപ്പ് ഫലത്തിൽ സംദൃശ്യമായ പോലെ, പരമ്പരാഗതമായി വലതുപക്ഷത്തോട് ചേർന്ന് നിൽക്കുന്നവരിലും ഒരു ഇടതുപക്ഷോന്മുഖത്വം സൃഷ്ടിച്ചത് കോൺഗ്രസ്സിനും ബി.ജെ.പി.ക്കും വലിയ ഇച്ഛാഭംഗമുണ്ടാക്കി. ശബരിമല വിധി, നിർഭരമായ നിരാശയിൽ മുങ്ങിത്താഴുന്ന ഇക്കൂട്ടർക്ക് കയറിപ്പിടിക്കാനുള്ള കച്ചിത്തുരുമ്പായി കലാശിക്കുകയും ചെയ്തു.

രാജ്യത്തെ പരമോന്നത കോടതി 'അനാചാരമണ്ഡലഛത്രരാ'യ യാഥാസ്ഥിതികരെ അസ്വസ്ഥരാക്കുന്ന മറ്റു ചില വിധികളും നിരീക്ഷണങ്ങളും ഈ അടുത്ത കാലത്ത് നടത്തുകയുണ്ടായി. പ്രണയത്തിലും വിവാഹത്തിലും യുവത പ്രകടിപ്പിക്കുന്ന സ്വാതന്ത്ര്യം ഭരണഘടനാദത്തമായ അവരുടെ അവകാശമാണെന്നും അതിൽ തലയിടാൻ രക്ഷിതാക്കൾക്കു പോലും അവകാശമില്ലെന്നും 'ഹാദിയ' കേസിൽ കോടതി ചൂണ്ടിക്കാട്ടി. സ്ത്രീ പുരുഷന്മാർ ഉഭയസമ്മതപ്രകാരം ലൈംഗികവേഴ്ചയിൽ ഏർപ്പെടുന്നതും സ്വവർഗ്ഗരതിയും കുറ്റകൃത്യങ്ങളല്ലെന്ന് അത്യുന്നത ന്യായാസനം അസന്ദിഗ്ദ്ധമായെടുത്ത നിലപാടും വ്യാപകമായ ചർച്ചകൾക്കും സംവാദങ്ങൾക്കും വഴിതുറന്നിട്ടു. ശബരിമല സ്ത്രീപ്രവേശനത്തിന് '91ലെ ഹൈക്കോടതി വിധി ഏർപ്പെടുത്തിയ നിയന്ത്രണം റദ്ദാക്കിയ ഉന്നതനീതി പീഠത്തിന്റെ ഉത്തരവ് വ്യക്തി സ്വാതന്ത്ര്യവും ലിംഗസമത്വവും ഉയർത്തിപ്പിടിക്കുന്ന, പരമ്പരാഗതമായ നൈതിക സങ്കല്പങ്ങളെ നവീകരിക്കാൻ, നിർബന്ധിക്കുന്ന സൂചിതവിധി നിർണ്ണയങ്ങളുടെ 'സ്പിരിറ്റി'നോട് സ്വയംചേർന്ന് നിൽക്കുന്നുണ്ട്. നെടുനാൾ നിലനിന്നു പോന്ന ഒരാചാരലംഘനത്തിന് പച്ചക്കൊടിക്കാട്ടുകയല്ല, കീഴ്ക്കോടതിയുടെ ഉത്തരവ്, ഭരണഘടനയുടെ സത്തയ്ക്ക് നിരക്കുന്നതല്ലെന്ന് തിരിച്ചറിഞ്ഞ് തിരുത്തുക മാത്രമാണ് സുപ്രീംകോടതി

ചെയ്തതെന്ന സത്യം ആചാരലംഘനത്തിന്റെ പേരു പറഞ്ഞ് കോലാഹലം കൂട്ടുന്നവർ മറച്ചു പിടിക്കുകയാണ്. കുഞ്ഞുങ്ങളുടെ 'ചോറൂണ്' മുതൽ സിനിമാഷൂട്ടിങ്ങ് വരെ നടക്കുമ്പോൾ യുവതികളായ സ്ത്രീകൾ ധാരാളം വന്നു പോയിരുന്ന ക്ഷേത്രസങ്കേതത്തിൽ, ഋതുമതികൾക്ക് പ്രവേശനം വിലക്കിയ കോടതിവിധിയാണ്, സനാതനമായ ഏതോ മതാനുശാസനമല്ല, സുപ്രീം കോടതി അസാധുവാക്കിയത്. ഹൈക്കോടതി വിധി പ്രാബല്യത്തിലുള്ളപ്പോൾ നിർദ്ദിഷ്ട പ്രായപ്പരിധിയിലുള്ള വനിതകളുടെ ക്ഷേത്രപ്രവേശനം നിയമവിരുദ്ധമായിരുന്നു. എന്നാലിപ്പോൾ നിരോധനമോ നിർബ്ബന്ധമോ കൂടാതെ ക്ഷേത്രത്തിൽ പോകാനെന്നപോലെ പോകാതിരിക്കാനും സ്ത്രീകൾക്ക് സ്വാതന്ത്ര്യം കിട്ടിയിരിക്കുന്നു. ആളുകളുടെ സഞ്ചാരസ്വാതന്ത്ര്യവും ആരാധനാസ്വാതന്ത്ര്യവും തടയുന്നതും, പലരും അനുഭവിക്കുന്ന അവകാശം ചിലർക്ക് (ഇവിടെ ഒരു വിഭാഗം സ്ത്രീകൾക്ക്) നിഷേധിക്കുന്നതും ഇന്ത്യൻ ഭരണഘടനയുടെ ഉള്ളടക്കത്തോട് ഒത്തുപോകില്ലെന്നാണ് സുപ്രീംകോടതി കൃത്യമായി ചൂണ്ടിക്കാണിച്ചത്. കേവലം ഒരു ക്ഷേത്രാചാരം പോറ്റാനോ മാറ്റാനോ അല്ല, രാഷ്ട്രജീവിതം ഉറപ്പുവരുത്താനുള്ള നൈതിക ജാഗ്രതയാണ് കോടതി പ്രകടിപ്പിച്ചത്.

ഇനി, ആചാരലംഘനത്തിന്റെ പ്രശ്നം തന്നെയാണ് ഇവിടെയുള്ളതെന്ന് വാദത്തിനുവേണ്ടി സമ്മതിച്ചാൽ തന്നെ, ആചാരങ്ങൾ അലംഘനീയമാണെന്ന് ആരാണ് പറഞ്ഞത്? ഇന്നലെ ചെയ്തുപോയ അബദ്ധങ്ങളാണ് ഇന്നത്തെ ആചാരങ്ങൾ എന്നും അതിന് സമ്മതം മൂളരുതെന്നും 'നവോത്ഥാനത്തിന്റെ കവി'യെന്ന് ശരിയായി വിശേഷിപ്പിക്കപ്പെട്ട കുമാരനാശാനാണ് പറഞ്ഞത്. ഋതുമതികളുടെ ക്ഷേത്രപ്രവേശനവിലക്കാണ് ശബരിമലയിലെങ്കിൽ മുമ്പൊരുകാലത്ത് വിദ്യാലയപ്രവേശനവും അവർക്ക് നിഷിദ്ധമായിരുന്നു. ഋതുമതിയാവുന്നതോടെ പെൺകുട്ടി പഠിപ്പ് മതിയാക്കണം. കുടയെടുക്കുകയും (മഹാനരകമായ മറക്കുട!) കുപ്പായമൂരുകയും വേണം. കെട്ട ഈ ആചാരക്കെട്ടു പൊട്ടിക്കാൻ, കുടില സമുദായനീതിക്കെതിരെ നിവർന്നു നിൽക്കാൻ ധൈര്യം കാട്ടിയ കന്യകയെ എം.വി. ഭട്ടതിരിപ്പാട് (പ്രേംജി), തന്റെ നാടകത്തിലെ ("ഋതുമതി") നായികയാക്കുന്നുണ്ട്.

സ്ത്രീയുടെ മുഖപടം അഴിച്ച് രാജ്യത്തിന്റെ മുറിവ് കെട്ടണമെന്ന് വി.ടി.യും (അടുക്കളയിൽ നിന്ന് അരങ്ങത്തേക്ക്), 'കയ്യില് പിടിക്കുന്ന കൈകൾ കൊടികളേന്തുന്ന' കാലം വരുമെന്ന് കെ.ടി. മുഹമ്മദും ('ഇതു ഭൂമിയാണ്') എഴുതിയിട്ടുണ്ട്. നമ്മുടെ കവിതയുടേയും കലയുടേയും മാത്രമല്ല, ചരിത്രത്തിന്റേയും ചാലകശക്തി ആചാരലംഘനങ്ങളായിരുന്നു. ക്ഷേത്രങ്ങൾ, ആരാധനാലയങ്ങൾക്കപ്പുറം ആചാരക്രമങ്ങളിലൂടെ, അധികാരബന്ധങ്ങളെ ദൃഢീകരിച്ച സ്ഥാപനങ്ങൾ കൂടി ആയിരുന്നു. എവിടെ ആചാരമുണ്ടോ അവിടെ അധികാരമുണ്ട്. ആളുകളുടെ വിശ്വാസങ്ങളുമായല്ല, അതാതുകാലത്തെ ആധികാരഘടനകളോടാണ്

ആചാരങ്ങൾ കെട്ടുപിണഞ്ഞു കിടക്കുന്നത്. വിശ്വാസം ഉള്ളിലുണരുന്നതാണെങ്കിൽ, ആചാരം പുറമേ നിന്ന് അടിച്ചേൽപ്പിക്കുന്നതാണ്. വിശ്വാസം അപാരതയാണെങ്കിൽ ആചാരം അതിരുകളും മതിലുകളും ആണ്. അതുകൊണ്ട് ആചാരവിരുദ്ധത അധികാരവിരുദ്ധതയും ആചാരരക്ഷാവ്യഗ്രത ജാത്യാധികാരവും ആണധികാരവുമെല്ലാം നിലനിർത്താനുള്ള പ്രച്ഛന്നതന്ത്രവുമാണ്. ജാതിമേധാവിത്വവിരുദ്ധസമരം, ക്ഷേത്രാചാരലംഘനങ്ങളായാണ് കേരളചരിത്രത്തിൽ പ്രത്യക്ഷപ്പെട്ടത്. അവർണർ ക്ഷേത്രനടയിൽ മാത്രമല്ല, വഴിയിലും കാലുകുത്തരുതെന്നുള്ളത് നീക്കുപോക്കില്ലാത്ത ആചാരമായിരുന്നു. അത് ലംഘിക്കാൻ മുൻകയ്യെടുത്തവരാണ്, രക്ഷിക്കാൻ ഒത്തുകൂടിയവരല്ല, നവകേരളം സൃഷ്ടിച്ചത്. അന്ന് വൈക്കത്തും ഗുരുവായൂരിലും സമരമുഖങ്ങളിൽ ജ്വലിച്ചുനിന്ന ടി.കെ മാധവനും കെ. കേളപ്പനും പി.കൃഷ്ണപ്പിള്ളയും എ.കെ. ഗോപാലനും സ്വാതന്ത്ര്യസമര സേനാനികരായ കോൺഗ്രസ്സുകാരായിരുന്നു. സമരവിരോധികൾ ജാതിജന്മിനാടുവാഴികൾക്കും ബ്രിട്ടീഷ്‌രാജിനും സ്തുതി പാടുന്നവരായിരുന്നു.

ക്ഷേത്രമണ്ഡപത്തിലെ കൂട്ടമണിയടിച്ച് ആചാരലംഘനം നടത്തിയ ഉശിരുള്ളവരെ അടിക്കാനെത്തിയവരെ ഉളുപ്പില്ലാത്തവരെന്നാണ് കൃഷ്ണപ്പിള്ള അഭിസംബോധന ചെയ്തത്. ഇനിയും ഉളുപ്പില്ലാത്തവർക്ക് വംശനാശം ഭവിച്ചിട്ടില്ലെന്ന് ശബരിമലയുടെ പേരിൽ തെരുവിലിറങ്ങിയ കൂട്ടം തെളിയിച്ചിരിക്കുന്നു. ആ കൂട്ടായ്മയിൽ പങ്കുചേരാനുള്ള ചർമ്മബലം കേരളത്തിലെ കോൺഗ്രസ്സിനുണ്ടാവില്ലെന്നാണ് കരുതിയത്. 1924ലെ വൈക്കം സത്യാഗ്രഹത്തിന്റേതല്ല, 1959ലെ 'വിമോചന സമര'ത്തിന്റെ പൈതൃകമാണ് അവരുടേതെന്നിപ്പോൾ വ്യക്തമായി. ഈ പുത്തൻ വിമോചനസമരത്തിൽ പങ്കെടുക്കുമ്പോൾ കോൺഗ്രസ്സിന്റെ കൊടിപിടിക്കരുതെന്ന് പ്രത്യേകം നിർദ്ദേശമുണ്ടത്രേ. കോൺഗ്രസ്സിന് കോൺഗ്രസ്സിന്റേതായി ഒരു കൊടിമാത്രമേ ഇനി ബാക്കിയുള്ളൂ. അതും ഉപേക്ഷിക്കാൻ നേരമായെന്ന് തിരിച്ചറിഞ്ഞ ചെന്നിത്തലയ്ക്കും കൂട്ടർക്കും മറ്റെന്തില്ലെങ്കിലും ചരിത്രബോധമില്ലെന്നാരും പറഞ്ഞുപോകരുത്!

അവർണ്ണർക്ക് ക്ഷേത്രപ്രവേശനത്തിന് പിന്തുണയുമായി മന്നത്ത് പത്മനാഭൻ ഗുരുവായൂർ സമരകാലത്ത് ഒരു സവർണ്ണജാഥ നയിക്കുകയുണ്ടായി. ഇന്ന് നവയാഥാസ്ഥിതികരുടെ, വർഗ്ഗീയവാദികളുടെ, വലയിൽ വീണു വലയുന്ന ചില സ്ത്രീകൾ ശബരിമല തങ്ങൾക്ക് 'ബാലികേറാമല'യാണെന്ന് പറയുന്നു. അധികാരം ഇരകളെ കൊന്നുതിന്നുക മാത്രമല്ല, ഇണക്കിയെടുത്ത് അനുയായികളായി കൂടെ കൊണ്ടു നടക്കാനും വൈഭവമുള്ളതാണ്. ആൺകോയ്മയുടെ പ്രത്യയശാസ്ത്രം, ആൺപെൺ വ്യത്യാസമില്ലാതെ സമൂഹചേതനയെ ആഴത്തിൽ സ്വാധീനിച്ചു നിൽപ്പാണെന്ന ഘോരസത്യത്തിലേക്കാണ് ഈ തെരുവ് കാഴ്ചകൾ വിരൽ ചൂണ്ടുന്നത്.

2014-ൽ വികസനത്തെക്കുറിച്ച് പറഞ്ഞത് തെരഞ്ഞെടുപ്പ് വേളകളിൽ പതിവുള്ള പൊള്ളയായ വാചകമടികളായിരുന്നുവെന്ന് ആംഗ്യം അമിത്ഷായും ഇപ്പോൾ നിതിൻഗഡ്കരിയും ഏറ്റുപറഞ്ഞിരിക്കുന്നു. എന്നാലിത്തവണ വികസനമല്ല, വിഭജനമാണ് ബി.ജെ.പി.യുടെ തെരഞ്ഞെടുപ്പ് തന്ത്രം. മിന്നുന്നതെല്ലാം പൊന്നല്ലാത്തതുപോലെ, സംഘപരിവാറിന് ഇന്ത്യയിലുള്ളവർ മുഴുവൻ ഇന്ത്യക്കാരല്ല. 'ദേശി'കൾക്കിടയിൽ ചില 'വിദേശികൾ' നുഴഞ്ഞു കയറിയിട്ടുണ്ട്. അത്തരക്കാരെ തെരഞ്ഞുപിടിച്ച് പുറത്താക്കുമെന്നായിരിക്കും അവരുടെ തെരഞ്ഞെടുപ്പ് വാഗ്ദാനം. ജാതിമതവംശലിംഗഭേദമില്ലാതെ സകല ഇന്ത്യക്കാർക്കും തുല്യാവകാശം ഉറപ്പുനൽകുന്ന മൗലികപ്രമാണമായ ഭരണഘടനയോട് ആജന്മവൈരം അവർക്കുണ്ട്. 'തരുണിപാദജഗർഹിണി'യായ 'മനുസ്മൃതി'യാണ് 'സംഘി'കളുടെ 'മഗ്നാകാർട്ട'. അതുകൊണ്ട് പൗരവകാശ ലംഘനത്തിന്റെ പേരിൽ ശബരിമലയുടെ സ്ത്രീപ്രവേശന നിരോധനം നീക്കിയ സുപ്രീംകോടതിയുടെ ഭരണഘടനാബഞ്ചിന്റെ നിഗമനങ്ങളോട് അക്ഷരത്തിലും അർത്ഥത്തിലും അവർക്ക് യോജിക്കാനാവില്ല. അധികാരം വഹിക്കുന്നവർ അത് സഹിക്കുന്നവരെ എന്നും എവിടേയും അപരവൽക്കരിക്കുകയും അധമവൽക്കരിക്കുകയും പതിവുള്ളതാണ്. ഇന്ത്യയിലാകട്ടെ സ്വയം ശുദ്ധരായും ശ്രേഷ്ഠരായും സ്ഥാപിച്ചെടുത്ത് അപരരെ അശുദ്ധരും മ്ലേച്ഛരുമായി അകറ്റി നിർത്തിയിട്ടാണ് ബ്രാഹ്മണീയമായ അധീശത്വം ചിരകാലം നിലനിന്നത്.

സ്ത്രീകളേയും ദരിദ്രരേയും അശുദ്ധി കൽപ്പിച്ച് ചവുട്ടിത്താഴ്ത്തിയ ഇന്ത്യൻ മേധാവിവർഗ്ഗത്തിന്റെ മർദ്ദനയന്ത്രവും തന്ത്രവും കാലോചിതമായി പരിഷ്ക്കരിച്ച് തങ്ങളുടെ രാഷ്ട്രീയവ്യവഹാരവുമായി വിളക്കിച്ചേർക്കാൻ സംഘപരിവാറിന് കഴിഞ്ഞിരിക്കുന്നു. ഉത്തമരും ശുദ്ധരും ആയ ദേശികളുടെ ഭൂരിപക്ഷത്തെ സ്വയം പ്രതിനിധീകരിക്കുമ്പോൾ അശുദ്ധരും അധമരുമായ വിദേശികളുടെ ന്യൂനപക്ഷത്തെ പ്രീണിപ്പിക്കുകയാണ് തങ്ങളുടെ രാഷ്ട്രീയ എതിരാളികളെന്നും വാദിച്ചുറപ്പിക്കാനാണ് ബി.ജെ.പി. ശ്രമിക്കുന്നത്. കേരളത്തിൽ ഈ രാസായുധത്തിന്റെ പരീക്ഷണശാലയായി ശബരിമലയെ മാറ്റിയെടുക്കാൻ അവർ മോഹിക്കുന്നു. അന്ന് വന്നവന്റെ പേരു പറഞ്ഞ് യുവതികൾക്ക് അയിത്തം കൽപ്പിച്ച് അവരുടെ മുമ്പിൽ ക്ഷേത്രകവാടം അടച്ചിടാൻ വാശിപിടിക്കുന്നത് ശബരിമലക്ഷേത്രത്തിലൂടെ പ്രവേശിച്ച് കേരളരാഷ്ട്രീയത്തിന്റെ കേന്ദ്രത്തിലെത്താമെന്ന് ബി.ജെ.പി. കണക്കുകൂട്ടുന്നതുകൊണ്ടാണ്.

ബഹുവർണ്ണാഞ്ചിതമായ നമ്മുടെ സംസ്കാരത്തിന്റെ സംരചനയ്ക്ക് പകരം സങ്കുചിതമായ മറ്റൊന്ന് നിരീക്ഷിച്ചെടുക്കാൻ സംഘപരിവാർ പാടുപ്പെടുകയാണ്. കേരളീയന്റെ ഓർമ്മകളെ, വിശ്വാസങ്ങളെ, ചരിത്രത്തെ ഒക്കെ അവർ അഴിച്ചു പണിയുകയാണ്. ഓണം

മഹാബലിയിൽ നിന്ന് പിടിച്ചെടുത്ത് വാമനന് പതിച്ചു നൽകാനും നമ്മുടെ ചരിത്രത്തിന്റെ ജനകീയ ഉള്ളടക്കം ചോർത്തിയെടുത്ത് രാജകീയമായി അത് പുനരാഖ്യാനം ചെയ്യാനും ആർ.എസ്.എസ് 'വിചാര കേന്ദ്ര'ങ്ങൾ ഇളവില്ലാതെ വേലചെയ്യുന്നുമുണ്ട്. ശബരിമല അയ്യപ്പനേയും അവർക്ക് അപനിർമ്മിക്കേണ്ടതുണ്ട്. നാടോടിയായ വിശ്വാസങ്ങളും കഥകളും സ്മൃതികളുമാണ് ശബരിമലശാസ്താവിനെ ചൂഴ്ന്നു നിൽക്കുന്നത്. വനവാസികളുടെ കുലദേവതയായ ശബരിയുടെ നിർവ്യാജവും നിഷ്ക്കളങ്കവുമായ ഭക്തിയിലാണ്, വരേണ്യപൗരോഹിത്യത്തിന്റെ 'വിഭക്തി'യിലല്ല അയ്യപ്പൻ വാണരുളുന്നത്. ബാബറുടെ (വാവർ) പള്ളിയിൽ പോയി പ്രാർത്ഥിക്കാതെ അയ്യപ്പഭക്തരുടെ ശബരിമല ദർശനം പൂർത്തിയാവുകയില്ല. ഉദാരവും വിശാലവുമായ ആരാധനയുടെ ഈ 'ശബരിമല മാർഗ്ഗം' ബാബറി പള്ളി പൊളിച്ച രാഷ്ട്രീയ ധാർഷ്ട്യത്തിന് മനസ്സിലാവുകയുമില്ല.

■

അശുദ്ധിയുടെ വ്യാഖ്യാനങ്ങൾ

കെ.ഇ.എൻ. കുഞ്ഞഹമ്മദ്

'അശുദ്ധി'യെന്നൊരു വാക്കിന്റെ കോടതി വ്യാഖ്യാനമാണ്, ക്ഷേത്ര പ്രവേശന സമരങ്ങളെത്തന്നെ അനിവാര്യമാക്കിയതെന്നറിയുമ്പോൾ, ആദ്യം ആരുമൊന്ന് അമ്പരക്കും. വാക്കുകൾ ചിലപ്പോൾ ചരിത്രരേഖ കളേക്കാൾ ഉച്ചൈസ്തരം, ഒരു കാലഘട്ടത്തെക്കുറിച്ച് ഉദ്ഘോഷിക്കും എന്ന് പ്രശസ്ത ചരിത്രപ്രതിഭയായ എറിക് ഹോബ്സ്ബോം പറഞ്ഞത്, മലിനപ്പെടുത്തുക, അശുദ്ധമാക്കുക എന്നർത്ഥമുള്ള ഇംഗ്ലീഷിലെ 'ഡി ഫൈൽ' (Defile) എന്ന വാക്കിനെ സംബന്ധിച്ചിടത്തോളം, നൂറുശതമാ നവും പ്രസക്തമാണ്. 1924ലെ ചരിത്രപ്രസിദ്ധമായ വൈക്കം സമര നായകനായ ദേശാഭിമാനി ടി.കെ മാധവൻ, 'മലിനപ്പെടുത്തൽ' എന്നർ ത്ഥത്തിലുള്ള ഒരു വാക്ക്, നമ്മുടെ നീതിന്യായവ്യവസ്ഥയേയും ജനാധി പത്യ ജീവിതത്തെയാകെയും എങ്ങനെ മലിനപ്പെടുത്തിയെന്ന് ആചാര്യ പിസി റായിയുമായുള്ള സംഭാഷണത്തിൽ വിശദമാക്കിയത്; ഇപ്പോഴത്തെ ശബരിമല സംബന്ധിച്ച സുപ്രീംകോടതി വിധിയുടെ പശ്ചാത്തലത്തിൽ ഓർത്തെടുക്കുന്നത് സൗഹൃദസാന്നിധ്യമായ ശബരിമലയെ സംഘർഷ കേന്ദ്രമാക്കാനുള്ള സംഘപരിവാർ സമീപനങ്ങളുടെ യഥാർത്ഥ കാരണം എളുപ്പത്തിൽ കണ്ടെടുക്കാൻ സഹായിക്കും.

ഇന്ത്യൻ നാഷണൽ കോൺഗ്രസ് രൂപീകരിക്കപ്പെട്ട, 1885 -ലാണ്, ശ്രീനാരായണഗുരുവിന്റെ പ്രസിദ്ധമായ ശിവപ്രതിഷ്ഠയ്ക്കും മൂന്നുവർഷം മുമ്പാണ്, വിശാഖപട്ടണത്തിലെ ഒരു ശിവക്ഷേത്രത്തിൽ, ഒരു കീഴ്ജാതി ക്കാരൻ അഭിഷേകം നടത്തിയ സംഭവം കോടതിയിലെത്തിയത്. ഒരു ശിവരാത്രി നാളിലാണ്, ശിവലിംഗത്തിൽ കരിക്കിൻവെള്ളംകൊണ്ട് ജാതി യിൽ തട്ടാൻ വിഭാഗത്തിൽപ്പെട്ട ഒരു ഭക്തൻ, ആ ക്ഷേത്രത്തിലെതന്നെ രണ്ട് ബ്രാഹ്മണ പുരോഹിതന്മാരുടെ മന്ത്രോച്ചാരണത്തോടൊപ്പം അഭി ഷേകം നിർവ്വഹിച്ചത്. ക്ഷേത്രത്തിലെ തന്നെ മറ്റൊരു ബ്രാഹ്മണ പുരോ ഹിതൻ, താഴ്ന്നജാതിക്കാരനായ തട്ടാന് സ്വയം അഭിഷേകം നടത്താൻ അവകാശമില്ലെന്നും ഇതാചാരലംഘനമാണെന്നും ബഹളം വെച്ചു. തുടർന്ന് ക്ഷേത്രം പുണ്യാഹം തളിച്ച് ശുദ്ധമാക്കി. ബഹളത്തിനിടയിൽ

താൻ അഭിഷേകം ചെയ്ത ശിവലിംഗം താനുണ്ടാക്കിയതാണെന്നും എന്റെ ഈശ്വരനെ പൂജിക്കാൻ എനിക്കവകാശമുണ്ടെന്നും തട്ടാൻ വാദിച്ചു. തട്ടാനെതിരെ പുണ്യാഹം നടത്തി ക്ഷേത്രം ശുദ്ധീകരിച്ച യാഥാസ്ഥിതിക പുരോഹിതർ കോടതിയെ സമീപിച്ചു. കോടതി ആ തട്ടാനെ അഭിഷേകം നടത്തിയതിന്റെ പേരിൽ ശിക്ഷിച്ചില്ല. എന്നാൽ തട്ടാൻ ശിവലിംഗത്തിൽ അഭിഷേകം നടത്തിയത്, ക്ഷേത്രത്തെ അശുദ്ധപ്പെടുത്തലായി വിധിക്കുകയും ചെയ്തു. വിചിത്രമെന്ന് തോന്നാവുന്ന ഈയൊരു സംഭവം നടന്നിട്ടില്ലായിരുന്നെങ്കിൽ, ക്ഷേത്രപ്രവേശനത്തിന് വേണ്ടി, അധഃസ്ഥിതർ എന്നാക്ഷേപിക്കപ്പെട്ടവർക്ക് സമരമോ നടത്തേണ്ടി വരുമായിരുന്നില്ല. സത്യത്തിൽ ഭക്തനായ ഒരാൾ, ഭൂമിയിലെ ഏറ്റവും ശുദ്ധമായ കരിക്കിൻവെള്ളംകൊണ്ട് തന്റെ ഇഷ്ടമൂർത്തിയിൽ അഭിഷേകം നടത്തുമ്പോൾ, സാധാരണഗതിയിൽ, മാനുഷികപക്ഷത്തുനിന്നും ആത്മീയപക്ഷത്തുനിന്നും ആലോചിച്ചാൽ അതിലൊരു അശുദ്ധിയും ആർക്കും കണ്ടെത്താൻ കഴിയില്ല. ചോര, ചലം, മലം, മൂത്രം, ചളി തുടങ്ങി അഴുക്കാക്കുന്ന ഒരു വസ്തുവിന്റെയും പ്രശ്നം അവിടെയുണ്ടായിരുന്നില്ല. ആണായതിനാൽ ആർത്തവചോരയുടേയും!

എന്നിട്ടും എന്തുകൊണ്ടാണ്, ഇന്ത്യൻ പീനൽകോഡിലെ 295-ാം വകുപ്പ്തന്നെ ഉപയോഗിച്ച്, 'മലിനമാക്കുക എന്ന ആശയത്തെ 'വൃത്തികേടാക്കുക' എന്ന പ്രാഥമികാർത്ഥം പരിഗണിക്കാതെ, 'അയിത്തമാക്കുക എന്ന് 'നീചമായ അർത്ഥം' കോടതി അംഗീകരിച്ചത്? 'മനുസ്മൃതി' അനുസരിച്ചാണെങ്കിൽ, കീഴ്ജാതിക്കാരുടെ ജീവിതമാകെത്തന്നെ മ്ലേഛമാണെന്ന് വാദിക്കാവുന്നതാണ്. എന്നാൽ എന്തടിസ്ഥാനത്തിലാണ്, ഇന്ത്യൻ പീനൽകോഡിലെ 295-ാം വകുപ്പിനെ ആ വിധം വക്രീകരിച്ച് അവതരിപ്പിച്ചത്. അവിടെയാണ് ഇന്ത്യൻ ജാതിവ്യവസ്ഥയുടെ മനുഷ്യത്വവിരുദ്ധതയുടെ ആഴം വെളിപ്പെടുന്നത്. ജസ്റ്റീസ് പോർട്ടർ എന്ന യൂറോപ്യൻ ജഡ്ജി, 'ഡിഫൈൽ' എന്നതിന്റെ ആദ്യ അർത്ഥം, 'അഴുക്കാക്കൽ' എന്നാണെന്നും അതിനാൽ ശിവലിംഗത്തിൽ അഭിഷേകം ചെയ്ത തട്ടാൻ ഒരുതരത്തിലുള്ള ആചാരലംഘനവും നടത്തിയിട്ടില്ലെന്നും കൃത്യമായും നിയമവ്യവസ്ഥയ്ക്കകത്തുനിന്നും വ്യക്തമാക്കി. സത്യത്തിൽ ഇന്ത്യൻ പീനൽ കോഡിലെ 295-ാം വകുപ്പ്, ആക്ഷേപിക്കുക, തകർക്കുക എന്ന ലക്ഷ്യത്തോടെ, ആരാധനാലയങ്ങളിൽ പ്രവേശിക്കുന്നതിനെയാണ് ശിക്ഷാർഹമായി കാണുന്നത്. എന്നാൽ വിശാഖപട്ടണം ശിവക്ഷേത്രകേസിൽ നാം കാണുന്നത് ഹിന്ദുമതത്തിൽ ത്തന്നെ പെട്ട, വിശ്വാസിയായൊരു തട്ടാൻ അതും ആ ക്ഷേത്രത്തിലെ ബ്രാഹ്മണ പുരോഹിതരിൽ ചിലരുടെ സഹായത്തോടെ അഭിഷേകം നിർവ്വഹിക്കുന്നതാണ്. അതിലെവിടെയാണ് 'ആക്ഷേപിക്ക'ലുള്ളത്. സ്വന്തം ഭക്തി, അതും വ്യവസ്ഥാപിത വിധത്തിൽ ആവിഷ്കരിച്ചതാണോ തട്ടാൻ ചെയ്ത തെറ്റ്?

ജസ്റ്റിസ് പോർട്ടറുടെ 'മലിനീകരണം' എന്നർത്ഥമുള്ള 'Defile' എന്ന വാക്കിന്റെ വ്യാഖ്യാനം മദ്രാസ് ഹൈക്കോടതി അന്ന് അംഗീകരിച്ചിരുന്നെങ്കിൽ, ഇന്ന് ശബരിമലയിലെന്നപോലെ കാര്യങ്ങളെ ഇത്രമേൽ സംഘർഷനിർഭരമാക്കാൻ, ജാതിശക്തികൾക്ക് കഴിയുമായിരുന്നില്ല. എന്നാൽ മഹാപണ്ഡിതനും പല അർത്ഥത്തിലും സാമൂഹ്യ പരിവർത്തനത്തിൽ തൽപ്പരനുമായിരുന്ന ജസ്റ്റീസ് മുത്തുസ്വാമി അയ്യർ, അശുദ്ധപ്പെടുത്തുക, മലിനപ്പെടുത്തുക എന്നർത്ഥമുള്ള 'Defile'എന്ന വാക്കിന്, യൂറോപ്യൻ ജഡ്ജിയായ മിസ്റ്റർ പോർട്ടറുടേതിൽനിന്ന് തീർത്തും വ്യത്യസ്തമായ വ്യാഖ്യാനമാണ് നൽകിയത്. 'അശുദ്ധി' എന്ന വാക്കിനെ 'ലൗകിക' മായല്ല കാണേണ്ടതെന്നും ബ്രാഹ്മണർ എന്താണോ അശുദ്ധമായി കാണുന്നത്, അതാണ് 'അശുദ്ധം' എന്നുമാണദ്ദേഹം വാദിച്ചത്. സത്യത്തിൽ ജസ്റ്റിസ് പോർട്ടറുടെ 'ലൗകിക അശുദ്ധി' വ്യാഖ്യാനവും, ജസ്റ്റീസ് മുത്തുസ്വാമി അയ്യരുടെ താന്ത്രിക അശുദ്ധി വ്യാഖ്യാനവും തമ്മിലുള്ള ഏറ്റുമുട്ടലിന്നിടയിൽ വെച്ച് വിശ്വാസികളുടെ മനുഷ്യാവകാശത്തിന്റെ എല്ലാണ് പൊട്ടിയത്. ബ്രിട്ടീഷ് ഇന്ത്യയിലെ ആദ്യത്തെ ഇന്ത്യൻ ജഡ്ജിയായ മുത്തുസ്വാമി അയ്യർ, ഏറ്റവും ചുരുങ്ങിയത് 1885-ലെ വിശാഖപട്ടണം ശിവക്ഷേത്ര ആചാരലംഘനം കേസിലെങ്കിലും ഇന്ത്യൻ ജനതയ്ക്കെതിരായ നിലപാടിലേക്ക് വഴുതി വീഴുകയാണുണ്ടായത്. ഇന്ത്യൻ പീനൽകോഡ് അദ്ദേഹം വ്യാഖ്യാനിച്ചത് 'മനുസ്മൃതി' യുടെ കാഴ്ചപ്പാടിലൂടെയാണ്. ആ വ്യാഖ്യാനമാണ്, വീണ്ടും അമ്പരപ്പുണ്ടാക്കും വിധം, സമാനമായ ആചാരലംഘനകേസ്സുകളിലെല്ലാം അടിസ്ഥാന സമീപനമായി പിൽക്കാലത്ത് സ്വീകരിക്കപ്പെട്ടത്. മജിസ്ട്രേറ്റിന് മുകളിലാണ് ഇന്ത്യൻ പുരോഹിതന്റെ സ്ഥാനം എന്ന് അംബേദ്ക്കർ അമർത്തി പറഞ്ഞതിന് ഇങ്ങനെയുമൊരർത്ഥമുണ്ട്!

'Defile'എന്ന വാക്കിന് തീണ്ടൽമൂലം അശുദ്ധമാക്കുക എന്നുള്ള ജാതിമേൽക്കോയ്മക്ക് മാത്രം പഥ്യമായ വിചിത്രമായ മുത്തുസ്വാമിഅയ്യർ നല്കിയ അർത്ഥത്തെക്കുറിച്ച് ടി.കെ. മാധവൻ പറഞ്ഞത്, ബ്രാഹ്മണ ജഡ്ജിയുടെ അർത്ഥം വാക്കിനെ ഞെക്കിപ്പിഴിഞ്ഞുണ്ടാക്കിയതാണ് എന്നത്രെ! സൂക്ഷ്മാർത്ഥത്തിൽ 'പരിഷ്കരണവാദിയായ' മുത്തുസ്വാമി അയ്യരെപോലുള്ള പ്രശസ്തനായൊരു നിയമജ്ഞന്റെപോലും നിശിതമായ യുക്തി നിലംപരിശായത് 'ജാതിമേൽക്കോയ്മക്കു' മുമ്പിലാണ്. ഇതിന്റെതന്നെ തുടർച്ചയാണ്, ജാതിനശീകരണസംഘമായ, ജത്-പത്-തോടക് മണ്ഡൽ, സ്വന്തം സമ്മേളനത്തിൽ ആദ്ധ്യക്ഷ്യം വഹിക്കാൻ അംബേദ്ക്കറെ ക്ഷണിച്ചതും ജാതിക്കെതിരെ നിശിത നിലപാടെടുത്തതിന്റെ പേരിൽ, ആ ആദ്ധ്യക്ഷപ്രസംഗം വേണ്ടാന്ന് വെച്ചതും.

ഇന്ത്യയെ അധിക്ഷേപിക്കുന്ന, അഴുക്കുചാൽ റിപ്പോർട്ടെന്ന്, മഹാത്മാ ഗാന്ധി വിമർശിച്ച മിസ്മേയോവിന്റെ കൃതിക്ക് സിന്ദാബാദ് വിളിക്കാൻ പോലും ഇന്ത്യക്കാർ തയ്യാറാവേണ്ടി വന്നതും, 'മുത്തുസ്വാമി അയ്യർ'

മോഡൽ വിധികളുടെയും സമീപനങ്ങളുടെയും പശ്ചാത്തലത്തിലാണെന്നുള്ളത് വിസ്മരിക്കരുത്. 'മനുസ്മൃതി വേണ്ട', മിസ്മേയോസ്മൃതി മതി എന്ന് മുമ്പ് ശ്രീനാരായണ പ്രസ്ഥാനത്തിന്റെ നേതാവായ കെ.ആർ. അച്യുതൻ പറഞ്ഞത്, മിസ്മേയോസ്മൃതി വേണം എന്ന അർത്ഥത്തിലല്ല, മനുസ്മൃതി വേണ്ട വേണ്ട എന്ന അർത്ഥത്തിലാണ്.

'അയിത്തജാതിക്കാരനെ ശങ്കരാചാര്യരായി അഭിഷേചിച്ച് മഹാരാഷ്ട്രയിലെ ബ്രാഹ്മണർ അദ്ദേഹത്തിന്റെ പാദങ്ങളിൽ കുമ്പിടാൻ തയ്യാറാണോ' എന്ന അംബേദ്ക്കറുടെ പഴയ ചോദ്യം, ഇന്നും ഇന്ത്യയിൽ ഭൂമികുലുക്കമുണ്ടാക്കും വിധമുള്ള പുതിയ ചോദ്യം കൂടിയാണ്. ഇതിനു മുമ്പിൽ നിന്നും നോക്കുമ്പോൾ ശബരിമലയിലെ 'സ്ത്രീഅശുദ്ധി' വാദമൊക്കെ എത്ര നിസ്സാരം!

■

സാമൂഹികധാർമ്മികതയും ഭരണഘടനാ ധാർമ്മികതയും തമ്മിലുള്ള മുഖാമുഖം

സണ്ണി എം. കപിക്കാട്

ശബരിമല സ്ത്രീപ്രവേശനത്തിനുള്ള സുപ്രീംകോടതി വിധി നടപ്പിലാക്കിയാൽ കേരളത്തിലെ ഗവൺമെന്റിനെ വലിച്ചുതാഴെയിടുമെന്നുള്ള ബി.ജെ.പി. ദേശീയ അദ്ധ്യക്ഷൻ അമിത്ഷായുടെ പ്രസ്താവന ഈ പ്രക്ഷോഭത്തിന്റെ യഥാർത്ഥ താത്പര്യമെന്താണെന്ന് കൂടുതൽ വെളിവാക്കുന്നുണ്ട്. ഇവിടെ രണ്ടു കാര്യങ്ങളെ മുൻനിർത്തിയാണ് നമ്മൾ ശബരിമല സ്ത്രീപ്രവേശന വിഷയത്തെ സമീപിക്കേണ്ടത്. ഒന്ന്, വിശ്വാസം എന്നത് ഇന്ത്യൻ ഭരണഘടന അംഗീകരിക്കുന്ന കാര്യമാണ്. അതൊരു അവകാശമാണ്. രണ്ട്, അതോടൊപ്പം തന്നെ ഇന്ത്യൻ ഭരണഘടനയുടെ മൂല്യങ്ങളെ മുൻനിർത്തിയായിരിക്കണം ഇന്ത്യാ മഹാരാജ്യം മുന്നോട്ടുപോകേണ്ടതും. വിശ്വാസികൾ എന്ന നിലയ്ക്ക് അവരുടെ ആചാരാനുഷ്ഠാനങ്ങളിൽ മാറ്റംവരുത്തുമ്പോൾ അതിനോട് എതിർപ്പുണ്ടാവുക സ്വാഭാവികമാണ്. എന്നാൽ ശബരിമല സംഭവവുമായി ബന്ധപ്പെട്ടു നടക്കുന്ന കാര്യങ്ങൾ സ്വാഭാവികമായി നടക്കുന്ന കാര്യങ്ങളാണ് എന്നു കരുതാൻ കഴിയില്ല. അതിന്റെ പിന്നിൽ വളരെ സംഘടിതമായ പരിശ്രമങ്ങൾ ഉണ്ടെന്ന് അതിന്റെ നേതാക്കളുടെ തന്നെ പ്രസ്താവനകളിലൂടെ കേരളത്തിന് ബോധ്യപ്പെട്ടിട്ടുണ്ട്.

ഇനി അഥവാ വിശ്വാസികൾ കൊണ്ടുനടക്കുന്ന ആചാരങ്ങൾ നമ്മുടെ ജനാധിപത്യമര്യാദയ്ക്ക് എതിരാണ്, അല്ലെങ്കിൽ ഇന്ത്യൻ ഭരണഘടന വാഗ്ദാനം ചെയ്യുന്ന സമത്വം, സ്വാതന്ത്ര്യം, സാഹോദര്യം പോലുള്ള അടിസ്ഥാനപരമായ ജനാധിപത്യതത്വങ്ങൾക്കെതിരാണ് എങ്കിൽ തീർച്ചയായും ആ വിശ്വാസങ്ങളെ ഒരു ജനാധിപത്യസമൂഹത്തിന് അനുയോജ്യമായ തരത്തിൽ മാറ്റിയെടുക്കുവാനുള്ള ഉത്തരവാദിത്വം വിശ്വാസിസമൂഹത്തിനുണ്ട്. അക്കാര്യത്തിൽ ഒരു വെല്ലുവിളി ഉയർത്തുന്നതിനു പകരം എങ്ങനെയാണ് അതിൽ മാറ്റംവരുത്തുവാൻ കഴിയുക എന്നാണ് യഥാർത്ഥത്തിൽ ആലോചിക്കേണ്ടത്. കാരണം, വിശ്വാസം എന്നത് ശാശ്വതമായി നിലനിൽക്കുന്ന ഒന്നല്ല എന്ന് കേരളത്തിന്റെ സാമാന്യ

ജനത്തിനോട് നിരന്തരമായി പറഞ്ഞുകൊണ്ടേയിരിക്കേണ്ടിയിരിക്കുന്നു. നിരവധി വിശ്വാസങ്ങളെ മാറ്റിയെടുത്തുകൊണ്ടാണ്, ഉപേക്ഷിച്ചു കൊണ്ടാണ്, പരിഷ്കരിച്ചുകൊണ്ടാണ് ആധുനിക മലയാളി രൂപപ്പെട്ടത് എന്നത് ഒരു ചരിത്രയാഥാർത്ഥ്യമാണ്. ഇത് മറന്നുകൊണ്ടാണ്, ഈ വിശ്വാസങ്ങൾ ഏതാണ്ട് നൂറ്റാണ്ടുകളോളം നിലനിന്നതാണെന്നും ഇനിയും നിലനിൽക്കുമെന്നുമെല്ലാം ചരിത്രത്തിന്റെ യാതൊരുവിധ വസ്തുതാപരമായ അടിസ്ഥാനവുമില്ലാതെ ഇതിന്റെ നേതാക്കൾ പറഞ്ഞു കൊണ്ടിരിക്കുന്നത്.

ശബരിമലയിൽ സ്ത്രീകൾ പ്രവേശിക്കരുത് എന്നത് നിയമപരമായി തടയുന്നത് 1991-ൽ മാത്രമാണ്. അതിനു മുമ്പ് സ്ത്രീകൾ അവിടെ പോവുകയും പ്രാർത്ഥിക്കുകയും ചോറൂണ് നടത്തുകയും ഒക്കെ ചെയ്തിട്ടുള്ളതിനുമെല്ലാം നിരവധി തെളിവുകൾ ഉണ്ട്. വസ്തുതാപരമായി അടിസ്ഥാനമില്ലാത്ത പ്രചാരണ പ്രവർത്തനങ്ങളും ആൾക്കൂട്ടങ്ങളെ സൃഷ്ടിച്ചുകൊണ്ടുള്ള ആക്രമണങ്ങളുമാണ് യഥാർത്ഥത്തിൽ സേവ് ശബരിമല പ്രസ്ഥാനം കേരളത്തിൽ നടത്തിക്കൊണ്ടിരിക്കുന്നത്. ഇതിനെ ബി.ജെ.പി.യും എന്തിന്, ദേശീയ പ്രസ്ഥാനമായിട്ടുള്ള കോൺഗ്രസ്സും കൂടിച്ചേർന്ന് പിന്തുണ കൊടുത്തതോടെ ഈ ആക്രമണം വ്യാപകമായിരിക്കുകയാണ്.

എന്നാൽ ഇവിടെ, ഇന്ത്യൻ ഭരണഘടനാവിധി സൂക്ഷ്മമായി പരിശോധിക്കുമ്പോൾ വിശ്വാസികളുടെ ഏതെങ്കിലും അവകാശത്തെ റദ്ദു ചെയ്യണമെന്ന് കോടതി പറയുന്നേയില്ല. 12 വർഷം നടന്ന കേസ്സിൽ വിശദമായി കാര്യങ്ങൾ പഠിച്ചു മനസ്സിലാക്കിയ കോടതി പറഞ്ഞ ഒരു കാര്യം ശബരിമല അയ്യപ്പനെയും അദ്ദേഹത്തിന്റെ വിശ്വാസികളെയും സവിശേഷാവകാശമുള്ള ഒരു ഭക്തജനമായി പരിഗണിക്കാൻ പറ്റില്ല എന്നതായിരുന്നു. അങ്ങനെയല്ല, ഇത് സവിശേഷമായ അവകാശമുള്ള ഒരു ഭക്തജനമാണെന്ന് സ്ഥാപിക്കാനുള്ള എന്തെങ്കിലും തെളിവ് അഥവാ അഫിഡവിറ്റ് കൊടുക്കാൻ കഴിയാത്തവരാണ് ഇപ്പോൾ ഈ പ്രക്ഷോഭവുമായി രംഗത്തുള്ളത് എന്നത് എല്ലാവർക്കുമറിയാം. ഈ നിലയ്ക്ക് സവിശേഷാവകാശമില്ലാത്തതുകൊണ്ട് അവിടെ പൊതുനിയമങ്ങൾ മാത്രമേ ബാധകമാവുകയുള്ളൂ. അതുകൊണ്ട് സ്ത്രീകൾ അവിടെ പ്രവേശിക്കുന്നതു വിലക്കുന്നത് ഭരണഘടനാപരമായി ശരിയല്ല എന്നാണ് കോടതിവിധിയുടെ ഉള്ളടക്കം. ഈ നിലയ്ക്ക് ഇതിനെ പരിശോധിക്കുമ്പോൾ യഥാർത്ഥത്തിൽ ഏതെങ്കിലും വിശ്വാസത്തെ തടയിടുകയോ വിശ്വാസത്തെ റദ്ദുചെയ്യുകയോ അല്ല, മറിച്ച് വിശ്വാസത്തിന്റെ മറവിൽ നടക്കുന്ന ഒരു ഭരണഘടനാലംഘനത്തെ ഇല്ലാതാക്കുകയാണ് കോടതി ചെയ്തത്. ഒരു ജനാധിപത്യസമൂഹത്തിൽ ഭരണഘടനയിൽ വിശ്വസിക്കുന്ന മുഴുവൻ മനുഷ്യരും അതുകൊണ്ട് ഈ കോടതിവിധിയെ

സ്വീകരിക്കുകയും അതിനെ നടപ്പിലാക്കുവാനുള്ള അന്തരീക്ഷം ഉണ്ടാക്കുകയുമാണ് ചെയ്യേണ്ടത്.

പന്തളം കൊട്ടാരത്തിന്റെയും താഴമൺ തന്ത്രി കുടുംബത്തിന്റെയും 'ശബരിമലയിലുള്ള പരിപൂർണ്ണമായ അവകാശവും നിയന്ത്രണവും ഞങ്ങൾക്കാണ്' എന്ന അവരുടെ അവകാശവാദമാണ് ഇനി പരിശോധിക്കേണ്ടത്. ഈ അവകാശ വാദം ചരിത്രപരമായും ലഭ്യമായ തെളിവുകളുടെ അടിസ്ഥാനത്തിലും നോക്കിയാൽ നിലനിൽക്കുന്ന ഒരു കാര്യമേയല്ല. പന്തളം രാജവംശം എന്നതുതന്നെ തിരുവിതാംകൂറിന്റെ ചരിത്രത്തിൽ വളരെ അപ്രസക്തമായ, തമിഴ്നാട്ടിൽ നിന്നും കുടിയേറിവന്ന ഒരു ക്ഷത്രിയ കുടുംബത്തിന്റെ ചരിത്രം മാത്രമാണ്. ആ കുടുംബത്തിൽ ഒരുകാലത്ത് വലിയ കടംകേറിയിരുന്നു. കൊല്ലവർഷം 968-ലെ അടിമാനം അനുസരിച്ച് (1792) അന്നത്തെ കാലത്ത് രണ്ട് ലക്ഷത്തി ഇരുപത്താറായിരം രൂപയുടെ കടമുണ്ടായിരുന്ന ഈ ക്ഷത്രിയ കുടുംബം അവരുടെ മുഴുവൻ സ്വത്തുവഹകളും (അവർ ഇവിടെ വന്നതിനു ശേഷം നാട്ടുകാർ കൊടുത്തതും അനുവദിച്ചുകൊടുത്തതുമായ ഭൂമിയും അമ്പലങ്ങളുമെല്ലാം) തിരുവിതാംകൂറിന് തീറെഴുതിക്കൊടുത്ത ഒരു പാരമ്പര്യമാണ് ഇവർക്കുള്ളത്. ശബരിമലയടക്കം അവർ അന്ന് പന്തളം അടിമാനം അനുസരിച്ച് തിരുവിതാംകൂർ രാജാവിന് എഴുതിക്കൊടുത്തതാണ്. അങ്ങനെ ആ രാജവംശം എന്നത് നിലവിൽ ഇല്ലാത്തൊരു കാര്യമാണ്. എന്നാൽ ആചാരപരമായ ചില അവകാശങ്ങൾ ശബരിമലയുമായി ബന്ധപ്പെട്ട് ആ കുടുംബത്തിനുണ്ട് എന്നു വേണമെങ്കിൽ പറയാം.

താഴമൺ തന്ത്രി കുടുംബം 1902-ൽ മാത്രം ഇവിടെ എത്തിച്ചേർന്നതാണ്. അതിനുശേഷമാണ് അവർ അവിടെ തന്ത്രവിദ്യകളൊക്കെ നടത്തിയത്. എന്നാൽ 'അതിനും നൂറ്റാണ്ടുകൾക്കു മുമ്പ് ആ ക്ഷേത്രം ദീർഘകാലമായി കൈവശം വച്ചിരുന്നത് ഞങ്ങളാണ്' എന്ന് അവകാശപ്പെട്ടുകൊണ്ട് ശബരിമല കാടുകളിലെ ആദിവാസി സമൂഹം രംഗത്തുവന്നിട്ടുണ്ട്. എന്നുപറയുമ്പോൾ ഏതാണ്ട് ഒരു 115 വർഷത്തെ മാത്രം പഴക്കമുള്ള ഈ തന്ത്രി കുടുംബത്തിന്റെയും പന്തളം രാജാവിന്റെയും അവകാശങ്ങളെ ചൊല്ലിയാണ് ഈ തർക്കങ്ങൾ ഉണ്ടാകുന്നതെന്നത് മറ്റൊരു ചിന്തയ്ക്കാണ് വഴിമരുന്നിടുന്നത്. അതുകൊണ്ട് ആചാരപരമായി ചില അനുഷ്ഠാനങ്ങൾക്കപ്പുറം ഇവർക്ക് യാതൊരുവിധ അവകാശവും ശബരിമലയിൽ ഇല്ല എന്നും അത് ദേവസ്വം ബോർഡിന്റെ നിയന്ത്രണത്തിലുള്ള, നിയമപരമായി ദേവസ്വം ബോർഡിന് നിയന്ത്രണമുള്ള ഒരു ക്ഷേത്രമാണ് എന്നും തെളിയുകയാണ്. ഇത് ചരിത്രപരവും വസ്തുതാപരവുമായ കാര്യമാണ്. എന്നാൽ അതിലുമപ്പുറം നൂറ്റാണ്ടുകൾക്കു മുമ്പ് ഈ ക്ഷേത്രം കൈവശം വെച്ചിരുന്ന ആദിവാസി സമൂഹത്തിന്റെ അവകാശവാദങ്ങളെ അങ്ങനെ തള്ളിക്കളയാൻ പാടില്ല. പന്തളം കൊട്ടാരവുമായി ബന്ധപ്പെട്ട അയ്യപ്പനെ സംബന്ധിച്ച മിത്ത് പോലെത്തന്നെ ശബരിമലക്കാടുകളിൽ ജീവിച്ച ആദിവാസി സമൂഹത്തിലും അയ്യപ്പനുമായി

ബന്ധപ്പെട്ട വിശ്വാസങ്ങളും മിത്തുകളുമുണ്ട് എന്നത് ശരിയായിത്തന്നെ വിലയിരുത്തപ്പെടണം. ഒരുപക്ഷേ മാർജിനലൈസ്ഡ് ആയിട്ടുള്ള ഒരു വിഭാഗമായതുകൊണ്ടാകാം അവരുടെ മിത്ത് പ്രധാനപ്പെട്ടതായി പരിഗണിക്കപ്പെടാതെ പോയതെന്ന് പറയാം.

അതുകൊണ്ട് പന്തളം രാജകുടുംബത്തിന്റെയും തന്ത്രി കുടുംബത്തിന്റെയുമെല്ലാം അവകാശവാദങ്ങൾ യഥാർത്ഥത്തിൽ ചരിത്രപരമായി തന്നെ നിലനിൽക്കുന്നതല്ലെന്ന് മനസ്സിലാക്കാം. തിരുവിതാംകൂറും കൊച്ചിയും ലയിക്കുമ്പോൾ ഉണ്ടായ എഗ്രിമെന്റിൽ ശബരിമലയെക്കുറിച്ചോ പന്തളം രാജകൊട്ടാരത്തെക്കുറിച്ചോ ഒരു വാക്കുപോലും ഇല്ല എന്നതും ശ്രദ്ധേയമാണ്. ഈ നിലയ്ക്ക് യാതൊരു അവകാശാധികാരങ്ങളും ഇല്ലാത്ത, എന്നാൽ അനുഷ്ഠാനപരമായി ചില അവകാശങ്ങൾ മാത്രമുള്ള തന്ത്രി കുടുംബവും പന്തളം രാജകൊട്ടാരത്തിലെ പിന്മുറക്കാരുമാണ് ഈ വലിയ കലാപത്തിന്റെ മുന്നിൽ നിൽക്കുന്നത് എന്നത് യാദൃച്ഛികമല്ല എന്നു കാണാവുന്നതാണ്. ഇതിനെ പിന്തുണച്ചുകൊണ്ട് സംഘപരിവാർ ശക്തികൾ രംഗത്തുവരികയും ഭ്രാന്തുപിടിച്ച ആൾക്കൂട്ടത്തെപ്പോലെ ഭക്തജനങ്ങളാണെന്ന വ്യാജേന നടത്തുന്ന ആക്രമണം ശബരിമലയിൽ മാത്രമല്ല ശബരിമലയിൽ വരാൻ ശ്രമിച്ച ഭക്തജനങ്ങളുടെ വീടാക്രമിക്കുകയും അതോടൊപ്പം തന്നെ ഇവരുടെ നിലപാടിനെ നിശിതമായി വിമർശിച്ച സന്ദീപാനന്ദഗിരിയുടെ വീടും ആശ്രമവും ആക്രമിക്കുന്ന സ്ഥിതിയിലേക്കുംവരെ കാര്യങ്ങളെത്തി.

ഇത്തരം വിവാദവും അതിനെത്തുടർന്നുണ്ടായ കോലാഹലങ്ങളും അടിസ്ഥാനപരമായി ഇന്ത്യൻ ഭരണഘടനയെ വെല്ലുവിളിക്കുന്ന കാര്യമായിട്ടാണ് പൊതുസമൂഹം മനസ്സിലാക്കേണ്ടത്. നമുക്ക് എന്തെല്ലാം ആചാരാനുഷ്ഠാനങ്ങളും വിശ്വാസങ്ങളുമുണ്ടെങ്കിലും അത് ആത്യന്തികമായി ഇന്ത്യൻ ഭരണഘടന പൗരന്മാർക്കു നൽകുന്ന മൗലികമായ അവകാശങ്ങളെ ലംഘിക്കാൻ പാടില്ല എന്നതാണ് മർമ്മപ്രധാനമായ കാര്യം. അമിത് ഷാ പറഞ്ഞ മറ്റൊരു കാര്യം, 'ഒരു മൗലികാവകാശത്തെക്കൊണ്ട് മറ്റൊരു മൗലികാവകാശത്തെ റദ്ദുചെയ്യാൻ പാടില്ല' എന്നാണ്. യഥാർത്ഥത്തിൽ അത് അങ്ങിനെയല്ല, അത് അദ്ദേഹം ശരിക്ക് മനസ്സിലാക്കേണ്ട ഒരു കാര്യമാണ്. 25-ാം ആർട്ടിക്കിൾ പറയുന്നത് 'മതവിശ്വാസികളുടെ അവകാശത്തേക്കാൾ ആത്യന്തികമായി ഇന്ത്യൻ ഭരണഘടന എപ്പോഴും ഉയർത്തിപ്പിടിക്കുന്നതും ഉയർത്തിപ്പിടിക്കേണ്ടതും എല്ലാവരും തുല്യരാണ് എന്ന തത്ത്വം തന്നെയാണ്' എന്നാണ്. അത് മനസ്സിലാക്കുവാനുള്ള വിവേകമാണ് യഥാർത്ഥത്തിൽ അമിത്ഷാ കാണിക്കേണ്ടത്. അദ്ദേഹം നടത്തിയ 'കേരളത്തിലെ ഗവൺമെന്റിനെ പിരിച്ചുവിടും' എന്ന പ്രസ്താവനയിലൂടെ, അക്രമകാരികളായ ഈ ആൾക്കൂട്ടത്തെ കൂടുതൽ പ്രകോപനത്തിലേക്ക് കൊണ്ടുപോകുകയും കേരളത്തെ വലിയൊരു യുദ്ധക്കളമാക്കി മാറ്റുകയും ചെയ്യുന്ന വിധമുള്ള ആഹ്വാനമാണ് നടത്തിയിട്ടുള്ളത്. ഒട്ടും ജനാധിപത്യപരമല്ലാത്തൊരു ചരിത്രമുള്ള അമിത്ഷാ

കേരളത്തിൽ വർഗ്ഗീയമായ ഭീകരമായ അക്രമപ്രത്യാക്രമങ്ങൾക്കുള്ള അവസരം ഉണ്ടാക്കുകയാണ് ചെയ്തത്.

എന്നാൽ ഇക്കാര്യത്തിൽ ഈ വിധി നടപ്പിലാക്കുമെന്നാണ് പിണറായി വിജയന്റെ ഇടതുപക്ഷ ജനാധിപത്യമുന്നണിയുടെ ഗവൺമെന്റ് പ്രഖ്യാപിക്കുന്നത്. അവർക്ക് എത്രമാത്രം അതിന് കഴിഞ്ഞിട്ടുണ്ട് എന്നത് മാറ്റിനിർത്തിയിട്ട്, ഈ വിധി നടപ്പിലാക്കുമെന്ന് പറയുന്നതുതന്നെ പ്രധാനപ്പെട്ട കാര്യമായി കാണണം. അത് ഭരണഘടനാപരമായ അവരുടെ ഒരു ഉത്തരവാദിത്വം കൂടിയാണ്. അതിൽ വിപ്ലവം ഒന്നും തന്നെയില്ല. പിണറായി വിജയൻ എന്ന മുഖ്യമന്ത്രി ഈ വിധി നടപ്പിലാക്കാൻ ഭരണഘടനാപരമായി ബാദ്ധ്യസ്ഥനാണ്. ആ ബാദ്ധ്യതയിൽ നിന്ന് ഒളിച്ചോടാതെ, അത് നടപ്പിലാക്കുമെന്ന് പറഞ്ഞ ആ ഭരണാധികാരിയുടെ തീരുമാനത്തെ ജനാധിപത്യസമൂഹം പിന്തുണക്കേണ്ടതുണ്ട്. വിമർശനങ്ങൾ ഉള്ളപ്പോൾ തന്നെ ഇക്കാര്യത്തിൽ കേരളത്തിലെ മുഖ്യമന്ത്രി കാണിക്കുന്ന ആർജ്ജവത്തെ പിന്തുണയ്ക്കാൻ ജനാധിപത്യസമൂഹത്തിന് കഴിയേണ്ടതുണ്ട്.

സമഗ്രമായ ഈ സന്ദർഭത്തിൽ രണ്ടു കാര്യങ്ങളാണ് പ്രധാനമായും ശ്രദ്ധിക്കേണ്ടത്. ഒന്ന്, വിശ്വാസികളുടെ ആചാരാനുഷ്ഠാനങ്ങൾ നിരന്തരം പരിഷ്കരിക്കപ്പെട്ടിട്ടുണ്ട് എന്നുള്ള യാഥാർത്ഥ്യം വിശ്വാസിസമൂഹം മനസ്സിലാക്കേണ്ടതുണ്ട്. രണ്ട്, ആധുനിക കേരളീയ സമൂഹം രൂപപ്പെട്ടത് ഒട്ടനവധി ആചാരാനുഷ്ഠാനങ്ങളെയും വിശ്വാസങ്ങളെയും മാറ്റിയെഴുതിക്കൊണ്ടാണ് എന്നുള്ള ചരിത്രയാഥാർത്ഥ്യത്തിലേക്ക് കേരളീയ സമൂഹം വരേണ്ടതുണ്ട്. അങ്ങനെ നവോത്ഥാനം മലയാളിക്കു നൽകിയ വലിയ മൂല്യങ്ങളെ ഉയർത്തിപ്പിടിക്കുവാനുള്ള ഒരു വലിയ ഉത്തരവാദിത്വം ഓരോരുത്തരും ഏറ്റെടുക്കണം. ദീർഘകാലമായി നിരന്തരമായി കേരളത്തിലെ ദലിത് പ്രസ്ഥാനങ്ങളും ആദിവാസി പ്രസ്ഥാനങ്ങളും പറഞ്ഞുകൊണ്ടിരിക്കുന്ന ഒരു കാര്യമാണ് നവോത്ഥാന പ്രക്രിയയുടെ മൂല്യങ്ങളെപ്പറ്റി. അന്ന് അവർ അത് പറയുമ്പോൾ 'അവർ ജാതിയെ തിരിച്ചുകൊണ്ടുവരുന്നു' എന്ന് ആക്ഷേപം ഉന്നയിച്ച് ഇടതുപക്ഷമാണ് ഇപ്പോൾ നവോത്ഥാനമൂല്യങ്ങളെക്കുറിച്ച് വാതോരാതെ പ്രസംഗിച്ചുകൊണ്ടിരിക്കുന്നതെന്നത് ശ്രദ്ധേയമാണ്.

മുഖ്യമന്ത്രി പിണറായി വിജയൻ ഈയിടെ നടത്തിയ പ്രസംഗങ്ങൾ ശ്രദ്ധിച്ചാൽ ചില കാര്യങ്ങൾ ബോദ്ധ്യപ്പെടും. ദീർഘകാലമായി കേരളത്തിലെ ദലിത് പ്രസ്ഥാനങ്ങൾ ഉപയോഗിച്ച പദങ്ങളിലേക്കും പദാവലികളിലേക്കും ആശയങ്ങളിലേക്കുമാണ് അദ്ദേഹത്തിന്റെ പ്രസംഗങ്ങൾ വരുന്നത്. അദ്ദേഹം ഇപ്പോൾ ഉപയോഗിക്കുന്ന പദങ്ങൾപോലും അതാണ്, അതുതന്നെയാണ്. അത് അവർ പരസ്യമായി അംഗീകരിച്ചില്ലെങ്കിലും ഒരു കാര്യം പ്രത്യേകം എടുത്തുപറയേണ്ടതുണ്ട്. അതായത് ഈ ഹിന്ദുത്വ ശക്തികളുടെ ഭീകരമായ ആക്രമണത്തെ നേരിടാൻ കഴിയുന്ന ഒരേയൊരു

പ്രധാനപ്പെട്ട രാഷ്ട്രീയധാര എന്നു പറയുന്നത് നവോത്ഥാനമൂല്യങ്ങളിൽ അധിഷ്ഠിതമായി ഉയർന്നുവന്ന ദലിത് പ്രസ്ഥാനങ്ങൾ ഉയർത്തുന്ന ആശയങ്ങളാണ് എന്ന യാഥാർത്ഥ്യത്തിലേക്കാണ് അത് വിരൽചൂണ്ടുന്നത്. അങ്ങനെ വരുമ്പോൾ നവോത്ഥാനമൂല്യങ്ങളെ വഴിയിലുപേക്ഷിക്കാതിരിക്കുക എന്ന ചരിത്രപ്രധാനമായ ദൗത്യമാണ് ഇപ്പോൾ ഭരണകൂടവും പൊതുസമൂഹവും ഏറ്റെടുക്കേണ്ടത്.

ഇന്ത്യയിൽ ഒരു ഭരണഘടനയുണ്ടെന്നും ഭരണഘടനാതത്ത്വത്തിലൂടെയാണ് ഇന്ത്യ മുന്നോട്ടുപോകേണ്ടതെന്നും അടിയുറച്ചു വിശ്വസിക്കുന്ന, ഭരണഘടനാധാർമ്മികതയെ സ്വന്തം ജീവിതത്തിന്റെ ഭാഗമാക്കി മാറ്റുവാൻ പൗരന്മാരെ നിർബന്ധിക്കുന്ന പുതിയൊരു അന്തരീക്ഷം കേരളത്തിലും ഇന്ത്യയിലും ഉണ്ടാകേണ്ടതുണ്ട്. ഇന്ത്യയിൽ ഇപ്പോൾ നടക്കുന്ന ഈ യുദ്ധം സാമൂഹികധാർമ്മികതയും ഭരണഘടനാധാർമ്മികതയും തമ്മിലുള്ള മുഖാമുഖമാണെന്ന് തിരിച്ചറിഞ്ഞുകൊണ്ട് ഭരണഘടനാ ധാർമ്മികത ഉയർത്തിപ്പിടിക്കുന്ന ഒരു പൊതുസമൂഹത്തിനു വേണ്ടിയുള്ള പ്രവർത്തനമാണ് നടത്തേണ്ടത്.

ശബരിമല വിഷയം ദലിതർക്ക് ബാധകമല്ലാത്ത കാര്യമാണ് എന്ന തരത്തിലുള്ള വിശ്വാസം കേരളത്തിൽ ശക്തമാണ്. നമ്മൾ ഇതിൽ ഇടപെടേണ്ട കാര്യമില്ല എന്ന് പറയുന്നവരുണ്ട്. എന്നാൽ, ഇന്ത്യയൊരു മതേതര ജനാധിപത്യരാഷ്ട്രമാണ്. അതിനൊരു ഭരണഘടനയുണ്ട്. ആ ഭരണഘടന വെല്ലുവിളിക്കപ്പെടുന്ന ഏതൊരു നിമിഷവും ആർജ്ജിത വീര്യത്തോടെ രംഗത്തുവരികയും ഭരണഘടന നടപ്പിലാക്കണമെന്ന് ആവശ്യപ്പെടുകയും ചെയ്താൽ മാത്രമേ നമുക്ക് അംബേദ്കറോട് നീതിപുലർത്താൻ കഴിയൂ.

■

ആചാരങ്ങൾ മാറാനുള്ളതുകൂടിയാണ്

സുനിൽ പി. ഇളയിടം

കേരളത്തിന്റെ സാമൂഹിക ഐക്യത്തിൽ ഒരു വിഭജനം ഉണ്ടാക്കി ആ വിഭജനത്തിലൂടെ നുഴഞ്ഞുകയറാനുള്ള ഹിന്ദുത്വത്തിന്റെ ശ്രമമാണ് ശബരിമലയുമായി ബന്ധപ്പെട്ട വിഷയം ഇത്ര വഷളാക്കുന്നത്. ഇത് വിശ്വാസത്തിന്റെ പ്രശ്നം, ഭക്തിയുടെ പ്രശ്നം എന്നീ രൂപങ്ങളിൽ പുറമേയ്ക്ക് തോന്നുമെങ്കിലും അകത്ത് കൃത്യമായി ആസൂത്രിതമായ ഒരു വർഗീയ വിഭജനത്തിനുള്ള ശ്രമമാണ് നടക്കുന്നത്. ഇവിടെ കഴിഞ്ഞ കുറെ കാലങ്ങളായുള്ള നവോത്ഥാന മൂല്യങ്ങളുടെ, ദേശീയ പ്രസ്ഥാനത്തിന്റെ, കർഷക സമരങ്ങളുടെ, ഇടതുപക്ഷത്തിന്റെ എല്ലാം ഒരു സ്വാധീനം ശക്തമായി ഇപ്പോഴുമുണ്ട്. അതുകൊണ്ടു തന്നെ മതവർഗീയതയുടെ ആശയങ്ങൾക്ക് എത്രതന്നെ പരിശ്രമിച്ചിട്ടും ഇവിടെ വേരുപിടിക്കാൻ പറ്റിയിട്ടുമില്ല. തീരെയില്ലെന്നല്ല, പക്ഷേ അവർ പ്രതീക്ഷിക്കുന്ന നിലയിൽ ഇപ്പോഴും അതിന് കഴിഞ്ഞിട്ടില്ല. സാമുദായിക ഐക്യവും ജനാധിപത്യ ബോധവും തകർക്കുക എന്നതാണ് വർഗീയത പരത്തുന്നവരുടെ ഏറ്റവും പ്രധാനപ്പെട്ട താത്പര്യം. അതിന് ശബരിമലയെ ഒരു കരുവായി ഉപയോഗിക്കുന്നു എന്നുമാത്രം.

ഭക്തി, വിശ്വാസം എന്നിവയുടെ ചൂഷണം

യുവമോർച്ചയുടെ യോഗത്തിൽ ബി.ജെ.പി നേതാവും അഡ്വക്കേറ്റുമായ പി. ശ്രീധരൻ പിള്ളയുടേതായി പുറത്തുവന്ന വീഡിയോ ക്ലിപ്പിൽ അദ്ദേഹം പറയുന്ന ചില കാര്യങ്ങളുണ്ട്. വിശ്വാസത്തെയും വിശ്വാസികളെയും മുതലെടുക്കുന്ന 'സുവർണാവസര'ത്തിന്റെ കാര്യം. നമ്മുടെ ഭരണഘടനാതത്ത്വത്തിന്റെ നഗ്നമായ ലംഘനംതന്നെയായിരുന്നു ആ പ്രസ്താവന. ഒരു വിഷയത്തിൽ അതിന്റെ വിശ്വാസത്തെ മുതലെടുത്ത് സമൂഹത്തിൽ ഭിന്നിപ്പുണ്ടാക്കാൻ ശ്രമിക്കുക എന്നത് എത്രയോ ഗുരുതരമായ വിഷയമാണ്. ഭരണഘടന ജാതി-മത-ലിംഗ വിവേചനങ്ങളില്ലാത്ത ഒരു സമൂഹം സങ്കല്പിക്കുകയും നമ്മുടെ രാഷ്ട്രത്തിന്റെ

അടിസ്ഥാന ഘടകമായി മതനിരപേക്ഷതയെ മുന്നോട്ടു വെക്കുകയുമാണ് ചെയ്തിട്ടുള്ളത്. അങ്ങനെയിരിക്കുമ്പോൾ മതത്തെ മുൻനിർത്തി ഒരു സാമൂഹിക വിഭജനം ഉണ്ടാക്കുകയെന്നത് ഒരാളും ചെയ്തുകൂടാത്തതാണ്. ഭരണഘടനയോടും നിയമത്തോടുമെല്ലാം പ്രതിബദ്ധതയുള്ള പാർട്ടികളായാലും വ്യക്തികളായാലും ചെയ്യാൻ പാടില്ലാത്ത ഒന്നാണത്, നിയമമറിയുന്ന നിയമത്തെ ബഹുമാനിക്കേണ്ട ഒരു അഡ്വക്കറ്റ് പ്രത്യേകിച്ചും.

ശബരിമലയിലെ അടിസ്ഥാന പ്രശ്നം വളരെ ലളിതമാണ്, അക്കാര്യത്തിൽ സമരം ചെയ്യുകയാണെങ്കിൽ സുപ്രീംകോടതിയോടാണല്ലോ ചെയ്യേണ്ടത്. ഇടതുപക്ഷ സർക്കാരിന്റെ ഒരുവിധ താത്പര്യവും ഈ കോടതിവിധിയുടെ പിറകിലില്ല. സർക്കാർ അവരുടെ അഭിപ്രായം പറഞ്ഞു എന്നു മാത്രം. ഈ സമരം മുഴുവൻ കേരളസർക്കാറിനെതിരെ ആക്കി മാറ്റുന്നത് ഒരു വിഭജനം ഉണ്ടാക്കാൻ വേണ്ടിയാണ്. അതുകൊണ്ട് ഇതിനെ മതത്തിന്റെയോ ഭക്തിയുടെയോ കാര്യമായി കാണേണ്ട ആവശ്യമില്ല. ബാബറി മസ്ജിദിൽ അവർ ചെയ്തതും ഇതുതന്നെയാണ്. അവിടെ നടന്നതിന്റെ ഒരു ചെറിയ രൂപം ഇവിടെ ആവർത്തിക്കാൻ കഴിയുമോ എന്നാണ് അവർ നോക്കുന്നത്. ഒരു വലിയ വ്യത്യാസമുള്ളത് ബാബറി മസ്ജിദിന്റെ പശ്ചാത്തലത്തിലൊന്നുമില്ലാത്ത ഒരു നവോത്ഥാന പാരമ്പര്യവും മതനിരപേക്ഷ അടിത്തറയും കേരളത്തിൽ ശക്തമായി ഇപ്പോഴും ഉണ്ട്.

കേരളത്തിൽ സെക്കുലർ പൊസിഷൻ എടുക്കുന്നത് കേവലം ഇടതുപക്ഷക്കാർ മാത്രമൊന്നുമല്ല. ഇടതുപക്ഷക്കാർക്ക് സെക്കുലർ പൊസിഷനുണ്ട്, മറുഭാഗത്ത് കോൺഗ്രസിലായാലും ദേശീയ പ്രസ്ഥാനത്തിന്റെ പാരമ്പര്യമുള്ള നിരവധി പേരുണ്ട്. നിർഭാഗ്യവശാൽ അവരുടെ ശബ്ദം ഇപ്പോൾ ശക്തമായി ഉയരുന്നില്ല എന്ന പരിമിതിയുണ്ട്. അതവർ തിരിച്ചറിഞ്ഞ് ഉയർത്തിക്കൊണ്ടുവരേണ്ടതാണ്. ഇത് ലെഫ്റ്റിനെതിരായ സമരമല്ല എന്ന് എല്ലാവരും തിരിച്ചറിയണം. ഇത് കേരളത്തിന്റെ മതനിരപേക്ഷ അടിത്തറയെ തകർക്കാനുള്ള സമരമാണ്. ആ നിലയിൽ അതിനെ തിരിച്ചറിഞ്ഞ് പ്രതിരോധിച്ചാൽ മാത്രമേ ഇതിനെ മറികടക്കാനാവൂ.

നേരത്തെ ഹിന്ദുത്വം കേരളത്തിൽ ശ്രമിച്ച ഒരു കാര്യം ശ്രീ നാരായണ ഗുരുവിനെ ഉയർത്തിക്കാണിച്ച് അതുവഴി ഒരു മേൽക്കൈ നേടാം എന്നതാണ്. ആ ശ്രമം വിജയിക്കാതെപോയ സന്ദർഭത്തിലാണ് ഇപ്പോൾ ഇങ്ങനെയൊരു ശ്രമവുമായി വന്നിരിക്കുന്നത്.

നൈഷ്ഠിക ബ്രഹ്മചര്യവും തന്ത്രശാസ്ത്രവും

അയ്യപ്പൻ ഒരു നൈഷ്ഠിക ബ്രഹ്മചാരിയായതിനാൽ അവിടെ യുവതികൾ പ്രവേശിക്കരുത് എന്നാണ് പ്രതിഷേധക്കാരുടെ പ്രധാന വാദം.

നൈഷ്ഠിക ബ്രഹ്മചര്യം എന്നതുകൊണ്ട് എന്താണ് അർത്ഥമാക്കുന്നത്? ഒരാൾ ജീവിതാവസാനംവരെ ബ്രഹ്മചാരിയായി തുടരുന്നു എന്നതാണത്. അങ്ങനെ ഒരാൾ ബ്രഹ്മചാരിയായി തുടരുന്നതുകൊണ്ട് സ്ത്രീകളെ വില ക്കണമെന്ന് ഏതെങ്കിലും തന്ത്രവിധിയുള്ളതായി എവിടെയും കാണു ന്നില്ല, സ്ത്രീപ്രവേശനത്തെ എതിർക്കുന്നവർ പറയുന്നുമില്ല. പലരും ഈ ചോദ്യമുന്നയിച്ചിട്ടുണ്ട്. തന്ത്രശാസ്ത്രത്തിലെ ഏത് വിധിയാണ് നൈഷ്ഠിക ബ്രഹ്മചാരിയായ ഒരാൾക്ക് സ്ത്രീകളെ കണ്ടുകൂടാ എന്ന തിനെ സാധൂകരിക്കുന്നത്? അതിന് ഒരു വിശദീകരണവുമില്ല. കോടതി തന്നെ നടത്തിയ ഒരു പ്രധാന നിരീക്ഷണമുണ്ട്: യുവതീ പ്രവേശന വിലക്ക് ശബരിമലയിലെ അനിവാര്യമായ ഒരു ആചാരമായി നിലനിന്നി രുന്നോ എന്ന കാര്യം. 1951-ൽ ദേവസ്വം ബോർഡ് ഇറക്കുന്ന ഉത്തരവു പ്രകാരമാണല്ലോ യുവതീപ്രവേശനം നിഷേധിക്കപ്പെടുന്നത്.

'91-ലെ കോടതിവിധിവരെ എത്രയോ സ്ത്രീകൾ അവിടെ ഇതിനിട യിൽ പ്രവേശിച്ചു. 1980-ലെ ഒരു പത്രവാർത്ത മിക്കവരും സമൂഹമാധ്യമ ങ്ങളിലൂടെ കണ്ടതാണ്. സ്ത്രീകൾ ഒരുപാടുപേർ സന്നിധാനത്തേക്ക് എന്ന വാർത്ത. തിരുവിതാംകൂറിലെ മഹാറാണി ശബരിമല സന്നിധാന ത്തെത്തിയ വിവരം നമുക്കുണ്ട്, സിനിമാ ഷൂട്ടിങ് നടന്നു, ഗാനചിത്രീ കരണം നടന്നു, മറ്റു ധാരാളം സ്ത്രീകൾ കയറിയതിന് തെളിവുകളു മുണ്ട്. കഴിഞ്ഞ ഇരുപത്തഞ്ചോ മുപ്പതോ വർഷത്തിനിടയിലാണ് ഇതിന് കർക്കശമായ ഒരു ആചാര പദവി അടിച്ചേൽപിക്കാനുള്ള ശ്രമം നടത്തി യത്. ഔപചാരികമായി ഒരു വിലക്ക് നിലനിന്നിരുന്നു എന്നല്ലാതെ യുവതീ പ്രവേശനനിഷേധം സമ്പൂർണമായിട്ട് നടപ്പാക്കിയിട്ടൊന്നുമില്ല. യുവതി കയറിയാൽ ശബരിമല നട അടച്ചിടും എന്ന് ഇപ്പോൾ പറയുന്നതു പോലെയുള്ള ഒന്നും വാസ്തവത്തിൽ മുമ്പുണ്ടായിട്ടില്ല.

1991ലെ കോടതി വിലക്കിനു ശേഷവും തന്ത്രിമാരുടെതന്നെ അനു വാദത്തോടെ അവിടെ 10 വയസ്സിനു മുകളിൽ പ്രായമുള്ള സ്ത്രീകൾ വന്നതിനെക്കുറിച്ചുള്ള വിവരങ്ങളുണ്ട്. തന്ത്രിയുടെ മകൾ വന്നതിനെ ക്കുറിച്ചുതന്നെ ചർച്ച നടക്കുന്നുണ്ടല്ലോ. തന്ത്രിയുടെ മകൾ അവിടെ വരുകയും നാലോ അഞ്ചോ ദിവസം തങ്ങുകയും ചെയ്ത കാര്യ ങ്ങളൊക്കെ നമുക്കറിയാം. ഇതിനിടയിൽ മറ്റ് പല സ്ത്രീകളും വന്നു പോയതിന്റെ ചിത്രങ്ങൾ നമ്മൾ കണ്ടുകഴിഞ്ഞതാണ്. അന്നൊന്നുമില്ലാ തിരുന്ന പ്രശ്നമാണിപ്പോൾ. അപ്പോഴൊക്കെ അയ്യപ്പന്റെ വിശുദ്ധി നഷ്ട പ്പെടുകയും അമ്പലം അടച്ചുപൂട്ടി പോകേണ്ടതുമായിരുന്നല്ലോ. തന്ത്രി യടക്കം മകളെ സന്നിധാനത്ത് കൊണ്ടുവന്നിട്ടുണ്ടെങ്കിൽ കോടതി പറ ഞ്ഞതുപോലെ ഇതൊരു അനിവാര്യമായ ഒരു ആചാരമായിട്ടൊന്നുമല്ല, മറിച്ച് ഒരു ഔപചാരിക വിലക്കായാണ് നിലനിന്നിരുന്നത് എന്ന് വ്യക്തം. അല്ലാതെ ഒരിക്കലും ലംഘിക്കപ്പെട്ടിട്ടില്ലാത്ത ഒരു ആചാരമായിട്ടല്ല. അതുകൊണ്ടുതന്നെ നൈഷ്ഠിക ബ്രഹ്മചര്യത്തെ മുൻനിർത്തി യുവതീ

പ്രവേശന വിലക്ക് എന്നുപറയുന്നത് സാങ്കേതികമായ ഒരു ന്യായമെന്നല്ലാതെ പ്രായോഗികമായ ഒരു അർത്ഥവും മൂല്യവും മുമ്പും ഉണ്ടായിട്ടില്ല. പിന്നെ തന്ത്രശാസ്ത്രപരമായി അത് തെളിയിക്കാൻ കഴിഞ്ഞിട്ടുമില്ല.

മറ്റുചില കാര്യങ്ങൾ കൂടിയുണ്ട്: ഇത് അയ്യപ്പന്റെ വിഗ്രഹമാണോ അതോ ശാസ്താവിന്റെ വിഗ്രഹമാണോ എന്നുള്ള കാര്യം. ധർമശാസ്താ ക്ഷേത്രമാണെങ്കിൽ ശാസ്താവ് നൈഷ്ഠിക ബ്രഹ്മചാരിയാണെന്ന് പറയാൻ പറ്റുമോ? ശാസ്താവിൽ അയ്യപ്പൻ ലയിച്ചു ചേർന്നു എന്നാണ് പറയുന്നത്. അങ്ങനെയാണെങ്കിൽ അയ്യപ്പൻ ശാസ്താവിൽ ലയിക്കുമ്പോൾ ശാസ്താവ് പൂർണമായി ഇല്ലാതായി അയ്യപ്പ പ്രതിഷ്ഠ മാത്രമായി മാറുകയാണോ ചെയ്തത്? അങ്ങനെയാണെങ്കിൽ പലരും പറയുന്നതുപോലെ ഇപ്പോഴുള്ള ആ മൂലമന്ത്രങ്ങളും ധ്യാനശ്ലോകങ്ങളും ഏതൊക്കെയാണ്? ഇത്തരം ധാരാളം തന്ത്രശാസ്ത്രപരമായ ചോദ്യങ്ങളും ഉന്നയിക്കപ്പെടുന്നുണ്ട്. ശബരിമല ക്ഷേത്രത്തിലെ പ്രതിഷ്ഠ ഒരു നൈഷ്ഠിക ബ്രഹ്മചാരിയാണ് എന്ന് പറയുന്നതിനെ തന്ത്രശാസ്ത്രപരമായിത്തന്നെ ചോദ്യം ചെയ്യുന്ന ഒരുപാട് കാര്യങ്ങൾ ഉന്നയിക്കപ്പെട്ടിട്ടുണ്ട്. അതിനൊന്നും ശരിയായ മറുപടിയും വിശദീകരണവും ഇതുവരെ വന്നിട്ടുമില്ല. ശാസ്താവാണ് അവിടെയെങ്കിൽ ശാസ്താവ് ബ്രഹ്മചാരിയല്ല. ഭാര്യമാരുള്ള ശാസ്താവുണ്ട്, മകനുള്ള ശാസ്താവുണ്ട്. പിന്നെ അയ്യപ്പനായി മാറുമ്പോൾ ശാസ്താവ് ഇല്ലാതായിപ്പോവുകയാണോ, അങ്ങനെയാണെങ്കിൽ അയ്യപ്പൻ പുതിയൊരു പ്രതിഷ്ഠയായിമാറുകയാണല്ലോ, ആ പ്രതിഷ്ഠയ്ക്ക് തന്ത്രസമുച്ചയത്തിലുള്ള അടിസ്ഥാനമെന്താണ് തുടങ്ങിയ ചോദ്യങ്ങളൊക്കെ ഉന്നയിക്കപ്പെടുന്നുണ്ട്.

ആചാരങ്ങൾ മാറിക്കൊണ്ടിരിക്കുന്നവ തന്നെയാണ്

തന്ത്രശാസ്ത്രമാണ് അടിസ്ഥാനമെങ്കിൽ, തന്ത്രശാസ്ത്രപരമായി പറഞ്ഞ കാര്യങ്ങൾ ശാശ്വതമായി നിലനിൽക്കുന്നവയാണോ? തന്ത്രശാസ്ത്രപരമായ നിരീക്ഷണങ്ങളിലോ വിധികളിലോ ഒരുമാറ്റവും കൂടാതെയാണോ ഈ കാലംവരെ നിലനിന്നത് ? അല്ല. എത്രയോ മാറ്റങ്ങളുണ്ടായി. ശബരിമലയിൽതന്നെ ആചാരങ്ങളിലടക്കം വന്ന നിരവധി മാറ്റങ്ങളുണ്ട്. ഉദാഹരണത്തിന്, ആളുകളുടെ എണ്ണം കൂടിയപ്പോഴാണ് ശയനപ്രദക്ഷിണം നിർത്തലാക്കിയത്. കാണിക്ക ഒരുപാട് വന്നുകൂടിയപ്പോഴാണ് അത് എണ്ണിയെടുക്കാനുള്ള കൺവെയർ ബെൽറ്റ് സംവിധാനം ഉണ്ടാക്കിയത്. 18-ാംപടി സ്വർണം പൂശിയത് അപ്പോഴാണ്. 18-ാം പടിയിൽ തേങ്ങയുടയ്ക്കുന്നത് നിർത്തലാക്കിയത് അപ്പോഴാണ്. കൊടിമരം സ്ഥാപിച്ചത് പിന്നീടാണ്. ആ കൊടിമരപൂജ തുടങ്ങിയതും പിന്നീടാണ്. മണ്ഡലകാലത്തും മകരവിളക്കിനും മാത്രം തുറന്നിരുന്ന ക്ഷേത്രം എല്ലാമാസവും ഒന്നാം തീയതി തുറന്നു. പിന്നീട് ഒന്നുമുതൽ അഞ്ചു ദിവസംവരെ തുറന്നു, ഭസ്മക്കുളത്തിലെ കുളി മാറ്റി അങ്ങനെ ആചാരവ്യവസ്ഥകളിൽ എത്രയോ മാറ്റങ്ങൾ വന്നുകഴിഞ്ഞു. മറുഭാഗത്ത്

തദ്ദേശീയരായ വിഭാഗങ്ങൾക്ക് ആചാരപരമായി ഉണ്ടായിരുന്ന അവകാശങ്ങൾ പലതും ഇല്ലാതെയായി. മലയരയന്മാർക്കുണ്ടായിരുന്ന അവകാശം ഇല്ലാതായി, ഈഴവ കുടുംബത്തിനുണ്ടായ അവകാശം ഇല്ലാതായി. ആചാരങ്ങൾ ചിലതെല്ലാം പോവുകയും പകരം പുതിയ ആചാരങ്ങൾ വരുകയും ഒക്കെ ചെയ്തിട്ടുണ്ട്. ഇതൊന്നും തന്ത്രശാസ്ത്രത്തിൽ മുൻകൂറായി പറഞ്ഞ കാര്യങ്ങളല്ല. ഒരു സമൂഹത്തിലുണ്ടാവുന്ന സാങ്കേതികവും ആശയപരവും ജനാധിപത്യപരവുമായ മാറ്റങ്ങൾക്കനുസരിച്ച് ക്ഷേത്രവിധികളെയും പ്രയോഗങ്ങളുമൊക്കെ പതിയപ്പതിയെ മാറും. ക്ഷേത്രപ്രവേശന വിളംബരത്തിലും അതുതന്നെയാണ് നടന്നിട്ടുള്ളത്. ഇതൊന്നും പരിഗണിക്കാതെ തന്ത്രവിധിയാണ് എന്ന ഒരൊറ്റ ന്യായം പറഞ്ഞ് യുവതീപ്രവേശന നിഷേധം അനുവദിക്കാൻ പാടില്ല.

തന്ത്രവിധി മാറ്റമില്ലാത്ത ഒരു മൂല്യമാണോ, അങ്ങനെയൊരു മൂല്യമുണ്ടോ? പണ്ടുകാലത്തെ ആചാരങ്ങൾ അതേപടി നിലനിർത്തിയിരുന്നെങ്കിൽ ഏതെങ്കിലും മതത്തിന് ആധുനികലോകത്ത് നിൽക്കാൻ പറ്റുമോ? മധ്യകാല മതാചാരങ്ങളെ പലതും ഉപേക്ഷിച്ചിട്ടും തിരുത്തിയിട്ടും പരിഷ്കരിച്ചിട്ടുമൊക്കെയാണ് മതങ്ങളെല്ലാം ആധുനികമായത്. അങ്ങനെ ആധുനികമാകുമ്പോൾ ഏറ്റവും പ്രധാനപ്പെട്ട ഒന്നാണ് സ്ത്രീപുരുഷ സമത്വം. ചന്ദ്രചൂഡിന്റെ വിധിയിൽ പറയുന്നത് ആർത്തവത്തിന്റെ പേരിൽ സ്ത്രീയെ പുറത്തുനിർത്തുന്നത് അയിത്തം ആചരിക്കുന്നതിനു തുല്യമാണ് എന്നാണ്. ഭരണഘടന കുറ്റകരമായി കണ്ട കാര്യമാണത്. പണ്ടും ഇങ്ങനെയാണല്ലോ പറഞ്ഞത്, നീചജാതിക്കാർ പ്രവേശിച്ചാൽ ക്ഷേത്രം അശുദ്ധമാവും എന്ന്. ആ വിലക്കുകൾ നീങ്ങിയപ്പോൾ ഭക്തരുടെ എണ്ണം കൂടുകയല്ലാതെ ക്ഷേത്ര ചൈതന്യത്തിന് കളങ്കമൊന്നും വന്നില്ലല്ലോ. ആചാരങ്ങളാണ് അവസാന വാക്ക് എന്നത് മത യാഥാസ്ഥിതികത്വത്തിന്റെ പിടിവാശിയാണ്. അത് ഒരു ജനാധിപത്യ സമൂഹത്തിന് വകവെച്ചു കൊടുക്കാൻ കഴിയില്ല.

വിധിയിൽ എല്ലാം വ്യക്തം

സുപ്രീംകോടതിയുടെ വിധിയിൽ പരിശോധിക്കപ്പെടേണ്ട ചില ഘടകങ്ങളുണ്ട്. അതിലെ ഭരണഘടനാപരവും നിയമപരവുമായ കാര്യങ്ങൾ. ആചാരപരമായ പ്രശ്നങ്ങൾ, മതത്തിന്റെ ധാർമികതയെ സംബന്ധിച്ച കാര്യങ്ങൾ, അയ്യപ്പനെ സംബന്ധിക്കുന്ന, ധർമശാസ്താ ക്ഷേത്രത്തിനെ സംബന്ധിക്കുന്ന കാര്യങ്ങൾ. ഭരണഘടനാപരവും നിയമപരമായും സുപ്രീം കോടതി ചൂണ്ടിക്കാട്ടിയ മൂന്നു കാര്യങ്ങളുണ്ട്. ഒന്ന്, വ്യക്തികളുടെ മൗലികാവകാശത്തിൽ വിവേചനം നടത്താൻ പാടില്ല. ഭരണഘടനയുടെ 21-ാം അനുഛേദം മതം വിശ്വസിക്കാനും ആചരിക്കാനും പ്രചരിപ്പിക്കാനും വ്യക്തികൾക്ക് അനുവാദം നൽകുന്നുണ്ട്, സംഘങ്ങൾക്കും അനുവാദം നൽകുന്നുണ്ട്. വ്യക്തികളുടെ മതവിശ്വാസത്തിനുള്ള സ്വാതന്ത്ര്യം, ആ സ്വാതന്ത്ര്യം ഏതെങ്കിലും ഒരു സംഘത്തിന്റെ

അല്ലെങ്കിൽ കൂട്ടത്തിന്റെ മതസങ്കൽപത്തിന് എതിരാണെങ്കിൽ വ്യക്തി സ്വാതന്ത്ര്യത്തെ ഉയർത്തിപ്പിടിക്കേണ്ടതുണ്ട്. അവിടെ കൂട്ടായ്മയുടെ സ്വാതന്ത്ര്യവും മതസങ്കൽപവുമല്ല പ്രധാനം. ഇത് നമ്മുടെ ഭരണഘടന യുടെ അടിസ്ഥാനപരമായ ഒരു തത്ത്വമാണ്. ചന്ദ്രചൂഡിന്റെ വിധിയിൽ ചൂണ്ടിക്കാണിച്ചത്, വ്യക്തിയുടെ സ്വാതന്ത്ര്യത്തിന് എതിരാണ് അയിത്ത ത്തിന് തുല്യമായ ആർത്തവവിലക്ക് എന്നാണ്. തത്തുല്യമായ സംഗതി തന്നെയാണ് ആർത്തവത്തെ മുൻനിർത്തി ഒരു സ്ത്രീയുടെ മൗലികാ വകാശത്തെ, ആരാധനസ്വാതന്ത്ര്യത്തെ തടയുന്നതിലുമുള്ളത്. ഇത് ഭരണഘടന വാഗ്ദാനം ചെയ്യുന്ന പൗരന്മാരുടെ തുല്യാവകാശമെന്ന തത്ത്വത്തിന്റെ സമ്പൂർണമായ നിരോധനമാണ്. ഏതെങ്കിലും ദൈവം വ്യക്തിയെ രണ്ടാംതരക്കാരായി കാണുന്നുണ്ടെങ്കിൽ, സ്ത്രീയെ രണ്ടാം തരമായി കാണുന്നുണ്ടെങ്കിൽ ആ ദൈവസങ്കൽപത്തെ ഭരണഘടനാ പരമായ ധാർമികതയ്ക്ക് മുകളിൽ പ്രതിഷ്ഠിക്കുക സാധ്യമല്ല. ഇത് പല കോടതി വിധികളിലും ചൂണ്ടിക്കാണിക്കപ്പെട്ട കാര്യമാണ്. ഭരണഘടനാ പരമായ ധാർമികതയും മതങ്ങളുടെയോ ജാതി വിഭാഗങ്ങളുടെയോ പ്രത്യേക ഗ്രൂപ്പുകളുടെയോ സാമൂഹിക ധാർമികതയും തമ്മിലുണ്ടാകുന്ന വൈരുധ്യത്തിൽ ഭരണഘടനാപരമായ ധാർമികതയ്ക്കു മുന്നിൽ സാമൂ ഹികമായ ധാർമികത കീഴ്പ്പെടുകയേ വഴിയുള്ളൂ. ഇതാണ് കോടതി ചൂണ്ടിക്കാണിച്ച ഒരു കാര്യം.

അയ്യപ്പഭക്തർ സവിശേഷ വിഭാഗമല്ല

കോടതി ശബരിമലയെ വളരെ സവിശേഷമായിത്തന്നെ പരിശോധി ച്ചിട്ടുണ്ട്. കോടതി കൃത്യമായി ഇക്കാര്യം പരാമർശിച്ചിട്ടുമുണ്ട്. കോടതി ചൂണ്ടിക്കാണിച്ച രണ്ടു കാര്യങ്ങൾ, ഒന്ന്, അയ്യപ്പഭക്തന്മാർ എന്നുപറയു ന്നത് ഒരു സവിശേഷ വിഭാഗമല്ല. അങ്ങനെയൊരു സവിശേഷ വിഭാഗ ങ്ങളുടെ പരിഗണനയ്ക്ക് വരാവുന്ന ഭക്തസംഘമല്ല അയ്യപ്പന്മാരുടേത്, ഹിന്ദുമതത്തിൽപെട്ട ആർക്കും അയ്യപ്പഭക്തനാവാം. രണ്ട്, ഇന്ത്യയിൽ ഉടനീളമുള്ള അയ്യപ്പക്ഷേത്രങ്ങളിൽ എവിടെയുമില്ലാത്ത യുവതീ പ്രവേ ശന നിഷേധമെന്നത് അയ്യപ്പ ആരാധനയുടെ സവിശേഷമായ ഒരു ആചാരവുമായി കാണേണ്ടതില്ല, ഇതാണ് സുപ്രീംകോടതി പറഞ്ഞത്. കോടതി ഇതൊന്നും പരിഗണിക്കാതെയാണ് വിധി പ്രസ്താവിച്ചത് എന്ന വാദങ്ങൾ തെറ്റിദ്ധരിപ്പിക്കാൻ മാത്രമുള്ളതാണ്.

മൂന്നാമതായി കോടതി ചൂണ്ടിക്കാണിക്കുന്ന കാര്യം, 1965ലെ ഹിന്ദു ആരാധനാലയങ്ങളിലെ പ്രവേശന ചട്ടങ്ങളിലെ 3ബി വകുപ്പ് അത് അടി സ്ഥാനപരമായി തിരുത്തപ്പെടേണ്ടതാണ് എന്നാണ്. മതപരമായ ആചാര ങ്ങൾ ഭരണഘടനാപരമായ പരിശോധനകൾക്ക് വിധേയമാകുന്നതല്ല എന്ന 1951 മുതൽ നിലനിൽക്കുന്ന ബോംബെ ഹൈക്കോടതി വിധിയുടെ പുനഃപരിശോധനകൂടി ഇതിലുണ്ട്. ഇപ്പോൾ അത് പുനഃപരിശോധി ക്കാവുന്നതാണെന്നും മതപരമായ ആചാരങ്ങൾ ഭരണഘടനാപരമായ

തത്ത്വങ്ങൾക്ക് എതിരാണെങ്കിൽ കോടതിക്ക് പരിശോധിച്ച് തിരുത്തലുകൾ വരുത്താവുന്നതാണെന്നും ചൂണ്ടിക്കാണിച്ചുകൊണ്ടാണ് ഈ 3 ബി വകുപ്പ് റദ്ദാക്കിയത്. റദ്ദാക്കുക വഴി ചൂണ്ടിക്കാണിച്ച ഒരു കാര്യം അതിനു തൊട്ടുമുമ്പുള്ള വകുപ്പും പിന്നാലെ വരുന്ന വകുപ്പും, അതായത് മുഴുവൻ ഹിന്ദുക്കൾക്കും ആരാധനസ്വാതന്ത്ര്യം നൽകുന്ന വകുപ്പും നിയന്ത്രണങ്ങളുണ്ടാകുമ്പോൾ വിവേചനങ്ങളുണ്ടാവരുതെന്ന് നിർദേശിക്കുന്ന വകുപ്പും 3 ബിക്ക് എതിരാണ് എന്നുകൂടി പറഞ്ഞാണ് ഈ വകുപ്പ് റദ്ദാക്കിയത്.

കോടതി ശബരിമലയെ വളരെ സവിശേഷമായിത്തന്നെ പരിശോധിച്ചിട്ടുണ്ട് എന്നർഥം. ആ പരിശോധനയെ മുൻനിർത്തിയിട്ടുതന്നെയാണ് മതങ്ങളിൽ നിലനിൽക്കുന്ന പുരുഷാധിപത്യപരമായ, പ്രാചീനമായ ആചാരബോധത്തിന്റെ ഭാഗം മാത്രമാണ് യുവതീ പ്രവേശനം നിഷേധം എന്നും അത് ഒരു ആധുനിക സമൂഹത്തിൽ നിലനിൽക്കാൻ അർഹമല്ല എന്നും കോടതി പറഞ്ഞത്. മറ്റൊരുകാര്യം ശബരിമലയിലെ ആചാരങ്ങളെ സംബന്ധിച്ചാണ്. ഇവിടെയൊരു പ്രശ്നമുള്ളത് മതത്തെ ആചാരമായിട്ട് കാണണോ അതോ മതത്തെ മൂല്യമായിട്ട് കാണണോ എന്നതാണ്. ആചാരങ്ങളായിരുന്നു മതമെങ്കിൽ ഈ മതങ്ങൾ എത്രയോ പ്രാകൃതമായി തുടർന്നേനേ. സതി ആചാരമായിരുന്നു, നരബലി ആചാരമായിരുന്നു, ക്ഷേത്രപ്രവേശന നിഷേധം ആചാരമായിരുന്നു, അയിത്തം ആചാരമായിരുന്നു ഇതിനെയൊക്കെ നമ്മൾ തിരുത്തിതിരുത്തിയാണ് വന്നത്. ശ്രീനാരായണ ഗുരു വിഗ്രഹം പ്രതിഷ്ഠിച്ച സമയത്ത് ഏത് ആചാരത്തിന്റെ ഭാഗമായിട്ടായിരുന്നു അത് പ്രതിഷ്ഠിച്ചത്? ഏത് തന്ത്രവിദ്യയാണ് ഗുരുവിന് കണ്ണാടി പ്രതിഷ്ഠിക്കാൻ അനുവാദം നൽകിയത്? ഏത് തന്ത്രശാസ്ത്രമാണ് ഗുരുവിനെ അതിനർഹനാക്കിയത്? ആചാരങ്ങൾ തിരുത്തിത്തിരുത്തിയാണ് മതങ്ങൾ നവീകരിക്കപ്പെട്ടതും ആധുനികമായ മൂല്യത്തിലേക്ക് എത്തിച്ചേർന്നതും. ആചാരങ്ങൾ തിരുത്താതെ, നവീകരിക്കാതെയാണ് നമ്മളെങ്കിൽ എത്രയോ പ്രാകൃതമായ ജീവിതാവസ്ഥയ്ക്കുള്ളിലായിരിക്കും നമുക്ക് കഴിയേണ്ടിവരുക.

മതത്തിന്റെ ധാർമികത

കോടതിവിധിയിൽ ചോദിക്കുന്ന ഒരു ചോദ്യമുണ്ട്, സ്ത്രീകൾ പ്രവേശിച്ചാൽ ഹിന്ദു ധർമത്തിന് എന്ത് ദോഷമാണ് സംഭവിക്കുക എന്ന്. ഹിന്ദുമത ക്ഷേത്രമായിട്ടാണ് ശബരിമല നിലനിൽക്കുന്നതെങ്കിൽ ഭക്തരായ സ്ത്രീകൾ പ്രവേശിക്കുക വഴി ഹിന്ദുമതത്തിന്റെ ധാർമിക അടിസ്ഥാനത്തിന് എന്ത് തകർച്ചയാണ് സംഭവിക്കുക? അങ്ങനെ മതത്തിന്റെ ധാർമിക മൂല്യത്തിന് കോട്ടം സംഭവിക്കുകയാണെങ്കിൽ അത് പരിഗണിക്കപ്പെടേണ്ടതാണ്. എന്നാൽ, ശബരിമല യുവതീ പ്രവേശനം അത്തരത്തിലൊരു ധാർമിക ശോഷണത്തിന് ആധാരമാകുമെന്ന് തങ്ങൾ കരുതുന്നില്ല എന്ന കാര്യം കോടതി ചൂണ്ടിക്കാണിക്കുന്നുണ്ട്. ഇവിടത്തെ ഒരു

പ്രധാന പ്രശ്നം, അടിസ്ഥാനപരമായി മതത്തെ ഒരു ധാർമികമായ മൂല്യമായി കാണുകയാണോ വേണ്ടത്, അതോ ആചാരമായി കാണുകയാണോ വേണ്ടത് എന്നതാണ്. ആചാരമായി കാണാനാണ് എല്ലാ കാലത്തും യാഥാസ്ഥിതികത്വം ശ്രമിച്ചു പോന്നത്. മൂല്യമായി കാണാനാണ് നവോത്ഥാനം ശ്രമിച്ചത്. യഥാർത്ഥത്തിൽ ഈ വിധി മതത്തിന്റെ ധാർമികമായ ശക്തിയെ ഉയർത്തിക്കൊണ്ടുവരികയും അതിൽ കെട്ടിക്കിടക്കുന്ന ആചാരപരതയിൽനിന്ന് മതത്തെ ഒരു ധാർമിക മൂല്യമാക്കി മാറ്റുകയുമാണ് ചെയ്യുന്നത്.

വിശ്വാസത്തെ മാനിച്ചും ആചാരപാരമ്പര്യങ്ങൾ നോക്കിയും മതത്തിന്റെ ധാർമിക ശക്തിയെ മാനിച്ചും അതിനെ പരിഗണിച്ചു കൊണ്ടുമാണ് ഈ വിധി. അത് നടപ്പാക്കാൻ ജനാധിപത്യവാദികളായ മനുഷ്യർ ശ്രദ്ധിക്കേണ്ടതാണ്. ആ വഴിയേ നമുക്ക് മുന്നോട്ടുപോകാൻ പറ്റു. ഗുരുവായൂർ സത്യഗ്രഹം നടന്നു, വൈക്കം സത്യഗ്രഹം നടന്നു, ഇണ്ടംതുരുത്തി മനയിൽ ഗാന്ധിജി മനയിലെ നമ്പ്യാതിരിയോട് ചോദിച്ചു, 'എല്ലാ മനുഷ്യർക്കും ദൈവത്തിന് അർഹതയുണ്ട് ന്ന് അങ്ങ് കരുതുന്നില്ലേ' എന്ന്. അപ്പോൾ നമ്പ്യാതിരി തി രിച്ച് ചോദിച്ചു : "അങ്ങ് സനാതനധർമത്തിൽ വിശ്വസിക്കുന്നുണ്ടോ ?" ഗാന്ധിജി ഉണ്ടെന്ന് മറുപടി കൊടുത്തു. നമ്പ്യാതിരി പറഞ്ഞു, 'ഈ ധർമമനുസരിച്ച് ഈ അധഃകൃത ജാതിക്കാരെ അമ്പലങ്ങളിൽ പ്രവേശിപ്പിക്കാൻ തങ്ങൾക്ക് അനുവാദമില്ല, അവർ നീചജന്മങ്ങളാണ്" എന്ന്. ഈ സ്ഥിതി ഉണ്ടായിരുന്നിടത്ത് ഇപ്പോൾ വന്ന മാറ്റം എല്ലാവർക്കും അറിയുന്നതല്ലേ? അതുകൊണ്ട് ഈ കോടതിവിധി ഒരു സാധ്യതയാണ്. കാലങ്ങളായി തുടർന്ന അനീതിക്കെതിരെയുള്ള വലിയൊരു തുറസ്സാണ് കോടതി നമുക്കു തന്നിരിക്കുന്നത്. അത് കേരളത്തിന്റെ നവോത്ഥാന പാരമ്പര്യത്തോട് വളരെ ഒത്തുപോകുന്ന ഒന്നാണ്. അത് നടപ്പാക്കാനുള്ള ഒരു സന്നദ്ധതയാണ് വാസ്തവത്തിൽ നമ്മൾ എല്ലാവർക്കും വേണ്ടത്. വിശദാംശങ്ങളിൽ തർക്കങ്ങളുണ്ടാവും. അത് ചർച്ചകളിലൂടെ പരിഹരിക്കുകയാണ് വേണ്ടത്.

വീടകങ്ങളിൽ സാമൂഹിക, രാഷ്ട്രീയ ചർച്ചകൾ വരണം

സമൂഹ മാധ്യമങ്ങളിലും മുഖ്യധാരാ ചർച്ചകളിലുമൊന്നും സജീവമല്ലാത്ത, ഈ വിഷയത്തെക്കുറിച്ച് അധികം അറിയാത്ത വീടുകളിൽ കഴിയുന്ന ഒരു വലിയ സമൂഹമുണ്ട്. പ്രത്യേകിച്ച് വീട്ടമ്മമാർ. അവരെ ബോധവത്കരിച്ച് കൊണ്ടുവരാൻ കുറച്ചുകൂടി താഴെത്തട്ടിലുള്ള പ്രവർത്തനമാണ് ആവശ്യം. കേരളത്തിന്റെ മതനിരപേക്ഷതയിൽ തൽപരരായ മുഴുവൻ ആളുകളും പ്രസ്ഥാനങ്ങളും ഈ വിഷയത്തിൽ ശ്രദ്ധാപൂർവം ഇടപെടേണ്ടതുണ്ട്. ഹിന്ദുത്വവും ഇടതുപക്ഷവും തമ്മിലുള്ള യുദ്ധമായിട്ടല്ല ഇതിനെ കാണേണ്ടത്. മറിച്ച് നമ്മുടെ ജനാധിപത്യവും മതേതര മൂല്യങ്ങളും ഹിന്ദുത്വവുമായുള്ള ഏറ്റുമുട്ടലായി കാണണം.

രാഷ്ട്രീയ പ്രസ്ഥാനങ്ങളെല്ലാം മതേതര മൂല്യം ഉയർത്തിപ്പിടിക്കാൻ ശക്തമായിത്തന്നെ ഇറങ്ങേണ്ടതുണ്ട്. ഇപ്പോൾ നടത്തുന്ന പൊതുയോഗങ്ങൾ മാത്രം മതിയാവില്ല അതിന്. കുറച്ചുകൂടി ആഴത്തിലുള്ള പ്രവർത്തനം വേണം. വീടിന്റെ അകത്തളങ്ങളിലേക്ക് സാമൂഹിക രാഷ്ട്രീയ ആശയങ്ങളെ കൊണ്ടുവരുന്നതിൽ കഴിഞ്ഞ ദീർഘകാലമായിട്ടുണ്ടായ പരാജയവും പരിമിതിയും കൂടിയാണ് ഇങ്ങനെയൊരു അവസ്ഥ വന്നപ്പോൾ വീടകങ്ങളിലുള്ള വരെ പറഞ്ഞ് മനസ്സിലാക്കാൻ ബുദ്ധിമുട്ടുന്നതിന്റെ കാരണം. പെട്ടെന്നുണ്ടായ ഒരു മാറ്റമാണിതെന്ന് കരുതരുത്. ഗാർഹിക മണ്ഡലമെന്ന് പറയുന്നത് നമ്മുടെ സാമൂഹിക രാഷ്ട്രീയ സംവാദങ്ങളിൽനിന്ന് ഒഴിച്ചുനിർത്തപ്പെട്ടിട്ട് എത്രയോ കാലമായി. അത് നവീകരിക്കുക എന്നത് നവോത്ഥാനത്തിന്റെ തുടർച്ചയായിട്ടായിരുന്നു നടക്കേണ്ടത്. അത് നടന്നില്ലെന്നു മാത്രമല്ല, സ്ത്രീവിരുദ്ധതയുടെ, ആചാരങ്ങളുടെ, അന്ധവിശ്വാസങ്ങളുടെ, കടുത്ത മത യാഥാസ്ഥിതികതയുടെ ഒരു കേന്ദ്രമായിട്ടാണ് കുറേക്കാലമായി നമ്മുടെ ഗാർഹികമണ്ഡലം നിലനിന്നുപോരുന്നത്. പുറത്ത് രാഷ്ട്രീയമായി എന്തൊക്കെ മാറ്റങ്ങളുണ്ടെങ്കിലും ആന്തരികമായി ഒരു വലതു പക്ഷ മത തീവ്രബോധങ്ങളുടെ വ്യാപനം ഗാർഹിക മണ്ഡലത്തിൽ നടക്കുന്നുണ്ടായിരുന്നു. ഒരു യാഥാസ്ഥിതിക മതബോധത്തിന്റെ വ്യാപനം. ആ യാഥാസ്ഥിതിക മത ബോധത്തെ മുതലാക്കാനാണ് ഇപ്പോൾ ഹിന്ദുത്വം ശ്രമിച്ചുകൊണ്ടിരിക്കുന്നത്. അത് എല്ലാവരും തിരിച്ചറിയണം. ഞാൻ കരുതുന്നത് വിശാലാർത്ഥത്തിൽ കേരളത്തിൽ ഒരു രാഷ്ട്രീയ ചർച്ചയുടെയും കൂടുതൽ ആഴമുള്ള സംവാദങ്ങളുടെയും അന്വേഷണങ്ങളുടെയുമൊക്കെ ഒരു ലോകം രൂപപ്പെടുന്നതിന് ഇതുമൂലം വഴിതുറന്നിട്ടുണ്ട് എന്നാണ്. ഈ വിഷയം ഹിന്ദുത്വത്തിന്റെ വലിയൊരു വിജയമായിത്തീരുമെന്ന് ഞാൻ കരുതുന്നില്ല. തെരഞ്ഞെടുപ്പുകൂടി മുന്നിൽ കണ്ടുകൊണ്ടാണ് ബി.ജെ.പി. ശബരിമല വിഷയം ഉയർത്തിക്കാട്ടി പ്രശ്നങ്ങളുണ്ടാക്കുന്നത്. പക്ഷേ, അവർ വിചാരിച്ചതുപോലുള്ള ഒരു മുന്നേറ്റമൊന്നും ഈ വിഷയംകൊണ്ട് അവർക്ക് കേരളത്തിൽ ഉണ്ടാകുമെന്ന് കരുതുന്നില്ല.

അവർ പലരൂപത്തിലും വരാം

ഹിന്ദുത്വത്തെയും അവരുടെ ആശയങ്ങളെയും എതിർക്കുന്നവരെ അവർ നേരിടുന്ന രീതിയാണ് സന്ദീപാനന്ദഗിരിയുടെ ആശ്രമത്തിനു നേരെ നടന്ന ആക്രമണത്തിലൂടെ കണ്ടത്. ഭീഷണിപ്പെടുത്തുക, അധിക്ഷേപിക്കുക, തെറിപറയുക, ആക്രമിക്കുക തുടങ്ങിയ പലരൂപത്തിലുള്ള ഹിംസാത്മകമായ പ്രവർത്തനങ്ങളും നടന്നുകൊണ്ടിരിക്കുകയാണ്. അതിനെ നമ്മൾ ജനാധിപത്യ സംവിധാനത്തെ കൂട്ടു പിടിച്ച് ചെറുത്തേ മതിയാവൂ. അതിന് കീഴ്പ്പെട്ടു തുടങ്ങിയാൽ പിന്നെ നമുക്ക് തിരിച്ചുവരാൻ കഴിഞ്ഞെന്നുവരില്ല. കേരളത്തിന്റെ മതേതര പാരമ്പര്യത്തെയും മാധ്യമ പ്രവർത്തകരെയും ഇടതുപക്ഷം എന്ന് ചുരുക്കിക്കാണുകയാണ്

ബി.ജെ.പി ചെയ്യുന്നത്. അതുതന്നെയാണ് ശ്രീധരൻ പിള്ള മലയാള മാധ്യമങ്ങളിൽ ഒരു ഇടത് ഫ്രാക്ഷൻ പ്രവർത്തിക്കുന്നുണ്ട് എന്നുപറയാൻ കാരണവും. ഈ മാധ്യമങ്ങൾതന്നെ എത്രയോ വിഷയങ്ങളിൽ ഇടതുപക്ഷത്തെ ആക്രമിക്കുന്നത് നമ്മൾ കണ്ടുകൊണ്ടിരിക്കുന്നതാണ്. ഇടതുപക്ഷ സേവകരായ മാധ്യമങ്ങളൊന്നുമല്ല മനോരമയും ഏഷ്യാനെറ്റുമൊന്നും എന്ന് എല്ലാവർക്കും അറിയുന്ന കാര്യമാണ്. എല്ലാ ചാനലുകളും ഇതുപോലെ സെക്കുലർ കാഴ്ചപ്പാടുകളുമായി നിലകൊള്ളുന്നു എന്നും കരുതുന്നില്ല. പത്രങ്ങളും അങ്ങനെതന്നെ. മുഴുവൻ മാധ്യമങ്ങളും സെക്കുലർ ആയ ഒരു പൊസിഷനിൽനിന്നാണ് പ്രവർത്തിക്കുന്നതെന്നൊന്നും ഒരു കാഴ്ചക്കാരനെന്ന നിലക്ക് തോന്നിയിട്ടില്ല. പക്ഷേ, വലിയൊരു വിഭാഗം മാധ്യമങ്ങൾ സെക്കുലർ ആണ്. പൂർണമായി വലതുപക്ഷ നിലപാടുകൾക്കുവേണ്ടി മാത്രം നിൽക്കുന്ന മാധ്യമങ്ങളുമുണ്ട്. അതുകൊണ്ട് ശ്രീധരൻ പിള്ള പറയുന്ന ഇടത് ഫ്രാക്ഷൻ ഒന്നും മാധ്യമങ്ങളിൽ ഇല്ല. കേരളത്തിന്റെ മതനിരപേക്ഷ നിലപാടുകളെ മറ്റു ചിലതാക്കി അവതരിപ്പിക്കാനാണ് ഹിന്ദുത്വം ശ്രമിച്ചുകൊണ്ടേയിരിക്കുന്നത്. ■

ബുദ്ധം ശരണം,
ധർമ്മം ശരണം

കെ. അരവിന്ദാക്ഷൻ

ചീഫ് ജസ്റ്റിസ് ദീപക് മിശ്ര റിട്ടയർ ചെയ്യുന്ന(ഒക്ടോബർ 1)തിനു മുമ്പുള്ള മാസങ്ങളിൽ ഉന്നത നീതിപീഠം ലിംഗസമത്വവുമായി ബന്ധപ്പെട്ട മൂന്ന് ചരിത്രവിധികൾ പുറപ്പെടുവിക്കുകയുണ്ടായി. Lesbian, Gay, Bisexual, Transgender, Queer (LGBTQ) എന്നിവരുടെ ലൈംഗിക സ്വാതന്ത്ര്യം നിയമവിധേയമാക്കിയാണ് ഒന്നാമത്തേത്. വിവാഹേതര ബന്ധങ്ങൾക്ക് (Adultery) നിയമപരിരക്ഷ നൽകുന്നതാണ് രണ്ടാമത്തേത്. ശബരിമല സ്ത്രീപ്രവേശനത്തിന് സ്വാതന്ത്ര്യം അനുവദിച്ചതാണ് മൂന്നാമത്തേത്. യാഥാസ്ഥിതിക ലൈംഗിക ധാരണകളെയും ആചാരാനുഷ്ഠാനങ്ങളെയും ആൺകോയ്മയിൽനിന്നും പ്രകൃതിവിരുദ്ധ കാഴ്ചപ്പാടുകളിൽനിന്നും മോചിപ്പിക്കുന്നതാണ് മൂന്ന് വിധികളും. ഒരു പരിഷ്കൃത സമൂഹം ഈ മൂന്ന് വിധികളെയും ജനാധിപത്യത്തിന്റെ ആഘോഷമാക്കി കൊണ്ടാട പ്പെടേണ്ടതായിരുന്നു. അയ്യൻകാളിയും ചട്ടമ്പി സ്വാമിയും ശ്രീനാരായണ ഗുരുവും ബ്രഹ്മാനന്ദശിവയോഗിയും സഹോദരൻ അയ്യപ്പനും വി.ടി. ഭട്ട തിരിപ്പാടും മന്നത്ത് പത്മനാഭനും കേളപ്പനും മറ്റെല്ലാ മനുഷ്യസ്നേഹി കളും ആത്മീയ ഗുരുക്കന്മാരും ചേർന്ന് രൂപപ്പെടുത്തിയ നവോത്ഥാന ധാരകൾ വേരോടിയ കേരളീയ സമൂഹത്തിൽ പ്രത്യേകിച്ചും.

നിർഭാഗ്യവശാൽ, നവോത്ഥാന കാലത്തിന് മുമ്പുള്ള കടുത്ത അന്ധ വിശ്വാസങ്ങളുടെയും അനാചാരങ്ങളുടെയും ആൺകോയ്മയുടെയും സവർണ്ണ പൗരോഹിത്യ ജീർണ്ണതയുടെയും ഇരുട്ടിലേക്ക് കേരളീയ സമൂഹത്തെ മത വർഗ്ഗീയ ശക്തികൾ തള്ളിയിടുകയാണുണ്ടായത്. വിശ്വാസികൾക്കായി തെരുവിലിറങ്ങുന്ന സംഘപരിവാറിനോ കോൺ ഗ്രസ്സിനോ കോടതിവിധി നടപ്പാക്കുമെന്ന് ആണയിടുന്ന ഭരണത്തിലിരി ക്കുന്ന മാർക്സിസ്റ്റ് പാർട്ടിക്കോ യഥാർത്ഥ അയ്യപ്പഭക്തന്മാരോട് യാ തൊരുവിധ താത്പര്യവുമില്ല. വെറും വോട്ട് മാത്രമാണിവരുടെ ലക്ഷ്യം.

വോട്ടിനായി വിശ്വാസികളുടെ പേര് പറഞ്ഞു തെരുവിലിറങ്ങി പൊതു സ്വത്തുക്കൾ നശിപ്പിക്കാനും പത്രപ്രവർത്തകരെ കയ്യേറ്റം ചെയ്യാനും

കോടതിവിധിയനുസരിച്ച് മല കയറാനെത്തുന്ന സ്ത്രീകളെ ആക്രമിക്കാനും സംഘപരിവാറിന് യാതൊരു മടിയുമില്ല. 12-16 നൂറ്റാണ്ടുകളിൽ മിഡിൽ ഈസ്റ്റ് ഇസ്ലാം രാജ്യങ്ങളിൽ നടമാടിയിരുന്നതും ഇന്നും ഇസ്ലാം തീവ്രവാദം അനുവർത്തിക്കുന്നതുമായ സ്ത്രീവിരുദ്ധതയുടെ താലിബാനിസ്റ്റ് പതിപ്പാണ് സംഘപരിവാർ ഇവിടെ നടപ്പാക്കാൻ തുനിയുന്നത്.

കഷ്ടമെന്ന് പറയട്ടെ, ഈ സ്ത്രീവിരുദ്ധതയും ജനാധിപത്യ ധ്വംസനവും അംഗീകരിച്ചുകൊണ്ട് കേരളത്തിലെ കോൺഗ്രസ്സുകാർ വിശ്വാസിയുടെ പേരിൽ മുറവിളികൂട്ടുന്നത് ഗാന്ധിയെയും നെഹ്റുവിനേയും അംബേദ്ക്കറേയും അവഹേളിക്കലാണ്. കേരളത്തിലെ ഒരു കോൺഗ്രസ്സ് നേതാവിനും ഗാന്ധിയെന്നോ നെഹ്റുവെന്നോ ഉച്ചരിക്കാനുള്ള ധാർമ്മിക അവകാശമില്ല, ഇനിമേൽ. ദയവുചെയ്ത് ഗാന്ധിയുടെയും നെഹ്റുവിന്റേയും ചിത്രങ്ങൾ അവർ പാർട്ടി ഓഫീസുകളിൽനിന്നും താഴെയിറക്കട്ടെ. കോൺഗ്രസ്സിന് ഇനി മുതൽ അനുയോജ്യം ഗാന്ധിയെ കൊന്ന നാഥുറാം ഗോഡ്സെയുടെ ചിത്രങ്ങളാണ്.

ദയനീയമായ മറ്റൊരുമുഖം സംഘപരിവാറിനുവേണ്ടി തല്ലാനും വെട്ടാനും പൊതുമുതൽ നശിപ്പിക്കാനുമായി തെരുവിലിറങ്ങിയ ഈഴവരുടെയും ദളിതരുടെയും അവസ്ഥയാണ്. നാരായണഗുരുവും അയ്യൻകാളിയും അംബേദ്ക്കറും നൽകിയ നവോത്ഥാനത്തിന്റെ ആത്മീയോർജ്ജം ലിംഗസമത്വത്തിനും സമത്വത്തിനും നീതിക്കും വേണ്ടിയുള്ളതായിരുന്നു. ഈഴവനും ദളിതരും നമ്പൂതിരിയുടെയും നായരുടേയും തന്ത്രിമാരുടേയും രാജാക്കന്മാരുടേയും കൂലിത്തല്ലുകാരനാകാനാണോ, ശ്രീനാരായണ ഗുരുവും അയ്യങ്കാളിയും അംബേദ്ക്കറും ജീവിതം ഹോമിച്ചത്? ഈഴവനെയും ദളിതനെയും അന്ധവിശ്വാസങ്ങളുടെയും അനാചാരങ്ങളുടെയും അടിമത്തത്തിന്റെയും ദുർഗ്ഗന്ധപൂരിതമായ ഇരുട്ടിൽനിന്ന് സ്വതന്ത്രമാക്കാനായിരുന്നില്ലേ അവരുടെ ജീവിതം! ഇക്കഴിഞ്ഞ ദിവസങ്ങളിൽ തെരുവിലിറങ്ങി അക്രമം നടത്തിയവരിൽ, നമ്പൂതിരിയുടെയും നായരുടെയും 'രാജാക്കന്മാരുടെയും ഒരു കണക്കെടുപ്പ് നടത്തിയിട്ടുണ്ടോ? പൊലീസിന്റെ തല്ലുകിട്ടിയവരിൽ, കേസ് ചാർജ്ജ് ചെയ്തവരിൽ സവർണ്ണന്റെയും അവർണ്ണന്റെയും കണക്കുകൾ ഒന്നെടുത്ത് നോക്കുമോ? പഴയകാല രാജാക്കന്മാർക്കും പൗരോഹിത്യത്തിനും നായന്മാർക്കും വേണ്ടി ഇനിയും നിങ്ങൾ വീട്ടുപണി ചെയ്യണോ? ദളിതന്റെയും ഈഴവന്റെയും സ്ത്രീകളുടെ മാറ് മറയ്ക്കാനുള്ള അവകാശങ്ങൾ നിഷേധിച്ചിരുന്നവർ ആരാണ്? അവരെ പൊതുനിരത്തുകളിൽനിന്നും പൊതുയിടങ്ങളിൽനിന്നും ആട്ടിപ്പായിച്ചിരുന്നവരാണ്? സവർണ്ണന്റെ തോളിലിരുന്ന് തെരുവിലിറങ്ങുന്ന സംഘപരിവാർ നേതാക്കൾ ദളിതനും ഈഴവനും വേണ്ടി കേരളത്തിലെ ശബരിമല, ഗുരുവായൂർ അടക്കമുള്ള ക്ഷേത്രങ്ങളുടെ ശ്രീകോവിലുകൾ പൂജ ചെയ്യാനായി തുറന്നിടുമോ? തന്ത്രവിധികൾ, പൂജാമന്ത്രങ്ങൾ പഠിക്കാനുള്ള ബുദ്ധിയും കഴിവും ദളിതനും ഈഴവനുമില്ലേ? പക്ഷേ, കേരളത്തിലെ ഈഴവനും ദളിതനും ഇന്ന് ശ്രമിക്കുന്നത് നിയോലിബറൽ

കാലത്തിന്റെ വേഗത്തിൽ ഒരു ബ്രാഹ്മണവത്ക്കരണമാണ്. ഭാരതീയ ജനതാ പാർട്ടിയുടെ അദ്ധ്യക്ഷൻ അമിത്ഷാ ശിവഗിരി മഠത്തിലെ സന്ന്യാസിമാരെ 27/10/2018ന് സന്ദർശിച്ചതിന്റെ ഉദ്ദേശ്യമെന്തായിരിക്കും എന്ന് ദളിതനും ഈഴവനും ഊഹിച്ചു നോക്കുക. ഈഴവന്റെ പേരിൽ ശ്രീനാരായണ ധർമ്മപരിപാലന സംഘത്തിലെത്തിയിട്ടുള്ള നേതാക്കൾക്ക് ബ്രാഹ്മണവത്ക്കരണത്തിലൂടെ എന്തെങ്കിലും അധികാരലാഭങ്ങൾ ഉണ്ടാക്കുകയാണ് ലക്ഷ്യം. ഇനിയെങ്കിലും സംഘപരിവാർ കോൺഗ്രസ്സ് മാർക്സിസ്റ്റ് രാഷ്ട്രീയക്കാരുടെ കളിക്കളത്തിൽനിന്ന് ദളിതരും ഈഴവരും പുറത്ത് കടന്നില്ലെങ്കിൽ, പഴയ അന്ധതമസ്സിലേക്ക് തിരിച്ചു പോകുകയായിരിക്കും അവർ ചെയ്യുന്നത്. സമത്വമെന്നത് എല്ലാ മതക്കാരുടെയും ജാതിക്കാരുടെയും ലിംഗങ്ങളുടെയും അവകാശമാണെന്ന അംബേദ്ക്കറുടെയും ശ്രീനാരായണന്റെയും ജീവിതസന്ദേശങ്ങളും ഭരണഘടനാ തത്ത്വങ്ങളും അവർ ചെവിക്കൊള്ളുമെന്ന് പ്രത്യാശിക്കാം.

ഇന്ത്യൻ ഭരണഘടന നിർമ്മിക്കാനേ അംബേദ്ക്കറിന് കഴിയുമായിരുന്നുള്ളൂ. ഭരണഘടനയനുസരിച്ച് വിധികൾ പുറപ്പെടുവിക്കാനേ ഉന്നത നീതിപീഠത്തിന് സാധിക്കുകയുള്ളൂ. എന്നാൽ അവ നടപ്പിലാക്കേണ്ടത്, പാലിക്കേണ്ടത് ജനാധിപത്യ സർക്കാരുകളാണ്, ജനങ്ങളാണ്, പൊതുസമൂഹമാണ്. കോടതിവിധി നീതിയുടെയും ഭരണഘടനയുടെയും സത്യസന്ധമായ പ്രതിഫലനമാകുമ്പോൾ ധാർമ്മികതയിലൂന്നിയ ഒരു സാമൂഹികപ്രക്രിയയിലൂടെ മാത്രമേ സാധാരണക്കാരായ ജനങ്ങളെ അതിന്റെ പരിപാലകരും ഉപഭോക്താക്കളുമാക്കാനാകൂ. കോടതിവിധികളെ, ഭരണഘടനയിലെ അവകാശങ്ങളെ വാക്കുകളിൽനിന്ന് മനുഷ്യബോധത്തിലേക്ക് സംക്രമിപ്പിക്കാനുള്ള സാമൂഹിക പ്രക്രിയ നടത്തേണ്ടതുണ്ട്. മറ്റൊരർത്ഥത്തിൽ, അംബേദ്ക്കറെന്ന ഭരണഘടനാ വിദഗ്ദ്ധന്റെ നീതിബോധത്തെയും സമത്വബോധത്തെയും ബുദ്ധ-നാരായണ ഗുരു-ഗാന്ധി എന്നിവരുടെയും മറ്റും ധാർമ്മിക സംക്രമണത്തിലൂടെയേ ജനങ്ങളിലെത്തിക്കാനാകൂ. കോടതിവിധി നടപ്പാക്കും എന്ന് പറയുന്ന പിണറായി വിജയന് അത് പൊലീസിനെക്കൊണ്ടോ പാർട്ടി കമ്മീസാർമാരെക്കൊണ്ടോ സാധിക്കില്ല. കോടതിവിധിയും സാമൂഹികോർജ്ജവും സമന്വയിക്കണം. പിണറായി വിജയനെന്ന സ്റ്റാലിനിസ്റ്റിൽ ധാർമ്മികതയിലൂന്നിയ സാമൂഹികോർജ്ജത്തിന്റെ ഈർപ്പമില്ല. തങ്ങളുടെ ആവശ്യത്തിനുവേണ്ടി മാത്രം കോടതിവിധികളെ അനുകൂലിക്കുന്നതാണ് സി.പി.എം. തന്ത്രം. ബിഷപ്പ് ഫ്രാങ്കോവിന്റെ കാര്യത്തിൽ ഏത് ഭരണഘടനയാണ് ഇവർ അനുസരിച്ചത്? പി.കെ. ശശിയെ ഇനിയും കോടതിയിലെത്തിക്കാൻ ഇവർ തയ്യാറല്ല. വർഷങ്ങൾക്കുമുമ്പ് തങ്ങൾക്കെതിരെ വിധി പറഞ്ഞ ഹൈക്കോടതി ജഡ്ജിയെ പാട്ടകൊട്ടി നാടുകടത്തിയവരാണ്. അതാണ് കാര്യങ്ങൾ വഷളാക്കുന്നത്.

2018 ആഗസ്റ്റ് മാസത്തിലെ പ്രളയദുരന്തം നമ്മുടെ നവോത്ഥാന കാലത്തിന്റെ ആത്മീയോർജ്ജത്തെ ഓരോ കേരളീയനിലും എത്തിച്ച

ഒരു സന്ദർഭമായിരുന്നു. ജാതി-മത-വർഗ്ഗലിംഗ ഭേദമന്യേ കേരളീയർ പരസ്പരം രക്ഷിച്ചും സഹകരിച്ചും ഉള്ളതുകൊണ്ട് ഉണ്ടും ഉള്ള കൂരയ്ക്കുകീഴിൽ ഉറങ്ങിയും ഐക്യപ്പെട്ട ദിനങ്ങൾ. മുടി വളർത്തിയവനും കറമ്പനും തവിട്ടനും കാതിൽ കടുക്കനിട്ടവനും കേരളീയ ജീവിതത്തിൽ മാനവികതയുടെ സ്പേസുണ്ടെന്ന് സമൂഹം തിരിച്ചറിഞ്ഞ കാലം. യുവാക്കളും അതംഗീകരിച്ചു. ആദരിക്കപ്പെട്ടപ്പോൾ സന്തോഷിച്ചു. ആ യുവാക്കൾ തന്നെയാണോ സംഘപരിവാർ അക്രമനിരയിൽ ശരണമന്ത്ര ആക്രോശങ്ങളുമായി അന്ധവിശ്വാസങ്ങളെ, അനാചാരങ്ങളെ, സ്ത്രീ വിരുദ്ധതയെ, ആൺകോയ്മയെ തിരിച്ചുകൊണ്ടുവരാൻ ശ്രമിക്കുന്നത്? നവോത്ഥാന പ്രഭയെ തല്ലിക്കെടുത്താൻ ശ്രമിക്കുന്നത്?

1957-ൽ അധികാരത്തിൽ എത്തിയ കമ്മ്യൂണിസ്റ്റ് മന്ത്രിസഭയെ താഴെയിറക്കിയത് 1959-ലെ വിമോചനസമരമാണ്. ജാതീയ-വർഗ്ഗീയ-പൗരോഹിത്യശക്തികൾ തെരുവിലിറങ്ങിയാണ് ആ സമരത്തെ വിജയിപ്പിച്ചത്. അന്നും പ്രതിലോമ ശക്തികളുടെ സ്ത്രീകളുമുണ്ടായിരുന്നു, ഇന്നത്തെപ്പോലെത്തന്നെ. കമ്മ്യൂണിസ്റ്റ് മന്ത്രിസഭയുടെ സ്റ്റാലിനിസ്റ്റ് സ്വഭാവം ഈ ശക്തികൾക്ക് വളമായി എന്നത് മറക്കുന്നില്ല.

1960-ലെ അസംബ്ലി തിരഞ്ഞെടുപ്പിൽ കമ്മ്യൂണിസ്റ്റ് പാർട്ടിയുടെ നേതാവ് ഇ.എം.എസ്സ്. വിമോചനസമരത്തിന് കൂട്ടുനിന്ന അതേ പ്രതിലോമ ശക്തികളെ കൂട്ടുപിടിച്ചു എന്നത് ചരിത്രസത്യമാണ്. വാസ്തവത്തിൽ, 1960 ആണ് കേരളത്തിൽ നവോത്ഥാന കാലത്തിന്റെ തിരിച്ചുപോക്കിന്റെ അടയാള വർഷം. കോൺഗ്രസ്സും മാർക്സിസ്റ്റ് പാർട്ടിയും പിന്നീടൊരിക്കലും ഈ പ്രതിലോമശക്തികളെ കയ്യൊഴിഞ്ഞിട്ടില്ല. പിന്നീട് നടന്നത് ആറ് പതിറ്റാണ്ടുകളുടെ അധാർമ്മികമായ രാഷ്ട്രീയ കച്ചവടമായിരുന്നു. ഇക്കോഫാസിസത്തിന്റെ പതിറ്റാണ്ടുകൾ. ആ കാലത്താണ് കേരളത്തിന്റെ പ്രകൃതിസമ്പത്ത് കൊള്ളയടിക്കപ്പെട്ടത്. പുഴകളും നദികളും പാറകളും വയലുകളും തോടുകളും ചിറകളും പൊതുയിടങ്ങളും പൈശാചികമായി അക്രമിക്കപ്പെട്ടത്. ക്രിസ്ത്യൻ പൗരോഹിത്യവും മുസ്ലീം നേതൃത്വവും ജാതിനേതൃത്വങ്ങളും ഒപ്പം നിന്നുകൊണ്ട് ആ അക്രമങ്ങളിൽനിന്ന് കൊഴുത്തുവളർന്നു. ജനാധിപത്യ സ്ത്രീവിരുദ്ധ ശക്തികളായി മാറി. അതിന്റെ തിരിച്ചടികൂടിയായിരുന്നു പ്രകൃതി 2018 ആഗസ്റ്റിൽ നമ്മിലേൽപ്പിച്ച ദുരന്തം.

പ്രളയ ദുരന്തത്തിനും നവോത്ഥാന മൂല്യങ്ങളുടെ തകർച്ചയ്ക്കും കാരണക്കാർ നമ്മുടെ രാഷ്ട്രീയക്കാർ തന്നെയാണ്. നമ്മുടെ ആർത്തിയും ദുരയും ആണ്. പഴയകാലത്തെ യാഥാസ്ഥിതിക സവർണ്ണ ഹിന്ദുക്കൾ ഇന്ന് ഇന്ത്യ ഭരിക്കുന്ന സംഘപരിവാർ ശക്തികളുടെ കൂടെയാണെന്നത് ചരിത്രത്തിലെ വിനാശകരവും ഭീതിദവുമായ തുടർച്ചയാണ്.

സുപ്രീംകോടതിവിധി ശബരിമലയിലെ യഥാർത്ഥ വിശ്വാസികളുടെ വിശ്വാസങ്ങളെ വേണ്ട വിധം പരിഗണിച്ചില്ലെന്ന് ചില 'ഹിന്ദു' ലിബറൽ

ബുദ്ധിജീവികൾ വാദിക്കുന്നുണ്ട്. എത്ര തെറ്റായ വാദമാണത്? ജനാധിപത്യ പ്രബുദ്ധതയുള്ള ഒരു സമൂഹം വിശ്വാസത്തിന്റെ പേരിൽ സ്ത്രീകളെ ക്ഷേത്രപ്രവേശനത്തിൽനിന്ന് മാറ്റിനിർത്തുകയാണോ വേണ്ടത്? ഒരു കോടതിവിധിക്ക് മുമ്പുതന്നെ സ്ത്രീകളെ ശബരിമലയിൽ പ്രവേശിക്കാൻ കേരളം തയ്യാറാകണമായിരുന്നു. വിശേഷിച്ചും കേരളത്തിലെ ഹിന്ദുക്കൾ. കോടതിവിധികളുണ്ടായിട്ടും ഒരു ഹിന്ദുവും ഹിന്ദുയിസത്തിന്റെ സനാതനമൂല്യങ്ങളെന്ന് ഗാന്ധി വിശേഷിപ്പിച്ച സത്യത്തിന്റെയും അഹിംസയുടെയും ചേതനയിൽ നിന്നുകൊണ്ട് ഹിന്ദു വിമോചനദൈവശാസ്ത്രത്തിന് ചുണ്ടനക്കുകയുണ്ടായില്ല. ഗാന്ധിയുടെ ഭാഷയിൽ, ശബരിമലയിൽ സ്ത്രീകളെ പ്രവേശിപ്പിച്ച്, പഴയ അനാചാരങ്ങൾക്കും അന്ധവിശ്വാസങ്ങൾക്കും അറുതി വരുത്തണമെന്നുള്ള ആത്മബോധം ഉണ്ടാകേണ്ടത് ഹിന്ദുക്കളിൽനിന്നാണ്. ഇക്കാര്യത്തിൽ, ബിഷപ്പ് ഫ്രാങ്കോ മുളയ്ക്കലിനെതിരെ കേസെടുത്ത് അറസ്റ്റ് ചെയ്യണമെന്നാവശ്യപ്പെട്ട് എറണാകുളം ഹൈക്കോർട്ടിനുമുമ്പിൽ സത്യഗ്രഹമിരുന്ന കന്യാസ്ത്രീ സഹോദരിമാർ കസാൻസാക്കീസിന്റെയും കാപ്പനച്ചന്റെയും ബിഷപ്പ് പൗലോസ്മാർ പൗലോസിന്റെയും വിമോചന ദൈവശാസ്ത്രത്തെ ഹൃദയംകൊണ്ട് ജീവിപ്പിക്കുകയായിരുന്നു. ഒപ്പം വ്യത്യസ്ത ക്രിസ്ത്യൻ സഭകളിലെ പുരോഹിതന്മാരും കന്യാസ്ത്രീ സഹോദരിമാരും അത്മായരും. ഭൂരിപക്ഷം ക്രിസ്ത്യാനികൾ എതിരായിരുന്നെങ്കിലും അക്കാര്യത്തിൽ ഹിന്ദുവിന്റെ വിമോചനതൃഷ്ണ എത്രമാത്രം പാപ്പരാണെന്ന് ശ്രദ്ധിച്ചാലറിയാം, ഇസ്ലാമിന്റെയും.

ഇന്ന് സർവ്വമതസ്ഥർക്കും ജാതിക്കാർക്കും പ്രവേശനമുള്ള ശബരിമലയിൽ അഹിന്ദുക്കൾ പ്രവേശിക്കുന്നത് തടയണമെന്നാവശ്യപ്പെട്ട് സംഘപരിവാറിലെ ചിലർ സുപ്രീംകോടതിയെ സമീപിച്ചിരിക്കുകയാണ്. അതായത് മുസ്ലീമും ക്രിസ്ത്യാനിയും ശബരിമലയിൽ കടക്കരുത്. ഇനി, അധികം വൈകാതെ ഇവർ തന്നെ ആക്രോശിക്കും, ഈഴവനും ദളിതനും ശബരിമലയിൽ പോകരുത്. അങ്ങനെ നൂറ്റാണ്ടുകൾക്കുമുമ്പ് കൊടുംകാട്ടിൽ ജീവിച്ചിരുന്ന മനുഷ്യരുടെ മലയരയരുടെ ദൈവം സംഘപരിവാർ സവർണ്ണശക്തികളുടെ മാത്രമായിത്തീരും. ഒരു രാജാവും തന്ത്രിയും അന്നവിടെ പോയിട്ടില്ല. ശബരിമല ഒരു ധനമാർഗ്ഗമായപ്പോഴാണ് തന്ത്രിമാരും രാജാക്കന്മാരും ദേവസ്വക്കാരുമെല്ലാം എത്തുന്നത്. ഈ അസമത്വത്തിനെതിരെ, അനീതിക്കെതിരെ, അധാർമ്മികതയ്ക്കെതിരെ, ആത്മീയ ശോഷണത്തിനെതിരെ എന്തെങ്കിലും പോംവഴിയുണ്ടോ? നവംബർ 17-ന് ശബരിമല നട തുറന്നാൽ കേരളം രക്തപങ്കിലമാകും. പരിപാവനമായ ശബരിമല ക്ഷേത്രം ഹിംസയുടെ ഹുങ്കാരത്താൽ മലിനമാകും.

കഴിഞ്ഞ ദിവസങ്ങളിൽ നാം കണ്ടതും കേട്ടതും വിശ്വാസികളുടെയും ഭക്തരുടെയും (ഇവർക്കിടയിൽ മസ്തിഷ്ക്ക പ്രക്ഷാളനം നടത്തി പരിവർത്തനപ്പെടുത്തിയ ചില യഥാർത്ഥ വിശ്വാസികൾ ഉണ്ടെന്ന്

വിസ്മരിക്കുന്നില്ല) പേരിൽ അവിശ്വാസികളും കുംഭക്തികളും 'സ്വാമി ശരണം' 'അയ്യപ്പശരണം' എന്ന് വിളിച്ച് അവിശ്വാസികളെന്ന പേരിൽ സ്ത്രീകളേയും പത്രപ്രവർത്തകരെയും ആക്രമിക്കുന്നതാണ്. അല്ലെങ്കിൽ കേരളത്തിന്റെ തെരുവുകൾ ഈ മന്ത്രങ്ങൾ ചൊല്ലി, പൊലീസ് വാഹനങ്ങൾ മുമ്പിൽ, പിറകിൽ ഭക്തരുടെ അണിയൊത്ത നിരകളാണ്. പക്ഷേ, ആരുടെയെങ്കിലും മുഖത്ത് ഭക്തിയുടെ നിർമ്മലഭാവങ്ങളുണ്ടായിരുന്നോ? മസ്കലിനിറ്റിയുടെ വെറുപ്പും പാരുഷ്യവുമല്ലാതെ? വളരെ അപൂർവമായി മാത്രമേ, ശബരിമലയ്ക്ക് പുറത്ത് ഇത്തരം നാമജപസംഘങ്ങൾ അക്രമാസക്തരായിട്ടുള്ളൂയെന്ന് അഭിനന്ദനീയമാണ്. എന്നാൽ സംഘപരിവാർ നിർദോഷികളായ വിശ്വാസികളെ വെച്ച് നടത്തുന്ന ഈ നാമജപഘോഷയാത്രയിലെ 'ശരണം വിളികൾ' 1930-കളിൽ നാം ജർമ്മനിയിലെ തെരുവുകളിൽ കേട്ടതിന്റെ മാറ്റൊലിയാണ്. ഇത്തരം അധികാര പ്രമത്തതയുടെ മാറ്റൊലികളെ ഗാന്ധിജി നേരിട്ടത് 'ക്വിറ്റ് ഇന്ത്യ', 'Do or Die - പ്രവർത്തിക്കുക അല്ലെങ്കിൽ മരിക്കുക' എന്ന ഹൃദയത്തിൽനിന്നു പുറത്ത് വരുന്ന ധാർമ്മിക പദങ്ങൾ കൊണ്ടാണ്. അവ വാക്കുകളായിരുന്നില്ല, അഹിംസയിലൂന്നിയ ക്രിയാത്മക ചുവടുകളായിരുന്നു.

കേരളം ഇന്നാവശ്യപ്പെടുന്നത് ദളിത് സ്ത്രീകൾ സ്വമേധയാ മനഃശുദ്ധി എന്ന വ്രതമെടുത്ത്, ഇരുമുടിക്കെട്ടുമായി കറുത്ത വസ്ത്രം ധരിച്ച് ശബരിമല സന്നിധാനത്തിലേക്ക് അഹിംസാത്മകമായി നീങ്ങണമെന്നാണ്. അവരുടെ ചുണ്ടിലും മനസ്സിലും ഒരേ മന്ത്രമേ വേണ്ടു; 'ബുദ്ധം ശരണം! ധർമ്മം ശരണം!' ശബരിമല ധർമ്മശാസ്താവിന്റെ ക്ഷേത്രം, എല്ലാ മതങ്ങൾക്കും അതീതനായിരുന്ന, ഭൂമിയിലെ സർവചരാചരങ്ങളുടെയും സഹോദയത്തിനായി ജീവിച്ചിരുന്ന ശ്രീബുദ്ധഭഗവാന്റെ ശരണമന്ത്രങ്ങളാൽ മുഖരിതമാകണം. എല്ലാ അന്ധവിശ്വാസങ്ങളും അനാചാരങ്ങളും കത്തിച്ചാമ്പലാകട്ടെ, ആ മാധുര്യമേറിയ ശരണം വിളികളാൽ. ജാതി-മത-ലിംഗഭേദമന്യേ മാനവ സമൂഹം മാത്രമല്ല, ഭൂമിയിലെ പുല്ലും പുഴുവും വായുവും ജലവും സ്വാതന്ത്ര്യത്തിന്റെ പുലരിയിലെത്തട്ടെ. ബുദ്ധനും നാരായണഗുരുവും ഗാന്ധിയും അംബേദ്കറും ധന്യരാകട്ടെ! ■

ഞാനെന്ന ഭാവം അതു മാത്രമേ ശരണം

ഡോ. കെ.എം. അനിൽ

ഒന്ന്

പാരമ്പര്യത്തെക്കുറിച്ചുള്ള ആലോചനകൾക്ക് മുമ്പത്തേക്കാൾ പ്രസക്തിയുള്ള ഒരു കാലമാണിത്. പാരമ്പര്യത്ത ഉറച്ചതും പരിണാമ രഹിതവുമായ ഒരു സത്തയായിക്കാണുന്ന വീക്ഷണത്തിന് മേൽക്കൈ ലഭിച്ചുകൊണ്ടിരിക്കുകയാണ്. പാരമ്പര്യത്തിന്റെ സംരക്ഷകരായി ഒരു സംഘം സമൂഹത്തിൽ നെഞ്ചുവിരിച്ച് നടക്കുന്നുണ്ട്. വാസ്തവത്തിൽ പാരമ്പര്യം സംരക്ഷിക്കപ്പെടേണ്ട ഒന്നല്ല. അത് നിർമിക്കപ്പെടേണ്ട ഒന്നാണ്. പഴയതിൽ നിന്ന് തെരഞ്ഞെടുത്തും പുതിയത് കൂട്ടിച്ചേർത്തും പഴയതിനെ പരിഷ്കരിച്ചും കാലത്തിനനുസരിച്ച് നിർമിച്ചെടുക്കേണ്ട താണ് പാരമ്പര്യം, ഇതേക്കുറിച്ച് നെഹ്റു പറയുന്നത് നോക്കുക: 'ഇന്ത്യ അവളുടെ പഴമയിൽ നിന്ന് ഭിന്നിച്ച് പിരിയുകയും വർത്തമാന കാലത്തിൽ ആധിപത്യം വഹിക്കാൻ ആ പഴമയെ അനുവദിക്കാതിരി ക്കുകയും വേണം. നമ്മുടെ ജീവിതങ്ങൾ ഈ പഴമയുടെ ഉണക്കുമരം കൊണ്ട് കനത്തിരിക്കുകയാണ്. ചത്തതും ഉദ്ദേശ്യം സാധിച്ചു കഴിഞ്ഞ തുമായവയൊക്കെ പോകണം- പക്ഷേ, അതിന് ആ പഴമയിൽ ജീവ പ്രധാനവും ജീവദായകവുമായുള്ളതിൽ നിന്ന് ഭേദിക്കുക എന്നോ അതിനെ മറക്കുക എന്നോ അർഥമില്ല... പരമ്പരാഗതമായ ചിന്താഗതി കളിൽനിന്നും ജീവിതരീതികളിൽ നിന്നും നാം പുറത്തു കടക്കണം. അവ കഴിഞ്ഞുപോയ ഒരു യുഗത്തിൽ എന്തൊക്കെ ഗുണം ചെയ്തിരിക്കാ മെങ്കിലും ഇന്ന് അപ്രധാനമായിക്കഴിഞ്ഞു. നാം നരവംശത്തിന്റെ നേട്ട ങ്ങളൊക്കെയും നമ്മുടെ സ്വന്തമാക്കണം.' (ഇന്ത്യയെക്കണ്ടെത്തൽ പുറം 598–99).

പാരമ്പര്യത്തിന്റെ നിർധാരണം ആ അർത്ഥത്തിൽ രാഷ്ട്രീയ മാനങ്ങളുള്ള ഒന്നാണ്. അതിന് നിരവധിയായ ഇടനിലകളുണ്ട്. സുവ്യക്തമായ ലക്ഷ്യത്തോടെ പാരമ്പര്യത്തിലിടപെടുകയും അതിനെ

നവീകരിക്കാൻ ശ്രമിക്കുകയും ചെയ്ത പ്രസ്ഥാനമാണ് ഇന്ത്യയിലെ ഭക്തിപ്രസ്ഥാനം.

ശബരിമലയിലെ സ്ത്രീപ്രവേശനവുമായി ബന്ധപ്പെട്ട് ഉയർന്നുവന്ന വിവാദങ്ങളുടെ പശ്ചാത്തലത്തിൽ ഇന്ത്യൻ ഭക്തിപ്രസ്ഥാനത്തിലേക്കും അതിലെ ചിന്താസരണികളിലേക്കും പുനഃസന്ദർശനം നടത്തുന്നതിന് സാംഗത്യമുണ്ട്. ശരീരം, ജാതി, അസ്പൃശ്യത, ലിംഗനീതി എന്നീ പ്രമേയങ്ങളെല്ലാം ഭക്തിപ്രസ്ഥാനത്തിന്റെ ഉള്ളടക്കമായിരുന്നു. പൊതുബോധത്തെ നിർമിച്ചെടുക്കുന്ന പ്രത്യയശാസ്ത്ര യുക്തികളെ ആത്മീയതയ്ക്കകത്തുനിന്ന് വെല്ലുവിളിക്കാനാണ് ഭക്തിപ്രസ്ഥാനത്തിന്റെ സാരഥികൾ ശ്രമിച്ചത്. ആന്തരവിമർശകർ എന്ന നിലയ്ക്കാണ് അവരുടെ സ്ഥാനം. പുരാണങ്ങൾ ഇതിഹാസങ്ങൾ, ദർശനങ്ങൾ എന്നിവയുടെ പിൻബലത്തോടെയാണ് ഇന്ത്യൻ ജാതിവ്യവസ്ഥയും വർണാശ്രമ വ്യവസ്ഥയും പ്രവർത്തിച്ചത്. ഇവയെത്തന്നെ ആധാരമാക്കി പ്രതിപാഠങ്ങളും പ്രതിവ്യവഹാരങ്ങളും സൃഷ്ടിക്കുകയാണ് ഭക്തിപ്രസ്ഥാനം ചെയ്തത്. അതുകൊണ്ടാണ് അവരുടെ കർമ്മത്തെ ആന്തരവിമർശനം എന്നു പറഞ്ഞത്.

സവിശേഷമായ ദർശനങ്ങൾ, കാവ്യരൂപങ്ങൾ, ജീവിതമാതൃകകൾ എന്നിവയെല്ലാം ഇക്കാലത്ത് വളർന്നുവരികയുണ്ടായി. ഭക്തിപ്രസ്ഥാനം എന്ന് ഒറ്റപ്പദംകൊണ്ട് വ്യവഹരിക്കുന്നുണ്ടെങ്കിലും ഏകശിലാത്മകമായി ഈ പ്രസ്ഥാനത്തെ വീക്ഷിക്കുന്നത് തെറ്റായിരിക്കും. പരസ്പരം ഇടഞ്ഞും പൂരിപ്പിച്ചും മുന്നേറിയ ഈ ധാരകൾ മനുഷ്യനെക്കുറിച്ച് സൃഷ്ടിച്ച ഭാവന ഇക്കാലത്ത് പ്രധാനമാണെന്ന് തോന്നുന്നു. കാരണം യൂറോകേന്ദ്രിതമല്ലാത്ത ഒരു കാഴ്ച അവയിലെല്ലാമുണ്ട്. ഭക്തിപ്രസ്ഥാനത്തിന്റെ ഏറ്റവും വലിയ നേട്ടം അത് മുന്നോട്ടുവച്ച മനുഷ്യദർശനമാണ്. ആചാരത്തിന്റെയും അനുഷ്ഠാനത്തിന്റെയും പേരിൽ മനുഷ്യരെ വേർതിരിക്കണമെന്ന് വാദിക്കുന്നവർ വഴിയിലൂടെ നാമജപവുമായി നീങ്ങിക്കൊണ്ടിരിക്കുകയാണ്. ഈ വേളയിൽ പ്രാർഥനയെക്കുറിച്ചും ഭക്തിയെക്കുറിച്ചും ഇന്ത്യയിൽ രൂപപ്പെട്ട വിവിധ ആശയങ്ങളിലേക്ക് മടങ്ങിച്ചെല്ലുന്നതും പരിശോധിക്കുന്നതും മതനിരപേക്ഷവാദികൾക്കും ജനാധിപത്യവാദികൾക്കും ആത്മവിശ്വാസം നൽകും.

ഇന്ത്യൻ ദാർശനിക പാരമ്പര്യത്തിൽക്കാണുന്ന പ്രവൃത്തി ധർമ്മവും നിവൃത്തി ധർമ്മവും വൈദികപാരമ്പര്യത്തിന്റെതന്നെ ഉൾപ്പിരിവുകളാണെന്നും അതല്ല അവ യഥാക്രമം ആര്യവും അനാര്യവുമായ പാരമ്പര്യങ്ങളെയാണ് പ്രതിനിധീകരിക്കുന്നതെന്നും വാദിക്കുന്നവരുണ്ട്. ഇതിൽ ആദ്യത്തേത് അനുഷ്ഠാനങ്ങളുടെയും ആചാരങ്ങളുടെയും വഴിയാണെങ്കിൽ രണ്ടാമത്തേത് ജ്ഞാനാന്വേഷണത്തിന്റെ വഴിയാണ്. പ്രവൃത്തി ധർമ്മത്തെ വിരോധിച്ചും നിവൃത്തിധർമ്മത്തെ വിപുലീകരിച്ചുമാണ്

ഇന്ത്യയിൽ ശ്രമണപാരമ്പര്യം വളർന്നുവന്നതെന്ന് കരുതുന്നവരുമുണ്ട്. ഇതേക്കുറിച്ച് സച്ചിദാനന്ദന്റെ നിരീക്ഷണം ഇങ്ങനെ: 'പ്രവൃത്തി-നിവൃത്തികളുടെ ഉത്ഭവകാരണമെന്തായാലും ഇന്ത്യൻ സംസ്കാരത്തിന്റെ ആന്തരിക വൈരുധ്യത്തിന്റെ വ്യാഖ്യാനത്തിൽ ഈ വിഭജനത്തിന് പ്രാധാന്യമുണ്ട്. പ്രവൃത്തിക്ക് ഊന്നൽ നൽകിയ ഒരു വൈദിക ഘട്ടം, നിവൃത്തിക്കും അതിനപ്പുറത്തെ ചിന്തകൾക്കും ഊന്നൽ നൽകിയ ഒരു വേദാനന്തര ഘട്ടം. രണ്ടും സമന്വയിക്കപ്പെട്ട ഭക്തിയുടെതായ മധ്യയുഗം, ഇങ്ങനെയാണ് ജി.സി. പാണ്ഡേ മധ്യകാലംവരെയുള്ള ഇന്ത്യാ ചരിത്രത്തെ വിഭജിക്കുന്നത്' (ഭാരതീയ കവിതയിലെ പ്രതിരോധ പാരമ്പര്യം, പു.8). അതായത് ജ്ഞാനമണ്ഡലത്തെ വികസിപ്പിക്കുകയും ആചാരങ്ങളെ പരിഷ്കരിക്കുകയും ചെയ്തുകൊണ്ടാണ് ഭക്തിപ്രസ്ഥാനം പ്രവർത്തിച്ചത്. അതുകൊണ്ടാണ് പ്രവൃത്തി മാർഗത്തിന്റെയും നിവൃത്തിമാർഗത്തിന്റെയും സമന്വയം എന്ന് പാണ്ഡേ പറഞ്ഞത്.

വൈദിക പാരമ്പര്യവും ശ്രമണ പാരമ്പര്യവും ഇന്ത്യൻ ദർശനങ്ങളെ ആഴത്തിൽ സ്വാധീനിച്ച രണ്ട് ചിന്താധാരകളാണ്. ആചാരാനുഷ്ഠാനങ്ങളിലൂടെ ഭൂമിയിലെ ജീവിതം സുഖപ്രദമാക്കാനാണ് വൈദികമതം ഉപദേശിക്കുന്നതെങ്കിൽ കർമ്മചക്രത്തിൽനിന്നുള്ള മുക്തിയാണ് ശ്രമണപാരമ്പര്യത്തിന് അഭികാമ്യം. ജ്ഞാനമാണ് ഇതിനുള്ള വഴിയായി അവർക്ക് നിർദേശിക്കാനുള്ളത്. ഉപനിഷത്തുകളിൽ പലതിലും ശ്രമണദർശനത്തിന്റെ സൂചനകൾ കാണാമെന്ന് സച്ചിദാനന്ദൻ പറയുന്നു. കഠോപനിഷത്തിലും മുണ്ഡകോപനിഷത്തിലും മുങ്ങാൻ പോകുന്ന കപ്പലിനോടാണ് അനുഷ്ഠാനങ്ങളെ വിശേഷിപ്പിക്കുന്നത്. ഇതിന്റെ തുടർച്ചയാണ് ശ്രമണ ചിന്ത. സംസാരത്തിൽ നിന്ന് ജീവനെ എങ്ങനെ തിരിച്ചുവിളിക്കാമെന്നതാണ് ശ്രമണ ചിന്തയുടെ വിഷയം.

വിഷയവും വിഷയിയും രണ്ടല്ലാതെ ഒന്നായിരിക്കുന്നതാണ് ജ്ഞാനിയുടെ അവസ്ഥ. ഇതിനെയാണ് ശ്രമണർ ആത്മബോധം എന്ന് വിളിച്ചത്. മനുഷ്യരുടെ വിധിയെ നിർണയിക്കുന്നത് അവരുടെ കർമ്മങ്ങളാണ്. ഈശ്വരനല്ല. ആയതിനാൽ ഒരാളുടെ മോക്ഷത്തിനുത്തരവാദി അയാൾ തന്നെയാണ്. ഈശ്വരൻ ദാതാവും മനുഷ്യർ സ്വീകർത്താക്കളുമാണെന്ന് ബുദ്ധൻ കരുതുന്നില്ല. ബ്രാഹ്മണസദാചാരം സാമ്പ്രദായികമായ കടമകളിലും മതചടങ്ങുകളിലും ഊന്നുമ്പോൾ ശ്രമണസദാചാരം സാമ്പ്രദായിക ചടങ്ങുകളുപേക്ഷിച്ച് ആന്തരിക, ധാർമ്മികതയിൽ ഊന്നുന്നു.

വ്യക്തിജീവിതത്തിലെ ധാർമ്മികത എന്ന ആശയം ഇന്ത്യൻ ദാർശനിക വ്യവഹാരങ്ങളിലേക്ക് കടന്നുവരുന്നത് ബുദ്ധന്റെ ആഗമനത്തോടെയാണ്.

അതിനുമുമ്പ് ധർമ്മം എന്നത് വർണാശ്രമധർമ്മം മാത്രമായിരുന്നു. ബൗദ്ധധർമ്മം വർണാശ്രമ ധർമ്മത്തെയാണ് വെല്ലുവിളിച്ചത്. ആചാര നിരാസം, അഹിംസ, ആത്മനിയന്ത്രണം, എല്ലാ ജീവികളോടുമുള്ള കാരുണ്യം, ഔദാര്യം, സത്യസന്ധത, ബുദ്ധി, മിതത്വം എന്നിവയാണ് സാർവലൗകികമതത്തിന്റെ ആധാരതത്ത്വങ്ങൾ. വേദവിശ്വാസവും ജാത്യാഭിമാനവും ഹിംസയും സ്നാനാദി കർമ്മങ്ങളിൽ ധാർമ്മികമേന്മ യുണ്ടെന്ന ധാരണയും മൂഢത്വമാണെന്ന് ധർമ്മകീർത്തി സൂചിപ്പിക്കു ന്നുണ്ട്. ആവശ്യമെങ്കിൽ ഒരു ഗുരുവിന്റെ സഹായത്താടെ ഒരാൾക്ക് ബോധത്തെ പ്രാപിക്കാനാവും. അത് ഈശ്വരാനുഗ്രഹംകൊണ്ട് ലഭിക്കു ന്നതല്ല. സ്വപ്രയത്നമാണ് അതിന്നാധാരം. ബ്രാഹ്മണർ ജ്ഞാനത്തെ കുത്തകയാക്കുകയും അതിനെ നിഗൂഢവൽക്കരിക്കുകയും ചെയ്ത പ്പോൾ ശ്രമണർ ജ്ഞാനത്തെ ജനകീയവൽക്കരിക്കുകയും സാമാന്യ മനുഷ്യരിലേക്ക് പ്രസരിപ്പിക്കുകയുമാണ് ചെയ്തത്. അതുകൊണ്ടാണ് വൈദികമതം സംസ്കൃതത്തിൽ സംസാരിച്ചപ്പോൾ ശ്രമണർ പാലിയിലും മറ്റ് പ്രാദേശിക ഭാഷകളിലും സംസാരിച്ചത്. ബ്രാഹ്മണ പാരമ്പര്യം മതത്തെ അധികാര വ്യവസ്ഥയുമായി ബാന്ധവം ഉണ്ടാക്കാനുള്ള ഒരു കുറുക്കുവഴിയായിക്കണ്ടപ്പോൾ ശ്രമണർ സാമൂഹികനീതിയിലും ആത്മാ ന്വേഷണത്തിലുമാണ് ഊന്നിയത്. ശാസ്ത്രങ്ങളിലൂടെയും സ്മൃതികളി ലൂടെയും അബ്രാഹ്മണരെ ഇകഴ്ത്തുകയും ബ്രാഹ്മണാധിപത്യത്തെ ഉറപ്പിക്കുകയുമാണ് വൈദികപാരമ്പര്യം പിൽക്കാലത്ത് ചെയ്തത്. എന്നാൽ വർണാശ്രമവ്യവസ്ഥയേയും ജാതി സമ്പ്രദായത്തെയും പാടെ നിരാകരിച്ചുകൊണ്ടാണ് ശ്രമണപാരമ്പര്യം പ്രവർത്തിച്ചത്. ഈ ശ്രമണധാരയാണ് പിൽക്കാലത്ത് ഭക്തി സാഹിത്യത്തിന്റെ വിവിധധാര കളായി ഇന്ത്യയിലെമ്പാടും പരന്നൊഴുകിയത്. എന്നാൽ ബ്രാഹ്മണി ക്കൽ മൂല്യങ്ങൾക്ക് കാവൽ നിന്ന വൈദിക ചിന്താധാരയാണ് ഇന്ന് ഹിന്ദുത്വരാഷ്ട്രീയമായി രൂപം പ്രാപിച്ചിട്ടുള്ളത്. ഇന്ത്യൻ രാഷ്ട്രീയത്തിൽ പലതരത്തിൽ പ്രത്യക്ഷപ്പെട്ട വർഗ-വർണ-ലിംഗ വൈരുധ്യങ്ങൾക്കടി പ്പട തീർക്കുന്നത് ഈ ധൈഷണിക ധാരകൾ തമ്മിലുള്ള സംഘർഷ മാണ്.

രണ്ട്

ബി.സി. ആറാം നൂറ്റാണ്ടുമുൽ എ.ഡി. രണ്ടാം നൂറ്റാണ്ടുവരെയാണ് ഇന്ത്യയിൽ ബുദ്ധമതത്തിന്റെ ശക്തമായ സ്വാധീനം നിലനിന്ന കാലം. ബുദ്ധമതം ജനങ്ങളിലുണ്ടാക്കിയ ഉണർവിന് സമാനമായി ഇന്ത്യ യിലാകെ പടർന്നു പിടിച്ച മുന്നേറ്റം ഭക്തിപ്രസ്ഥാനമാണെന്ന കാര്യത്തിൽ സംശയമില്ല. ആചാരാനുഷ്ഠാനങ്ങളിലും മൂല്യബോധത്തിലും വിശ്വാസ ങ്ങളിലും മാത്രമല്ല കലയിലും സംസ്കാരത്തിലും ഭക്തിപ്രസ്ഥാനം

വലിയ ചലനമാണുണ്ടാക്കിയത്. ഭക്തിപ്രസ്ഥാനം സൃഷ്ടിച്ച അന്തരീക്ഷത്തിൽ നിന്ന് ഉയർന്നുവന്ന നൃത്തരൂപങ്ങളും സംഗീതവും ചിത്രങ്ങളും മറ്റും ഏറെ മൗലികതയുള്ളവയാണ്. ഇന്ത്യയിലെ പ്രാദേശിക ഭാഷകൾ ഏറ്റവുമധികം വളർന്നു വികസിച്ചത് ഭക്തിപ്രസ്ഥാനത്തിന്റെ കാലത്താണ്. കമ്പരുടെ രാമായണം തമിഴിലും എഴുത്തച്ഛന്റെ അധ്യാത്മരാമായണം കിളിപ്പാട്ട് മലയാളത്തിലും കിർത്തിവാസന്റെ രാമായണം ബംഗാളിയിലും മാധവകാണ്ഡലിയുടെ രാമായണം അസമീസ് ഭാഷയിലും തുളസീദാസന്റെ രാമചരിതമാനസം അവധിലും (ഹിന്ദിയുടെ പ്രാദേശികഭേദം) പ്രത്യക്ഷപ്പെട്ടത് ഇക്കാലത്താണ്. രാമായണം മാത്രമല്ല ഭാരതവും ഭാഗവതവും ഇക്കാലത്ത് ഇന്ത്യൻ ഭാഷകളിൽ പലമട്ടിൽ പുനഃസൃഷ്ടിക്കപ്പെടുകയുണ്ടായി. പ്രാദേശിക ഭാഷകളിലുണ്ടായ ഈ പുത്തനുണർവ് ജ്ഞാനമണ്ഡലത്തിൽ നിലനിന്ന ബ്രാഹ്മണ മേൽക്കോയ്മയെ വെല്ലുവിളിച്ചു. ഭാഷയും അധികാരവും തമ്മിലുള്ള ബന്ധം നിർണായകമാണെന്ന് തെളിയിച്ച ധൈഷണികരാണ് ഭക്തിസാഹിത്യത്തിലെ കവികൾ. അധികാരമുള്ളവരുടെ ഭാഷയും അധികാരത്തിന് പുറത്തുള്ളവരുടെ ഭാഷയും തമ്മിൽ നിർണായകമായ അന്തരമുണ്ടെന്ന കാര്യം പ്രത്യേകം ഓർക്കേണ്ടതാണ്. അടിച്ചമർത്താനും പ്രതിഷേധിക്കാനും സവിശേഷമായ ഭാഷ വേണ്ടിവരും. ഭാഷയെക്കുറിച്ചുള്ള ഈ ഉൾക്കാഴ്ച്ചയിൽ നിന്നാണ് ഇന്ത്യയിലെ പ്രാദേശിക സാഹിത്യം ഉടലെടുത്തതെന്ന കാര്യം പ്രത്യേകം സൂചിപ്പിക്കേണ്ടതാണ്.

പതിന്നാലു മുതൽ പതിനേഴുവരെയുള്ള നൂറ്റാണ്ടാണ് ഇന്ത്യയിലെ ഭക്തി പ്രസ്ഥാനത്തിന്റെ കാലം. അതിന്റെ തുടർച്ചയാണ് പത്തൊമ്പത്-ഇരുപത് നൂറ്റാണ്ടുകളിൽ ഇന്ത്യയിലുണ്ടായ സാമൂഹികനവീകരണ പ്രസ്ഥാനങ്ങളിൽ പലതും. ഇന്ത്യൻ ഭക്തിപ്രസ്ഥാനത്തിന് ഇസ്ലാം മതം നൽകിയ സംഭാവന വളരെ വലുതാണ്. പന്ത്രണ്ടാം നൂറ്റാണ്ടോടുകൂടിയാണ് സൂഫിസം ശക്തിപ്പെടുന്നത്. ഉറുദുവിന്റെ പിതാവായി അറിയപ്പെടുന്ന മുഹമ്മദ് ചിസ്തിയുടെ കാലത്തോടെയാണ് സൂഫിസത്തിന്റെ ആരംഭം. നിസാമുദ്ദീൻ ഔലിയ, അബ്ദുറഹിമാൻ ഖാൻ, ദാദു മുല്ല, മാലിക് മുഹമ്മദ് ജയസി, കബീർ എന്നിവരെല്ലാം സൂഫിസത്തിന്റെ വക്താക്കളായിരുന്നു.

ഭക്തിപ്രസ്ഥാനത്തിന്റെ ഏറ്റവും പ്രധാനപ്പെട്ട സവിശേഷത അതിലെ കീഴാള സമൂഹങ്ങളുടെ പങ്കാളിത്തമാണ്. ഇടയരും ചെരുപ്പുകുത്തികളും തോട്ടിപ്പണിക്കാരുമെല്ലാം ഈ പ്രസ്ഥാനത്തിൽ അണിനിരന്നു. മഹാരാഷ്ട്രയിലെ വാർക്കരി പാരമ്പര്യം വാസ്തവത്തിൽ ഒരു ദളിത് പ്രസ്ഥാനം ആയിരുന്നു. ചൊക്കമേള എന്ന അയിത്തജാതിക്കാരനായ സന്ന്യാസിയാണ് ഈ പാരമ്പര്യത്തിലെ പ്രമുഖൻ. ജാതി-മത-ഭേദമില്ലാതെ എല്ലാവർക്കും നിർവഹിക്കാൻ കഴിയുന്ന തീർഥാടനവും മറ്റും ഇവർ പ്രോത്സാഹിപ്പിച്ചു. ചൊക്കമേളയുടെ ഒരു കവിതയിൽ പതിനഞ്ചോളം

പേരുകൾ പരാമർശിക്കുന്നുണ്ട്. അവരെല്ലാം സന്ന്യാസിമാരും കവികളുമാണ്. ബ്രാഹ്മണകുലത്തിൽ പിറന്ന റിബലുകളും പൂന്തോട്ടക്കാരനും മൺപാത്രം ഉണ്ടാക്കുന്നവരും വാണിയനും സ്വർണപ്പണിക്കാരനും കൃഷിക്കാരനും എല്ലാം ഈ കവി സംഘത്തിൽപ്പെടും. വാർക്കരികളിൽ പ്രമുഖനായ നാമദേവൻ ഒരു തയ്യൽക്കാരനായിരുന്നു.

ആര്യസംസ്കാരവും സംസ്കൃതപാരമ്പര്യവും വടക്കുനിന്ന് തെക്കോട്ടാണ് ഒഴുകിയതെങ്കിൽ ഭക്തിപ്രസ്ഥാനത്തിന്റെ ഊർജ്ജവാഹിനി തെക്കുനിന്ന് വടക്കോട്ടാണ് പ്രവഹിച്ചത്. കുമാരിലഭട്ടൻ, പ്രഭാകരൻ തുടങ്ങിയ മീമാംസകരും ശങ്കരൻ, മാധ്വൻ, രാമാനുജൻ തുടങ്ങിയ വേദാന്തികളും ദക്ഷിണേന്ത്യക്കാരാണ്. ശൈവസിദ്ധാന്തമാണ് മറ്റൊരു പ്രബലധാര. ബസവേശ്വരന്റെ വീരശൈവപ്രസ്ഥാനവും ഇക്കൂട്ടത്തിൽപ്പെട്ടതാണ്. പുതിയ തരത്തിലുള്ള ദർശനവും ആചാരവിധികളും ഇക്കാലത്ത് ഇന്ത്യയിലുടനീളം വ്യാപിച്ചു. ക്ഷേത്രപ്രവേശനമായിരുന്നു ഭക്തിപ്രസ്ഥാനം ചർച്ച ചെയ്ത ഒരു മുഖ്യവിഷയം. നേരത്തെ പരാമർശിച്ചു ചൊക്കമേളയുടെ സഹോദരി നിർമ്മല തന്റെ ഒരു അഭംഗ (വർക്കരികളെഴുതുന്ന കവിത)ത്തിൽ മോക്ഷത്തിലേക്കുള്ള വഴി ഗുരുവിനോടൊപ്പമുള്ള സഹവാസമാണെന്ന് ഓർമിപ്പിക്കുന്നുണ്ട്. ക്ഷേത്രമോ ആചാരമോ ഇതിനുള്ള വഴിയായി നിർമ്മല കരുതുന്നില്ല. അവൈദികമായ ദേവതാസങ്കല്പത്തെ ഉറപ്പിച്ചെടുക്കാനാണ് വാർക്കരി പ്രസ്ഥാനം ശ്രമിച്ചത്. വിട്ഠളദേവൻ ഇക്കൂട്ടത്തിൽപ്പെടും. വൃത്തിയായ വസ്ത്രധാരണം, ശരീരശുദ്ധി, തുളസിമാല, തിലകം, പ്രാർത്ഥന എന്നിവയിൽ മാത്രമേ വാർക്കരികൾ വിശ്വസിച്ചുള്ളൂ. ബ്രാഹ്മണരോടുള്ളതിനേക്കാൾ അടുപ്പം ഈശ്വരന് വാർക്കരികളോടാണെന്ന് സമർഥിക്കുന്ന നിരവധി നാടോടിക്കഥകൾ മറാഠിയിലുണ്ട്. ക്ഷേത്രത്തിൽക്കയറാൻ ശ്രമിച്ച ചൊക്കാമേളയെ പുരോഹിതർ ആട്ടിയോടിച്ചെന്നും അന്നേരം വിട്ഠളദേവൻ പ്രത്യക്ഷനായെന്നും ദേവനെ വെണ്ണയൂട്ടിയ ചൊക്കാമേളയെ പുരോഹിതർ മർദ്ദിച്ചുവെന്നും തിരിച്ച് ക്ഷേത്രത്തിൽച്ചെന്ന് നോക്കിയപ്പോൾ വിടഠ്ളദേവന്റെ കവിൾ വെണ്ണകൊണ്ട് മിനുങ്ങിയതായിക്കണ്ട് അദ്ഭുതപ്പെട്ടുവെന്നും പറയുന്ന ഒരു കഥയുണ്ട്. ലളിതമായ ജീവിതവും അഹിംസയുമാണ് അവർ ആദർശമായി സ്വീകരിച്ചത്.

ക്ഷേത്രസംസ്കാരത്തെ സിദ്ധന്മാരും തള്ളിക്കളയുന്നുണ്ട്. സ്ത്രീകളെയും ദളിതരെയും ആദിവാസികളെയും അടിച്ചമർത്തുന്നതിനാൽ ബ്രാഹ്മണരുണ്ടാക്കിയ ശാസ്ത്രങ്ങൾ ചുട്ടെരിക്കുകയാണ് വേണ്ടതെന്ന് സിദ്ധന്മാർ സൂചിപ്പി ച്ചു. മോക്ഷം ക്ഷേത്രങ്ങളിൽനിന്ന് പ്രാപ്യമല്ലെന്നാണ് സിദ്ധന്മാർ കരുതുന്നത്. ബോധനവീകരണമാണ് മോക്ഷത്തിലേക്കുള്ള വഴി. ബോധത്തെ അവർ വെട്ടാവെളി എന്ന് വിളിക്കുന്നു. അനന്തമായ വെളിച്ചം എന്നാണ് ഈ സംജ്ഞയുടെ അർത്ഥം. ഇത് സ്ഥലത്തിന്റെ അനന്തര എന്ന സങ്കല്പവുമായി ബന്ധപ്പെട്ടതാണ്. ഉണ്മയെപ്പറ്റിയും

അവബോധമാണ് അത്. അനന്തമായി വെളിച്ചമാണ് മോക്ഷമെങ്കിൽ അതിനെ ഉൾക്കൊള്ളാൻ ക്ഷേത്രത്തിന്റെ ഇത്തിരിവട്ടത്തിന് സാധ്യമല്ല, അതിനാൽ ക്ഷേത്രസങ്കല്പം അസംബന്ധമാണ്. അവയെ നശിപ്പിക്കുകയാണ് വേണ്ടതെന്ന് സിദ്ധന്മാർ പറയും.

"നാലു വേദങ്ങളുടെ ഉച്ചാരണം, പുണ്യഗ്രന്ഥങ്ങളുടെ ഭസ്മം പൂശൽ, പ്രാർത്ഥിക്കൽ ഇവയൊന്നും ഈശ്വരനിലേക്ക് നയിക്കുകയില്ല.

ശ്രദ്ധയോടെ, അഥവാ വെറും നേരം പോക്കായി

പൂജാകർമങ്ങൾ നടത്തുന്ന പടുവിഡ്ഢികളെ

ഈശ്വരന്മാർ കല്ലുകളാവാറുണ്ടോ?

ചിരിക്കയല്ലാതെ ഞാൻ മറ്റെന്ത് ചെയ്യും?" എന്ന് ശിവവാക്കിയർ ചോദിക്കുന്നുണ്ട്.

ശരീരം തന്നെയാണ് ക്ഷേത്രം എന്ന് വിശ്വസിച്ചവരാണ് സിദ്ധന്മാർ, മോക്ഷത്തിനായി ശരീരത്തെ പരിശീലിപ്പിക്കുന്ന യോഗദർശനത്തെ സിദ്ധന്മാർ വികസിപ്പിച്ചെടുത്തു. യോഗവും തന്ത്രവും മുഖ്യപ്രതിപാദ്യങ്ങളായ തിരുമൂലരുടെ തിരുമന്തിരത്തിൽ ഒരു ജാതി, ഒരു ദൈവം എന്ന വിഖ്യാതമായ പ്രഖ്യാപനമുണ്ട്. സിദ്ധരുടെ കാവ്യപ്രസ്ഥാനത്തെ ബ്രാഹ്മണ വിരുദ്ധ കവിതാ ചക്രം എന്നാണ് റോബർട്ട് കാൾഡ്വൽ വിശേഷിപ്പിക്കുന്നത്. ശരീരത്തെ പാവനമായിക്കരുതിയിരുന്ന സിദ്ധർ ശരീരത്തെ തിരസ്കരിക്കുന്ന ദർശനങ്ങളോട് വിയോജിച്ചു.

'ശരീരം അപക്വമെന്ന് ഞാൻ തെറ്റിദ്ധരിച്ചു

പക്ഷേ, ആത്യന്തിക യാഥാർത്ഥ്യം ഞാനതിൽ കണ്ടുപിടിച്ചു' എന്ന് തിരുമൂലർ പറയുന്നുണ്ട്. കയകവേ കൈലാസം (അധ്വാനമാണ് മോക്ഷം) എന്ന ആദർശമാണ് ബസവേശ്വരനും ഉയർത്തിയത്. പ്രാർത്ഥിക്കണമെന്നുണ്ടെങ്കിൽ ഒരു ശിവലിംഗം കൈയിൽ കരുതിയാൽ മതി എന്നും അത് വൃത്തിയുള്ള ഒരു സ്ഥലത്തുവച്ച് പ്രാർത്ഥിച്ചാൽ മതി എന്നും അദ്ദേഹം ശിഷ്യരോട് പറഞ്ഞു. പതിന്നാലാം നൂറ്റാണ്ടിൽ ജീവിച്ചിരുന്ന കാശ്മീരി കവയിത്രിയും ശൈവ സന്ന്യാസിനിയുമായ ലല്ലേശ്വരി ആചാരങ്ങളുടെ അർത്ഥശൂന്യതയെക്കുറിച്ച് ഇങ്ങനെ എഴുതുന്നു:

'ആരാധനാവിഗ്രഹം വെറും ശില.
ക്ഷേത്രം വെറും ശില.
അടി മുതൽ മുടിവരെ ശില മാത്രം.
അഹങ്കാരിയായ പുരോഹിതാ നീയാരെ പൂജിക്കുന്നു?'

(ലല്ലേശ്വരി കവിതകൾ, വിവ. വേണു വി ദേശം, പു. 22)

ഈശ്വരൻ കല്ലിലും പ്രതിമയിലുമല്ലെന്നും നമ്മുടെ ഉള്ളിൽത്തന്നെയാണുള്ളതെന്നും കബീർ പറയുന്നു. കസ്തൂരിമാൻ സ്വന്തം ശരീരത്തിലെ

സുഗന്ധത്തിന്റെ ഉറവിടമറിയാതെ അത് തേടി അലയുന്നതുപോലെ യാണ് ദൈവത്തെത്തേടി മനുഷ്യർ കാട്ടിലും മേട്ടിലും അലയുന്നത് എന്നദ്ദേഹം പറയുന്നു.

'ശിലയെ പൂജിക്കുമ്പോൾ ദേവനെക്കാണാമെങ്കിൽ
മലയെപ്പൂജിക്കും ഞാൻ,
കേൾക്കുക ഭക്താ നിങ്ങൾ
ശിലയിൽ നല്ല ശില തിരുകല്ലതു ധാന്യം
പൊടിക്കും ലോകർക്കായി സേവനം ചെയ്യും നിത്യം.'

(കബീർ: ദാർശനിക കവിതകൾ, വിവ: ശിവൻ കൊളിക്കൊല്ലൂർ, പു. 72)

എന്നദ്ദേഹം വിഗ്രഹാരാധനയെ പരിഹസിക്കുന്നു. പൂജയും ജപങ്ങളും തീർത്ഥവും വ്രതങ്ങളും വിഗ്രഹവിശ്വാസവും സാരഹീനമാണെന്നും ഇരവിന്റെ കായ തിന്നാൻ ശ്രമിക്കുന്ന തത്തയെപ്പോലെ ഇതെല്ലാം ചെയ്യു ന്നവർ നിരാശരായിത്തീരുമെന്നും കബീർ ഓർമിപ്പിക്കുന്നുണ്ട്. മനുഷ്യ രാശിയുടെ ഹൃദയത്തിൽ ദിവ്യത്വം കണ്ടെത്താൻ അഭ്യർത്ഥിക്കുന്ന ബ സവേശ്വരനും അനുഷ്ഠാനങ്ങളുടെ അർത്ഥശൂന്യതയെക്കുറിച്ച് പറയു ന്നുണ്ട്.

'ഒരു ശിലാസർപ്പത്തെക്കണ്ട് അവർ പറയും:
പാലൊഴിച്ച് കൊടുക്കുക.
യഥാർത്ഥ സർപ്പത്തെക്കണ്ട് അവർ പറയും:
അതിനെ കൊല്ലുക
ഭക്ഷണം കഴിക്കാവുന്ന ഒരു ജംഗമ വന്നാൽ പറയും
പോകൂ ഒന്നും തിന്നാൻ കഴിയാത്ത ലിംഗത്തിന്
അവർ പ്രിയമുള്ളതെല്ലാം നിവേദിക്കും.
നിങ്ങൾ നമ്മുടെ കൂടല സംഗമന്റെ
ശരണന്മാരെ സൃഷ്ടിക്കുന്നില്ലെങ്കിൽ
ശിലയിൽത്തട്ടുന്ന പോലെ
വിഫലപ്രവൃത്തിയായിരിക്കും ചെയ്യുന്നത്!'

(ബസവേശ്വര, എച്ച് തിപ്പെരുദ്രസ്വാമി, വിവ: വി എസ്. ശർമ്മ, പു.46)

ചുരുക്കത്തിൽ ബ്രാഹ്മണ സംസ്കാരത്തെ പുറത്താക്കി ബദൽ ആ ചാരങ്ങളെയും അനുഷ്ഠാനങ്ങളെയും അവതരിപ്പിക്കുകയാണ് ഇന്ത്യ യിലെ ഭക്തിപ്രസ്ഥാനം ചെയ്തത്. (ഇക്കാര്യങ്ങളെക്കുറിച്ച് കൂടുതലറി യാൻ സ്മൃതി മോഹൻ ഇ തയ്യാറാക്കിയ ആത്മീയതയും പ്രതിരോധവും വചനസാഹിത്യത്തെ മുൻനിർത്തിയുള്ള പഠനം എന്ന എംഫിൽ പ്രബന്ധം-കാലിക്കറ്റ് സർവകലാശാല, 2017-നോക്കുക)

അനുഷ്ഠാനങ്ങളും ആചാരങ്ങളും മാറേണ്ടതാണെന്നും മാറ്റാൻ കഴി യുമെന്നും ആധ്യാത്മിക യുക്തിക്കകത്തുനിന്ന് തെളിയിക്കാൻ ശ്രമിച്ച മധ്യകാല ഭക്തിപ്രസ്ഥാനത്തിന്റെ തുടർച്ചയിലാണ് ശ്രീനാരായണ

ഗുരുവും വാഗ്ഭടാനന്ദനും മറ്റും പ്രവർത്തിച്ചത്. വാഗ്ഭടാനന്ദനും പന്നിശേരി നാണുപിള്ളയും തമ്മിൽ വിഗ്രഹാരാധനയെക്കുറിച്ച് നടന്ന സംവാദത്തിൽ വാഗ്ഭടാനന്ദൻ പറയുന്നു: 'ഈശ്വരൻ സർവവ്യാപി യായിരിക്കുന്നുണ്ടെങ്കിലും ഏതെങ്കിലുമൊരു വിഗ്രഹത്തിലോ മറ്റോ മനസ്സിനെ ഊന്നിയാൽ അവൻ പ്രത്യക്ഷപ്പെടുകയില്ല. പ്രകാശം നമ്മുടെ നാലുപാടുമുണ്ടെങ്കിലും നാം നമ്മുടെ മനസ്സിനെ ചെവിയിൽ ക്കൂടിയോ മൂക്കിൽക്കൂടിയോ വ്യാപരിപ്പിച്ചാൽ അത് പ്രത്യക്ഷമാകുന്ന തല്ല. നേത്രേന്ദ്രിയത്തിൽക്കൂടിത്തന്നെ മനസ്സിനെ പ്രേരിപ്പിച്ചാലേ പ്രകാശം പ്രത്യക്ഷമാവുകയുള്ളൂ. അതുപോലെ സർവവ്യാപ്തനായി രിക്കുന്ന ഈശ്വരൻ നമ്മുടെ ബുദ്ധിയിലാണ് പ്രകാശിക്കുന്നത്' (ശ്രീ വാഗ്ഭടാനന്ദ ഗുരുദേവൻ, എം.ടി. കുമാരൻ). ഈശ്വരാരാധനയുടെ പേരിൽ ക്ഷേത്രങ്ങളുണ്ടാക്കുന്നതിനെ വാഗ്ഭടാനന്ദൻ എതിർത്തു. ഇക്കാര്യത്തിൽ അദ്ദേഹം ശ്രീനാരായണഗുരുവിനോടുപോലും തന്റെ വിയോജിപ്പ് രേഖ പ്പെടുത്തുകയുണ്ടായി. ഗുരുവാകട്ടെ താൻ നടത്തിക്കൊണ്ടിരുന്ന ക്ഷേത്ര നിർമാണത്തെ ആചാരലംഘനമായാണ് വിലയിരുത്തിയത്. നിർഗുണാ രാധനയ്ക്ക് പാങ്ങില്ലാത്തവർക്കാണ് സഗുണാരാധന. ആധ്യാത്മികമായ വളർച്ചയുടെ ഒരുഘട്ടം മാത്രമാണത്.ക്ഷേത്രത്തെ ഒരു പൊതുസ്ഥലമാ യാണ് അദ്ദേഹം കണ്ടത്. അതുകൊണ്ടാണ് അരുവിപ്പുറം ക്ഷേത്രത്തിനു പുറത്ത്

"ജാതിഭേദം മതദ്വേഷം
ഏതുമില്ലാതെ സർവരും
സോദരത്വേന വാഴുന്ന മാതൃകാസ്ഥാനം"

എന്ന് എഴുതിവച്ചത്. ക്ഷേത്രം ഏതെങ്കിലും ഒരു പ്രത്യേക മതക്കാർ ക്കുള്ള സ്ഥലമാണെന്ന് അദ്ദേഹം കരുതിയില്ല. അവിടെ സ്ത്രീകൾക്ക് തൊഴിലഭ്യസിക്കാനും വൃദ്ധരായവർക്ക് വിശ്രമിക്കാനും കുട്ടികൾക്ക് കളി ക്കാനുമൊക്കെയുള്ള സൗകര്യം വേണമെന്നാണ് ഗുരു നിർദ്ദേശിച്ചത്. വായനശാലയും വൈദ്യശാലയും എല്ലാമുള്ള ഒരു സമുച്ചയ മായിരിക്കണം ക്ഷേത്രം. ക്ഷേത്രാചാരത്തെ എതിർത്ത വാഗ്ഭടാനന്ദനും ക്ഷേത്രം നിർ മിച്ച ശ്രീനാരായണനും ഒരേപോലെ ആചാര ലംഘകരായിരുന്നു എന്ന താണ് വസ്തുത.

അനുഷ്ഠാനങ്ങളിൽ നിന്ന് വിമോചിപ്പിച്ച് മതത്തെ ധാർമ്മികതയു മായി ബന്ധിപ്പിക്കാൻ ആദ്യമായി ശ്രമിച്ച ഇന്ത്യൻ ധൈഷണികൻ ബുദ്ധ നാണ്. വൈദികമതത്തിൽ അനുഷ്ഠാനങ്ങളും ദാർശനികതയുമുണ്ടെ ങ്കിലും നീതിയെക്കുറിച്ചുള്ള ചോദ്യം അവർ ഒരിക്കലും ഉന്നയിച്ചിട്ടില്ല. ഈ ചോദ്യം ശ്രമണമതത്തിലാണ് കടന്നുവന്നത്. അതുതന്നെയാണ് ബുദ്ധമതത്തിന്റെ ജനപ്രീതിക്ക് കാരണമായത്. പിൽക്കാലത്ത് ബുദ്ധനെ പിടിച്ചുപറ്റാൻ ശ്രമിച്ച ശങ്കരാചാര്യർ നീതിയെക്കുറിച്ച് ബുദ്ധൻ ഉന്നയിച്ച ചോദ്യങ്ങൾ കണ്ടില്ലെന്ന് നടിച്ച് ബ്രാഹ്മണ്യത്തെ പുനഃസ്ഥാപിക്കാനാണ്

ശ്രമിച്ചത്. അത് ഇന്ത്യൻ സമൂഹത്തെ കൂടുതൽ ജീർണതയിലേക്ക് നയിച്ചു. ഈ സന്ദർഭത്തിലാണ് അദ്വൈതദർശനത്തെ സാമൂഹ്യനീതിയുടെ സാധൂകരണമായി പ്രയോഗിക്കുന്നതിനെക്കുറിച്ച് ഭക്തിപ്രസ്ഥാനം ചിന്തിച്ചു തുടങ്ങിയത്.

മായാവാദത്തെ ദാർശനികപ്രശ്നമായല്ല ഭക്തിപ്രസ്ഥാനം പരിഗണിച്ചത്. മനുഷ്യരുടെ അഹന്തയും അസൂയയും എത്രമാത്രം അർത്ഥശൂന്യമാണെന്ന് ഓർമിപ്പിക്കാനാണ് അവർ ശ്രമിച്ചത്. കാരുണ്യവും പരസ്പരം ഉൾക്കൊള്ളാനുള്ള ശേഷിയുമാണ് മനുഷ്യരുടെ മഹത്തായ ശേഷികളെന്നും അതിന്റെ വഴിയിൽ ചരിക്കുന്നവർക്കുള്ളതാണ് മോക്ഷമെന്നും ആചാരങ്ങൾക്കോ അനുഷ്ഠാനങ്ങൾക്കോ അതിൽ യാതൊരു പ്രസക്തിയുമില്ലെന്നും അവർ നിരന്തരം പറഞ്ഞു. ആത്മീയാന്വേഷണത്തെ സഹായിക്കുന്ന വിശ്വാസങ്ങളെയല്ലാതെ അന്ധവിശ്വാസങ്ങളെയോ അന്ധവിശ്വാസജടിലമായ അനാചാരങ്ങളെയോ ബസവേശ്വരൻ അനുകൂലിച്ചില്ല. ചിന്താശുദ്ധിക്കും കർമ്മശുദ്ധിക്കുമാണ് അദ്ദേഹം പ്രാധാന്യം നൽകിയത്. ചിന്തയിലും കർമ്മത്തിലുമുള്ള പരിശുദ്ധിയാണ് കായകം. സമൂഹത്തെ സേവിക്കുകയെന്നതാണ് കായകത്തിന്റെ വഴി. പ്രവൃത്തി എന്തായാലും അർപ്പണബോധത്തോടും വിനയത്തോടുംകൂടി അത് നിർവഹിക്കുമ്പോൾ അത് പ്രാനയായിത്തീരുന്നു. (ജാതി വേണ്ട, മതം വേണ്ട, ദൈവം വേണ്ട മനുഷ്യന് എന്ന് പറയുന്ന സഹോദരൻ അയ്യപ്പനെ സംഘത്തിൽ ഉൾപ്പെടുത്തുന്നതുകൊണ്ട് പല ബുദ്ധിമുട്ടുകളും ഉണ്ടെന്ന് ചില ശിഷ്യന്മാർ നാരായണഗുരുവിനോട് പറഞ്ഞുവെന്ന് ഒരു കഥയുണ്ട്. കാരണം അയ്യപ്പന്റേത് യുക്തിവാദമാണ്. ദൈവം വേണ്ട എന്നത് സംഘത്തിന്റെ ആദർശമല്ല. കേട്ടപ്പോൾ ഗുരു പറഞ്ഞു: 'അയ്യപ്പന്റെ വാക്കിൽ ദൈവമില്ലെങ്കിലും പ്രവൃത്തിയിൽ ദൈവമുണ്ടെന്ന് കരുതി കൂടെക്കൂട്ടിയാൽ മതി.' ഈ സന്ദർഭത്തിൽ ബസവേശ്വരന്റെ ആദർശത്തെ സ്മരിക്കുകയാണ് ഗുരു വാസ്തവത്തിൽ ചെയ്തതെന്ന് കരുതാം.)

അധ്വാനത്തിന്റെ അന്തസ്സിനെ ഉയർത്തിപ്പിടിച്ച നിരവധി ശരണർ അക്കാലത്ത് ഉണ്ടായിരുന്നു. അലക്കുകാരനായ മഡിവാള മാചയ്യ, കയർത്തൊഴിലാളിയായ നുലിയ ചന്തയ്യ, തോണിക്കാരനായ അംബിക ചൗഡ് യ്യ, കുട്ട നെയ്യുന്ന മേദര കേതയ്യ, ക്ഷുരകനായ ഹഡപദ അപ്പണ്ണ, ഇടയനായ തുരുഗാഹി രാമണ്ണ, കരംപിരിക്കുന്നവനായ സുങ്കത ബങ്കണ്ണാ, തോൽപ്പണിക്കാരനായ മേദരധോളയ്യാ, കാവൽക്കാരനായ തളവാറ കമിദേവ എന്നിങ്ങനെ അനേകം പേരുകൾ വചനസാഹിത്യത്തിൽ പരാമർശിക്കപ്പെട്ടു കാണുന്നു. ഇവരെല്ലാം ജാതി-വർഗ-ലിംഗഭേദമില്ലാതെ അനുഭവമണ്ഡപം എന്ന ചർച്ചാവേദിയിൽ പങ്കെടുത്തിരുന്നു. ഒരുതരം വിവേചനവുമില്ലാത്ത ഒരു സമൂഹത്തെയാണ് ബസവേശ്വരൻ 'യാഥാർത്ഥ്യമാക്കാൻ ശ്രമിച്ചത്. സമത്വത്തിന്റെ ആധാരം അദ്ധ്വാനമാണെന്നുകൂടി അദ്ദേഹം ഓർമിപ്പിക്കുന്നു.

ഭക്തിപ്രസ്ഥാനം സാമാന്യമായി ബൗദ്ധദർശനത്തിൽ നിന്ന് (ക്രൈസ്തവ-ഇസ്ലാം ദർശനങ്ങളിൽനിന്നും) സ്വീകരിച്ചിട്ടുള്ള പ്രധാനപ്പെട്ട സങ്കല്പനമാണ് കരുണ എന്നത്. കബീർ പറയുന്നു:

'കാണുമ്പോൾ പരദുഃഖം കരുണയുണ്ടായെന്നാൽ
സന്ന്യാസിയവൻ തന്നെ പറയുന്നിതു കബീർ
അന്യന്റെ ദുഃഖം കണ്ടാൽ കരുണ തോന്നാത്തവ-
നാകുന്നില്ലൊരിക്കലും സന്ന്യാസിയെന്നോർക്കണം'

എന്ന് കബീർ സന്ന്യാസത്തെ കരുണയുമായി നേരിട്ട് ബന്ധിപ്പിക്കുന്നു. സന്ന്യാസം എന്നത് കൃത്രിമമായ വ്രതശുദ്ധിയല്ല. അത് അപരത്തെ ഉൾക്കൊള്ളാനുള്ള ശേഷി തന്നെയാണ്. ദൈവത്തെ സ്നേഹിക്കേണ്ട കാര്യമില്ലെന്നും ദൈവത്തിന്റെ സൃഷ്ടികളെയാണ് സ്നേഹിക്കേണ്ടതെന്നും കബീർ പറയുന്നു. കരുണ എന്നത് അത്യപൂർവമായ ഭാവാവസ്ഥയാണ്. എന്റേത് എന്ന ഭാവം തീർത്തും ഇല്ലാതെ ശ്രദ്ധ പൂർണമായി ഇതരരുടെ ക്ഷേമാർത്ഥം നടക്കുന്ന പ്രവൃത്തിയോടഭിമുഖമായിത്തിരിയുന്ന ആത്മസമർപ്പണത്തിന് സന്നദ്ധമാകുന്ന ഭാവമാണ് കരുണ. ശ്രീനാരായണഗുരുവിന്റെ അനുകമ്പാശതകം ഇക്കാര്യം വെളിവാക്കുന്നതാണ്. ഇതരരുടെ പ്രവൃത്തികളുമായി തന്റെ ക്രിയകളെ കരുണാർദ്രമായി ഇണക്കുകയാണ് ഗുരു ചെയ്തത്. അഹന്ത നശിച്ച ഒരാത്മത്തിനുമാത്രമേ അപരത്തെ ഉൾക്കൊള്ളാനാവൂ. ആയതിനാൽ അഹത്തെ നശിപ്പിക്കുകയാണ് കരുണയുടെ ആദ്യ പടവ്.

'അവനവനാത്മ സുഖത്തി
നാചരിക്കുന്നവയപരന്ന് സുഖ ത്തിനായ് വരേണം'

എന്ന് ആത്മാപദേശ ശതകത്തിൽക്കാണുന്ന അപരശബ്ദം സവിശേഷമായ വ്യാഖ്യാനം അർഹിക്കുന്നതാണ്. സ്വന്തം ലക്ഷണങ്ങളോടെ തുല്യമായ മാറ്റൊന്നില്ലാതെ നിലനിൽക്കുന്നതാണ് അപരമെങ്കിൽ അപരത്വത്തിലേക്ക് കടക്കുവാനുള്ള എന്റെ സാധ്യതകൾ മങ്ങും. അഹന്തയായി ഉറച്ചുപോയിട്ടില്ലാത്ത അഹം എന്ന അനുഭവവും അറിവും (ബോധവും) ഒന്നുതന്നെയാണെന്ന് ആത്മബോധമുള്ളവർ തിരിച്ചറിയുന്നു. അറിവും അഹവും അന്യവൽക്കരിക്കപ്പെടുന്ന അവസ്ഥയാണ് അഹന്ത.

അഹന്തയുള്ളപ്പോഴാണ് അപരമുണ്ടാകുന്നത് എന്നർത്ഥം. ആത്മജ്ഞാനത്തിൽ നിന്നല്ല വസ്തുജ്ഞാനത്തിൽനിന്നാണ് അപരസങ്കല്പം ഉണ്ടാകുന്നത്. വസ്തുജ്ഞാനം ജഡാനുഭവമാണ്. ആത്മത്തിലുള്ള അധ്യാരോപം മൂലമാണ് അഹന്തയുണ്ടാകുന്നത്. ആത്മത്തിന്റെ ബഹിർസ്ഫുരണമാണ് അഹന്ത. അതുകൊണ്ടുതന്നെ അഹന്ത പലതായിരിക്കുമ്പോഴും ഒന്നായിരിക്കുന്നു. അങ്ങനെ നോക്കുമ്പോൾ ഞാൻ അപരരുടെ അഹത്തിലും പ്രതിഫലിക്കുന്നു. അതായത് എനിക്കുവേണ്ടതുതന്നെയാണ് അപരർക്കും വേണ്ടത്. അങ്ങനെ വരുമ്പോൾ അഹന്തയിൽ

ഉണരുന്നത് മത്സരബുദ്ധിയായിരിക്കും. അഹന്തയിൽ കേന്ദ്രിതമായ ബോധം മനുഷ്യർക്കിടയിലുള്ള ബന്ധത്തിൽ സ്വാഭാവികമായ സമര സമോ സമഭാവനയോ സ്ഥാപിക്കുകയില്ല. ആയതിനാൽ എന്റെ പ്രവൃ ത്തികൾ മറ്റുള്ളവരെ എങ്ങനെ ബാധിക്കുമെന്ന ചോദ്യം ധാർമ്മികമായ ഒന്നായിത്തീരുന്നു.

ആത്മസുഖത്തെ നാരായണഗുരു തള്ളിക്കളഞ്ഞിട്ടില്ല. എന്നാൽ ആത്മസുഖത്തിനായി ചെയ്യുന്ന പ്രവൃത്തികൾ മറ്റുള്ളവർക്കുകൂടി സുഖ മുണ്ടാക്കുന്നതാണെന്ന് ഉറപ്പുവരുത്താനുള്ള ഉത്തരവാദിത്വം ഉണ്ടാകണം എന്നാണ് ഗുരു പറയുന്നത്. ഈ ഉത്തരവാദിത്വം എങ്ങനെയുണ്ടാകും? നിവൃത്തിയാണ് അതിനുള്ള ഒരു മുന്നുപാധി. ബുദ്ധൻ നിർദ്ദേശിച്ച നിർ വാണത്തിന് സമാനമാണ് ഈ നിവൃത്തി. എന്നാൽ നിർവാണം ബുദ്ധൻ എല്ലാവർക്കുമായി നിർദേശിച്ചതല്ല. ബുദ്ധഭിക്ഷുക്കളുടെ സംഘത്തിനു മാത്രമേ അത് ബാധകമാക്കിയിട്ടുള്ളൂ. സാമാന്യർക്കായി അദ്ദേഹം സദ്ധർമ്മം നിർദേശിച്ചു. അതേവിധം ശ്രീനാരായണൻ എല്ലാവർക്കുമായി നിർദേശിച്ചത് സമഭാവനയാണ്. (ഗുരു ചിന്തന - ഒരു മുഖവുര എന്ന പുസ്തകത്തിൽ നിന്നാണ് ഈ പ്രകരണം വികസിപ്പിക്കാനാവശ്യമായ സങ്കല്പനങ്ങൾ സ്വീകരിച്ചിട്ടുള്ളത്).

ശബരിമലയിലെ സ്ത്രീപ്രവേശനത്തെക്കുറിച്ചുള്ള ചർച്ചയിൽ ഉയർന്നു വരുന്നതും ഇതേ കാര്യമാണ്. മതം എന്നത് ഒരു കൂട്ടം അനു ഷ്ഠാനങ്ങൾ മാത്രമാണോ അതോ നീതിയെക്കുറിച്ച് ചോദ്യമുന്നയി ക്കാനുള്ള ഇടം അതിനകത്തുണ്ടോ എന്നതാണ് പ്രശ്നം. ബുദ്ധന്റെ സദ്ധർമ്മവും നാരായണഗുരുവിന്റെ സമഭാവനയും അംഗീകരിക്കുന്ന വർക്ക് സ്ത്രീ എന്ന അപരത്തെ അകറ്റി നിർത്താനാവില്ല. സ്ത്രീയെന്നും പുരുഷനെന്നുമുള്ള വിവേചനം വാസ്തവത്തിൽ ജഢാനുഭവമാണ്. അത് അഹന്തയിൽനിന്ന് ഉണ്ടാകുന്നതാണ്. ആത്മദർശനത്തിലൂന്നി ധർമ്മ മാചരിക്കുന്ന ആർക്കും ഈ വിവേചനത്തെ ഉൾക്കൊള്ളാനാവില്ല. ഗുരു വിനെ സംബന്ധിച്ചിടത്തോളം സമഭാവനയാണ് നീതി. ഈ സമഭാവന യിൽനിന്നാണ് കരുണയുണ്ടാകുന്നത്. കരുണയില്ലാത്തിടത്താണ് അധി കാരമുണ്ടാകുന്നത്. ആൺകോയ്മാവ്യവസ്ഥ സ്ത്രീകളെ പുരുഷന്മാർക്ക് സമന്മാരായി ഗണിച്ചിട്ടില്ല. ആയതിനാൽ വീട്ടിനകത്തും പുറത്തും അവർക്ക് കാരുണ്യരഹിതമായ പെരുമാറ്റം അനുഭവിക്കേണ്ടി വരുന്നു. സാമാന്യനീതി സ്ത്രീകൾക്ക് നിഷേധിക്കപ്പെടുന്നു. വൈദികബ്രാഹ്മണ്യം ഒരിക്കലും നീതിയെക്കുറിച്ചുള്ള ഈ ചോദ്യം ചോദിച്ചിട്ടേയില്ല. അനു ഷ്ഠാനമാണ് അവർക്ക് പ്രധാനം. അനുഷ്ഠാനത്തിന്റേത് ഉപകരണാത്മക യുക്തിയാണ്. വൈദിക/ബ്രാഹ്മണമതം അനുഷ്ഠാനബന്ധിയായ സമൂഹ ത്തെയാണ് വിഭാവനം ചെയ്തതെങ്കിൽ ബുദ്ധമതവും അതിന്റെ തുടർച്ച യിൽ വരുന്ന ഭക്തിപ്രസ്ഥാനത്തിന്റെ ശാഖകളും നീതിയുടെ ചോദ്യത്തെ അഭിമുഖീകരിച്ചിട്ടുണ്ട്. അനുഷ്ഠാനത്തിലൂന്നി വാദങ്ങൾ ഉറപ്പിക്കാൻ

ശ്രമിക്കുന്നവർ ശ്രമണ പാരമ്പര്യത്തിന്റെ ധനാത്മകമായ തുടർച്ചയെ നിഷേധിക്കുക മാത്രമാണ് ചെയ്യുന്നത്.

മൂന്ന്

ഭക്തിപ്രസ്ഥാനം ഉയർത്തിയ നീതിയുടെ പ്രശ്നത്തെ സമരരൂപത്തിൽ വികസിപ്പിക്കുകയാണ് കേരളത്തിലെ നവോത്ഥാനപ്രസ്ഥാനം പത്തൊമ്പതാം നൂറ്റാണ്ടിൽ ചെയ്തത്. ആധുനിക ജനാധിപത്യബോധത്തിലേക്ക് മലർക്കെത്തുറന്ന വാതായനങ്ങളായി അത് മാറി. വൈദികമതത്തിന്റെ കോട്ടകൾ പലതും അക്കാലത്ത് തകർന്നടിഞ്ഞു. ബ്രാഹ്മണ മൂല്യങ്ങൾ പലതും ദാനം ചെയ്യപ്പെട്ടു.

കോയ്മാരൂപങ്ങളുടെ കെട്ടഴിഞ്ഞു. അടിയാളരുടെ പല അവകാശങ്ങളെയും ഗത്യന്തരമില്ലാതെ മേലാളർക്ക് അംഗീകരിക്കേണ്ടിവന്നു. വിഭവങ്ങളുടെ മേലുള്ള നിയന്ത്രണം ഭാഗികമായി തങ്ങൾക്ക് നഷ്ടപ്പെട്ടെങ്കിലും സംസ്കാരത്തിനുമേലുള്ള അധീശത്വം കൈമോശം വരാതെ മേലാളർ തങ്ങളുടെ വീടുകൾക്കകത്ത് സംരക്ഷിച്ചു. പൊതു ഇടങ്ങളിൽ നിന്ന് അപ്രത്യക്ഷമായ ജാതി വീട്ടിലെ ഷോക്കേസിൽ തുടങ്ങി മരണാനന്തര ച്ചടങ്ങുകളിൽ വരെ സംരക്ഷിക്കപ്പെട്ടു. ഈ സാംസ്കാരിക മൂലധനം അതിന്റെ ലാഭം കൊയ്യാനുള്ള അവസരം കാത്തിരിക്കുകയായിരുന്നു. ഹിന്ദുത്വ രാഷ്ട്രീയത്തിന്റെ രംഗപ്രവേശം ഈ ദമിത ചോദനകൾക്കെല്ലാം രംഗത്ത് വരാനുള്ള അവസരം ഉണ്ടാക്കിയിരിക്കുന്നു. പൊയ്കയിൽ കുമാരഗുരുവിന്റെയും ശ്രീനാരായണഗുരുവിന്റെയും മുന്നിൽ തൽക്കാലം തോൽവി സമ്മതിക്കേണ്ടി വന്ന ബ്രാഹ്മണ്യത്തിന് കോർപറേറ്റ് മൂലധനത്തിന്റെ പിൻബലത്തിൽ പൊതുജീവിതത്തിൽ ആടിത്തിമിർക്കാൻ കഴിയുമെന്ന് വന്നിരിക്കുന്നു. ആയതിനാൽ സമകാലജീവിതത്തിൽ ഒരിടത്തും നാം നാരായണഗുരുവിനെപ്പോലെ ഒരാചാര്യനെ കാണുന്നില്ല.

സംസ്കാര വ്യവസായത്തിന്റെ ഭാഗമായി ആത്മീയത മാറിക്കഴിഞ്ഞിരിക്കുന്നു. വർണാശ്രമ വ്യവസ്ഥയാൽ ശിഥിലമായ ഹിന്ദുസമൂഹത്തെ സംസ്കാരവ്യവസായത്തിലൂടെ ഏകീകരിക്കാനാവുമെന്ന് പ്രതീക്ഷയിലാണ് നവഹിന്ദുത്വം. അഹന്തയെ പ്രബലമാക്കുന്ന, ജഡാനുഭവത്തെ ജ്ഞാനമായെണ്ണുന്ന ഒന്നാണ് സമകാല ആത്മീയത. ഈ ജഡാനുഭവത്തിന്റെ മൂർത്തമായ അവസ്ഥയാണ് ഫെറ്റിഷിസം അഥവാ ചരക്കുകാമന, അനുസരിക്കാൻ ശീലിപ്പിക്കുന്ന സംഗീതം, ഉപാസനകൾ, പ്രഭാഷണങ്ങൾ, കഥാകഥനങ്ങൾ എന്നിവയിലൂടെ നിർമിച്ചെടുക്കുന്ന ഒരാൾക്കൂട്ടമാണ് സമകാല സമൂഹത്തിലെ വിശ്വാസിസമൂഹം. അഭിരുചി, യുക്തി എന്നിവക്കൊന്നും ഇവിടെ സ്ഥാനമില്ല. നിങ്ങൾ ഈ സംഘത്തിൽ അംഗമാണോ അല്ലയോ എന്നതുമാത്രമാണ് ചോദ്യം. തെരഞ്ഞെടുപ്പിനുള്ള അവകാശം ആരും ഉപയോഗപ്പെടുത്തുന്നില്ല. ആത്മീയതയുടെ എല്ലാ

വ്യവഹാരങ്ങൾക്കും ഒരേ രൂപം, ഒരേ മാതൃക, ഒരേ തരത്തിലുള്ള ജടിലോക്തികൾ, നവോത്ഥാന കാലത്ത് ആത്മീയവാദികൾക്കിടയിൽ നടന്ന സംവാദങ്ങളൊന്നും ഇന്ന് നടക്കുന്നില്ല.

വലിയ പണച്ചെലവുള്ള അനുഷ്ഠാനങ്ങളിലേക്ക് ആൾക്കൂട്ടത്തെ ക്ഷണിക്കുന്ന ആശ്രമങ്ങൾ, ചാനൽ പ്രഭാഷണങ്ങൾ, പരസ്യങ്ങൾ, തീർത്ഥയാത്രകൾ എന്നിവയ്ക്കിടയിൽ അനന്യമായ യുക്തി അപ്രസക്തമായിക്കൊണ്ടേയിരിക്കുന്നു. ജീവിതത്തിലെ സുഖഭോഗങ്ങളും മോക്ഷത്തിലേക്കും പാർലമെന്റിലേക്കുമുള്ള എളുപ്പവഴികളും ആശ്രമങ്ങളിൽ സംഗമിക്കുന്നു. ജീവിതം എന്ന പാക്കേജ് ഒരിടത്തു നിന്ന് (ആശ്രമത്തിൽ നിന്നോ ക്ഷേത്രത്തിൽ നിന്നോ) തന്നെ ലഭിക്കുമ്പോൾ എന്തിനാണ് റിസ്ക്കെടുക്കുന്നത്? മധ്യകാലത്തെന്നതുപോലെ ക്ഷേത്രകേന്ദ്രിതമായ ഒരു ജീവിത വ്യവസ്ഥ ആധിപത്യത്തോടെ നമുക്കുചുറ്റും പടർന്നുപിടിക്കുകയാണ. ഇപ്പോഴതിന് മാർക്കറ്റിന്റെ പിന്തുണകൂടിയുണ്ട്. ആത്മീയതയുടെ ഉൽപാദനം മാർക്കറ്റിൽ നടക്കുകയും അത് വില്പനയ്ക്കുവച്ച ചിന്തകളായി ആശ്രമങ്ങൾ അധഃപതിക്കുകയും ചെയ്തിരിക്കുന്നു. ആത്മീയതയുടെ കേവലമായ ഉപഭോക്താക്കളാണ് ഭക്തർ. സാങ്കേതികവിദ്യയിലുണ്ടായ കുതിച്ചുചാട്ടം പഴയ ശ്രേണികളിൽ പലതിനെയും പുനരാനയിച്ചിരിക്കുന്നു. ജാതിയും സാങ്കേതികവിദ്യയും ചേർന്ന് പുതിയ അഭിജാത വർഗത്തെയും നിസ്വരെയും സൃഷ്ടിച്ചിരിക്കുന്നു.

ആദ്യകാല സംസ്കാരത്തിൽ വ്യവസ്ഥയുടെ യുക്തി നിലനിൽക്കുമ്പോൾത്തന്നെ അതിനെ ചെറുക്കുന്ന പ്രതിയുക്തിയും നിലനിന്നിരുന്നു. എന്നാൽ സംസ്കാര വ്യവസായത്തിന്റെ കാലത്ത് ഈ പ്രതിയുക്തി അപ്രസക്തമാകുകയും വ്യവസ്ഥയുടെ യുക്തിയും സമൂഹത്തിന്റെ യുക്തിയും ഒന്നായിത്തീരുകയും ചെയ്യുന്നു. അങ്ങനെ വരുമ്പോൾ ഭക്തി എന്നതിന് ഒരർത്ഥമേയുള്ളൂ എന്നുവരും. അങ്ങനെ കമ്പോളം സ്പോൺസർ ചെയ്യുന്ന ഏകശിലാത്മകമായ ഭക്തിസ്വരൂപം മാത്രമാണ് ഇപ്പോൾ ദൃശ്യമാകുന്നത്. ഭക്തിപ്രസ്ഥാനത്തിൽ കാണുന്നതുപോലെ ഭക്തിയുടെ വിഭിന്നരൂപങ്ങളോ ദാർശനിക പദ്ധതികളോ ഉയർന്നുവരുന്നില്ല. ആത്മീയതയെക്കുറിച്ച് സംസാരിക്കാൻ കഴിവുള്ള ചില ഈശ്വരന്മാരെ കമ്പോളം ഒരുക്കി വച്ചിട്ടുണ്ട്. ആവശ്യത്തിനനുസരിച്ച് നാമവും തെറിയും ഉരുക്കഴിക്കാൻ അവർക്ക് കഴിയും. ബ്രാഹ്മണ്യത്തിന് ഏതിനെയും പിടിച്ചെടുക്കാനും അനുകൽപനം ചെയ്യാനും കഴിഞ്ഞിട്ടുണ്ടെന്ന് നാഗരികതയുടെ ചരിത്രം പഠിച്ചാൽ ബോധ്യമാകും. സംസ്കാര വ്യവസായത്തിന്റെ ഉൽപ്പന്നങ്ങൾ വൈവിധ്യത്താടുകൂടിയാണ് കമ്പോളത്തിൽ കടന്നുവരിക. ആർത്തവമുള്ള സ്ത്രീയെ ദേവിയായിക്കണ്ട് ആലിംഗനം ചെയ്യാൻ ആഹ്വാനം ചെയ്യുന്ന ആത്മീയാചാര്യന്മാർ തന്നെ ആർത്തവത്തിന്റെ പേരിൽ സ്ത്രീകളുടെ ക്ഷേത്രപ്രവേശനം തടയുകയും ചെയ്യുന്നു. അനുഷ്ഠാനത്തിന്റെ തടവറയിൽ കിടക്കുന്നവർക്ക് ഇത്തരം വൈരുധ്യങ്ങളിലേക്ക് പ്രവേശിക്കേണ്ടതില്ല. ചോദ്യങ്ങൾക്ക് ഉത്തരം കണ്ടെത്താൻ

യത്നിക്കേണ്ടതുമില്ല. എല്ലാ ഉത്തരങ്ങളും കമ്പോളം ഒരുക്കി വച്ചിട്ടുണ്ട്. അത് ന്യൂസ് അവറിൽ ഈശ്വരന്മാർ അവതരിപ്പിക്കും. നമുക്ക് അതിന്റെ ഉപഭോക്താക്കളായാൽ മതി.

സംസ്കാരവ്യവസായം മനുഷ്യരുടെ ഒഴിവുവേളകളെയാകെ ക്യാപിറ്റലൈസ് ചെയ്യാൻ ശ്രമിക്കുന്നുണ്ട്. ആത്മീയ വ്യവസായം ചെയ്യുന്നതും അതുതന്നെയാണ്. നിരന്തരമായ തൊഴിൽ ചൂഷണത്തിന് വിധേയമാകുന്നവരുടെ ഒഴിവുവേളകൾ തീർത്ഥയാത്രകൾ കൊണ്ടും ഭജനകൾ കൊണ്ടും നിറയ്ക്കാനാണ് ആത്മീയക്കമ്പോളം ശ്രമിക്കുന്നത്. ഇത്തരം വ്യവഹാരങ്ങളിലൂടെ നിർമിക്കപ്പെടുന്ന പുതുകർതൃത്വമാണ് ഹിന്ദു. മുമ്പില്ലാത്തവിധം അത് ഇന്നൊരു രാഷ്ട്രീയ സംവർഗമായിരിക്കുന്നു. പകർപ്പുകളിലൂടെയും അനുകരണങ്ങളിലൂടെയും ആത്മീയ വ്യവസായം ചരക്കുകളുടെ മിച്ചോൽപ്പാദനം നിർവഹിക്കുന്നു. ഉള്ളടക്കത്തെ രൂപത്തിന് കീഴ്പ്പെടുത്തുകയാണ് സംസ്കാരവ്യവസായം ചെയ്യുന്നത്. ഉള്ളുപൊള്ളയായ അക്രാമകരൂപങ്ങളായി ആത്മീയത അധഃപതിച്ചുകൊണ്ടേയിരിക്കുന്നതിന്റെ സൂചനകളാണ് നമുക്ക് കിട്ടിക്കൊണ്ടിരിക്കുന്നത്. രൂപമാത്രമായ ആത്മീയതയെ കബീർ എത്രയോ കാലം മുമ്പ് കളിയാക്കിയിട്ടുണ്ട്.

അഹം സ്വയം മായാരൂപമല്ല, ആത്മത്തിൽ നിന്ന് മായയാൽ ഉണ്ടാകുന്ന പ്രതീതിയാണ്. അതുകൊണ്ട് ശ്രീനാരായണഗുരു അഹത്തെ ശൂന്യമായി കണക്കാക്കിയില്ല. അറ്റം കാണാത്ത സംസാരസാഗരത്തിൽ മനുഷ്യർക്ക് പൊങ്ങുതടിപോലെ രക്ഷപ്പെടാനുള്ള ഉപായമാണ് അഹം. എന്നാൽ അഹം തന്നെയാണ് സത്യം എന്ന തോന്നലാണ് അഹന്ത. അഹത്തിൽനിന്ന് ആരംഭിക്കുന്ന ആത്മാന്വേഷണം നിവൃത്തമായ ആത്മത്തെ സാക്ഷാൽക്കരിക്കുന്നതോടെയാണ് അവസാനിക്കുന്നത്. ഈ ആത്മാന്വേഷണത്തെ തടയുകയാണ് ആത്മീയ വ്യവസായം ചെയ്യുന്നത്. ബ്രാഹ്മണ്യത്തിന്റെയും അനുഷ്ഠാനങ്ങളുടെയും രൂപമാത്രവ്യവഹാരങ്ങളിൽപ്പെട്ട് അഹത്തിൽ തറഞ്ഞുപോകുന്ന സമകാല ആത്മീയത അഹന്തയുടെ പതിനെട്ടാംപടി ചവിട്ടിക്കൊണ്ടിരിക്കുകയാണ്. ഞാനെന്ന ഭാവം അതു മാത്രമേ ശരണം!

■

ശബരിമല സ്ത്രീവിവേചനം ഭരണഘടനാവിരുദ്ധം

യു. കലാനാഥൻ

'തന്റെ ചോറൂണിന് 78 വർഷം മുമ്പ് യുവതിയായ അമ്മയോടും അച്ഛനോടുമൊപ്പം ശബരിമലയിൽ പോയിരുന്ന കാര്യം പ്രധാനമന്ത്രിയുടെ പ്രിൻസിപ്പൽ സെക്രട്ടറിയായിരുന്ന ടി.കെ.എ. നായർ തുറന്നുപറയുന്നു (01/08/2018 / ഹിന്ദു). സ്ത്രീ വിലക്കാചാരം മുമ്പുണ്ടായിരുന്നില്ല എന്ന് വ്യക്തം. അന്ന് അയ്യപ്പൻ നൈഷ്ഠിക ബ്രഹ്മചാരി ആയിരുന്നില്ല എന്നാണതിനർത്ഥം. ഇന്നത്തെ അയ്യപ്പഭക്തന്മാരിൽ 10 ശതമാനത്തിൽ താഴെ മാത്രമേ 41 ദിനവ്രതം കർശനമായി പാലിക്കുന്നുള്ളൂ എന്നും അദ്ദേഹം വിലയിരുത്തുന്നു.

ശബരിമലയിലെ പഞ്ചലോഹ വിഗ്രഹം നൈഷ്ഠിക ബ്രഹ്മചാരിയാണെന്ന വാദം സമീപകാല സൃഷ്ടിയാണ്. പൂജ ചെയ്താണ് വിഗ്രഹത്തിൽ 'ദൈവ ചൈതന്യം' വർദ്ധിപ്പിക്കുന്നതെന്നത് ഒരു പരസ്യസത്യമാണ്. എന്നാൽ അയ്യപ്പൻ, ശാസ്താവാണ് എന്നും ഹരിഹരസുതനാണെന്നുമുള്ള കഥകൾ ഭക്തിവ്യവസായ വ്യാപനത്തിനുള്ള കള്ളക്കഥകളാണെന്ന് വ്യക്തം.

മാസമുറ കുളിച്ചാലും മാറാത്ത മാലിന്യകാരണമാണെന്ന നിലപാട് സത്യവിരുദ്ധവും ശാസ്ത്രവിരുദ്ധവുമാണ്. ഗർഭാശയ ഭിത്തികളിലേക്കും കുഞ്ഞിലേക്കും എത്തുന്ന രക്തം, ശ്വാസകോശങ്ങളിൽ വെച്ച് കാർബൺ ഡയോക്സൈഡ് നീക്കി, ഓക്സിജൻ കലർത്തിയ ശുദ്ധരക്തമാണ്. മാസമുറ കഴിഞ്ഞ് സ്ത്രീ കുളിച്ചാൽ ആ രക്തപ്രവാഹം നിലയ്ക്കും. എന്നിട്ടും അവൾ അശുദ്ധയാണെന്ന് പറയുന്നത് ശിക്ഷാർഹമായ സ്ത്രീനിന്ദയാണ്.

മലശോധനം നടത്തിയശേഷം കഴുകി ബിംബപൂജ നടത്തുന്ന പൂജാരി അതിലെത്രയോ മാലിന്യമുള്ളവനാണ്. അതിനാൽ മാലിന്യവാദം സ്ത്രീവിവേചനം നിലനിർത്താനുള്ള നാടുവാഴി സാംസ്കാരിക വാദമാണ്.

ശബരിമലയുടെ പുരാണം

'ശബരിമലയിലെ വിദ്യാപീഠം ഒരു ബുദ്ധമതവിദ്യാപീഠമായിരുന്നു എന്ന് പറയപ്പെടുന്നു. ബുദ്ധമതം, ഹിന്ദുമതത്തിൽ അലിഞ്ഞു ചേർന്നപ്പോൾ ബുദ്ധൻ ശാസ്താവായി എന്നും വാദമുണ്ട്. ഇപ്പോഴത്തെ ക്ഷേത്രം പണിതിട്ട് 40 കൊല്ലമേ ആയിട്ടുള്ളൂ. ശബരിമലയിലെ ശാസ്താവിഗ്രഹം ചിന്മുദ്രാങ്കിതമായ യോഗസമാധിയുടെ സങ്കല്പത്തിലുള്ളതും ബുദ്ധപ്രതിമയോട് സാദൃശ്യമുള്ളതുമാണ്. തീർത്ഥാടകരുടെ ശരണംവിളി, ബുദ്ധഭിക്ഷുക്കളുടെ ശരണത്രയത്തേയും അനുസ്മരിപ്പിക്കുന്നു. (പേജ് 684, ഭാരത വിജ്ഞാനകോശം). ശാസ്താവ് ഹിന്ദു ദൈവമായ അയ്യപ്പനല്ല എന്നർത്ഥം.

ശബരിമലയിലെ സ്ത്രീ പ്രവേശന നിരോധം, മതാരാധനയുടെ പേരിലുള്ള അയിത്താചരണമാണ്. ഭരണഘടനയുടെ 17-ാം വകുപ്പ് പ്രകാരം നിരോധിച്ചതും IPC പ്രകാരം ശിക്ഷാർഹവുമാണ്.

മതവിശ്വാസസ്വാതന്ത്ര്യദുരുപയോഗം ഒരു നിത്യസംഭവവും സാർവ്വത്രികവുമായ ദുരാചാരമായി മതവിഭാഗങ്ങൾ നടത്തിയിട്ടും കേന്ദ്ര-സംസ്ഥാന സർക്കാരുകൾ, അത് തടയാനും നിയന്ത്രിക്കുവാനും ഇന്നോളം ഒരു നിയമനിർമ്മാണവും നടത്തിയിട്ടില്ല - അതിന്റെ നേർസൃഷ്ടിയാണ്, മതനിരപേക്ഷ സംസ്കാരത്തിന്റെ അപചയം

ഭരണഘടനാപരിപ്രേക്ഷ്യം

ഭരണഘടനാ വകുപ്പ് 25, 26 ൽ മതവിശ്വാസ സ്വാതന്ത്ര്യം വിശദീകരിച്ചതെങ്ങനെ എന്ന് നാം പഠിച്ചേ തീരൂ. Art. 25(1): 'പൊതുക്രമസമാധാനം, ധാർമ്മികത, ആരോഗ്യം എന്നിവയ്ക്കും ഈ ഭാഗത്തിലെ (III-ാം ഭാഗം - മൗലികാവകാശങ്ങൾ) മറ്റ് വകുപ്പുകൾക്കും വിധേയമായി, എല്ലാ വ്യക്തികൾക്കും മനഃസാക്ഷി സ്വാതന്ത്ര്യവും മതം വിശ്വസിക്കാനും ആചരിക്കാനും പ്രചരിപ്പിക്കാനും തുല്യമായ അവകാശമുണ്ട്.'

ഈ മൂന്ന് നിബന്ധനകൾ ലംഘിച്ച്, ദൂഷിത മതപ്രവർത്തനം നടത്തുന്നവരെ തടയാൻ 'മതവിശ്വാസസ്വാതന്ത്ര്യ നിയന്ത്രണ നിയമം 'ഇന്നേവരെ സർക്കാർ നടപ്പാക്കാത്തതിനാൽ, മതദുരിത പ്രകടനം അസഹനീയമായി, തെളിവ് ശബരിമലയിൽ ലക്ഷക്കണക്കിന് ഭക്തർ തിങ്ങിക്കൂടി മലീമസമാക്കുന്നു - മഴവെള്ളത്തിൽ ഈ 'മലമലകൾ' പമ്പയിലെത്തി ഇരുപതിലധികം പഞ്ചായത്തുകളുടെ കുടിവെള്ളം മലിനമാക്കുന്നു. ഇത് 25-ാം വകുപ്പിലെ ആരോഗ്യ സംരക്ഷണത്തിനു വിരുദ്ധമായിട്ടും സർക്കാർ ഇതിനെതിരെ വിരലനക്കിയോ?

പൊതുറോഡിൽ അടുപ്പുകൂട്ടി തീയിട്ട് പൊങ്കാല മൂലം അതിഭീകരമായ അന്തരീക്ഷമലിനീകരണം നടത്തുന്നു. ഗതാഗത പ്രതിസന്ധിയുണ്ടാക്കിയിട്ടും സർക്കാരിതിന് കൂട്ടുനിൽക്കുന്നു. ഇത് പൊതുആരോഗ്യത്തിനും ക്രമസമാധാനത്തിനും ധാർമ്മികതയ്ക്കും എതിരായിട്ടും

തടയാനാളില്ല. മതത്തിന്റെ പേരിലായാൽ എന്തുമാവാമെന്ന നിലപാട് ഭരണഘടനാ വിരുദ്ധമാണല്ലോ. ഭരണഘടന തൊട്ടു പ്രതിജ്ഞ ചെയ്തവർ പ്രതിജ്ഞാലംഘനം നടത്തിയിട്ടും അവരെ ശാസിക്കാൻ ഇന്ത്യയിലാരുമില്ലാത്ത സ്ഥിതിയായി.

ഭരണഘടനാ വകുപ്പ് 14: 'എല്ലാ പൗരന്മാർക്കും തുല്യതയും നിയമത്തിന്റെ തുല്യസംരക്ഷണവും ഉറപ്പ് നൽകി. വകുപ്പ് 15(1) ആകട്ടെ 'മതം, ജാതി, ജനനസ്ഥലം, ലിംഗം പേരിൽ വിവേചനം കാട്ടരുത്' എന്നു പ്രഖ്യാപിക്കുന്നു. സ്ത്രീ വിലക്ക്, ലിംഗത്തിന്റെ അടിസ്ഥാനത്തിലുള്ള വിവേചനമാണ്.'

വകുപ്പ് 26 പ്രകാരം താഴെപ്പറയുന്ന അവകാശമുണ്ട്.

a. മതസ്ഥാപനങ്ങളും ചാരിറ്റബിൾ ലക്ഷ്യങ്ങളുമുള്ള സ്ഥാപനങ്ങളും സ്ഥാപിക്കാം.

b. അവരുടെ മതകാര്യങ്ങൾ നിയന്ത്രിക്കാം.

c. സ്ഥിര-അസ്ഥിര ആസ്തികൾ ആർജ്ജിക്കാം, സ്വന്തമാക്കാം.

d. നിയമാനുസൃതം അവയുടെ ഭരണം നടത്താം.

ഈ മതസ്ഥാപനാവകാശവും ക്ഷേത്രഭരണാവകാശവും പക്ഷേ 25(1) ൽ പറയുന്ന 3 നിബന്ധനകൾക്ക് വിധേയമാണ് - പൊതുക്രമസമാധാനം ലംഘിക്കാൻ മതാവകാശമില്ല; പൊതുധാർമ്മികത ലംഘിക്കാൻ മതാവകാശമില്ല; പൊതുജനാരോഗ്യത്തിന് ഹാനിവരുത്താൻ മതാവകാശമില്ല. അവ മതങ്ങൾ ലംഘിച്ചാലോ? കർശന നടപടിക്ക് നിയമം പര്യാപ്തമല്ല - ഉള്ള നിയമം നടപ്പിലാക്കാനും ആളില്ല.

മതത്തെ രാഷ്ട്രീയത്തിൽ നിന്നും ഭരണകൂടത്തിൽ നിന്നും വിദ്യാഭ്യാസ സമ്പ്രദായത്തിൽ നിന്നും നിയമസംവിധാനത്തിൽ നിന്നും (ഇതെല്ലാം മതേതര ഭൗതിക പ്രശ്നങ്ങളാണല്ലോ) വേർതിരിക്കാൻ പലതവണ സുപ്രീംകോടതിയും ലിബർഹാൻ കമ്മീഷനും മറ്റും നിർദ്ദേശിച്ചിട്ടും കേന്ദ്രസർക്കാർ ചെവികൊണ്ടില്ല. പകരം മതവോട്ടു ബാങ്കുകൾ വിപുലീകരിക്കാൻ, ജാതി-മതവികാരോത്തേജക സംഘർഷങ്ങളും കലാപങ്ങൾ മൂർച്ഛിക്കാനുള്ള രാഷ്ട്രീയ തന്ത്രങ്ങളും നടപ്പാക്കി.

വാദപ്രതിവാദങ്ങൾ

കേരള സർക്കാർ ശബരിമലയിൽ സ്ത്രീപ്രവേശനം അനുവദിക്കണമെന്നാണ് സുപ്രീംകോടതിയിൽ വാദിച്ചത്. ദേവസ്വം ബോർഡ് അതിനെതിരായും വാദിക്കുന്നു. ഇത് പരമ്പരാഗത - ദീർഘകാല ആചാരമാണെന്നും മറ്റ് ആരാധനാലയങ്ങളിലും ഇത്തരം ആചാരമുണ്ടെന്നും വാദിക്കുന്നു.

അയിത്തവും സതിയും ബലികർമ്മങ്ങളും പഴയ നിഷ്ഠുരാചാരങ്ങളായിട്ടും നിർത്തിയില്ലേ? പഴയത് പലതും ജീർണമായവയല്ലേ? ഭരണ

ഘടനാതത്ത്വങ്ങൾ (A. 15, 1, 19, 21, 25, 26) പാലിക്കാത്ത ദേവസ്വം ബോർഡിനെ പിരിച്ചു വിടുകയാണു വേണ്ടത്.

രാജകുടുംബം, 'സ്ത്രീ വിലക്ക് സവിശേഷ പാരമ്പര്യാചാരമാണെന്നും അത് നിലനിർത്തണമെന്നും വാദിക്കുന്നു'. മുലക്കരവും തലക്കരവും പിരിച്ചു മൃഷ്ടാന്നം ഭക്ഷിച്ചവർ ഇതിന് അപ്പുറം പറയും.

ശബരിമല ഭക്തർക്ക് വേണ്ടി വാദിച്ച വക്കീൽ വി.കെ. ബിജു: 'പ്രതിഷ്ഠയുടെ ആഗ്രഹങ്ങൾക്ക് അതീവ പ്രാധാന്യമുണ്ട്, ക്രൂരമല്ലാത്ത ആചാരങ്ങൾ തടയരുത്. നൈഷ്ഠിക ബ്രഹ്മചാരിയാണ് ശബരിമലയിലെ പ്രതിഷ്ഠ. അവിടുത്തെ ആചാരങ്ങൾക്ക് ആർത്തവവുമായി ബന്ധമില്ല.'

ഇത്ര നീചമായ നിലപാടെടുക്കുന്ന ഒരു ബുദ്ധിശൂന്യൻ വക്കീലായാൽ ജനം വലഞ്ഞതു തന്നെ. പഞ്ചലോക വിഗ്രഹമായ പ്രതിഷ്ഠയ്ക്ക് എങ്ങനെ ആഗ്രഹമുണ്ടാകും? ഇതിൽപരം ഒരു മൂഢവാദം വേറെയില്ല. സ്ത്രീവിവേചനം, 51 ശതമാനം സ്ത്രീകൾക്കെതിരായ സംസ്കാരശൂന്യമായ ആത്മീയ ഹിംസയാണ്. അത് ക്രൂരമായ ആചാരം തന്നെ.

മറ്റൊരു വക്കീൽ ഗോപാൽ ശങ്കര നാരായണന്റെ വാദം അപഹാസ്യമാണ്. "മതഭേദമെന്യേ എല്ലാ അയ്യപ്പഭക്തർക്കുമുള്ളതാണ് ശബരിമല ക്ഷേത്രം. അതിനാൽ ഭരണഘടന യിലെ 25(2) വകുപ്പ് ഇവിടെ ഉപയോഗിക്കാനാവില്ല. ശബരിമലയിലെ സ്ത്രീവിലക്ക് ഭരണഘടനാവിരുദ്ധമാണെന്ന് പ്രഖ്യാപിച്ചാൽ അത് മറ്റ് മതങ്ങളേയും ബാധിക്കും (01-08-2018 / മാതൃഭൂമി).

സുപ്രീംകോടതിയുടെ പ്രതികരണങ്ങൾ

സുപ്രീംകോടതി ചീഫ് ജസ്റ്റിസിന്റെ നിലപാട് ഭരണഘടനാപരമാണ്. അദ്ദേഹം ചോദിക്കുന്നു: 'ഭരണഘടനാ ശില്പികൾ വിഭാവനം ചെയ്ത വ്യക്തിസ്വാതന്ത്ര്യം വിഗ്രഹത്തിനാണോ വിശ്വാസികൾക്കാണോ? അതിന്റെ ഉത്തരം വിശ്വാസികൾക്കാണെന്നാണ് എന്നത് അനുക്തസിദ്ധമല്ലേ?' ആരാധനാ സ്വാതന്ത്ര്യം വകുപ്പ് 25ലെ സാമൂഹിക ക്രമം, ആരോഗ്യം, ധാർമ്മികത എന്നിവയ്ക്ക് അനുസൃതമാണെന്നും' അദ്ദേഹം വ്യക്തമാക്കി. അതിന്നർത്ഥം ശബരിമലയിലെ സ്ത്രീവിലക്ക് വകുപ്പ് - 25നെതിരാണെന്ന് വ്യക്തമാണ്' സ്ത്രീ വിലക്ക് നിയമവിരുദ്ധമാണെന്നുമാണ്' (27-07-18, മാധ്യമം).

'ശബരിമലയിലെ അയ്യപ്പവിഗ്രഹം ദർശിക്കാനുള്ള അവകാശത്തിൽ നിന്ന് വിവേചനപരമായി ആരെയും വിലക്കാനാവില്ല.'

'പ്രവേശനത്തിന് സമയക്രമം ഉൾപ്പെടെ വ്യവസ്ഥ നിശ്ചയിക്കാം. എന്നാൽ വിവേചനത്തിന്റെ അടിസ്ഥാനത്തിൽ പ്രവേശനത്തിന് വിലക്കേർപ്പെടുത്തുന്ന നടപടി ശരിയല്ല.' ഭരണഘടനാപ്രകാരം 'ശബരിമലയിൽ എല്ലാ സ്ത്രീകൾക്കും പോകാം. ആർത്തവവും വയസ്സും

പ്രവേശനത്തിന് മാനദണ്ഡമാക്കാനാവില്ല.' സുപ്രീംകോടതി (19-07-2018, മാധ്യമം)

ചീഫ് ജസ്റ്റിസിനു പുറമെ ജസ്റ്റിസുമാരായ ജ. റോഹിങ്ടൺ, ഡി.വൈ. ചന്ദ്രചൂഡ് എന്നിവർ പ്രായഭേദമെന്യേ എല്ലാ സ്ത്രീകൾക്കും പ്രവേശനമാകാമെന്ന് വ്യക്തമാക്കി.

'പുരുഷന് പ്രവേശനമുണ്ടെങ്കിൽ സ്ത്രീക്കുമാകാം' ചീഫ് ജസ്റ്റിസ് പറഞ്ഞു.

'എല്ലാ സ്ത്രീകളും ദൈവത്തിന്റെ സൃഷ്ടികളാണെങ്കിൽ തൊഴിലിലും ആരാധനയിലും അവർക്ക് വിവേചനം കല്പിക്കുന്നതെന്തിനാണെന്ന് 'ജ. ചന്ദ്രചൂഡ് ചോദിച്ചു. 'എല്ലാ വ്യക്തികൾക്കും മതം സ്വീകരിക്കാനും അനുഷ്ഠിക്കാനും പ്രചരിപ്പിക്കാനും സ്വാതന്ത്ര്യമുണ്ട്. ആരാധനയ്ക്ക് സ്ത്രീക്കും പുരുഷനും തുല്യാവകാശമുണ്ട്. അത് സ്ഥാപിക്കാൻ നിയമ പിൻബലം ആവശ്യമില്ല.' ചന്ദ്രചൂഡ് വ്യക്തമാക്കി.

വിധി എന്താവും എന്നത് വ്യക്തമാണ് - ശബരിമലയിലെ സ്ത്രീവിലക്ക് കോടതി തടയും; സ്ത്രീപ്രവേശനം പ്രായഭേദമെന്യേ അനുവദിക്കും. തദ്വാരാ, ഭരണഘടനാ തത്ത്വദുരുപയോഗം തടയും.

മതസ്വാതന്ത്ര്യ ദുരുപയോഗം, ഭരണഘടനാലംഘനം വഴി സ്ഥിരം നടത്തുന്ന മതസംഘടനകളെ, മത സ്ഥാപനങ്ങളെ, മതപ്പാർട്ടികളെ, കപട മതേതരപാർട്ടികളെ, തടയാനും നിയന്ത്രിക്കുവാനും മതവും രാഷ്ട്രീയവും വേർതിരിക്കുവാനും സമയബന്ധിതമായി നടപ്പാക്കാൻ സുപ്രീംകോടതി ഉത്തരവ് നൽകേണ്ടത് അനിവാര്യമാണ്.

ഭരണഘടനാ വകുപ്പ് 19, എല്ലാ വ്യക്തികൾക്കും മതം സ്വീകരിക്കാനും അനുഷ്ഠിക്കാനും പ്രചരിപ്പിക്കുവാനും സ്വാതന്ത്ര്യം നൽകുന്നുണ്ട്.

സ്ത്രീകളും ഇന്ത്യൻ പൗരന്മാരാണ്, ഭരണഘടന അവകാശം വകുപ്പ് 14 പ്രകാരം തുല്യത ഉള്ളവരാണ്. അവർക്ക് ആരാധനാ സ്വാതന്ത്ര്യം നിഷേധിക്കുവാൻ കേന്ദ്രസർക്കാരിനു പോലും അധികാരമില്ല. ആരാധനാ സ്വാതന്ത്ര്യം ജനാധിപത്യപരമായ പൗരാവകാശമായതിനാലാണ് യുക്തിവാദികൾ അതിനെ പിന്തുണയ്ക്കുന്നത്.

■

ആചാരം, വിശ്വാസം, ലിംഗനീതി

കെ.ടി.കുഞ്ഞിക്കണ്ണൻ

സെപ്തംബർ 28-ന്റെ സുപ്രീംകോടതി വിധി ചരിത്രപരമാകുന്നത് ഇന്ത്യൻ ഭരണഘടനയുടെ തുല്യനീതിയെയും ലിംഗനീതിയെയും സംബന്ധിച്ച സമഗ്രമായ വ്യാഖ്യാനത്തിലൂടെയും നിർവചനത്തിലൂടെയുമാണ്. ആചാരങ്ങളും വിശ്വാസങ്ങളുമെല്ലാം ഭരണഘടനയുടെ സമത്വദർശനങ്ങൾക്കും ലിംഗനീതിക്കും വിരുദ്ധമാകാൻ പാടില്ലെന്ന നിശിതമായ നിരീക്ഷണമാണ് ഭരണഘടനാബെഞ്ചിലെ ഭൂരിപക്ഷ ജഡ്ജിമാരും നടത്തിയത്. ന്യൂനപക്ഷവിധിന്യായമെഴുതിയ ഇന്ദു മൽഹോത്രയുടെ വിശ്വാസത്തെയും ആചാരസംരക്ഷണത്തെയും സംബന്ധിച്ച നിരീക്ഷണങ്ങൾ അനുച്ഛേദം 17-ന്റെ അയിത്തനിരോധനതത്ത്വങ്ങൾക്ക് വിരുദ്ധമാണെന്നാണ് ഭരണഘടനാബെഞ്ചിലെ നാല് ജഡ്ജിമാരുടെ വിധിന്യായം അസന്ദിഗ്ധമായി കണ്ടെത്തിയത്.

പുരുഷാധിപത്യ സവർണജാതിബോധത്തിന്റെ അഴുക്കുചാലുകളിൽ പിറവിയെടുത്ത ഹിന്ദുത്വവർഗീയവാദികൾ ഇന്ദു മൽഹോത്രയുടെ വിധിന്യായത്തിൽ പിടിച്ചാണ് വിശ്വാസിസമൂഹത്തെയും അയ്യപ്പഭക്തരെയും ഇടതുപക്ഷജനാധിപത്യ ഗവണ്മെന്റിനെതിരെ ഇളക്കിവിടാൻ കിണഞ്ഞു ശ്രമിക്കുന്നത്. നവോത്ഥാനത്തിന്റെ വെളിച്ചം ഊതിക്കെടുത്താൻ തെരുവിലിറങ്ങിയിരിക്കുന്ന ഈ ജീർണശക്തികൾ ആചാരവിശ്വാസ സംരക്ഷണത്തിന്റെ പേരിൽ കലാപങ്ങൾ സൃഷ്ടിക്കാനാണ് ശ്രമിക്കുന്നത്. ശബരിമലയുടെ ചരിത്രത്തെയും വിശ്വാസസങ്കല്പങ്ങളെയും സംബന്ധിച്ച അജ്ഞത സൃഷ്ടിച്ചാണ് സംഘപരിവാർ സംഘടനകളും സവർണജാതിക്കോമരങ്ങളും സ്ത്രീവിരുദ്ധ മേൽജാതി വികാരങ്ങൾ കുത്തിയിളക്കുന്നത്.

സ്ത്രീയെയും ശൂദ്രരെയും നീചജന്മങ്ങളായി കാണുന്ന ബ്രാഹ്മണ വൈദിക സംസ്കാരത്തിന്റെ വൃത്തികെട്ട പുരുഷാധികാര ഉദ്ഘോഷണങ്ങളാണ് ചാനൽചർച്ചകളിലും തെരുവുകളിലും സംഘപരിവാർ നേതാക്കളിലൂടെയും ഒരു വിഭാഗം കോൺഗ്രസ്സുകാരിലൂടെയും കേരളം

കേട്ടുകൊണ്ടിരിക്കുന്നത്. അശ്ലീലകരമായ ഒരു ഭൂതകാലത്തിന്റെ നുരച്ചു പൊങ്ങലുകളായേ ഈ ആക്രോശങ്ങളെ കാണാനാവൂ. വിശ്വാസസംരക്ഷണത്തിന്റെയും ആചാരസംരക്ഷണത്തിന്റെയും മുറവിളികളാണ് ഹിന്ദുത്വവാദികൾ തെരുവിലിറങ്ങി നടത്തിക്കൊണ്ടിരിക്കുന്നത്. സാധാരണക്കാരായ അയ്യപ്പഭക്തരെ തെരുവിലിറക്കി കലാപം സൃഷ്ടിക്കാൻ ശ്രമിക്കുന്നവരുടെ ലക്ഷ്യവും രാഷ്ട്രീയതാത്പര്യവും ഇന്ന് പകൽപോലെ വ്യക്തമാണ്. അതിലപ്പുറം സംഘപരിവാർ ശക്തികൾ ബ്രാഹ്മണ വൈദിക കാലത്തേക്കും മനുസ്മൃതിയിലേക്കും ജനമനസ്സുകളെ തിരിച്ചുകൊണ്ടുപോകാൻ നടത്തുന്ന കുത്സിതനീക്കങ്ങൾ തിരിച്ചറിയേണ്ടതുണ്ട്, തുറന്നുകാട്ടേണ്ടതുണ്ട്. വിശ്വാസസംരക്ഷണത്തിന്റെ മറപിടിച്ച് മധ്യകാല ജീർണതകളെയും ദളിത് സ്ത്രീവിരുദ്ധതയെയും ഉത്സാഹപൂർവ്വം ശാശ്വതീകരിച്ചെടുക്കാനുള്ള ശ്രമങ്ങളാണ് സംഘപരിവാർ ബുദ്ധികേന്ദ്രങ്ങൾ നടത്തിക്കൊണ്ടിരിക്കുന്നത്.

ഈയൊരു സാഹചര്യത്തിൽ മതത്തെയും ആചാരാനുഷ്ഠാനങ്ങളെയും സംബന്ധിച്ച ശാസ്ത്രീയവും ശരിയായതുമായ സമീപനമെടുത്തുകൊണ്ടേ ജനാധിപത്യവാദികൾക്ക് ഈ ഇരുട്ടിന്റെ ശക്തികളെ ചെറുത്തുതോൽപ്പിക്കാനാവൂ. ഗ്രാംഷി പറഞ്ഞതുപോലെ ചരിത്രത്തെയും സംസ്കാരത്തെയും സംബന്ധിച്ച ശാസ്ത്രീയ വിശകലനങ്ങളിലൂടെയേ ഫാസിസ്റ്റ് അധികാരശക്തികൾ സൃഷ്ടിക്കുന്ന തെറ്റായ സാമൂഹിക ആശയങ്ങളെയും ചരിത്രഭാവനകളെയുമെല്ലാം തുറന്നുകാണിക്കാനാവൂ. എല്ലാവിധ ഏകപക്ഷീയതകളെയും നിരാകരിക്കുന്ന വൈരുധ്യാത്മകമായ ഒരു ചരിത്രസമീപനത്തിൽനിന്നും രീതിശാസ്ത്രത്തിൽനിന്നുകൊണ്ടേ മതത്തെയും വിശ്വാസത്തെയും അത് സൃഷ്ടിച്ച ആചാരസമ്പ്രദായങ്ങളെയും ശരിയായി വിശകലനം ചെയ്യാൻ കഴിയൂ. മതത്തിന്റെ ആവിർഭാവ കാലദർശനങ്ങളെല്ലാം ദൈവചിന്താപരമെന്നപോലെതന്നെ അത്യന്തം മാനവികവുമായിരുന്നു. ദൈവചിന്താപദ്ധതിപോലും മനുഷ്യസ്നേഹപരമായ ശക്തിസ്വഭാവമെന്ന നിലയിലാണ് ആദ്യകാലമതങ്ങളെല്ലാം മുന്നോട്ടുകൊണ്ടുവന്നത്. മതങ്ങളുടെ മനുഷ്യസ്നേഹപരമായ ശക്തിസ്വഭാവമാണ് ജനമനസ്സുകളിൽ കടന്നുകയറാനും വ്യാപിക്കാനും അതിന് സഹായകരമായത്.

പിൽക്കാലത്ത് അധികാരിവർഗങ്ങളുടെ പ്രത്യയശാസ്ത്രമായി പരിണമിച്ച മതമാണ് ആചാരാനുഷ്ഠാനങ്ങളിൽ അഭിരമിക്കുന്ന ദൈവചിന്താപദ്ധതികളും ദുരാചാരങ്ങളും അന്ധവിശ്വാസങ്ങളും അടിച്ചേൽപ്പിച്ചത്. പ്രകൃതിയുടെ ബലപ്രയോഗങ്ങളെയും പ്രതികൂല പ്രതിഭാസങ്ങളെയും അതിജീവിക്കാനുള്ള ജ്ഞാനമാർഗവും കർമ്മമാർഗവുമെന്ന നിലയിലാണ് മനുഷ്യർ മന്ത്രങ്ങളും പൂജാനുഷ്ഠാനങ്ങളുമെല്ലാം രൂപപ്പെടുത്തുന്നത്. തന്റെ നിലനിൽപ്പിനും ഉപജീവനത്തിനും തടസ്സംനിന്ന പ്രകൃതി പ്രതിഭാസങ്ങളെയും ഭൗതികബന്ധങ്ങളെയും അതിജീവിക്കാനുള്ള

ശ്രമങ്ങളിലാണ് മതങ്ങൾ രൂപപ്പെട്ടത്. യുക്തികൊണ്ടും അറിവുകൊണ്ടും വിശദീകരിക്കാനാവാത്ത അനവധിയായ പ്രകൃതിപ്രതിഭാസങ്ങളെയും ഹിംസ്രജന്തുക്കളെയുമെല്ലാം നേരിടാനുള്ള ഇച്ഛാശക്തി മനുഷ്യന് നൽകിയത് മതവും ദൈവചിന്തയും മുന്നോട്ടുവെച്ച മന്ത്രവാദപരമായ അനുഷ്ഠാനങ്ങളാണ്. അതായത് മന്ത്രവാദപരമായ മനുഷ്യന്റെ അതിജീവനചരിത്രത്തിന്റെ ഉല്പന്നങ്ങളാണ് മതവിശ്വാസവും ആചാരങ്ങളുമെല്ലാമെന്നു പറയാം. മന്ത്രവാദപരമായ ദൈവപ്രീതിക്കുള്ള അനുഷ്ഠാനങ്ങളും പരിപാലനക്രിയകളുമെന്ന നിലയിലാണ് ആചാരങ്ങൾ യുക്തിരഹിതവും അർത്ഥശൂന്യവുമായിട്ടും ഇന്നും തുടർന്നുപോരുന്നത്. മാർക്സ് പറഞ്ഞതുപോലെ ചരിത്രമേൽപ്പിച്ച ഭാരമെന്ന നിലയിലാണ് മതവിശ്വാസവും ദൈവപ്രീതിക്കുവേണ്ടിയുള്ള ആചാരങ്ങളും അനുഷ്ഠാനങ്ങളുമെല്ലാം നിലനിന്നുപോരുന്നത്.

മനുഷ്യരുടെ പ്രാചീനബോധത്തിൽ രൂപംകൊണ്ട മതാരാധനാരീതികളും ദൈവങ്ങളും പരിഷ്കൃതസമൂഹത്തിലും എങ്ങനെയാണ് നിലനിൽക്കുന്നതെന്ന അന്വേഷണമാണ് ചരിത്രത്തെയും സംസ്കാരത്തെയും സംബന്ധിച്ച ഭൗതികവാദപരമായ പഠനങ്ങളുടെ അടിസ്ഥാനം തന്നെ. ഭക്ഷണശേഖരണത്തിന്റെ പെറുക്കിത്തീനി കാലഘട്ടത്തിലാണ് കാട്ടാനകളെ ഭയന്ന മനുഷ്യർ ഗജമുഖരൂപനായ ഗണപതിയെ സൃഷ്ടിച്ചതും ആരാധിക്കാൻ തുടങ്ങിയതും. തങ്ങളുടെ അതിജീവനശ്രമങ്ങളിലാണ് വനാന്തരങ്ങളിലെ ഗുഹാമുഖങ്ങളിലും മരപ്പൊത്തുകളിലും കഴിഞ്ഞ പ്രാചീനമനുഷ്യർ പുലിത്തോലുടുത്ത് പാമ്പുകളെ ആഭരണമാക്കിയ പരമശിവനെയും ശിവലിംഗത്തെയും സൃഷ്ടിച്ചതും ആരാധിക്കാൻ തുടങ്ങിയതും.

പുലിപ്പുറത്ത് സവാരി ചെയ്യുന്ന അയ്യപ്പനും ഈയൊരു പ്രാചീനഘട്ടത്തിലെ ഗണഗോത്ര സമൂഹങ്ങളുടെ മന്ത്രവാദപരമായ അതിജീവനശ്രമങ്ങളുടെ സൃഷ്ടിയാണ്. അയ്യപ്പനെക്കുറിച്ചുള്ള ചരിത്രവും ഐതിഹ്യങ്ങളും അനവധിയാണ്. വിശ്വഹിന്ദുപരിഷത്തിനുവേണ്ടി എൻ. കൃഷ്ണമൂർത്തി എഴുതി തയ്യാറാക്കിയ 'ശ്രീ അയ്യപ്പൻ' എന്ന ഗ്രന്ഥം അയ്യപ്പനെക്കുറിച്ചുള്ള ഹരിഹരപുത്രസങ്കല്പമാണ് പ്രതിപാദിക്കുന്നത്. കേരളത്തിലെ ക്ഷേത്രങ്ങളുടെ ഐതിഹ്യങ്ങൾ പ്രധാനമായും വിശദീകരിക്കുന്ന കൊട്ടാരത്തിൽ ശങ്കുണ്ണിയുടെ ഐതിഹ്യമാലയിലും വെട്ടംമാണിയുടെ പുരാണിക് എൻസൈക്ലോപീഡിയയിലുമൊക്കെ വ്യത്യസ്ത വ്യാഖ്യാനങ്ങളോടെയാണ് അയ്യപ്പകഥ പ്രതിപാദിക്കുന്നത്. എ. ശ്രീധരമേനോന്റെ കേരളചരിത്രം ഉൾപ്പെടെയുള്ള പല ചരിത്രഗ്രന്ഥങ്ങളും ശബരിമലയിലെ വിഗ്രഹം അയ്യപ്പന്റേതാണെന്നും ശാസ്താവിന്റേതാണെന്നും ബുദ്ധന്റേതാണെന്നും നിരീക്ഷണങ്ങളുണ്ട്. ധർമ്മശാസ്താവ് എന്നത് ബുദ്ധനെ സൂചിപ്പിക്കുന്നതാണെന്ന അഭിപ്രായവും പ്രബലമാണ്. അതവിടെ നിൽക്കട്ടെ. അക്കാര്യങ്ങളുടെ വിശദാംശങ്ങളിലേക്ക് ഇവിടെ കടക്കുന്നില്ല.

ഹിന്ദുമതമെന്ന് വിവക്ഷിക്കുന്ന മതവും അതിന്റെ ഭാഗമായി ആചരിക്കുന്ന മതവിശ്വാസങ്ങളും മുപ്പത്തിമുക്കോടി ദൈവങ്ങളും ജന്മമെടുത്തത് പ്രാചീനമായൊരു ചരിത്രകാലഘട്ടത്തിലാണെന്ന കാര്യം ഇന്ത്യയുടെ പ്രാചീന സംസ്കൃതിയെ സംബന്ധിച്ച പഠനങ്ങളെല്ലാം സമർത്ഥിക്കുന്നുണ്ട്. ദേബിപ്രസാദ് ചതോപാധ്യായയും കെ. ദാമോദരനും ആർ.എസ്. ശർമ്മയും റൊമീള ഥാപ്പറുമെല്ലാം. ഇന്ത്യയുടെ പൗരാണിക സംസ്കാരത്തെ സംബന്ധിച്ച പഠനങ്ങളിലൂടെ ഇന്ത്യക്കാരുടെ ദൈവസങ്കല്പങ്ങളെയും മിത്തുകളെയും വിശദീകരിച്ചിട്ടുണ്ട്. ഡി. ഡി. കൊസാംബി ഇന്ത്യൻ മിത്തുകളെയും ദൈവങ്ങളെയും അവ രൂപംകൊണ്ട ചരിത്ര പശ്ചാത്തലത്തിൽനിന്ന് അപഗ്രഥിക്കുകയാണ് 'മിത്തും യാഥാർത്ഥ്യ'വുമെന്ന വിഖ്യാതകൃതിയിലൂടെ ചെയ്തത്.

എല്ലാവിധ മതവിശ്വാസങ്ങളുടെയും ദൈവാരാധനയുടെയും വേരുകൾ ആഴ്ന്നുകിടക്കുന്നത് പ്രാകൃതമായ യുഗങ്ങളിലാണ്. ദൈവാരാധനയുടെയും അതിന്റെ ഭാഗമായ അന്ധവിശ്വാസങ്ങളുടെയും ഉത്ഭവമെന്നത് പ്രാകൃതമായ മനുഷ്യബോധങ്ങളിൽ നിന്നാണെന്നാണ് മാർക്സ് എഴുതിയിട്ടുള്ളത്. അതായത് മനുഷ്യർക്ക് സ്വന്തം പ്രകൃതിയെക്കുറിച്ചും ചുറ്റുമുള്ള ബാഹ്യപ്രകൃതിയെക്കുറിച്ചും ഉണ്ടായിരുന്ന തെറ്റായ ബോധത്തിൽ നിന്നാണ് മതവിശ്വാസങ്ങളും ദൈവങ്ങളുമെല്ലാം ഉത്ഭവിച്ചതെന്ന്. പ്രാകൃതമായ മനുഷ്യബോധത്തിൽനിന്നാണ് ദൈവവും മതവുമെല്ലാം ജന്മമെടുത്തതെന്ന മാർക്സിന്റെയും എംഗൽസിന്റെയും നിരീക്ഷണത്തെ വിശദീകരിച്ചാൽ ബാഹ്യപ്രകൃതിയിലെ വിവിധ പ്രതിഭാസങ്ങളെ ദൈവങ്ങളാക്കി സങ്കല്പിച്ച് അവയെ പൂജിക്കുകയും അതിനുള്ള പ്രാർത്ഥനയും നിവേദ്യവും മന്ത്രോച്ചാരണവും നടത്തിയാൽ അവയെയെല്ലാം നിയന്ത്രിക്കാനും കീഴടക്കാനും കഴിയുമെന്ന വിശ്വാസമാണ് ദൈവാരാധനയുടെ പിറകിൽ പ്രവർത്തിക്കുന്നതെന്നു കാണാം.

മനുഷ്യരുടെ ഗണഗോത്രകാലമെന്നത് തങ്ങളുടെ ശരീരത്തിന്റെ ഘടനയെക്കുറിച്ചോ ജീവനെപ്പറ്റിയോ തലച്ചോറ്, ചിന്ത, മനസ്സ് എന്നിവയെപ്പറ്റിയൊന്നും ഒരറിവുമില്ലാതിരുന്ന പ്രാകൃതയുഗമായിരുന്നു. ഒന്നിനെപ്പറ്റിയും യുക്തിപൂർവം ചിന്തിക്കാനോ വിശദീകരിക്കാനോ കഴിയാത്ത മനുഷ്യർക്ക് ദൈവചിന്തയും മതാരാധനയും നാനാവിധമായ പ്രകൃതി പ്രതിഭാസങ്ങളെ ഇച്ഛാശക്തിയോടെ നേരിടുന്നതിന് കരുത്ത് നൽകിയിരിക്കണം. പ്രതികൂലതകളെയും വിഘ്നങ്ങളെയും നേരിട്ട് ഭൂമുഖത്ത് ജീവിക്കാനുള്ള ആത്മവിശ്വാസം നൽകിയിരിക്കണം. അതുകൊണ്ടാണ് മാർക്സ് ഡെമോക്ലിറ്റസിന്റെയും എപിക്യൂറസിന്റെയും പ്രകൃതിവാദങ്ങളുടെ അന്തരത്തെപ്പറ്റിയുള്ള തന്റെ ഗവേഷണപ്രബന്ധത്തിൽ മതവും ദൈവവുമെല്ലാം ഭൂമിയിൽ സാമൂഹികജീവിതത്തിന്റെ ആദ്യചുവടുകൾ വെച്ചുതുടങ്ങിയ മനുഷ്യന്റെ ആദ്യകാലദർശനങ്ങളിൽ പ്രധാനമാണെന്ന് നിരീക്ഷിക്കുന്നത്.

മരണാനന്തര ജീവിതത്തെയും ആത്മാവിനെയും സംബന്ധിച്ച ധാരണകളിലേക്ക് മനുഷ്യർ എത്തിച്ചേരുന്നത് തെറ്റായ പ്രകൃതിബോധത്തിൽ നിന്നാണ്. തങ്ങളുടെ ശരീരത്തിൽനിന്ന് വേറിട്ട് ആത്മാവുണ്ടെന്ന ബോധത്തിന്റെ അടിസ്ഥാനമെന്താണ്? തങ്ങളുടെ പ്രിയപ്പെട്ടവർ മരിക്കുമ്പോൾ ഊർധ്വശ്വാസം - പ്രാണൻ പുറത്തുപോകുന്നത് അവർ നിസ്സഹായരായി നോക്കിനിൽക്കേണ്ടിവരുന്നു. പ്രിയപ്പെട്ടവരുടെ മരണം ഒരിക്കലും സംഭവിക്കരുതെന്ന് ആഗ്രഹിക്കുന്നവർ മരണമെന്ന നശ്വരതയെ അതിജീവിക്കാനാണ് മരണാനന്തരജീവിതത്തെയും ആത്മാവിനെയും കുറിച്ചുള്ള മിഥ്യാധാരണകൾ രൂപപ്പെടുത്തിയത്. ജീവന്റെ അവസാന സ്പന്ദനമായ ഊർധ്വശ്വാസത്തെ, പ്രാണനെയാണ് അവർ ശരീരം വിട്ട് പറന്നുപോകുന്ന ആത്മാവായി കരുതിയത്, വിശ്വസിച്ചത്. ശരീരം വിട്ട ആത്മാവിന്റെ അനശ്വരതയെക്കുറിച്ചാണ് മരണാനന്തര ജീവിതചിന്തകൾ പ്രതിപാദിക്കുന്നത്.

മരണത്തെയും പാരത്രികജീവിതത്തെയും സംബന്ധിച്ച ഒട്ടുമിക്ക മതങ്ങളുടെയും ദർശനങ്ങൾ ആത്മാവിനെ കേന്ദ്രീകരിച്ചാണ് വികസിപ്പിച്ചെടുത്തിട്ടുള്ളത്. ശരീരം വിട്ട ആത്മാവിന്റെ അനശ്വരതയെക്കുറിച്ചാണ് മരണാനന്തര ചിന്തകൾ പ്രധാനമായും പ്രതിപാദിക്കുന്നത്. ഒരാൾ മരിക്കുകയെന്നത് ആത്മാവ് പുറത്തുപോകുന്നതിലൂടെ ശരീരം ജഡമായി പരിണമിക്കുന്ന അസ്ഥയാണെന്നാണ് ആത്മീയവാദികൾ കരുതുന്നത്. ആത്മാവിന് മരണമില്ല. എല്ലാ മതങ്ങളും ആത്മീയദർശനങ്ങളും ഇതാണ് ഉദ്ഘോഷിച്ചുകൊണ്ടിരിക്കുന്നത്. എല്ലാതരത്തിലുമുള്ള ആത്മീയവാദത്തിന്റെ ആശയപരമായ വേരുകൾ ഈ പ്രാകൃതചിന്തയിലാണ് ആഴ്ന്നുകിടക്കുന്നത്.

ആത്മാവിന് മരണമില്ലെന്നും ശരീരം മാത്രമാണ് നശ്വരമെന്നുമുള്ള വിശ്വാസം പ്രാചീനമനുഷ്യർക്ക് സ്വാസ്ഥ്യം നൽകിയില്ല എന്നതാണ് വസ്തുത. ശരീരം നശിച്ചാൽ പ്രിയപ്പെട്ടവരുടെ ആത്മാവ് ജീവിച്ചിരിക്കുന്നല്ലോ എന്ന ആശ്വാസമാണ് അവർ ആഗ്രഹിച്ചതെങ്കിൽ അതവരെ മറ്റൊരുതരത്തിൽ അങ്ങേയറ്റം ഭയവിഹ്വലരാക്കുകയാണ് ചെയ്തത്. മരിച്ചുപോയ പ്രിയപ്പെട്ടവരുടെയും ബന്ധുക്കളുടെയും പ്രേതങ്ങൾ ജീവിച്ചിരിക്കുന്നവരുടെ ഉറക്കത്തിലും ഉണർവിലും പേടിസ്വപ്നമെന്നപോലെ പ്രത്യക്ഷപ്പെടുകയും പീഡിപ്പിക്കുകയും ചെയ്യുന്നു. മരണാനന്തരവും പൂർവികരുടെ ആത്മാക്കൾ ജീവിച്ചിരിക്കുന്നവരുടെ മുമ്പിൽ അദൃശ്യസാന്നിധ്യമായി അവരെ വിടാതെ പിന്തുടരുന്നതായി അനുഭവപ്പെട്ടു.

സംഘടിതമതങ്ങളുടെ ആവിർഭാവത്തോടെയാണ് അനാഥമായി പാറിപ്പറന്നുനടക്കുന്ന ആത്മാക്കൾ മനുഷ്യരിൽ സൃഷ്ടിച്ച വിഹ്വലതകൾക്കും ഭയത്തിനും പരിഹാരമുണ്ടാക്കാനുള്ള നീക്കങ്ങളുണ്ടായത്. മരണാനന്തര ജീവിതത്തെ സ്വർഗനരക സങ്കല്പങ്ങളുമായി ചേർത്ത് അവതരിപ്പിച്ച സംഘടിതമതങ്ങൾ പാപപുണ്യകല്പനകളിലൂടെ ഇഹ

ലോകത്തെ മനുഷ്യന്റെ വിഹ്വലതകൾക്ക് പരിഹാരം തേടി. സംഘടിത മതങ്ങളെല്ലാം ആവശ്യമുള്ളതിനേക്കാൾ കൂടുതൽ ഉല്പാദിപ്പിക്കാൻ കഴിയുന്ന സാമൂഹികസാഹചര്യത്തിന്റെ സൃഷ്ടികൂടിയായിരുന്നു. മിച്ചോൽപ്പാദനം സംരക്ഷിക്കാനും കൈയടക്കാനുമുള്ള ശ്രമങ്ങളിലാണ് ഭരണകൂട സംവിധാനങ്ങളും അതിന്റെ പ്രത്യയശാസ്ത്രകാരന്മാരായ പുരോഹിതവർഗങ്ങളുമെല്ലാം ജന്മമെടുക്കുന്നത്. നിലവിലുള്ള വ്യവസ്ഥയെ സാധൂകരിക്കുകയും ശാശ്വതീകരിക്കുകയും ചെയ്യുകയെന്നതാണ് മതപൗരോഹിത്യത്തിന്റെ പ്രത്യയശാസ്ത്രധർമം. ആരാധനകൾക്ക് നേതൃത്വം കൊടുക്കുന്ന പുരോഹിതന്മാരും സ്വത്തുടമസ്ഥവർഗങ്ങളും അവരെ തീറ്റിപ്പോറ്റാൻ നിർബന്ധിതമാകുന്ന അധ്വാനിക്കുന്ന വർഗങ്ങളും അതിനെയെല്ലാം നിയന്ത്രിക്കുന്ന ഭരണസംവിധാനങ്ങളും രൂപപ്പെടുന്ന ചരിത്രഘട്ടമിതാണ്.

എല്ലാവിധ തെളിവുകളെയും യുക്തിയെയും നിരസിക്കുന്ന അബദ്ധപൂർണമായ ആചാരവിശ്വാസങ്ങളെയാണ് ദുരാചാരങ്ങളെന്നും അന്ധവിശ്വാസങ്ങളെന്നും വിളിക്കുന്നത്. ഈ പ്രപഞ്ചത്തെയും മനുഷ്യജീവിതത്തെയും നിയന്ത്രിക്കുന്നത് ആകസ്മിക സംഭവങ്ങളോ അസ്ഥിരബുദ്ധിയോ ആണെന്ന് ശാസ്ത്രവിരോധികളായ മതപ്രചാരകന്മാർ നിരന്തരമായി പ്രചരിപ്പിച്ചുകൊണ്ടിരിക്കുന്നുണ്ട്. കാരണവും കാര്യവും തമ്മിലുള്ള പരസ്പരബന്ധത്തെ ചിന്തയും അസ്തിത്വവും തമ്മിലുള്ള അനിഷേധ്യമായ പാരസ്പര്യത്തെ അവഗണിച്ചുകൊണ്ടാണ് എല്ലാവിധ വിശ്വാസആചാരങ്ങളും നിലനിൽക്കുന്നത്. മഹാദ്ഭുതങ്ങളിലും മന്ത്രവാദങ്ങളിലും ആഭിചാരക്രിയകളിലും സ്വപ്നങ്ങളിലും പ്രവചനസാധ്യതകളിലും വിശ്വാസമർപ്പിക്കുവാൻ നിരന്തരമായി ജനങ്ങളെ പ്രേരിപ്പിക്കുകയാണ് വ്യവസ്ഥയുടെ സംരക്ഷകർ എന്നും ചെയ്തുപോന്നത്.

പ്രകൃത്യാതീതമായ ശക്തിയെക്കുറിച്ചുള്ള ദിവ്യാദ്ഭുതകഥകളിലൂടെയാണ് തലമുറകളെ അത് സ്വാധീനിക്കുന്നത്. വിജ്ഞാനവിരുദ്ധമായ ചിന്താഗതികളും വിശ്വാസഭ്രാന്തും വ്യർഥമോഹങ്ങളും പുനരുൽപ്പാദിപ്പിച്ചുകൊണ്ടാണ് തെറ്റായ ആചാരസമ്പ്രദായങ്ങളെ നിലനിർത്തിപ്പോരുന്നത്. എല്ലാവിധ മാറ്റങ്ങൾക്കും പുരോഗതിയിലേക്കുള്ള മനുഷ്യപ്രയാണങ്ങൾക്ക് തടസ്സം സൃഷ്ടിച്ചുകൊണ്ടാണ് മത ആചാരങ്ങളെന്ന പേരിൽ എല്ലാവിധ അനാചാരങ്ങളെയും നിലനിർത്താൻ യാഥാസ്ഥിതിക ശക്തികൾ ശ്രമിക്കുന്നത്. കേരളത്തിന്റെയും ഇന്ത്യയുടെയും സാമൂഹ്യ രാഷ്ട്രീയചരിത്രം തന്നെ ഇത് വ്യക്തമാക്കിത്തരുന്നുണ്ട്. പാരമ്പര്യത്തെയും ആചാരത്തെയും മുറുകെപ്പിടിച്ച യാഥാസ്ഥിതികശക്തികളെ ചോദ്യംചെയ്തും എതിർത്തുമാണ് സാമൂഹികപുരോഗതിയിലേക്ക് ഇന്ത്യൻ സമൂഹവും കേരളീയസമൂഹവും നടന്നടുത്തത്. ആചാരങ്ങളും വിശ്വാസങ്ങളും കാലാനുസൃതമായ മാറ്റങ്ങൾക്ക് വിധേയമാണെന്നതാണ് ചരിത്രം പഠിപ്പിക്കുന്നത്.

ആധുനികതയുടേതായ എല്ലാ മൂല്യങ്ങളെയും ശുദ്ധാശുദ്ധങ്ങളുടേതായ ധർമ്മശാസ്ത്രത്തിന്റെ പേരിൽ അകറ്റിനിർത്താനും തള്ളിക്കളയാനും നിർബന്ധിച്ചുകൊണ്ടിരുന്ന ബ്രാഹ്മണ മതാധികാരത്തോടേറ്റുമുട്ടിയാണ് ഇന്ത്യൻ നവോത്ഥാനം മുന്നോട്ടുപോയത്. ഇന്ത്യൻ നവോത്ഥാനത്തിന്റെ പിതാവെന്ന് വിശേഷിപ്പിക്കുന്ന രാജാറാം മോഹൻറോയ് സതിക്കും ശൈശവവിവാഹത്തിനും എതിരെ രംഗത്തുവന്നപ്പോൾ ആചാരവിശ്വാസസംരക്ഷണത്തിന്റെ പേരിലാണ് യാഥാസ്ഥിതികർ അദ്ദേഹത്തിനെതിരെ ഉറഞ്ഞുതുള്ളിയത്. കേരളത്തിൽ ശ്രീനാരായണ ഗുരുവിനും ചട്ടമ്പിസ്വാമികൾക്കും അയ്യൻകാളിക്കും ഇതേ അനുഭവമാണുണ്ടായത്. കേരളീയ നവോത്ഥാനത്തിന്റെ ആദ്യപഥികനായ വൈകുണ്ഠസ്വാമികൾക്കും മേൽജാതി മേധാവിത്വശക്തികളിൽനിന്നും ക്രൂരമായ എതിർപ്പുകൾ ഏറ്റുവാങ്ങേണ്ടിവന്നിട്ടുണ്ട്.

നവോത്ഥാന മുന്നേറ്റങ്ങളുടെ ഭാഗമായിട്ടാണ് 1829ൽ സതി നിരോധനം നിലവിൽ വന്നത്. അന്ന് വിശ്വാസാചാരസംരക്ഷണത്തിന്റെ പേരിൽ ബ്രാഹ്മണപ്രമാണിമാർ വിളിച്ചുപറഞ്ഞത് സതി നിരോധിച്ചാലും ഞങ്ങളുടെ കുടുംബത്തിലെ സ്ത്രീകളെ നിർബന്ധിച്ച് രഹസ്യമായെങ്കിലും സതി അനുഷ്ഠിപ്പിക്കും എന്നാണ്. പാരമ്പര്യസംരക്ഷണത്തിന്റെ പേരിലാണ് ബ്രാഹ്മണയാഥാസ്ഥിതികർ സതിക്കുവേണ്ടി മുറവിളി കൂട്ടിയതെന്ന കാര്യം ശബരിമല സ്ത്രീപ്രവേശനത്തിനെതിരെ തെരുവിലിറങ്ങിയിരിക്കുന്ന എല്ലാവരും മനസ്സിലാക്കുന്നതും നല്ലതാണ്. 1884-ലാണ് ഇന്ത്യയിൽ അടിമത്തം നിരോധിക്കുന്നത്. അന്നും സവർണബ്രാഹ്മണ സമൂഹം ജാതി അടിമത്തം സവർണരുടെ അവകാശമാണ്, ഞങ്ങളത് നിലനിർത്തുമെന്ന് വീമ്പുപറഞ്ഞിട്ടുണ്ട്.

1856-ൽ വിധവാപുനർവിവാഹ ബിൽ നിയമമായി പാസ്സാക്കിയപ്പോൾ സവർണജാതി കോമരങ്ങൾ വിധവകൾ വിവാഹിതരാകുന്നതിനെ തടയുമെന്നാണ് ഭീഷണി മുഴക്കിയത്. വിധവകൾ തല മൊട്ടയടിക്കണം, വെള്ള വസ്ത്രം ധരിച്ച് വീട്ടിലിരിക്കണമെന്നാണ് രാഹുൽ ഈശ്വറിന്റെ പൂർവികർ കൽപ്പിച്ചത്. വിധവകളായ ബ്രാഹ്മണസ്ത്രീകളുടെ ജീവിതം ചിത്രീകരിക്കുന്ന 'ഫയർ' എന്ന സിനിമയ്ക്കെതിരെ സമീപകാലത്താണല്ലോ സംഘപരിവാർ ശക്തികൾ എതിർപ്പുമായി രംഗത്തുവന്നത്. 1859-ൽ ചാന്നാർ സ്ത്രീകൾക്ക് മാറുമറയ്ക്കാനുള്ള അവകാശം നൽകിയപ്പോൾ സവർണജാതിശക്തികൾ മാറുമറച്ച് സ്ത്രീകൾ തെരുവിലിറങ്ങിയാൽ ബ്ലൗസ് വലിച്ചുകീറുമെന്നും മേൽവസ്ത്രം ധരിച്ച ചാന്നാർ സ്ത്രീകളെ തെരുവിൽ നടക്കാൻ അനുവദിക്കില്ലെന്നും ഭീഷണി മുഴക്കി.

ഇന്നിപ്പോൾ ശബരിമലയിൽ പോകുന്ന സ്ത്രീകളെ തടയുമെന്നും ജഡങ്ങൾ വീഴുമെന്നും വീമ്പിളക്കുന്ന ആർ.എസ്.എസ്- ബി.ജെ.പി നേതാക്കൾ ചരിത്രം തോൽപ്പിച്ച സ്ത്രീവിരുദ്ധമായ ജാതിമേധാവിത്വബോധത്തിന്റെ പിന്തുടർച്ചക്കാരാണ്. 1891-ൽ ശിശുവിവാഹനിയന്ത്രണ

നിയമം വന്നപ്പോൾ ആചാരസംരക്ഷണം പറഞ്ഞാണ് സവർണജാതിക്കാർ രംഗത്തിറങ്ങിയത്. വിവാഹപ്രായം 12 ആക്കിക്കൊണ്ടുള്ള ഏജ് ഓഫ് കൺസന്റ് ബില്ലിനെ എതിർത്തത് പരമ്പരാഗത ആചാരങ്ങൾ മാറ്റാൻ പാടില്ലെന്ന വാദം ഉയർത്തിയാണ്. ഞങ്ങളുടെ പെൺകുട്ടികളുടെ വിവാഹകാര്യത്തിൽ ഇടപെടാൻ സർക്കാരിനെന്തവകാശമെന്നാണ് സവർണജാതി ഹിന്ദുക്കൾ ചോദിച്ചത്.

1936-ൽ ക്ഷേത്രപ്രവേശനവിളംബരമുണ്ടായപ്പോൾ ദളിത് പിന്നോക്ക സമൂഹങ്ങൾക്ക് ക്ഷേത്രത്തിൽ പ്രവേശിക്കാൻ ആചാരപരമായി അവകാശമില്ലെന്ന് വാദിച്ചവരാണ് സവർണജാതിശക്തികൾ. ജാതിസമ്പ്രദായം നൂറ്റാണ്ടുകളായി നിലനിൽക്കുന്നതാണെന്നും അവർണർ ക്ഷേത്രത്തിൽ കയറുന്നതും ക്ഷേത്രവഴികളിലൂടെ നടക്കുന്നതും എതിർക്കുമെന്ന് പ്രഖ്യാപിച്ചവരുടെ പിന്തുടർച്ചക്കാരാണിന്ന് സ്ത്രീകളുടെ ക്ഷേത്രപ്രവേശനത്തെ എതിർക്കുന്നതെന്ന കാര്യം ചരിത്രബോധമുള്ള എല്ലാവർക്കും തിരിച്ചറിയാനാവും. 1924-ലാണ് ഇന്ത്യൻ നാഷണൽ കോൺഗ്രസ്സിന്റെ തീരുമാനമനുസരിച്ചാണ് വൈക്കം സത്യാഗ്രഹം ആരംഭിക്കുന്നത്. 1923-ൽ നടന്ന കാക്കിനഡ എ.ഐ.സി.സി. സമ്മേളനത്തിലാണ് അയിത്തവിരുദ്ധ പ്രക്ഷോഭങ്ങൾക്ക് കോൺഗ്രസ് മൂർത്തരൂപം നൽകുന്നത്. വൈക്കം ക്ഷേത്രത്തിന്റെ ചുറ്റുമുള്ള വഴികളിൽ എല്ലാവർക്കും ജാതിഭേദമന്യേ യാത്രചെയ്യാൻ അനുവദിക്കണമെന്നായിരുന്നു വൈക്കം സത്യാഗ്രഹത്തിന്റെ ആവശ്യം.

1925 മാർച്ച് 10നാണ് ഗാന്ധിജി വൈക്കം സത്യാഗ്രഹപന്തലിലെത്തുന്നത്. അധഃസ്ഥിത ജാതി വിഭാഗങ്ങളുടെ ക്ഷേത്രപ്രവേശനത്തെ എതിർത്ത യാഥാസ്ഥിതികപക്ഷത്തിന്റെ നേതാവായ ഇണ്ടംതുരുത്തി നീലകണ്ഠൻ നമ്പൂതിരിയെ ഗാന്ധിജി മനയിൽചെന്ന് നേരിട്ട് കാണുകയുണ്ടായി. മനയിൽ തന്നെ കാണാനും ചർച്ച നടത്താനും വന്ന ഗാന്ധിജിയെ നമ്പൂതിരി വരാന്തയ്ക്കപ്പുറം പ്രവേശിപ്പിക്കാൻ തയ്യാറായില്ല. ഗാന്ധിജിയും നമ്പൂതിരിയും പുറത്തും അകത്തും ഇരുന്നാണ് ചർച്ച നടത്തിയത്. അധഃസ്ഥിതരുടെ വഴിനടക്കാനുള്ള ആവശ്യം അനുവദിക്കണമെന്ന് അഭ്യർത്ഥിച്ച ഗാന്ധിജിയോട് നമ്പൂതിരി പറഞ്ഞത് ഇത് വിശ്വാസത്തിന്റെ പ്രശ്നമാണെന്നാണ്. പാരമ്പര്യമായി തുടർന്നുവരുന്ന ആചാരത്തിന്റെ പ്രശ്നമാണെന്നാണ്. ഗാന്ധിജി, നീലകണ്ഠൻ നമ്പൂതിരിയെ വിനയപൂർവം ഓർമ്മിപ്പിച്ചത് ആചാരവും വിശ്വാസവുമെല്ലാം പ്രധാനമാണെന്നിരിക്കിലും അതിനപ്പുറം മനുഷ്യനീതിയെന്നൊന്നില്ലേ എന്നാണ്. മനുഷ്യനീതിയെ കാണാത്ത വിശ്വാസവും ആചാരവും ദൈവനീതിക്ക് നിരക്കുന്നതാണോയെന്ന ഗാന്ധിജിയുടെ പ്രസക്തമായ ചോദ്യത്തിന് ഇന്ന് കേരളത്തിലെ കോൺഗ്രസ് നേതാക്കൾകൂടി ഉത്തരം പറയേണ്ടതുണ്ട്.

1947ൽ ദേവദാസി സമ്പ്രദായം നിരോധിക്കുന്ന നിയമം വന്നപ്പോൾ ദേവദാസികൾ ക്ഷേത്രാചാരത്തിന്റെ ഭാഗമാണെന്നാണ് ഹിന്ദുത്വവാദികൾ വാദിച്ചത്. ദേവദാസികൾ ദേവിയുടെ ദാസിമാരാണ്. അത് നൂറ്റാണ്ടുകളായി തുടരുന്ന ക്ഷേത്രാചാരമാണെന്ന് പറഞ്ഞാണ് ആക്ടിനെതിരെ സവർണജാതിക്കാർ എതിർപ്പ് പ്രകടിപ്പിച്ചത്. അയിത്തത്തെയും ജാതീയ ഉച്ചനീചത്വങ്ങളെയും ക്രിമിനൽകുറ്റമാക്കി ഇന്ത്യൻ ഭരണഘടന അംഗീകരിച്ചപ്പോൾ ആർ.എസ്.എസ്. ഭരണഘടനയ്ക്കെതിരെ പരസ്യമായി രംഗത്തുവന്നു. ഇന്ത്യൻ ഭരണഘടന ഭാരതീയ പാരമ്പര്യത്തെയോ സംസ്കാരത്തെയോ പരിഗണിക്കാത്തതാണെന്നും അയിത്താചരണം ജാതിവ്യവസ്ഥയുടെ അടിസ്ഥാനമാണെന്നും അത് നിർത്തലാക്കാൻ പാടില്ലെന്നുമുള്ള നിലപാടായിരുന്നു ഹിന്ദുത്വവാദികൾക്കുണ്ടായിരുന്നത്.

1955-ൽ ഹിന്ദു മാരേജ് ആക്ട് പാർലമെന്റ് അംഗീകരിച്ചപ്പോൾ കുലസ്ത്രീകൾക്ക് ഞങ്ങളുടെ വീട്ടിലെ സ്വത്തവകാശമോ വിവാഹമോചനത്തിനുള്ള അവകാശമോ വേണ്ടെന്ന നിലപാടായിരുന്നു സവർണജാതി സമൂഹങ്ങൾക്കുണ്ടായിരുന്നത്. ഭാരതീയവിവാഹത്തിൽ ജീവിതകാലം മുഴുവൻ സ്ത്രീ ഭർത്താവിനെ ആശ്രയിച്ച് കഴിയണം. അതാണുപോലും കുലസ്ത്രീകളുടെ കടമയും മഹിമയും. 1960ൽ ക്ഷേത്രങ്ങളിലെ മൃഗബലി നിരോധിച്ചപ്പോൾ പ്രാചീന ഭാരതത്തിലെ യാഗങ്ങളിലെല്ലാം മൃഗബലി അനുവദനീയമായിരുന്നെന്നും അത് ആചാരത്തിന്റെ ഭാഗമാണെന്നുമാണ് ഹിന്ദുത്വവാദികൾ പറഞ്ഞത്.

ഇപ്പോൾ സുപ്രീംകോടതി വിധിക്കെതിരെ ഹിന്ദുത്വവാദികൾക്കൊപ്പം തെരുവിലിറങ്ങിയിരിക്കുന്നവരെ മുന്നിൽ കണ്ടുകൊണ്ടാവണം 1893-ൽ തന്റെ ചിക്കാഗോ പ്രസംഗവേളയിൽ വിവേകാനന്ദൻ ഇങ്ങനെ പറഞ്ഞത്: “വിഭാഗീയതയും മൂഢമായ കടുംപിടുത്തവും അതിന്റെ ഭീകരസന്തതിയായ മതഭ്രാന്തുംകൂടി ഈ സുന്ദരഭൂമിയെ ദീർഘകാലമായി കൈയടക്കിയിരിക്കുകയാണ്. അവ ഭൂമിയെ അക്രമംകൊണ്ട് നിറച്ചിരിക്കുന്നു. മനുഷ്യരക്തത്തിൽ പലവുരി കുതിർത്തിരിക്കുന്നു. സംസ്കാരത്തെ സഹകരിച്ചിരിക്കുന്നു. ജനതകളെ മുഴുവനോടെ നൈരാശ്യത്തിലേക്ക് തള്ളിവിടുകയും ചെയ്തിരിക്കുന്നു.”

മധ്യകാല ഫ്യൂഡൽ ആധിപത്യവുമായി ബന്ധപ്പെട്ട വികൃതവും വിചിത്രവുമായ ആചാര അനുഷ്ഠാനങ്ങളാണ് ഇന്ത്യയിൽ നിലനിന്നിരുന്നത്. ക്ഷേത്രങ്ങളിൽ ദേവദാസി സമ്പ്രദായവും വരുണദേവനെ പ്രീതിപ്പെടുത്താനുള്ള നഗ്നനൃത്തങ്ങളും പരമ്പരാഗതമായി ആചരിച്ചുപോന്നിരുന്നു. ചാതുർവർണ്യം കീഴ്ജാതി പുരുഷന്മാരെയും സ്ത്രീകളെയും പൊതുഇടങ്ങളിൽ അടുപ്പിച്ചിരുന്നില്ല. ഇതിനെല്ലാമെതിരെ ഉയർന്നുവന്ന നവോത്ഥാനശ്രമങ്ങളെ ദൈവികമായ കല്പനകളുടെയും അലംഘ്യമായ നിർദ്ദേശങ്ങളുടെയും പേരുപറഞ്ഞാണ് ഹിന്ദുത്വബ്രാഹ്മണ്യം എതിർത്തത്. സതിപോലുള്ള ദുരാചാരങ്ങളെ ഇന്നും സംഘപരിവാർ ശക്തികൾ

കൊണ്ടാടുകയാണല്ലോ. രാജസ്ഥാനിലെ ദേവരാലയിൽ രൂപ്കൻവർ എന്ന യുവതിയെ അവരുടെ ഭർത്താവായ വൃദ്ധബ്രാഹ്മണന്റെ ചിതയിലേക്ക് ബലം പ്രയോഗിച്ച് എടുത്തെറിഞ്ഞത് ഹിന്ദുത്വശക്തികളായിരുന്നല്ലോ. അവരെ സതീമാതാവായി ഇന്നും കൊണ്ടാടുന്നത് ഇവിടെ പെൺകുട്ടികൾ വഴിതെറ്റിപ്പോകുന്നതിൽ വ്യാകുലരായിരിക്കുന്ന സംഘപരിവാറുകാരാണല്ലോ. വിധവകളെ ഭർത്താവിന്റെ ചിതയിലിട്ട് കൊല്ലുന്നത് അവർ വഴിതെറ്റിപ്പോകാതിരിക്കാനാണല്ലോ. ഭാരതസ്ത്രീതൻ ഭാവശുദ്ധി ഇങ്ങനെയൊക്കെ കാത്തുപോരാനാണ് ഹിന്ദുത്വ സദാചാരവാദികൾ ശ്രമിക്കുന്നത്!

പ്രാചീനമായ എല്ലാ അശ്ലീലകരായ ആചാരാനുഷ്ഠാനങ്ങളെയും പുനരാനയിക്കാൻ ഇറങ്ങിപ്പുറപ്പെട്ടിരിക്കുന്നവരാണ് ഇന്ന് സദാചാര പൊലീസുകാരായി സാധാരണക്കാരുടെ സ്വാതന്ത്ര്യവും സ്വൈരവുമായ ജീവിതവ്യവഹാരങ്ങളെ വേട്ടയാടുന്നത്. പ്രണയിനികളെയും ആൺപെൺ സുഹൃത്തുക്കളെയും വേട്ടയാടാനായി ആന്റിറോമിയോ സ്ക്വാഡുകൾ പടച്ചുവിടുകയാണ്. ഒറീസയിലെ സുപ്രസിദ്ധമായ പുരി ജഗന്നാഥ ക്ഷേത്രത്തിലെ ദേവദാസി സമ്പ്രദായം തിരിച്ചുകൊണ്ടുവരാൻ ഹിന്ദുത്വ ശക്തികൾ നടത്തിയ പരിഹാസ്യമായ ശ്രമം ഏറെ ചർച്ച ചെയ്യപ്പെട്ടതാണ്. 1955-ൽ പുരി ക്ഷേത്രത്തിന്റെ ഭരണം സർക്കാർ ഏറ്റെടുത്തതോടെ പുതുതായി ദേവദാസികളെ സൃഷ്ടിക്കാൻ അനുവദിച്ചിരുന്നില്ല. ദേവദാസികൾ വൃദ്ധകളായി മരിക്കുകയോ ഒഴിഞ്ഞുപോകുകയോ ചെയ്ത സാഹചര്യത്തിലാണ് 1995-ൽ ഹിന്ദുത്വശക്തികൾ ദേവദാസികളെ നിയമിക്കാൻ ക്ഷേത്രഭരണകർത്താക്കൾവഴി സമ്മർദ്ദം ചെലുത്തിയത്. 18 വർഷത്തിലൊരിക്കൽ നടക്കുന്ന 'നവകളേബര' എന്ന ചടങ്ങിന് ദേവദാസികൾ ആവശ്യമാണെന്നായിരുന്നു അവരുടെ വാദം. ആർ.എസ്.എസ്സുകാർ പാടിപ്പുകഴ്ത്തുന്ന ഭാരതപാരമ്പര്യത്തിന്റെ അശ്ലീലകരമായൊരു ചരിത്രത്തെക്കുറിച്ചുള്ള ഓർമ്മപ്പെടുത്തൽ കൂടിയായി ഈ വിവാദം.

ക്ഷേത്രത്തിന്റെ ഏറ്റവും വിശുദ്ധമായ ശ്രീകോവിലിലും മറ്റും നൃത്തം നടത്തുന്ന ദേവദാസികളെ 'ഭീതരഗയാനി' എന്നാണ് വിളിക്കുന്നത്. നാട്യമണ്ഡപത്തിലും മറ്റും നൃത്തം ചെയ്യുന്നവരെ 'സംപ്രദ'കളെന്നും. 1993-ൽ ഭീതരഗയാനി വിഭാഗത്തിൽപ്പെട്ട കോകിലപ്രഭ എന്ന ദേവദാസി സ്ത്രീയുടെ മരണത്തോടെ നവകളേബരമെന്ന ചടങ്ങ് ഇല്ലാതായിപ്പോകുമെന്നാണ് ഹിന്ദുത്വവാദികൾ ആശങ്കപ്പെട്ടത്. 1995-ൽ നടക്കേണ്ട നവകളേബരത്തിന് ശ്രീകോവിലിൽ നൃത്തം ചെയ്യുവാനായി ദേവദാസിയെ നിയമിക്കണമെന്നാണ് ഹിന്ദുത്വവാദികൾ ആവശ്യപ്പെട്ടത്. ഫ്യൂഡൽ നാടുവാഴിത്തകാലത്തെ അശ്ലീലകരമായൊരു അനുഷ്ഠാനത്തെ പുനരുജ്ജീവിപ്പിക്കാനാണ് ഇവർ മുന്നിട്ടിറങ്ങിയത്. പാതിരാത്രി അല്പവസ്ത്രധാരണികളായി ഭഗവാന്റെ കിടപ്പറയിൽ അങ്ങേയറ്റം കാമോദ്ദീപകമായ അംഗ

ചലനങ്ങളോടെ നൃത്തം നടത്തുന്ന ചടങ്ങാണ് നവകളേബര. യഥാർത്ഥ ത്തിൽ ഭഗവാന്റെ പേരിലുള്ള ഈ അശ്ലീലനൃത്തം ആസ്വദിച്ചിരുന്നത് രാജാക്കന്മാരും ഫ്യൂഡൽ പ്രഭുക്കന്മാരും പുരോഹിതന്മാരുമെല്ലാമായി രുന്നു. ഹിന്ദു പുനരുജ്ജീവനവാദികൾ വിശ്വാസത്തിന്റെ പേരിൽ വിദൂര ഭൂതകാലത്തിലെ അശ്ലീലകരങ്ങളായ അനുഷ്ഠാനങ്ങളെ തിരിച്ചുകൊണ്ടു വരുവാനും നമ്മുടെ സംസ്കാരത്തെയാകെ ഭ്രാന്തമായ ഹൈന്ദവവൽക്ക രണത്തിന് വിധേയമാക്കാനുമുള്ള ശ്രമത്തിലാണ്.

ഈ പ്രാകൃതബോധത്തെ നിയോലിബറൽ മൂലധനശക്തികൾ സമർത്ഥമായി പുനരുജ്ജീവിപ്പിക്കാൻ ഹിന്ദുത്വശക്തികളെ സഹായി ക്കുന്നുണ്ട്. മൂലധനത്തിന്റെ അധിനിവേശത്തിന് ആവശ്യമായ മൂല്യ ങ്ങളുടെ നിർമ്മിതിയും ഇറക്കുമതിയും ഇന്ന് സജീവമാണ്. നിയോ ലിബറൽ വിപണിവാദം വ്യഭിചാരത്തെ വ്യവസായമാക്കുന്നതോടൊപ്പം ഒരുവേള യൂറോപ്പുപോലും കൈയൊഴിഞ്ഞ മധ്യകാല ക്രിസ്തീയമൂല്യ സംഹിതകളെ ഇന്ത്യപോലുള്ള പിന്നോക്കസാമൂഹ്യഘടനകൾക്കുമേൽ അടിച്ചേൽപ്പിക്കുകയും അധിനിവേശത്തിന്റെ പുതിയ പാഠങ്ങൾ തീർക്കുകയുമാണ്. ഈയൊരു പശ്ചാത്തലത്തിൽ വേണം സദാചാര ത്തെയും ലൈംഗികതയെയും എല്ലാം കുറിച്ചുള്ള നിയോലിബറലിസ ത്തിന്റെയും മതവംശീയതയുടെയും ഇന്ത്യൻ പരീക്ഷണങ്ങളെ നമ്മൾ പരിശോധിക്കുന്നത്.

സ്ത്രീകൾ ജർമ്മൻ പാർലമെന്റിൽ കുത്തിയിരിപ്പ് നടത്തിയപ്പോൾ പെണ്ണിന്റെ സാന്നിധ്യംകൊണ്ട് റിസ്താഗിന് മാനക്കേടും കളങ്കവും ഉണ്ടാ യെന്നാണ് ഹിറ്റ്ലർ വിലപിച്ചത്. എല്ലാ ഫാസിസ്റ്റുകളും സദാചാരത്തെ ഉപയോഗിച്ചാണ് മൂലധനാധിപത്യത്തിനെതിരായി വളർന്നുവരുന്ന എല്ലാ പ്രതിഷേധങ്ങളെയും നിശ്ശബ്ദമാക്കി നിർത്തിയത്. സ്ത്രീയും പുരുഷനും സ്വതന്ത്രമായി ഇടപെടുന്നതും സംസ്കാരത്തിന്റെയും വ്യവസ്ഥയുടെയും ദുർനീതിയെ ചോദ്യം ചെയ്യുന്നതും വലിയ അപരാധമായിട്ടാണ് ഫാസിസ്റ്റു കൾ കണ്ടത്. സ്ത്രീപുരുഷ സമത്വത്തെ ഭയപ്പെടുന്ന മധ്യകാലമൂല്യ ങ്ങളെ സ്വാംശീകരിച്ച എല്ലാ ഫാസിസ്റ്റ് പ്രത്യയശാസ്ത്രങ്ങളും സ്ത്രീക ളുടെ സാമൂഹികമായ ഇടപെടലുകളെയും പുരുഷനോടൊപ്പമുള്ള പൊതുമണ്ഡലത്തിലേക്കുള്ള കടന്നുവരവിനെയും അസഹിഷ്ണുത യോടെയാണ് കാണുന്നത്.

■

ശബരിമലയുടെ പ്രബുദ്ധ സംസ്കാരം

ഡോ. അജയ്ശേഖർ

2018 ഡിസംബറിൽ പുരാവസ്തുഗവേഷകനും ലിപിവിദഗ്ധനുമായ ഡോ. എം.ആർ. രാഘവവാര്യർ പതിനേഴാം നൂറ്റാണ്ടിന്റെ മധ്യത്തിൽ പന്തളം രാജാക്കന്മാർ ചീരപ്പൻചിറ മൂപ്പീന്നിനു കൊടുത്ത കോലെഴുത്തു ശൈലിയിലുള്ള അവർണരായ അഥവാ ചാതുർവർണ്യത്തിനു പുറത്തുള്ള ബൗദ്ധപാരമ്പര്യമുള്ള ചീരപ്പൻചിറക്കാർക്കും ആദിവാസികളായ മലയരയർക്കും പുള്ളുവർക്കും പാണർക്കും മറ്റുമാണെന്നും ബ്രാഹ്മണ്യത്തിന് പതിനേഴാം നൂറ്റാണ്ടിന്റെ രണ്ടാംഘട്ടത്തിൽപോലും അവിടെ യാതൊരു അധികാരാവകാശങ്ങളും ഉണ്ടായിരുന്നില്ല എന്നും ചരിത്രപരമായി വ്യക്തമായിരിക്കുന്നു. മാത്രമല്ല സമാനമായ വാവർചെപ്പേടു വ്യക്തമാക്കുന്നത് അയ്യപ്പന്റെ സഖാവായ വാവർ ഒരായുർവേദാചാര്യനായിരുന്നെന്നും പ്രബുദ്ധതയുടെ പാരമ്പര്യത്തെ ഇസ്ലാമിലും വിപുലീകരിച്ച പോരാളിയായ സൂഫിവര്യനായിരുന്നു എന്നുമാണ്.

1902-ൽ മാത്രം ആന്ധ്രയിൽ നിന്നും ഇറക്കുമതി ചെയ്യപ്പെട്ട തന്ത്രി കുടുംബവും മധ്യകാലാരംഭത്തിൽ മാത്രം കേരളക്കരയിലേക്കു കുടിയേറിയ പന്തളം രാജാക്കന്മാരുമെല്ലാം അസ്ഥാനത്തായ കാലപ്രമാദങ്ങളാവുകയാണ്. ബ്രാഹ്മണരേക്കാൾ വലിയ ഹിന്ദുക്കളായി ചമയുന്ന ക്ഷുദ്രരായ സ്വയംസേവകരുമായി ചേർന്നു ചവരിമാനുക്കളെന്ന മ്ലാവുകൾ മേഞ്ഞ ചവരിമലയിൽ കോടതിയലക്ഷ്യ നിയമവിരുദ്ധ പടയണി നടത്തിയ തിരുവിതാംകൂർ ഭൃത്യജനസംഘത്തിന്റെ ശൂദ്രലഹളയും മുഴുതേങ്ങയായി കിട്ടിയ സാമ്പത്തികസംവരണലാഭത്തോടെ ആവിയായിപ്പോയിരിക്കുന്നു. കിട്ടേണ്ടതു കിട്ടാതെ താക്കോൽസ്ഥാനമോഹികളും പിൻവാങ്ങില്ല. എങ്കിലും ഭരണഘടനാവിരുദ്ധമായ സാമ്പത്തികസംവരണവാദം സാമൂഹികനീതിസങ്കല്പവുമായി ചേർന്നുപോകുന്നതേയല്ല.

ശബരിമലയെന്നു കാവ്യചോരകരും സാഹിത്യമധ്യവർത്തികളും ക്ഷുദ്രരുമായ നവോത്ഥാനസദസ്സുകാർ വിളിച്ചുകൂവുന്ന രാമായണത്തിലെ ശബരിയുമായി ബന്ധിപ്പിക്കുന്ന അങ്ങനെ പരോക്ഷമായി രാമവൽക്കരിക്കാനായുന്ന യഥാർത്ഥ ചവരിമലയുടെ വിപുലമായ പ്രബുദ്ധചരിത്രം

മറനീങ്ങി പുറത്തുവരികയാണ്. അമരസിംഹനെന്ന ബുദ്ധഭിക്ഷു രചിച്ച അമരകോശം തന്നെ ആധാരമാക്കിക്കൊണ്ട് ശാസ്താവ് ശാക്യമുനിയായ ബുദ്ധനാണെന്ന് എഴുതുകയും പ്രചരിപ്പിക്കുകയും ചെയ്തത് ഇരുപതാം നൂറ്റാണ്ടിന്റെ തുടക്കത്തിൽ കേരള നവോത്ഥാന ആധുനികതയുടെ വിധാതാവായ നാരായണഗുരുവിന്റെ മുതിർന്ന ശിഷ്യനും സംസ്കാര ചരിത്ര ഗവേഷകനുമായിരുന്ന സി.വി. കുഞ്ഞുരാമനായിരുന്നു. സി.വിയും സഹോദരനും മിതവാദിയും കൂടിയായിരുന്നു അയ്യോതി താസർക്കു ശേഷം ഇന്ത്യ കണ്ട രണ്ടാമത്തെ നവബുദ്ധവാദത്തിന് തുടക്കംകുറിച്ചത്. തുടർന്ന് അമ്പതുകളിലായിരുന്നു അംബേദ്ക്കറുടെ നവയാനം ജന്മ നാടായ ഇന്ത്യയിൽ ബുദ്ധസംസ്കാരത്തേയും സമഭാവനയുടെ സാമൂഹ്യ ചിന്തയേയും അശോകവിജയദശമിയിൽ അടിത്തട്ടിൽനിന്നും വീണ്ടെടു ത്തത്. അശോക ബോധകരുടെ അനുയായികളാണ് (അ)ശോവൻമാ രെന്നു പറഞ്ഞതും സി.വി.യാണ്. ഇന്ന് അശോകനാമത്തെ ആഭാസ വൽക്കരിച്ച് കേരള മുഖ്യമന്ത്രിയെവരെ പരസ്യമായി തെറിവിളിക്കുന്ന തലത്തിലേക്ക് പരിവാരപാദജശക്തികളും അവരുടെ ബാലാരിഷ്ടത മാറാത്ത (നാരായണഗുരു ഒരിക്കൽ പറഞ്ഞത്) മണിപ്പിള്ളകളും കെട്ടു പോയിരിക്കുന്നു. കേരളത്തെ ഹിംസാത്മകമായി ശംബൂക, ബാലി, രാവണ, മഹാബലി, മഹിഷാസുര വധങ്ങളിലൂടെ രാമവൽക്കരിക്കാനും ഹിന്ദുവൽക്കരിക്കാനുമുള്ള ബ്രാഹ്മണികഗൂഢാലോചന വെളിപ്പെട്ടുവരുക യാണ്. കായംകുളം കൊച്ചുണ്ണി കുത്തിക്കൊല്ലുന്ന ജാനകിപ്പിള്ളയെയാണ് ഈ നവ മണിയച്ചിപ്പിള്ളമാർ ഓർമ്മിപ്പിക്കുന്നത്.

ധർമ്മശാസനവും നൈതികവിചാരവും ചെയ്യുന്ന ധർമ്മശാസ്താവു മാത്രമല്ല തയ്യിൽ അയ്യന്മാരും പുത്തരച്ചന്മാരും കരുമാടിക്കുട്ടനുമെല്ലാം ബൗദ്ധബന്ധമുള്ള ആരാധനാമൂർത്തികളാണെന്നും അവർണരുടെ അരത്തനും ചിത്തനും യഥാക്രമം തേരവാദത്തിലെ അർഹതനും വജ്ര യാനത്തിലെ സിദ്ധനുമാണെന്നും ഭാഷയുടെയും സംസ്കാരത്തിന്റെയും അടിവേരുകൾ തിരിച്ചറിഞ്ഞു നിരീക്ഷിച്ചതും സി.വി. തന്നെ. അടിസ്ഥാന അവർണ ജനതയുടെ പ്രബുദ്ധസംസ്കാരത്തെ അന്വേഷിച്ചുകൊണ്ട് നിർണായകമായ ഉൾക്കാഴ്ചകളും യുക്തിയുക്തമായ വ്യാഖ്യാനങ്ങളും നൽകി സഹോദരനേയും മിതവാദിയേയും ആശാനേയും മറ്റും കേരള സംസ്കാരത്തിന്റെ ബൗദ്ധാടിത്തറകളെക്കുറിച്ചുള്ള സാഹിതീയ രചനകൾ നിർവഹിക്കാൻ പ്രചോദിപ്പിച്ചതും സി.വിയാണ്. കൊടുങ്ങല്ലൂർ കാവെന്ന കന്യാമഠത്തേയും ചേർത്തലയടക്കമുള്ള കന്യകാവുകളേയും കാവുതീണ്ടി മാറ്റിമറിച്ചതിനെക്കുറിച്ചുള്ള സഹോദരന്റെ ചരിത്ര കവിതകൾ ഇങ്ങനെ പിറന്നതാണ്. പള്ളിമാമല വാണരുളുന്ന ശാസ്താ വെന്ന മുനീന്ദ്രനെ അഥവാ സ്വാമിയാരെ ജ്ഞാനസാന്ദ്രമായ വിനയ ബോധത്തോടെ വണങ്ങുന്ന ശ്ലോകങ്ങൾ പുലവൃത്തങ്ങളും ധമ്മപദ വിവർത്തനവും നിർവഹിച്ച മൂലൂരും ഇതിനകം സാധ്യമാക്കിയിരുന്നു. പമ്പയുടെ ഓരത്തായിരുന്നു പനയന്നാർക്കാവിനടുത്തുള്ള കാവിൽ

കുടിയിലെ മുലൂരിന്റെ കളരിയും എഴുത്തുപള്ളിയും. ആധുനികതയേയും ഇംഗ്ലീഷിനേയും കുറിച്ച് ഭാഷയിൽ കവിത കുറിച്ചവനായിരുന്നു നിരവധി കളരികളും പള്ളിക്കൂടങ്ങളും സ്ഥാപിച്ച നാണുവാശാന്റെ ഈ മുതിർന്ന വത്സലശിഷ്യൻ. പാലിയിൽ വന്നു നേരിട്ടു ധമ്മപദവിവർത്തനത്തിനായി അദ്ദേഹത്തെ പ്രേരിപ്പിച്ചതു സഹോദരനും.

ബ്രിട്ടീഷ് കൊളോണിയൽ കാലത്തെ ഗ്രന്ഥകാരന്മാരെല്ലാം ചവരി മല എന്നോ സവരിമല എന്നോ ആണ് രേഖപ്പെടുത്തിയിരിക്കുന്നത്. ചവരിമാനുകൾ വിഹരിച്ചിരുന്ന മലയായതിനാലാണ് ആ പേരുകിട്ടിയത്. മേക്കുതുടർച്ചിമലയെന്ന സഹ്യാദ്രിയുടെ തെക്കുഭാഗത്ത് സമൃദ്ധമായ മ്ലാവുകളാണ് സംഘസാഹിത്യത്തിൽ ചവരിമാനുകളായി അടയാളപ്പെടുത്തുന്നത്. പതിറ്റുപ്പത്തിലും പുറനാനൂറിലും മറ്റുമാണീ ചവരിമാനുകളെ കുറിച്ചുള്ള പരാമർശങ്ങൾ. ബൗദ്ധവും ദ്രാവിഡ മൂലങ്ങളാണ് തെന്നിന്ത്യയിലെ സ്ഥലനാമങ്ങൾ. പാലിയും പഴന്തമിഴും കലരുന്നതല്ലാതെ സംസ്കൃതമൂലങ്ങളായ സ്ഥലനാമങ്ങൾ വളരെ അപൂർവ്വവും സമീപ കാലത്ത് സംസ്കൃതീകരിച്ചു മാറ്റപ്പെട്ടവയുമാണ്.

ചവരിമലയെ രാമായണത്തിലെ ശബരിയുമായി ബന്ധിപ്പിച്ച് സംസ്കൃതവൽക്കരിക്കാനും രാമവൽക്കരിക്കാനുമാണ് മന്ദിരീകരണ കാലം മുതൽ പരിവാര ഹൈന്ദവശക്തികൾ ശ്രമിച്ചുപോന്നത്. അന്തരിച്ച ചരിത്രഗവേഷകനായ എം.എസ്. ജയപ്രകാശ് തന്നെ ഈ രാമവൽക്കരണ അജണ്ടയെക്കുറിച്ച് എഴുതിയിട്ടുണ്ട്. ഇന്നും പല ക്ഷുദ്രവക്താക്കളും ഈ രാമവൽക്കരണ പരോക്ഷ അജണ്ടയുമായി പുരോഗമന പക്ഷത്തു നിന്നെന്ന വ്യാജേന രാമായണത്തിലെ ശബരിയും രാമനുമായി പള്ളിമാമലയെ ബന്ധിപ്പിക്കുന്നത്, പരോക്ഷമായ, കൂടുതൽ മാരകമായ, പരിവാര സേവയാണ്. സ്വയംസേവകർ പോലും പറയാൻ മടിക്കുന്നത് ക്ഷുദ്രവർഗങ്ങളും ഭൃത്യജനപടജനങ്ങളും ഇടതുപക്ഷത്തിനകത്തുനിന്നും പറയുന്നു.

ദേവസ്വംബോർഡിൽ നടപ്പാക്കിയെടുത്ത സാമ്പത്തികസംവരണം പോലെ ഒരഗമ്യഗമനം. തൊണ്ണൂറു ശതമാനം ഒരു പ്രത്യേക സമുദായം തന്നെ, അവർക്ക് സാമൂഹികനീതിവിരുദ്ധമായ സാമ്പത്തികയുക്തി ചെലുത്തി പത്തുശതമാനവും കൂടി നൽകി പഴയ രാജാപ്പാർട്ടുകാലത്തെ പരിപൂർണ സവർണ സംവരണം പ്രാവർത്തികമാക്കുന്നു. പരിവാരത്തിനുപോലും അതൊരു അഖിലേന്ത്യാ മാതൃകയാക്കാം എന്നു പുതിയ ഭാജപയുടെ സാമ്പത്തികസംവരണബിൽ തെളിയിച്ചിരിക്കുന്നു. അവർണ ശാന്തിമാരാകട്ടെ ഇരുട്ടിൽ തപ്പുന്നു. രാമകഥ തന്നെ പതിമൂന്നാം നൂറ്റാണ്ടിനുശേഷമാണ് തെന്നിന്ത്യയിൽ കമ്പരിലൂടെ അവതരിപ്പിക്കപ്പെടുന്നത്. മധ്യകാലം വരെ ചേര, ചോള, പാണ്ഡ്യർ രാമകൃഷ്ണ ലീലകളേയും ചമക്രിത ഗീർവാണങ്ങളേയും ചെറുത്തുപോന്നു. പലരും അർഹതരായ ചമണമുനിമാരായിരുന്നു. കേരളത്തിൽ പതിന്നാലാം നൂറ്റാണ്ടിലെ

രാമകഥാ പാട്ടും പതിനഞ്ചാം നൂറ്റാണ്ടിലെ രാമചരിതവുംപോലും ഏതാണ്ട് മലയാംതമിഴിലായിരുന്നു. പ്രബുദ്ധതയുടെ വിഹാരമുദ്ര വീട്ടുപേരിലുള്ള അയ്യാപ്പള്ളി ആശാനെ ഗീർവാണക്കാർ ആയ്യിപ്പിള്ളയാക്കിയിരിക്കുന്നു. പള്ളിയെ പുള്ളിയും പിള്ളിയും വള്ളിയും ഉള്ളിയുമാക്കുന്നപോലൊരു മറിമായം. ബ്രാഹ്മണ്യത്തിന്റെ നല്ലപിള്ളനാമം പതിന്നാലാം നൂറ്റാണ്ടിലും മറ്റും ഇത്രയ്ക്കു പ്രചലിതമായിരുന്നോ എന്ന് ആരായേണ്ടതുണ്ട്.

പതിനാറാം നൂറ്റാണ്ടിൽ മാത്രമാണ് എഴുത്തുമായി ബൗദ്ധബന്ധമുണ്ടായിരുന്ന എഴുത്തച്ഛനിലൂടെ കേരളത്തിന്റെ രാമവൽക്കരണം തുടങ്ങിവയ്ക്കപ്പെടുന്നത്. ബഹുഭൂരിപക്ഷം സ്ഥലനാമങ്ങളും അശോക കാലത്തും വിപുലമായ സംഘകാലത്തും രൂപപ്പെട്ടതാണ് എന്നിവയുടെ ദ്രാവിഡബൗദ്ധമായ പദനിഷ്പത്തിയും ഭാഷാ വംശാവലികളും വ്യക്തമാക്കുന്നു. വാലത്തിന്റെ കേരളസ്ഥലനാമചരിത്രങ്ങൾ അതടിവരയിടുന്നു. കാഞ്ചാ ഐലയ്യ പറയുമ്പോലെ പച്ചപ്പുല്ലിലെ പച്ചപ്പാമ്പുകളേയാണ് നാം തിരിച്ചറിയേണ്ടത്. കാവുതീണ്ടാനായി ക്ഷുദ്രകോമരങ്ങൾ പുരോഗമന പക്ഷത്തും പതിയിരിക്കുന്നു. ബഹുജനങ്ങളുടെ നികുതിപ്പണം പിടുങ്ങി ഔദ്യോഗിക മാധ്യമങ്ങളിലും അക്കാദമികളിലും വളഞ്ഞ വാലിൽ കുത്തിച്ചാടുന്ന ഗീതാശിബിരവും മാവാരതപട്ടത്താനവും രാമമാസവും കൃഷ്ണാഷ്ടമിയും സംസ്കൃതസംഘവും സംസ്കൃതപുരാണേതിഹാസ പാരായണങ്ങളും ഹിന്ദുത്വത്തെ ചെറുക്കുകയല്ല മറിച്ച് അതിന്റെ അധീശ പാഠബലത്തെ രൂഢമൂലമാക്കി, ബഹുജനങ്ങളെ ഹിന്ദുവൽക്കരിക്കാനാണ് വഴിവെയ്ക്കുന്നത് എന്ന് ഇനിയെങ്കിലും നാം തിരിച്ചറിയണം. അല്ലാത്ത പക്ഷം മണിപ്പിള്ളകളും വിചിത്രരൂപികളും കൂടി പള്ളിമലയെ മാത്രമല്ല കേരളത്തെയാകെ പരിവാരത്തിനു പതിച്ചു കൊടുക്കും. പ്രബുദ്ധതയുടെ യഥാർത്ഥ അഹിംസാനൈതികതയെ മറയ്ക്കാനുപയോഗിച്ച ഗാന്ധി മന്ത്രണവും കാവ്യേതിഹാസ പാരായണങ്ങളുംകൊണ്ട് പശുവിനേയും നൂലിനേയും സംരക്ഷിച്ച് മനുഷ്യനെ അടിച്ചുകൊല്ലുന്ന ഫാഷിസത്തെ ചെറുക്കാനാവില്ല എന്നു മാത്രമല്ല അതിനായം കൊടുക്കാനേ ഉപകരിക്കൂ.

ശബരിമല മാത്രമല്ല ഇന്ത്യൻ ഉപഭൂഖണ്ഡത്തിലെ പ്രാചീനമായ മിക്ക വിശുദ്ധസ്ഥലങ്ങളും കാവുകളും അമ്പലങ്ങളും പള്ളികളും ബൗദ്ധമായിരുന്നു എന്ന് കേരളചരിത്രവും ഇന്ത്യാചരിത്രവും ലോകചരിത്രവും പഠിക്കുകയും വിമർശാത്മകമായി പുരാവസ്തുവിജ്ഞാനീയവും ഭാഷാ സാഹിത്യ വിജ്ഞാനീയവും അറിയുകയും ബഹുവിഷയസമീപനത്തോടെ സംസ്കാര പഠനവും പ്രാദേശിക വിജ്ഞാനീയവും വിശകലനം ചെയ്യുകയും ചെയ്യുന്ന ആർക്കും വ്യക്തമാണ്. ഇളംകുളം മുതൽ ശ്രീധര മേനോനും പി.കെ. ഗോപാലകൃഷ്ണനുമടക്കമുള്ള കേരളത്തിന്റെ സംസ്കാര ചരിത്രമെഴുതിയിട്ടുള്ള എല്ലാ പഠിതാക്കളും അതു രേഖപ്പെടുത്തിയിട്ടുണ്ട്. അയോധ്യയിലെ വിവാദമന്ദിരത്തിന്റെ അടിത്തറയിൽ

പോലും ബൗദ്ധപുരാവസ്തുക്കളാണെന്ന വസ്തുത സുപ്രീംകോടതി അംഗീകരിച്ചത് രാമജന്മവാദികളെ വട്ടം കറക്കുന്നു. കാലടിയിലമരുന്ന മണ്ണിൽ പള്ളികൊള്ളുന്നത് പ്രബുദ്ധതയുടെ ചരിത്രങ്ങളാണ്. കീഴടിയെന്ന മധുരയ്ക്കടുത്തുള്ള പുരാവസ്തു ഉദ്ഘനന ഇടവും പട്ടണമെന്ന മുസിരിസുമായി ബന്ധപ്പെട്ട ചരിത്രപുരാവസ്തു ഭൂമികയും നിർണായകമാകുന്നത് പ്രാചീന ഇന്ത്യയുടെ പ്രബുദ്ധനൈതികമായ ലോകബന്ധങ്ങളുടെ തലത്തിലാണ്. ഈ വിപുലമായ സാഹോദര്യത്തിന്റെയും സ്വാതന്ത്ര്യത്തിന്റെയും സമതയുടെയും ലോകോത്തര സംസ്കാരങ്ങളെ ഭയപ്പെടുന്ന ഇരുട്ടിന്റെ ശക്തികൾ കീഴടിയേയും പട്ടണത്തേയും തിടുക്കപ്പെട്ടു മായിക്കാനും മറയ്ക്കാനും പണിപ്പെടുന്നത് അസ്ഥാനത്താണ്. വെട്ടിമൂടിയ ചരിത്രങ്ങൾ വീണ്ടെടുക്കപ്പെടുകയാണ്. അശോകബോധകർ തെന്നിന്ത്യയിൽ പരത്തിന ബ്രാഹ്മിയെന്ന ധമ്മലിപി കോറിയ കളിമൺ പാത്രക്കഷണങ്ങളാണ് കീഴടിയേയും പട്ടണത്തേയും ലോകശ്രദ്ധയിലേക്കു കൊണ്ടുവരുന്നത്.

വടക്ക് നർമ്മദാതടത്തിൽ തുടങ്ങി മരുത്വാമലയുടെ തെക്കവസാനിക്കുന്ന പശ്ചിമഘട്ടമലനിരകളിലുടനീളം ബൗദ്ധമായ ഗുഹകളും കാവുകളും നിർമ്മിതികളും കാണാം. അജന്തയും എല്ലോറയും ഔറംഗബാദും ഗോവയിലേയും മംഗലാപുരത്തേയും ശിലാഗഹ്വരങ്ങളും അവയുടെ വാസ്തുശില്പ നിർമ്മാണരീതിയും വിളിച്ചോതുന്നത് സഹ്യനിലെ ബൗദ്ധമായ ശ്രമണത്തുടർച്ചയാണ്. മഹാരാഷ്ട്രത്തെ പന്ധരപുരയും ആന്ധ്രത്തെ തിരുപ്പതിയും തമിളകത്തെ പളനിമലയും കേരളഭാഗത്തെ പൊതാലകമെന്ന പൊതിയിൽമലയും തിരുനെല്ലിയും മംഗളാദേവിക്കോട്ടവും അച്ചൻകോവിലും ആര്യങ്കാവും കുളത്തൂപ്പുഴയും കുതിരാനും അകമലയും ശബരിമലയുമെല്ലാം തികച്ചും ബൗദ്ധപ്പഴമയുള്ള വിഹാരങ്ങളും ചൈത്യങ്ങളുമായിരുന്നു. ആദിമഗോത്രങ്ങൾക്കും അടിസ്ഥാന ജനതകൾക്കും അവിടെയെല്ലാം ഇന്നും അവകാശങ്ങൾ ശേഷിക്കുന്നത് ജാതി, ലിംഗ വിരുദ്ധവും ജനായത്തപരവുമായ ബൗദ്ധസഭ്യതയുടെ പ്രബുദ്ധതയിലാണ്.

മധ്യകാലത്തോടെ ഹൈന്ദവീകരിക്കപ്പെടുകയാണുണ്ടായതെന്ന് ഭക്തിപ്രസ്ഥാനത്തിന്റെ ചരിത്രംതന്നെ സാക്ഷ്യപ്പെടുത്തുന്നു. തേരവാദത്തെ മായാനമെന്ന മഹായാനമായും പിന്നെ താന്ത്രികമായ വജ്രയാനമായും മാറ്റിമറിച്ചായിരുന്നു ഈ പരകായപ്രവേശം. ഇന്ത്യയിലൊരിടത്തും താന്ത്രികതയ്ക്കും തന്ത്രിമാർക്കും കേരളത്തിലെപോലെ പ്രാധാന്യമില്ല എന്ന വസ്തുതയും താന്ത്രികബുദ്ധമതത്തെ ഗൂഢാലിംഗനം ചെയ്ത ബ്രാഹ്മണിസത്തിന്റെ തന്ത്രസമുച്ചയത്തെ വെളിപ്പെടുത്തുന്നതാണ്. ശബരിമലയിലാകട്ടെ ബൗദ്ധവും ദൈവഹീനവുമായിരുന്നതിനാൽ ഇരുപതാം നൂറ്റാണ്ടുവരെ കേരളത്തിലെ വൈദിക ബ്രാഹ്മണരായ നമ്പൂരിമാർ കയറിയിരുന്നുമില്ല. ആന്ധ്രത്തുനിന്നും ഇന്നത്തെ

തന്ത്രികളെ ഇറക്കാനുള്ള കാരണവുമതല്ലോ. ജാതിമതഭേദം ഇനിയും സ്ഥാപിക്കാനായിട്ടില്ലെങ്കിലും ലിംഗഭേദം സ്ഥാപിക്കപ്പെട്ടത് തുടർന്നുള്ള പള്ളിമലയിലെ ബ്രാഹ്മണിസത്തിന്റെ അഥവാ പൗരോഹിത്യ ആൺ കോയ്മയുടെ സ്ഥാപനത്തെ സൂചിപ്പിക്കുന്നു. പക്ഷേ പള്ളിക്കെട്ടും പള്ളി മലവാസനോടുള്ള ശരണംവിളിയും വ്രതമെന്ന പഞ്ചശീലങ്ങളുടെ പാല നവും സംഘം ചേർന്നുള്ള സഞ്ചാരവും തികച്ചും ബൗദ്ധമായ തീർത്ഥാ ടനത്തെ സമർത്ഥിക്കുന്നു.

ത്രിരത്നസൂചനയുള്ള ചിന്മുദ്രയിൽ വീരാസനത്തിലുള്ള ശാസ്താ വിന്റെ ഇരുപ്പ് തികഞ്ഞ ബോധിസത്വ രൂപത്തിലാണ്. മായാനത്തിലും വജ്രയാനത്തിലുമുള്ള അവലോകിതേശ്വര ബോധിസത്വനാണ് അയ്യപ്പൻ. ഹുയാൻ സാങിനെ ഉപജീവിച്ചുകൊണ്ടുള്ള കേസരിയുടെ നിരീക്ഷണ മിതാണ്. പ്രൊഫസർ അയനിപ്പള്ളി അയ്യപ്പൻ എഴുതുന്നത് സ്യമന്തഭദ്ര ബോധിസത്വനാണെന്നാണ്. സഹോദരന്റെ കവിതകളിലും സമാന പരാ മർശങ്ങളുണ്ട്. ശൈവവൈഷ്ണവ സംബന്ധത്തിലൂടെ ഹൈന്ദവീകരിക്ക പ്പെട്ടു ഈ കാനനവാസൻ. രണ്ടു തീവെപ്പുകളിലൂടെ മൂലവിഗ്രഹത്തിൽ പല മാറ്റങ്ങൾ വരുത്തിയെങ്കിലും ഇപ്പോഴും മഹായാന ബോധിസത്വ ശൈലി വിഗ്രഹത്തിൽ പ്രകടമാണ്. വാവരെന്ന മുസ്ലീം പോരാളിയും കടുത്തയെന്ന അവർണ അഭ്യാസിയുമെല്ലാമായുള്ള അടുത്ത ബഹുജന ബന്ധുത്വം തികച്ചും മതേതരവും മാനവികവും അഖിലലോകബാന്ധവ പരവും മൈത്രീപൂർണവുമായ ബൗദ്ധസഭ്യതയുടെ സാമൂഹികസമ ഭാവനയുടെ തെളിവാണ്. സ്ത്രീതുല്യതയുടെ പ്രതീകമാണ് മായയും താരയും പരിണമിച്ചുണ്ടായ മാളികപ്പുറത്തമ്മയുടെ ഇരിപ്പിടം. അവിടുത്തെ ഭിക്ഷുണീസംഘവുമായി ചീരപ്പഞ്ചിറയിലെ ലളിതയും പല രീതിയിൽ ഐതിഹ്യബദ്ധമായിരിക്കുന്നു.

കാഞ്ചിയിലും പുഹാറിലും വഞ്ചിയിലും മാധിവിയുടെയും മണിമേഖല യുടെയും ബൗദ്ധാചാര്യനായിരുന്ന അറവാണ അടികളുടെ പേരിലാണ് അറ/രവണപ്പായസവും അപ്പവും. അറം എന്ന തമിഴ് വാക്കിനർത്ഥം പാലി യിലെ ധമ്മമാണ്. അറത്തിന്റെ ഇടമാണ് അറ, അതു വിശുദ്ധമായ ധമ്മ ത്തിന്റെ സ്ഥലിയാണ് അഥവാ പള്ളിയറയാണ്. പള്ളിയിലാണെങ്കിലും പള്ളിയറയിലാണെങ്കിലും എന്ന കാസറകോട്ടു പുലിക്കുന്നിലെ ബപ്പിടി യൻ തെയ്യത്തിന്റെ തോറ്റമോർക്കാം. അറത്തെവാഴുന്നവരാണ് അറ വാണർ. പ്രവാചകനെ കണ്ടു താജുദ്ദീനായ പള്ളിവാണർ ഒന്നാമനേയും കിളിരൂരും നീലമ്പേരൂരും വന്നു മരിച്ച പള്ളിവാണർ രണ്ടാമനേയും കേരള മക്കൾ മറക്കില്ല. ഇതൊന്നും സംസ്കൃതമല്ല, ബ്രാഹ്മണികവുമല്ല.

സഹ്യനിൽനിന്നും പമ്പയും അച്ചൻകോവിലാറും മണിമലയാറും മീന ച്ചിലാറും വന്നുചേരുന്ന വേമ്പനാട്ടു കായലിന്റെ പടിഞ്ഞാറുള്ള ചീരപ്പൻചിറയെന്ന മൂപ്പീൽ ഭവനവുമായുള്ള ബന്ധവും അവർക്ക്

പതിനെട്ടാം പടിക്കലും കഥിനാവെടിവഴിപാടിലുമുണ്ടായിരുന്ന (കഥിനാ പാലിയിൽനിന്നും വരുന്ന പദം) സ്ഥാനമാനങ്ങളും തെളിയിക്കുന്നതും അയ്യപ്പന്റെ അവർണമായ ബൗദ്ധപശ്ചാത്തലമാണ്. ബ്രാഹ്മണ്യം കവർന്നെടുത്ത ആദിവാസി ഗോത്രജനതയ്ക്കുണ്ടായിരുന്ന തേനഭിഷേകമടക്കമുള്ള അവകാശങ്ങൾ സൂചിപ്പിക്കുന്നത് തിരുനെല്ലിയിലെ പണിയരേയും അടിയാരേയുംപോലെ ആനമലകളിലെ മലയരയരയുടെയും മലമ്പണ്ടാരങ്ങളുടെയും മറ്റും ബൗദ്ധബന്ധമാണ്. സംഘകാലത്തെ ആദിചേരന്മാരിൽ ഒരു വിഭാഗമായിരുന്ന വില്ലവരുമായി വില്ലാളിവീരനായി വാഴ്ത്തപ്പെടുന്ന വീരമണികണ്ഠനുള്ള അഭേദ്യബന്ധവും തികച്ചും പ്രാചീനവും ബൗദ്ധവുമാണ്. ആതൻ എന്ന സ്ഥാനപ്പേരിലൂടെ ആദിചേരന്മാർ പലരും അർഹതപദം തേടിയ ബുദ്ധിമുനിമാരായിരുന്നു എന്നതുംകൂടി ഓർക്കാവുന്നതാണ്.

അടുത്തകാലം വരെ പൊതിയിൽമലയെന്ന ഇന്നത്തെ അകത്തിയകൂടത്തിൽ തിബത്തിൽനിന്നുള്ള ഭിക്ഷുക്കൾ തീർത്ഥാടനം നടത്തിയിരുന്നു. ശ്രീലങ്കയിലെ ശ്രീപാദയെന്ന ആഡംസ്പീക്കിലും യൂറോപ്യരും അറബികളുമടക്കമുള്ള വിദേശികൾ ഇന്നും തീർത്ഥാടകരായി വരാറുണ്ട്. അശോകകാലം മുതൽ തുടങ്ങിയ ബൗദ്ധമായ ലോകതീർത്ഥാടനത്തിന്റെയും പട്ടുപാതയിലൂടെയും സൈന്ധവമഹാസാഗര വാണിജ്യ സംസ്കാരപാതകളിലൂടെയും ലോകത്തിന്റെ വെളിച്ചവും വഴിയും പ്രബുദ്ധതയുമായി വർത്തിച്ച രാജ്യാന്തര സംസ്കാരത്തിന്റെ അനുരണനങ്ങളാണിവയെല്ലാം.

പ്രബുദ്ധമായ ആ ലോകപൈതൃകത്തിന്റെ ഭാഗമായ പള്ളിമാമലയായ ശബരിമലയെ ബഹുജനങ്ങൾ തിരിച്ചറിഞ്ഞു നീതിബോധത്തോടെ സംരക്ഷിക്കുകയും അതു പ്രതിനിധാനം ചെയ്യുന്ന സമഭാവനയുടെയും സാഹോദര്യത്തിന്റെയും മാനവികതയുടെയും സന്ദേശത്തെ പരത്തുകയും ചെയ്യേണ്ടതാണ്. സ്വന്തം സംസ്കാരചരിത്രം പഠിക്കാനും തിരിച്ചറിയാനും ഇടകിട്ടാതെ പോയ ചില സോദരിമാർ പൗരോഹിത്യ ആൺകോയ്മയുടെ പ്രേരണയിൽ ചെയ്യുന്നതെന്താണെന്നവർ അറിയുന്നില്ല. ലിംഗനീതിയിലേക്കായി പരമോന്നത നീതിപീഠം നടത്തിയ സുധീരവും ചരിത്രപരവുമായ വിധിയെ നാം അറിഞ്ഞാദരിക്കുമാറാകട്ടെ. ജനകീയ സർക്കാരുകൾ അതു നടപ്പിലാക്കട്ടെ. മനുസ്മൃതിയുടെ ഇരുട്ടിലേക്കല്ല മാനവികതയുടെയും ഭരണഘടനാ നൈതികതയുടെയും ഉദയത്തിലേക്കാകട്ടെ ബഹുജനങ്ങളുടെ നടത്ത.

മനുഷ്യരെ മനുഷ്യരായി കാണുന്ന ദർശനങ്ങളെ പുൽകി, മനുഷ്യരെ ജാതിയുടെയും ലിംഗത്തിന്റെയും മതത്തിന്റെയും ഭാഷയുടെയും ലൈംഗികതയുടെയും മറ്റും പേരിൽ തൊട്ടുകൂടാത്തവരും തീണ്ടിക്കൂടാത്തവരും

അയിത്തമുള്ളവരുമായി കാണുന്ന സ്മൃതിശ്രുതിപുരാണപാഠങ്ങളെ വിവേചന വിമർശനബോധത്തോടെ നിരാകരിക്കുക. രാക്ഷസീകരണവും മൃഗവൽക്കരണവും നടത്തി മനുഷ്യരെ അപമാനവീകരിക്കുകയും അപരവൽക്കരിക്കുകയും തമ്മിലടിപ്പിച്ചു ചോര കുടിക്കയും ചെയ്യുന്ന അധീശത്വപരമായ ആന്തരാധിനിവേശ ആഖ്യാനങ്ങളുടെ കൗടില്യകൗശലമാർന്ന പണ്ഡിതമന്യ ചാതുർവർണ്യ ചർവിതചർവണം അവസാനിപ്പിച്ച് മതേതരവും മാനവികവും പ്രബുദ്ധവുമായ തെന്നിന്ത്യയുടെ പ്രാചീനമായ സംഘസാഹിത്യത്തിലെ പഞ്ചമഹാകാവ്യങ്ങളും തിരുക്കുറലും ആധുനിക തിരുക്കുറലും ത്രിപിടകവുമായ നാണുഗുരുവിന്റെ ദാർശനിക രചനകളും അദ്ദേഹം നമ്മുടെ ഗുരുക്കന്മാർ എന്നു വിളിച്ച പാശ്ചാത്യ ചിന്തയും സമകാലിക വിമർശസിദ്ധാന്ത ദർശനങ്ങളും ശാസ്ത്രങ്ങളും ബുദ്ധനിലൂടെ മുഖരിതമായ യുക്തിചിന്തയുടെ സൈന്ധവ നൈതികധാരകളും നമുക്കു ചർച്ച ചെയ്യാം.

സ്വന്തം ചവിട്ടടി മറക്കുന്ന ജനത അധീശത്വത്തിന്റെ കാവലാളുകളും കാലാളുകളുമാകാൻ വിധിക്കപ്പെട്ടിരിക്കുന്നു. സ്വന്തം സഹോദരന്മാരെയും സഹോദരിമാരെയും അയിത്തക്കാരാക്കിയല്ല നാം തീർത്ഥാടകരാകേണ്ടത്. ദൈവത്തെയും ആത്മീയതയെയും സ്വകാര്യവൽക്കരിക്കാനും കുത്തകവൽക്കരിക്കാനും മുതിർന്നാൽ അതെവിടെച്ചെന്നു നിൽക്കുമെന്ന് നമ്മുടെ ചരിത്രം പറഞ്ഞുതരും. കേരളബുദ്ധനായി കവിശിഷ്യർ ചമൽക്കാരം ചെയ്ത നാണുവാശാനും നവബുദ്ധനായി ബഹുജനങ്ങൾ കാണുന്ന അംബേദ്ക്കറും ആഗ്രഹിച്ചതുപോലെ എല്ലാ മനുഷ്യർക്കും എല്ലായിടങ്ങളിലും പ്രവേശനം സാധ്യമാകട്ടെ. മംഗലാപുരത്തെ കുദ്രോളിയിൽ നാണുഗുരു സ്ഥാപിച്ച ക്ഷേത്രത്തിലിന്ന് രണ്ട് ദലിത് വനിതകളാണ് ശ്രീകോവിലിൽ താന്ത്രികപൂജാവിധികൾ നിർവഹിക്കുന്നത്. മംഗളാദേവിയിലും അവർണവനിതകളാണ് ബുദ്ധപൂർണിമയിൽ കാർമ്മികർ. തുളുനാട്ടിലെയും തമിളകത്തെയും സോദരർ കാണിക്കുന്ന വെളിവ് കേരളമക്കൾക്കു ബോധോദയം നൽകട്ടെ.

യദുകൃഷ്ണയും നിരവധി അവർണ ശാന്തിക്കാരും ശബരിമലയിലും ഗുരുവായൂരും പോയിട്ട് ചെറിയ അമ്പലങ്ങളിൽപോലും പൂജ ചെയ്യാനാവാതെ അലയുകയാണ്. ഭാഷയുടെയും ലിംഗത്തിന്റെയും വർണത്തിന്റെയും മിഥ്യകൾ തകരട്ടെ. ഏതപകടത്തിലും വിളിച്ചാൽ വിളികേൾക്കുന്ന ധർമ്മശാസകനും നീതിയുടെ മൂർത്തരൂപവുമായ അയ്യനയ്യപ്പസ്വാമിയേ വിളിക്കൂ... വണങ്ങൂ... സത്യവും നീതിയും പുലരട്ടെ... ■

ശബരിമലയും അയ്യനും മലഅരയരുടെ വാമൊഴി സാഹിത്യവും

ഡോ. എം.ബി. മനോജ്

മലഅരയരെയും അയ്യപ്പനെയും കുറിച്ച് രണ്ടു പുസ്തകങ്ങൾ

മലഅരയരെയും ശ്രീ അയ്യപ്പനെയും ബന്ധിപ്പിച്ച് രണ്ടു പുസ്തകങ്ങളാണ് രചിക്കപ്പെട്ടിട്ടുള്ളത്. (2006, 2012) കണ്ണാട് എന്നും കെ.എൻ. പ്രഭാകരൻ (കണ്ണാട്) എന്നും ഗ്രന്ഥകാരൻ അറിയപ്പെടുന്നു. ഗോത്രമേഖലയിൽ ദീർഘകാലം പ്രവർത്തിക്കുകയും പത്രപ്രവർത്തനത്തിൽ ഏർപ്പെടുകയും ആരണ്യനാദം എന്ന പത്രം നടത്തിവരികയും ചെയ്തിരുന്ന ശ്രീ കണ്ണാടിന്റെ നിരീക്ഷണങ്ങളെ അടിസ്ഥാനപ്പെടുത്തിയാണ് 'ശബരിമലയും അയ്യനും...' എന്ന ഈ കുറിപ്പ് രചിച്ചിട്ടുള്ളത്.

മലഅരയഗോത്രവും കുലദൈവങ്ങളും

'കുലദൈവം, മലദൈവം, പിതൃക്കൾ എന്നിവരെ ആരാധനാലയങ്ങളിൽ നിന്നു കുടിയിറക്കി പകരം ആര്യദൈവങ്ങളെ പ്രതിഷ്ഠിച്ചു. തനതു സംസ്കാരം, ആചാരം എന്നിവയെ പുനർജ്ജീവിപ്പിക്കുകയും പൂജിക്കേണ്ടവരെ പൂജിക്കുകയും കാരണവരെ ബഹുമാനിക്കുകയും ചെയ്യണം' (പുറം-7) അയ്യപ്പനെക്കുറിച്ച് എഴുതിയ കൃതിയുടെ ആമുഖത്തിൽ കണ്ണാട് വ്യക്തമാക്കുന്നത് ഇങ്ങനെയാണ്. മല അരയരുടെ കുലദൈവം ശിവനാണെന്ന നിരീക്ഷണമാണ് അദ്ദേഹത്തിനുള്ളത്.

ഐതിഹ്യമനുസരിച്ച് ശിവസൃഷ്ടിയിൽ ആദ്യം ഭൂജാതരായ വേടന്റെ പരമ്പരകളാണ് മലഅരയർ ഉൾപ്പെടുന്ന ആദിവാസികൾ (പുറം-8) ചെറുപ്പകാലത്ത് കാരണവന്മാർ പറഞ്ഞുതന്നിട്ടുള്ളത് ശിവന്റെ അരയിലെ മണികളിൽനിന്നും ഒന്ന് ഉതിർന്നുവീണു. അതിൽനിന്നാണ് അരയർ പിറന്നതെന്നും ഇവർ കരിങ്കല്ലേൽ ബ്രാഹ്മണർ ആണെന്നുമാണ്. ഒരു കാര്യം ഉറപ്പാണ്. അടിയുറച്ച ദ്രാവിഡസംസ്കാരത്തിന്റെ വക്താക്കളായിരുന്നു മലഅരയർ, അല്ലാതെ ആര്യന്മാരല്ല. അറിവുള്ളവർ, ഈശ്വരനെ അറിയുന്നവർ എന്നാണ് ബ്രാഹ്മണർ എന്ന വാക്കിന്റെ അർത്ഥം എന്നും അദ്ദേഹം നിരീക്ഷിക്കുന്നു. (പുറം-8)

നെടുമങ്ങാട് പ്രദേശത്തെ കാണിക്കാരെയും മലഅരയരുടെ ഭാഗമായി ഉൾച്ചേർത്തുകൊണ്ടാണ് വിവരണം മുന്നോട്ടു പോകുന്നത്. എന്നാൽ, ഊരാളി, മലമ്പണ്ടാരം ഉള്ളാടർ തുടങ്ങിയ സമൂഹങ്ങളെക്കുറിച്ച് അപൂർവ്വം ചിലയിടങ്ങളിലല്ലാതെ മതിയായ അഭിപ്രായം ഈ പഠനങ്ങളിൽ കാണുന്നില്ല. ആഗസ്ത്യൻ മലഅരയരുടെ ഗുരുവും ശിവൻ പിതാവുമാണ്. കോട്ടയം ജില്ലയിലെ മലഅരയരുടെ വാമൊഴികളും നെടുമങ്ങാടുള്ള കാണിക്കാരുടെ ഐതിഹ്യവും ഒന്നുതന്നെ. കേരളസസ്ഥാനം രൂപംകൊള്ളുന്ന കാലത്ത് ശബരിമലയും സമീപപ്രദേശങ്ങളും നെടുമങ്ങാട് താലൂക്കിലായിരുന്നു എന്നു കാണാം. (പുറം-10)

ആയ് രാജവംശം എന്ന വേടരാജവംശത്തിന്റെ തുടർച്ചയാണ്, കാണിക്കാരും മലഅരയരും ഉൾപ്പെടെയുള്ള ഗോത്രസമൂഹങ്ങൾ. 'ആയ് രാജവംശജരായ മലഅരയരിൽ ഒരു വിഭാഗം നെയ്യാറിനു സമീപം നെടുമങ്ങാടു വനങ്ങളിൽ മാറിത്താമസിക്കുകയും മറ്റൊരു വിഭാഗം തമിഴ്നാടിനോടു ചേർന്നുള്ള മലനിരകൾ വഴി കുളത്തൂപ്പുഴ, ആരന്യൻകാവ്, അച്ചൻകോവിൽ, ശബരിമല, പെരിയാർ, തൊടുപുഴ എന്നീ വനമേഖലകളിൽ വന്നുപെടുകയും ചെയ്തു. കാണിക്കാരെ തെക്കരയരെന്നും ഇടുക്കി, കോട്ടയം പ്രദേശത്തെ മലഅരയർ, വടക്കരഅരയർ എന്നും അറിയപ്പെട്ടു. (പുറം-11) പൊതിയന്മലയാണ് ഈ സമൂഹത്തിന്റെ പൂർവ്വദേശം.

മലമൂർത്തികൾ (ദേവി), പിതൃക്കൾ, അയ്യപ്പൻ, ശിവൻ എന്നിവരെയാണ് മുഖ്യമായും അരയന്മാർ പൂജിച്ചിരുന്നത്. മലദൈവങ്ങൾക്ക് വെള്ളം കുടിയും ദേവികൾക്ക് കുരുതിയും പിതൃക്കൾക്ക് മലർപ്പൊടിയും അടയും നേദിച്ചിരുന്നു. ഏറ്റവും പ്രായം ചെന്ന ആളായിരിക്കും ഈ കർമ്മങ്ങൾക്ക് നേതൃത്വം നൽകുന്നത്. അവൽ, മലർ, പഴം, ചുട്ടെടുത്ത അട, അരി വറുത്തുപൊടിച്ച വറപ്പൊടി, കരിക്കിൻവെള്ളം, കള്ള്, ചാരായം എന്നിവ നേദിക്കുകയും ചെയ്തിരുന്നു. കുന്തിരിക്കം, തെള്ളി എന്നിവ സുഗന്ധ ദ്രവ്യമായി ഉപയോഗിച്ചിരുന്നു. തലപ്പാറമല, ഉടുമ്പാറമല, മുണ്ടപ്പള്ളിമല, കണ്ണിച്ചെരത്തുമല, കൊച്ചുകടുത്ത, കരിമലമൂർത്തി, അണ്ണായ്ക്ക വള്ളി മൂർത്തി, പാണ്ഡിമൂർത്തി, വള്ളിയാംകാവിലമ്മ, വടക്കൻ ചൊവ്വ, മായേക്കി... ഇങ്ങനെ പോകുന്നു സ്വരൂപപ്പട്ടിക. കാളിപ്പാന, ആഴംപന എന്നിവയിൽനിന്നും കിട്ടുന്ന കള്ളെടുത്ത് മുളംകുംഭങ്ങളിൽ കൊണ്ടു വന്നിരുന്നു. നിന്നനിൽപ്പിൽ കൈകൾ രണ്ടും നീട്ടി പത്തികൾ മടക്കി കുനിഞ്ഞുമണ്ണിലൂന്നി പ്രാർത്ഥിക്കും. ഇങ്ങനെ മൂന്നു പ്രാവശ്യം ആവർത്തിക്കും. കർമ്മികളായ പൂശാരികൾ/പ്ലാത്തികൾ ഇത് കൃത്യമായി ചെയ്യണം എന്ന് നിർബന്ധമാണ്. (പുറം 12-13)

വടക്കൻ അരയനും തെക്കൻ അരയനും

വടക്കൻ അരയർ ആര്യമതങ്ങളുടെ ആചാരങ്ങൾ കടംകൊള്ളുകയും തെക്കൻ അരയർ (കാണിക്കാർ) തനതായത് നിലനിർത്തിപ്പോരുകയും ചെയ്തു. (പുറം-17) കോഴിയെ വെട്ടി ചോര ഒഴുക്കുകയും വെളിച്ചപ്പാട്

കുടിക്കുകയും ചെയ്യുമായിരുന്നു. പ്രധാന ആരാധനാസ്ഥലങ്ങളിലെ വീടുകളിൽ ഇതു ചെയ്തിരുന്നില്ല. ഒഴിഞ്ഞ ഭാഗത്തെ കാടുകളിൽ പാല, ഇലവ് എന്നീ മരങ്ങളുടെ ചുവടുകളിലായിരിക്കും 'പുറക്കളം' എന്ന പേരുള്ള സ്ഥലങ്ങളിൽ ഇത്തരം ചടങ്ങുകൾ നടത്തിവന്നിരുന്നത്. സ്ത്രീകളും കുട്ടികളും ഇതിൽ പങ്കെടുത്തിരുന്നില്ല. വെട്ടുന്ന കോഴിയെ അവിടെ കൂടിനിന്നവർ കറിവെച്ച്, ചോറുണ്ടാക്കി ഭക്ഷിച്ചതിനുശേഷമേ വീട്ടിലേക്കു മടങ്ങുകയുള്ളൂ. ആണ്ടിൽ ഒരിക്കൽ നടത്തിവന്നിരുന്ന ഇത്തരം ചടങ്ങുകൾ അന്ധവിശ്വാസമാണെന്നു കരുതി നിർത്തുകയുണ്ടായി. (പുറം-18)

എന്നാൽ ബലി, കുരുതി തുടങ്ങിയ ആചാരങ്ങൾ ആര്യപൂജകൾ, മലഅരയന്മാർക്കുമേൽ കെട്ടിയേൽപ്പിച്ചതാണെന്നാണ് കണ്ണാടിന്റെ നിരീക്ഷണം. അതിനായി അദ്ദേഹം ദേവാസുരകഥകളെയാണ് അവലംബമാക്കിയിട്ടുള്ളത്.

മരണപ്പെട്ടവരെയും മലദൈവങ്ങളെയും തെക്കൻ അരയന്മാർ ദൈവമായിക്കാണുന്നു. ശിവൻ, ഗണപതി, മുത്തി, ആഗസ്ത്യൻ, ചാത്തൻ, പടത്തേവര്, പത്തിയില്ലത്ത് മുത്തന്മാർ, മുത്തൻ, മുത്തി, മല്ലൻതമ്പുരാൻ, കൊച്ചുമല്ലൻ തമ്പുരാൻ, എല്ലക്കല്ലി സ്വാമി, തിരുമുത്തുപാറ കുഞ്ഞയ്യൻ, കാലാട്ടുമൂപ്പൻ, മാടൻ, മറുത, ഊര, വള്ളി, കരിങ്കാളി, ചാമുണ്ഡി, മന്ത്രമൂർത്തി, ആയിരംവള്ളി, മറുകുറ്റി, കരിംകുറ്റി, ചാത്താവ് തുടങ്ങിയ മലദൈവങ്ങളെ പൂജിക്കുന്നു. പ്രത്യേകം ക്ഷേത്രങ്ങളോ കാണിക്കവഞ്ചിയോ ഇല്ലാത്ത ദൈവങ്ങളാണ് ഇവ. (പുറം-22). ഇവിടെ പ്രത്യേകമായി വ്യക്തമാകുന്ന ഒരു കാര്യം, ശിവൻ ഒഴികെ ആര്യദൈവങ്ങളുടെ സ്വാധീനം പൊതുവെ ഈ സമൂഹങ്ങളുടെ ദൈവസങ്കല്പങ്ങളിൽ ദീർഘകാലം ഇല്ലായിരുന്നു എന്നാണ്. മറ്റൊരു കാര്യം ചാത്തനും ചാത്താവും ഇവരുടെ ആരാധനയുടെ ഭാഗമായിരുന്നു എന്നതുമാണ്.

ചെമ്പകമരത്തിന്റെ സ്വാധീനം ഇവരുടെ വിശ്വാസത്തിൽ പ്രധാനപ്പെട്ടതായിരുന്നു. കൃഷിക്ക് നല്ല വിള കിട്ടുന്നതിന്, 'മുത്തികൊടുതി' എന്ന ഒരു ചടങ്ങ് നടന്നുവന്നിരുന്നു. 'പേയൂട്ട്' എന്ന ചടങ്ങും നടത്തിവന്നിരുന്നു. വിവിധ ഇല്ലങ്ങൾ അരയന്മാർക്കിടയിൽ നിലനിന്നിരുന്നു. ഇല്ലമ്പള്ളി മുത്തൻ, തിരുമ്പള്ളി മുത്തൻ, ഞയാമ്പള്ളി മുത്തൻ, ഞറുക്കംമ്പള്ളി മുത്തൻ എന്നിവയായിരുന്നു അവ. (പുറം-24). മുമ്പ് വിവാഹചടങ്ങുകളിൽ താലികെട്ട് ഇല്ലായിരുന്നു. വധൂ-വരന്മാരുടെ ശിരസ്സുകൾ തമ്മിൽ ചേർത്ത് ഉരസുന്നു. പയ്യൻ കൊണ്ടുവരുന്ന തുണി, നാത്തൂന്റെ കൈയിൽ ഏൽപ്പിക്കുകയും തുടർന്ന് നാത്തൂൻ ആ തുണി ഉടുപ്പിക്കുന്നതും ആയിരുന്നു വിവാഹച്ചടങ്ങ്. പുനർവിവാഹവും നടന്നുവന്നിരുന്നു. മിശ്രവിവാഹം നടന്നിരുന്നില്ല. (പുറം: 25-26)

ആയ് രാജവംശവും തുടർച്ചയും

ആയ് രാജവംശത്തിന്റെ തുടർച്ചയാണ്, മലഅരയർ ഉൾപ്പെടുന്ന ഗോത്രവിഭാഗങ്ങൾ എന്നു മുമ്പേ കണ്ടുവല്ലോ. ആര്യസംസ്കാരത്തിന്റെ ഭാഗമായി ചാതുർവർണ്യത്തിന്റെ വേർതിരിക്കലിൽ പഞ്ചമരായിത്തീരുകയായിരുന്നു ഇവർ. ഒന്നാം നൂറ്റാണ്ടുമുതൽ ഏഴാം നൂറ്റാണ്ടുവരെ തദ്ദേശീയർ എന്ന നിലയിൽ ഭരണം നടത്തിയിരുന്ന ഇവർ 8-10 നൂറ്റാണ്ടിനു ശേഷം പടിപടിയായി തരംതാഴ്ത്തപ്പെടുകയായിരുന്നു എന്നു കാണാം. (പുറം 32-33)

കരിമലഅരയന്റെ കഥ

പന്തളം രാജാവിന്റെ രാജവാഴ്ച തുടങ്ങുന്ന എ.ഡി. 904-ൽ ആണ് (10-ാം നൂറ്റാണ്ടിൽ ആണ്) ഈ രാജവാഴ്ച എന്നു വ്യക്തമാകുന്നു. എന്നാൽ ഈ ഘട്ടത്തിൽ വിവിധ ഗോത്രവിഭാഗങ്ങൾ ഭരണം നടത്തി വന്നിരുന്നു. നിരവധി ഗോത്രഭരണപ്രദേശങ്ങൾ അവിടെ ഉണ്ടായിരുന്നു എന്നു കാണാം. കരിമല, നീലമല, തലപ്പാറമല, ശ്രീപാദമല, തേവർമല, മയിലാടുമേട്, ശബരിമല, നിലയ്ക്കൽ, ചിറമ്പലമേട്, കക്കിമല, ഗൗണ്ടമല, പൊന്നമ്പലമേട്, മാതംഗമല, സുന്ദരമല, നാഗമല, ഉടുമ്പാറമല, കോപ്പാറമല, പുതുശ്ശേരിമല തുടങ്ങിയ പതിനെട്ടുമലകളിലുമായി ഗോത്രവിഭാഗങ്ങൾ താമസിച്ചുവന്നിരുന്നു. കരിമല അരയരാജാവിന്റെ ഭരണപ്രദേശമായിരുന്നു ഇത്. കരിമലരാജാവ് അനാഥനായ ഒരു കുട്ടിയെ എടുത്തുവളർത്തി. 'കരിങ്കുട്ടി' എന്നായിരുന്നു അവന്റെ പേര്. രാജാവിന്റെ മകൻ കണ്ടനും കരിങ്കുട്ടിയും ഉറ്റചങ്ങാതിമാരായി വളർന്നു.

ഒരിക്കൽ കരിങ്കുട്ടിയാണ്, സുന്ദരിയായ കറുത്തമ്മ എന്ന പെൺകുട്ടിയെ പന്തളം കൊട്ടാരത്തിലെ കുളത്തിൽ വെച്ച് കണ്ടത്. രാജാവിന്റെ സഹോദരിയായിരുന്നു കറുത്തമ്മ എന്ന ഈ പെൺകുട്ടി. അവളെക്കുറിച്ചുള്ള വിവരണങ്ങൾ കണ്ടനോടും കരിമല അരയനോടും കരിങ്കുട്ടി വിവരിച്ചു. കാട്ടരചൻ മകനുവേണ്ടി നാട്ടരചനോട് വിവാഹാലോചന നടത്തി. നാട്ടരചന് അത് ഉചിതമായി തോന്നിയില്ല. എന്നാൽ കരിങ്കുട്ടിയാകട്ടെ, ആ യുവതിയെ കണ്ടനു മുന്നിലേക്ക് തട്ടിക്കൊണ്ടുവന്നു. അങ്ങനെ കണ്ടൻ, കറുത്തമ്മയെ വിവാഹം കഴിച്ചുജീവിച്ചുവന്നു.

മറവന്മാരുടെ ആക്രമണവും ഒളിച്ചുതാമസവും

ഇങ്ങനെ സമാധാനപരമായി ജീവിച്ചുവരുന്ന കാലത്താണ് മറവപ്പടയുടെ ആക്രമണം ഉണ്ടാകുന്നത്. അവരുടെ നേതാവിന്റെ പേര് ഉദയനൻ എന്നായിരുന്നു. മറവന്മാരുടെ കുലദൈവവും ശിവൻ ആയിരുന്നതിനാൽ, നിലയ്ക്കൽ ഉൾപ്പെടെയുള്ള പ്രദേശങ്ങളിലെ ശിവപ്രതിഷ്ഠയുള്ള ക്ഷേത്രങ്ങൾ തകർത്തില്ല. (പുറം-62). എന്നാൽ ഈ കഥയിൽ മലഅരയൻ പറയാത്ത മറ്റൊരു കഥയാണ് ദേവസ്വം ബോർഡ് പുറത്തിറക്കിയ

പുസ്തകത്തിലുള്ളത് എന്നാണ് കണ്ണാട് പറയുന്നത്. ആ കഥ ഇങ്ങനെയാണ്. 'പന്തളം കൊട്ടാരത്തിൽനിന്നും ഉദയനാണ് രാജകുമാരിയെ തട്ടിക്കൊണ്ടുപോയതെന്നും ജയന്തൻ നമ്പൂതിരി കാട്ടിൽച്ചെന്ന് കുമാരിയെ രക്ഷിച്ച് പൊന്നമ്പലമേട്ടിൽ താമസിച്ചു. ആ ജയന്തന്റെ മകനാണ് അയ്യപ്പനെന്നുമാണ്' (പുറം-63). എന്നാൽ കണ്ണാട്ട് ഈ കഥയെ വിമർശിക്കുന്നുണ്ട്. കണ്ണാട്ട് ഇങ്ങനെ എഴുതുന്നു. '...ആദിവാസികളെ പുറംതള്ളി അവരുടെ പൂർവ്വികദൈവങ്ങളെ പ്രയോജനപ്പെടുത്തി പണം തട്ടുന്നതിനുള്ള തന്ത്രത്തിൽ ഒന്നുമാത്രമാണ് ഈ ജയന്തൻ കഥ വിരൽചൂണ്ടുന്നത്.' കണ്ണാട്ടിന്റെ അഭിപ്രായം മറവപ്പടയുടെ ആക്രമണത്തിൽനിന്നും രക്ഷ നേടാനായി ഒരു ഗുഹയിൽ കഴിഞ്ഞിരുന്ന കണ്ടന്റെയും കറുത്തമ്മയുടെയും മകനായി ജനിച്ച കുട്ടിയാണ് മണികണ്ടൻ. (പുറം-63)

ഉദയനന്റെ ശല്യം നിമിത്തം പൊന്നമ്പലമേട്ടിൽ വിദ്യകളൊന്നും വശമാക്കാൻ കഴിയാത്ത സാഹചര്യത്തിൽ പെരിയാറിന്റെ തീരത്തുള്ള അമ്മാവനോടൊപ്പം താമസിച്ചാണ് അയ്യൻ വിദ്യകൾ അഭ്യസിച്ചത് എന്നു കരുതപ്പെടുന്നു. എ.ഡി. 1120-ൽ തമിഴ്നാട്ടിൽനിന്ന് കേരളത്തിലെത്തിയ മാനവിക്രമനെ പെരിയാറിന്റെ തീരത്തുള്ള വനത്തിൽവെച്ച് കൊള്ളക്കാരിൽനിന്നും രക്ഷിച്ചത് അയ്യനാണെന്നും ചരിത്രം പറയുന്നുണ്ട്. കടുവയുടെ ആക്രമണത്തിൽനിന്നും ഒരു പറച്ചിയെ രക്ഷിക്കുന്നുണ്ട്. മല്ലൻ, വില്ലൻ, കൊച്ചുകടുത്ത മുതലായവരിൽനിന്നും മല്ലയുദ്ധങ്ങളും ഈഴവകുടുംബമായ ചീരപ്പൻചിറയിലെ കളരിയിലെത്തി പൂഴിഅങ്കവും പയറ്റും വശമാക്കുകയും ചെയ്യുന്നുണ്ട്. മറവപ്പടയെ പരാജയപ്പെടുത്തുവാൻ ശക്തിയും പിൻബലവും ആവശ്യമുള്ളതിനാൽ, പാണ്ഡ്യരാജാവിനെ കാണാൻ തീരുമാനിക്കുകയും മാതാപിതാക്കൾ അതിനെ വിലക്കിയെങ്കിലും പാണ്ഡ്യരാജാവിന്റെ കൊട്ടാരത്തിൽ എത്തുകയുമായിരുന്നു എന്നാണ് കഥ. (പുറം-64)

ഇതിന്റെ തുടർച്ചയായുള്ള കഥകൾ മലയാളികൾക്കു ചിരപരിചിതമാണ്. എന്നാൽ ചില കാര്യങ്ങളിൽനിന്നും ഇവിടെ അയ്യപ്പന്റെ കഥ വേറിട്ടുനിൽക്കുന്നതു കാണാം. ഒന്നാമതായി, ഒരു ഗോത്രരാജാവിന്റെ മകനാണ് മണികണ്ടൻ എന്നത്. രണ്ടാമതായി പന്തളരാജാവ് ഈ കുട്ടിയെ ഉപേക്ഷിച്ച നിലയിൽ കണ്ടെത്തുകയോ എടുത്തുവളർത്തുകയോ ചെയ്യുന്നില്ല എന്നത്. മൂന്നാമതായി, അക്കാലത്തു നിലനിന്നിരുന്ന വിജ്ഞാനസമ്പാദനങ്ങൾ നടത്തുന്നതിനും അക്കാലത്തെ ഇതരസമൂഹങ്ങളുമായുള്ള ബന്ധങ്ങളും നിലനിർത്തിയിരുന്ന ഗോത്രരാജകുടുംബത്തിന്റെ എല്ലാത്തരം വ്യക്തതയും നൽകിക്കൊണ്ടാണ് ഈ കഥ വികസിക്കുന്നത് എന്ന കാര്യം. നാലാമത്തേതാകട്ടെ, പന്തളം രാജാവിനല്ല, പകരം പാണ്ഡ്യരാജാവിനാണ് കഥയിൽ പ്രാധാന്യം നൽകിയിരിക്കുന്നത് എന്ന കാര്യം.

ചീരപ്പൻചിറ തറവാടും അയ്യപ്പൻകഥയും

ഇതുപോലെതന്നെ രൂപപ്പെട്ട മറ്റൊരു കഥയാണ് ചീരപ്പൻചിറ തറവാടുമായി ബന്ധപ്പെട്ട അയ്യപ്പന്റെ കഥയും. ചീരപ്പൻ ചിറക്കാർ ഈഴവരാണ്. എ.ടി. ഋഷികുമാർ രചിച്ച 'ശബരിമല അയ്യപ്പനും വാവരും ജീവിച്ചിരുന്നില്ല' എന്ന കൃതിയെ അടിസ്ഥാനപ്പെടുത്തി ഈ കഥ കൂടി പരാമർശിക്കാമെന്നു കരുതുന്നു. അതിൽ രണ്ടു കഥകൾ ഉണ്ട്. അവയെ ചുരുക്കി വിവരിക്കാം. ഒന്നാമത്തെ കഥയിൽ, മറവപ്പടയിൽനിന്നും രക്ഷപ്പെടുന്നതിന്റെ ഭാഗമായി പന്തളം രാജാവ്, മകൾ മായയെ ചീരപ്പൻചിറ കുടുംബത്തിൽ സുരക്ഷിതമായി എത്തിക്കുകയും എന്നാൽ കുമാരി അശുദ്ധപ്പെട്ടുപോയതിനാൽ അവിടെ ഏൽപ്പിക്കുകയും പണിക്കരുടെ അനന്തിരവൻ മായയെ വിവാഹം കഴിക്കുകയും ചെയ്തു. രണ്ടാമത്തെ കഥയാകട്ടെ, പന്തളം കൊട്ടാരത്തിൽനിന്നും മറവപ്പടയുടെ നേതാവ് ഉദയനൻ മായയെ വനാന്തരത്തിലേക്ക് തട്ടിക്കൊണ്ടുപോവുകയും പന്തളം രാജാവ് ചീരപ്പൻചിറ കുടുംബത്തിന്റെ സഹായത്തോടെ മറവപ്പടയെ പരാജയപ്പെടുത്തുകയും മായയെ തിരികെ കൊണ്ടുവരികയും ചെയ്തു. എന്നാൽ അശുദ്ധപ്പെട്ടതിനാൽ, രാജാവ് മകളെ മടക്കിക്കൊണ്ടുപോയില്ല. തുടർന്ന് പണിക്കരുടെ അനന്തിരവൻ മായയെ വിവാഹം കഴിക്കുകയും അവർക്കുണ്ടായ മകനാണ് അയ്യപ്പൻ എന്നുമാണ്. (പുറം-83)

മണികണ്ഠൻ എന്ന അയ്യപ്പൻ: കഥയുടെ വ്യാപനം വാമൊഴിപ്പാട്ടിൽ

ഈ കഥയിലും നമ്മൾ പ്രബലമായി കേട്ടുവരുന്ന കഥകൾ ഇല്ല. ഉപേക്ഷിക്കപ്പെട്ട ബാലൻ, എടുത്തുവളർത്തിയ പന്തളരാജാവ് എന്ന കഥ ഇവിടെയും ഇല്ല. മറിച്ചാവട്ടെ, തന്റെ മകൾ അശുദ്ധിപ്പെട്ടതിനാൽ ഒഴിവാക്കുന്ന ഒരു പിതാവിനെക്കുറിച്ച് ഈ രണ്ടു കഥയും വിവരിക്കുന്നുണ്ട് എന്ന കാര്യം പ്രത്യേകം സ്മരണീയവുമാണ്. എന്നാൽ ചീരപ്പൻചിറയിലെ കഥയിൽ, അയ്യപ്പൻ ഒരു കുടുംബത്തിലേക്ക് കേന്ദ്രീകരിക്കുമ്പോൾ, മലഅരയരുടെ കഥയിൽ ഒരു സമൂഹത്തിലേക്ക് വ്യാപരിക്കുന്നു എന്നതാണ് അതിന്റെ പ്രത്യേകത. എന്നാൽ മറവപ്പടയോട് ഏറ്റുമുട്ടുകയും തങ്ങളുടെ ദേശം തിരിച്ചുപിടിക്കുകയും ചെയ്യുക എന്ന ദൗത്യമാണ് മണികണ്ഠനുള്ളത്. പാണ്ഡിപ്പട, ആലങ്ങാട്ടുപാട, അമ്പലപ്പുഴപ്പട, ചീരപ്പൻചിറപ്പട, മല്ലൻ, വില്ലൻ, വല്യകടുത്ത, കൊച്ചുകടുത്ത, വാവർ, ക്രൈസ്തവ പ്രമാണിമാർ തുടങ്ങിയ സംഘത്തിന്റെ അകമ്പടിയോടുകൂടിയാണ് മണികണ്ഠൻ ഉദയനെയും സംഘത്തെയും ആക്രമിച്ചു തോൽപ്പിക്കുന്നത്. അഥവാ വിവിധ സമൂഹങ്ങളെ കൂട്ടിയിണക്കിയ ഒരു നേതാവായിട്ട് മാറിത്തീരുകയായിരുന്നു ഇവിടെ മണികണ്ഠൻ. മണികണ്ഠനെക്കുറിച്ചുള്ള കഥ, മലഅരയരിൽ വിപുലമാംവിധം വ്യാപിച്ചിട്ടുണ്ട്. അതേസമയം, ക്രൈസ്തവ, ഈഴവ, ഇതരഗോത്രസമൂഹങ്ങളുടെ ഇടയിൽ നിലനിൽക്കുന്ന കഥകളും

വാമൊഴികളുംകൂടി ചേർത്താൽ മാത്രമേ അന്വേഷണങ്ങൾക്ക് പുതിയ വഴികൾ തുറക്കപ്പെടുകയുള്ളൂ എന്നു കരുതാം. ഈ കുറിപ്പ് അതിലേക്ക് മുതിരുന്നില്ല.

അതേസമയം മലഅരയസമൂഹത്തിൽ സവിശേഷമായി നിലനിൽക്കുന്ന വായ്മൊഴിപ്പാട്ടുകൾ പരിശോധിച്ചാൽ കേവലമായി ഒരു ഗോത്രത്തിനുള്ളിലേക്ക് ചുരുങ്ങിപ്പോയതല്ല അയ്യപ്പന്റെ കഥയെന്നും പത്താംനൂറ്റാണ്ടിലെയോ അതിനുശേഷമോ രൂപപ്പെട്ട സാമൂഹികജീവിതത്തിന്റെ വിപുലമായ സൂചനകൾ നൽകുവാൻ പര്യാപ്തവുമാണ് ഈ പാട്ടുകൾ എന്നു കാണാവുന്നതാണ്.

"ആറാകും ആനി മാസം തന്നിലെ
അന്നരസങ്ങൾ കൊടുത്തുരസിച്ചു
ഏഴാകും തൻതിരുവയസ്സങ്കൽ
കാതുകൾ കുത്തി കുരടുപകർന്നു
പാരാതെ അമ്മാവൻ തന്നോടെ,
പരിചൊടെഴുത്തു കണക്കു പഠിച്ചു."

(അയ്യപ്പൻ കഥ)

മലയാളത്തിൽ പരിചിതമായ, വാമൊഴിപ്പാട്ടുകളുടെ സാമ്പ്രദായിക ഘടനകൾക്കകത്താണ് ഈ ഗാനശാഖയും രൂപപ്പെട്ടിരിക്കുന്നത്. അതുപോലെ, ഗോത്രപ്പേച്ചുകൾ ഈ ഗാനങ്ങളിൽ ഇല്ല എന്നും കാണാവുന്നതാണ്. ഗുരുവന്ദനവും ഗണപതി, ശിവനന്ദനങ്ങളും ഒക്കെ പറഞ്ഞുകൊണ്ടുതന്നെയാണ് ഈ വാമൊഴി രൂപപ്പെട്ടിരിക്കുന്നത്.

മലയാള വാമൊഴി ഗാനശാഖകളിൽ കാണുന്നതുപോലെ, ആര്യവൽക്കരണത്തിന്റെ കൈകടത്തലുകളും സ്വാഭാവികമായ കൂട്ടിച്ചേർക്കലും പരിണാമവും ഇവിടെയും ദർശിക്കാവുന്നതാണ്. കൊച്ചുകുട്ടിയായിരുന്ന അയ്യപ്പന് നൽകുന്ന പലതരം സവിശേഷതകൾ ഈ പാട്ടിലുണ്ട്. ഗോത്രരാജകുമാരന് ലഭിക്കുന്ന പരിഗണനകൾ ഇവിടെ കാണാം. ഗുഹയിൽ ഒളിച്ചു താമസിച്ചവർ ഇങ്ങനെയുള്ള ചടങ്ങുകൾ ഒക്കെ നടത്തിവന്നിരുന്നുവോ എന്ന ചോദ്യത്തിന് ഒരുപക്ഷേ, പിൽക്കാലത്ത് ചേർത്തതും നവീകരിച്ചതുമാകാം ഇത്തരം വരികൾ എന്നു കാണുന്നത് ഉചിതമാവുകയും ചെയ്യും.

"ഇനിയാരേപോയ് സേവിക്കേണ്ടു
ഈഴപെരുമാളെ സേവിക്കാം
ഈഴലെനിക്കു വരുത്തുവതിനെ
ചോഴപെരുമാളെ സേവിക്കാം."

(അയ്യപ്പൻ കഥ)

വളർന്ന് യുവാവായ മണികണ്ഠൻ, തന്റെ ലക്ഷ്യം, മറവപ്പടയെ തുരത്തുകയാണെന്നു തിരിച്ചറിയുന്നു. എന്നാൽ ശ്രമപ്പെട്ട കാര്യമാണെന്നു

മനസ്സിലാക്കുന്നുണ്ട്. ഈഴപ്പെരുമാളും ചോഴപ്പെരുമാളും പാണ്ഡ്യപ്പെരുമാളും ഉണ്ടായിരുന്നു. ഇവരുടെ പിന്തുണ ആവശ്യമാണെന്ന്, മണികണ്ഠൻ തിരിച്ചറിയുകയും ചെയ്തിരുന്നു. പാണ്ഡ്യരാജ്യത്തേക്ക് യാത്ര ചെയ്യുവാൻ തീരുമാനിക്കുന്നുണ്ട്. അതിനോടുള്ള മറ്റുള്ളവരുടെ പ്രതികരണം നോക്കുക:

"നീ പോകുന്നതു പരരാജ്യത്തിന്
ഏവരുമേ ഒരു തുണ കൂടാതെ
പോവരുതേ മകനേ പരരാജ്യത്ത്
നാരികൾ പിള്ളേർ നായന്മാരും
ഈഴക്കുടികളുമൊക്കെ വിലക്കി."

(അയ്യപ്പൻപാട്ട്)

പരരാജ്യത്തേക്ക് യാത്രചെയ്യുന്ന വീരന്മാരുടെ കഥകൾ മലയാളത്തിന് പരിചിതമായതുകൊണ്ടുതന്നെ. അത്തരം ഗാനങ്ങളുടെ ചേർക്കലും ആഭിമുഖ്യവും ഇവിടെയും കാണുന്നുണ്ട്. കുടകുനാട്ടിൽ യാത്രപോവുന്ന വടക്കൻപാട്ടുകളിലെ നായകന്മാരെപ്പോലെയും നായകവീരത്തെ കേന്ദ്രീകരിക്കുന്ന തമിഴ് കാവ്യങ്ങളുടെയും സ്വഭാവവും ഈ പാട്ടിലുണ്ട്. അതുകൊണ്ടുതന്നെയും വ്യക്തമാകുന്ന ചില കാര്യങ്ങളുണ്ട്. മലഅരയസമൂഹത്തിൽ മാത്രം ഒതുങ്ങിനിന്നതല്ല; മറിച്ച് വിവിധ സമൂഹങ്ങളിലേക്ക് പടർന്നിറങ്ങിയവയായിരുന്നു ഈ ഗാനങ്ങൾ എന്നാണ്. പരരാജ്യം, നാരികൾ, പിള്ളേർ, നായർമാർ, ഈഴക്കുടികൾ തുടങ്ങിയ സമൂഹത്തിലെ വൈവിധ്യങ്ങളൊക്കെയും മണികണ്ഠനെ വിലക്കുകയും അപകടങ്ങൾ വിവരിക്കുകയും ചെയ്യുന്നുണ്ട്. എന്തുകൊണ്ടാകാം ഇത്തരം വിപുലമായ ഒരു സമൂഹത്തെ ഉൾക്കൊള്ളുവാൻ ഈ ഗാനശാഖയ്ക്കു സാധിച്ചത്. വളരെ പ്രധാനപ്പെട്ട ചില കാര്യങ്ങൾ അതു വ്യക്തമാക്കിത്തരുന്നുണ്ട്.

"അന്നൊരു വനവാസത്തിൽ ചെന്ന്
വഴിയിൽകണ്ടൊരു പറശ്ശിയുമപ്പോൾ
പോടീവഴിതാ പോയ് വഴിനീങ്ങ്
പാപീ അടിയൻ വഴിനീങ്ങുമ്പോൾ
പാത്തുകിടക്കും കടുവയുണ്ടേ
കടുവാ ഇവിടെ വരുന്നെന്നാകിൽ
ചുരികയ്ക്കിടയാക്കി കളവാൻ ഞാൻ."

(അയ്യപ്പൻ കഥ)

മണികണ്ഠൻ പാണ്ടിനാട്ടിലേക്കു പോകുന്ന വഴിയിൽ പറച്ചിനിൽക്കുകയും പറച്ചിയോട് വഴിയിൽനിന്ന് മാറിനിൽക്കടി എന്നു പറയുന്നതും പാപിയായ അടിയൻ വഴിമാറിയാൽ പാത്തുകിടക്കുന്ന കടുവ എന്നെ പിടിച്ചുതിന്നുമെന്നും കടുവ നിന്നെ പിടിച്ചാൽ ചുരിക കൊണ്ട് അതിനെ കൊല്ലുമെന്നതും അങ്ങനെ വഴിമാറിയ പറച്ചിയെ കടുവ പിടിക്കുന്നതും

കടുവയെ കൊന്ന് ആ സ്ത്രീയെ രക്ഷിക്കുന്നതും ഈ പാട്ടിൽ വിവരിക്കുന്നു. ഒരു നായകന് ആവശ്യമുള്ള എല്ലാതരത്തിലുമുള്ള ധീരതയും സാഹസികതയും മണികണ്ഠനുണ്ട്. പറച്ചിയോടുള്ളത് ഗോത്രപരമായ അകലമോ അയിത്തമോ സ്ത്രീവിരോധമോ ഒക്കെയാകാം. അതേസമയം മറ്റൊരു കഥയെ ഇവിടെ ഓർമ്മിപ്പിക്കുന്നുണ്ട്. പാണ്ടിനാട്ടിലേക്കു യാത്ര ചെയ്ത ശങ്കരാചാര്യർ, ചണ്ഡാളനെക്കണ്ട് വഴിമാറാൻ പറഞ്ഞ കഥയാണ് അത്. എന്നാൽ അതിന്റെ ആവർത്തനമോ സ്വീകരിക്കലോ ആണെന്നു പറയാനാവില്ലയെങ്കിലും ഒരു കഥ മറ്റൊരു കഥയെ ഓർമ്മപ്പെടുത്തുന്നു എന്ന നിലയിലാണ് അവ കെട്ടിച്ചമച്ചിട്ടുള്ളത് എന്നു കാണാം.

"അയ്യപ്പൻ വരും ഇന്നിവിടേക്ക്
കച്ചകെട്ടി കരിമ്പുലി തിരുമെയ്യും കറുപ്പിച്ചേ
പച്ചതലപ്പുലികെട്ടി പുലിക്കുഞ്ഞും കയ്യിലേന്തി
ആര്യനാടും മലനാടും പാണ്ടിനാടും നോക്കിചുറ്റി
നാലുനാടും നോക്കിച്ചുറ്റി
നായാടി പുലികൊള്ളുന്നയ്യൻ
ശക്തിയേറും ശബരിമല
ഭക്തിയേറും പെരുവന്താനം
കട്ടിയേറും കല്ലടിക്കാടൻ
തെരുവേറും ചൂരക്കാടൻ."

(അയ്യപ്പനെക്കൊണ്ട്)

എന്ന പാട്ട് അയ്യപ്പന്റെ ഗോത്രരൂപങ്ങളെ വ്യക്തമാക്കിത്തരുന്നുണ്ട്. കച്ചകെട്ടിയും പച്ചതലപ്പുലികെട്ടിയും പുലിക്കുഞ്ഞിനെയും കൈയിലേന്തി വരുന്ന കാഴ്ച പ്രധാനപ്പെട്ടതാണ്. എന്നാൽ ഒരു ചെറിയ ദേശത്ത് ഒതുങ്ങി നിൽക്കുന്നില്ല. അയ്യപ്പന്റെ നാമം എന്ന് ഈ പാട്ട് വ്യക്തമാക്കുന്നുണ്ട്. ആര്യനാട്-ഉത്തരദേശം, മലനാട്-കേരളം, പാണ്ടിനാട് എന്നിങ്ങനെ വിവിധ ദേശങ്ങളിൽ പരിചിതമാണ് ആ നാമം. നായാടി-വേട്ടയാടി പുലികൊള്ളുന്നവനയ്യൻ, ശബരിമല, പെരുന്താവനം, കല്ലിക്കാടൻ, പൂരക്കാടൻ എന്നിങ്ങനെ വിവിധഗോത്ര ദേശങ്ങളിലും അയ്യപ്പൻ പ്രശസ്തനായിരിക്കുന്നത് വ്യക്തമാക്കിത്തരുന്നു.

അയ്യപ്പൻ എന്ന കാട്ടരചനും മാറുന്ന വ്യാപാര-വാണിജ്യ സമൂഹരൂപങ്ങളും

ഗോത്രനായകന്റെ പ്രവർത്തനങ്ങളും അതിനു കിട്ടുന്ന വാഴ്ത്തും മാത്രമല്ല, മറിച്ച് ദേശനായകനായി മാറിത്തീർന്ന ഒരു വ്യക്തിയെക്കുറിച്ചാണ് ഇവിടെ പരാമർശിക്കുന്നത് എന്നു വ്യക്തമാക്കുന്നു. ഈ വ്യാപനം തന്നെയാണ് അയ്യപ്പന് കിട്ടുന്ന സ്വീകാര്യതയ്ക്കു പിന്നിലുള്ളത്. മണികണ്ഠൻ എന്ന ഗോത്ര അരയൻ പ്രധാനപ്പെട്ട ഒരു ചരിത്രസന്ദർഭത്തിന്റെ

വക്താവു കൂടിയായിരുന്നു എന്ന് വിലയിരുത്താവുന്നതാണ്. കെ.എൻ. ഗണേശ് നിരീക്ഷിക്കുന്നതുപോലെ, കേരളത്തെ ലോകപ്രശസ്തിയിലേക്ക് ഉയർത്തിയ മലഞ്ചരക്കുകളുടെ നീക്കവും നിയന്ത്രണത്തിലാക്കാനുള്ള ഗൂഢാലോചനയും ഇവിടെ കാണാവുന്നതാണ്. (പുറം-121)

പത്താംനൂറ്റാണ്ടോടെ രൂപപ്പെടുന്ന, മാറിയ ദേശരൂപീകരണങ്ങളുടെ സ്വഭാവം ഈ കഥകൾ വ്യക്തമാക്കിത്തരുന്നു. ആയ് രാജവംശവും വിവിധ ഗോത്രവംശവും തകരുന്നതോടുകൂടി രൂപപ്പെടുന്ന ചേര, ചോള, പാണ്ഡ്യ സമൂഹങ്ങളുടെ ഉദയമാണ് ഒന്നാമത്തേത്. പരശുരാമന്റെയും മറ്റു ബ്രാഹ്മണിക-ക്ഷത്രിയ അധികാരരൂപങ്ങൾ നിർമ്മിച്ചെടുത്ത ഭൂ അധികാരബന്ധങ്ങളും വൈശ്യ-വാണിജ്യ സ്ഥാനവ്യതിയാനങ്ങളുടെയും പുതിയ സ്ഥാനപ്പെടലുകളുടെയും കാലഘട്ടം ആയിത്തീരുന്നു ഇത്. അതേസമയം നിർണായകസ്ഥാനം നേടിയ ഈഴവരും സാധാരണജീവിതം നയിക്കുന്ന നായർസമൂഹവും അയിത്തസമൂഹമായി പരിവർത്തനപ്പെട്ട തദ്ദേശീയരും ഉൾപ്പെട്ട ഒരു കേരളം രൂപപ്പെട്ട കാലം ആയിരുന്നു അത്. അതേസമയം രണ്ടു വാണിജ്യസമൂഹങ്ങൾ തിരുവിതാംകൂറിൽ ഉയർന്നുവരികയായുണ്ടായി. അതിലൊന്ന് മുസ്ലീം കച്ചവടസമൂഹവും മറ്റൊന്ന് ക്രൈസ്തവ കച്ചവടസമൂഹവും ആയിരുന്നു. ഈ രണ്ടു സമൂഹവുമായുള്ള വാണിജ്യബന്ധങ്ങൾ തിരുവിതാംകൂറിന് മാത്രമല്ല ദ്രാവിഡ ദേശത്തിന് പുതിയൊരു കച്ചവടസമൂഹത്തെ പരിചയപ്പെടുത്തുകകൂടിയായിരുന്നു.

മറവപ്പടയെപ്പോലുള്ള മലയുദ്ധക്കൂട്ടങ്ങൾക്ക് രാഷ്ട്രം നിർമ്മിക്കാൻ സാധിക്കാതെ വരികയും അക്രമസമൂഹമായി ചുരുങ്ങുകയും ചെയ്ത കാലഘട്ടമായിരുന്നു ഇത്. ആയതിനാൽ പുതുതായി രൂപപ്പെട്ട അധികാരരൂപങ്ങളിൽ വ്യാപാര വാണിജ്യബന്ധങ്ങളിൽനിന്നും ഭിന്നമായി നിൽക്കുന്ന മലയുദ്ധക്കൂട്ടങ്ങൾ പല അർത്ഥത്തിലും വാണിജ്യ-വ്യാപാര ബന്ധങ്ങൾക്ക് തടസ്സംനിൽക്കുകയായിരുന്നു. സംഘം കൃതികളും കൊച്ചേരത്തി നോവൽ ഉൾപ്പെടെയുള്ളവയും ചൂണ്ടിക്കാണിക്കുന്നതുപോലെ, നിരവധി കാനനപാതകളും കച്ചവടകേന്ദ്രങ്ങളുംകൊണ്ട് സജീവമായിരുന്നു മലനാട്ടുപ്രദേശങ്ങൾ. ഏലക്കയും കുരുമുളകും മലഞ്ചരക്കും ഉൾപ്പെടെയുള്ളവയുടെ വ്യാപനത്തിനു തടസ്സംനിൽക്കുന്ന ഘടകങ്ങൾ രൂപംകൊണ്ടതുകൊണ്ടുതന്നെ. സമൂഹത്തിലെ ഇതരവിഭാഗങ്ങൾ കൂടി ഉൾപ്പെട്ട ഒരു ബഹുജനസമൂഹമാണ് പത്താംനൂറ്റാണ്ടിൽ രൂപപ്പെട്ട, മാറിയ വാണിജ്യ-വ്യാപാരബന്ധങ്ങൾക്ക് മുൻകയ്യെടുത്തത്. ആയതിനാൽ അവർക്ക് മലഅരയന്മാരുടെ സേവനവും ആവശ്യമായിത്തീർന്നിരുന്നു.

കരുന്തടക്കനും വിക്രമാദിത്യവരഗുണനും

മണികണ്ഠന്റെ കാലഘട്ടമായ പത്താംനൂറ്റാണ്ട്, അവസാനത്തെ ആയ് രാജാക്കന്മാരുടെ കാലഘട്ടത്തെയാണ് അനുസ്മരിപ്പിക്കുന്നത്. കരുന്തടക്കനും വിക്രമാദിത്യവരഗുണനും ശേഷം രൂപപ്പെട്ട ശൈവ-വൈഷ്ണവ

കടന്നുകയറ്റവും വർണവ്യവസ്ഥാധിഷ്ഠിത പരിണാമങ്ങളും ഇതര തദ്ദേശീയ സമൂഹങ്ങളെ ചിതറിച്ചു പരാജയപ്പെടുത്തിയ കാലഘട്ടം കൂടിയായിരുന്നു ഇത്. അതുകൊണ്ടുതന്നെ കരിമല അരയന്റെയും മകൻ കണ്ടന്റെയും അദ്ദേഹത്തിന്റെ മകൻ മണികണ്ടൻ എന്ന അയ്യപ്പന്റെയും കാലഘട്ടം അവസാനത്തെ ആയ് രാജാക്കന്മാരുടെ കാലഘട്ടം ആയിരുന്നു എന്നാണ് വ്യക്തമാക്കുന്നത്. തെക്കൻ പ്രദേശങ്ങളിൽ കാണിക്കാർ ഉൾപ്പെടെയുള്ള അരയസമൂഹങ്ങൾ മറ്റു രാജവാഴ്ചകൾക്ക് വഴിപ്പെട്ടകാലം കൂടിയായിരുന്നു ഇത്.

മണികണ്ടനു ലഭിച്ച ജനപിന്തുണ, ഗോത്രരാജാവ് എന്ന നിലയ്ക്ക് മാത്രമായിരുന്നില്ല. വാണിജ്യ-വ്യാപാര ബന്ധങ്ങളെ പുനരേകീകരിക്കുന്നതിനും അതോടൊപ്പം വർണാശ്രമ ധർമ്മവ്യവസ്ഥയിൽനിന്നും വിടുതൽ നേടുന്നതിനും പ്രത്യേകിച്ചും ശൈവസിദ്ധന്മാരുടെ ശ്രമങ്ങൾക്ക് പ്രാധാന്യം ലഭിക്കുകയും ചെയ്തിരുന്നതിന്റെ സൂചനകൂടി വ്യക്തമാക്കുന്നതുമാണ്.

ഇതര ഗോത്രരാജാക്കന്മാർ

വിവിധ ചെറുഗോത്രങ്ങൾ അക്കാലത്തുണ്ടായിരുന്നു എന്നു വ്യക്തമാക്കുന്നുണ്ട് കണ്ണാട്. പൊതിയന്മല അരചരുടെ നാശത്തോടുകൂടിയാണ് ആയ്ഭരണത്തിന്റെ അവസാനത്തെ ചെറുവാഴ്ചകളും അവസാനിച്ചത്. കരിമലഅരയൻ എന്ന കൊച്ചുകടുത്തയെ മറവപ്പട വധിച്ചു എന്നു കരുതുന്നു. അച്ചൻകോവിൽ കറുപ്പൻ, പാടംഗ്രാമം ഭരിച്ചിരുന്ന തേവൻ എന്ന അരയരാജാവ്, പൂമലത്തേവർ, വണ്ടണിമൂപ്പർ, കല്ലോലി ഊരാളി, കൈച്ചിറ ഉടയവൻ, കോടമലതേവൻ, വളയത്ത് ഊരാളി, പറക്കുളം തേവൻ തുടങ്ങി പലരും ഉൾപ്പെടുന്നതാണ് അയ്യപ്പന്റെ സൗഹൃദവലയം. (പുറം-70-71) വിവിധ മലനാട്ടു രാജാക്കന്മാരും ഗോത്രരാജാക്കന്മാരും ആയിരുന്ന സമൂഹത്തിന്റെ ഒരു നേരിയ ചിത്രം നൽകുവാൻ ഇവിടെ സാധിക്കുന്നുണ്ട്.

അക്കാലത്തെ ചില പ്രാദേശിക ദൈവങ്ങളെക്കുറിച്ചുള്ള വിവരണവും ലഭ്യമാണ്. കടുത്ത സ്വാമികൾക്കൊരു പൊൻചൂരൽ നേരണം, കറുത്ത സ്വാമികൾക്കൊരു പൊൻചുരിക നേരണം, കറുപ്പസ്വാമിക്കൊരു കറുപ്പുകച്ച നേരണം എന്നിങ്ങനെ വരുന്ന വിവിധ ദൈവങ്ങളുടെ ഗണത്തിൽ ഇടക്കെട്ടിൽ വാവർകൂടി ഉൾപ്പെടുന്നു എന്നതാണ് മറ്റൊരു പ്രത്യേകത. ഗോത്രസമൂഹങ്ങളുമായുള്ള ബന്ധംപോലെതന്നെ, ഇതര ബഹുജനങ്ങളുമായുള്ള ബന്ധവും കൂടി ഉൾപ്പെട്ടിരിക്കുന്നു എന്നു സൂചിപ്പിച്ചുവല്ലോ. അയ്യപ്പന്റെ പടയിൽ അണിചേർന്ന സമൂഹങ്ങളെ നോക്കുക. പാണ്ഡിപ്പട, ആലങ്ങാട്ടുപട, അമ്പലപ്പുഴപട, ചീരപ്പൻചിറപ്പട എന്നിവരും വാവരുടെ സംഘവും അയ്യപ്പനൊപ്പം നിന്നു.

അയ്യപ്പനും പിമ്പേ വാവരും പൂമലത്തേവരും മല്ലനും വില്ലനും കൊച്ചു കടുത്തയും പുതുശ്ശേരി മുണ്ടൻ ഉടുമ്പാറ വില്ലനും തലയെടുപ്പുള്ള തല പ്പാറ വില്ലാളിവീരനും കരിമല പൊന്നരയനും പൊൻപാറ അരയനും കലി ഹരമതികളതിശൂന്മാർ എന്നിങ്ങനെ നിരവധി പ്രമുഖർ അയ്യപ്പന്റെ ഒപ്പം അണിനിരക്കുന്നുണ്ട്. ആളും അർത്ഥവും മാത്രമല്ല, മരുന്നു മന്ത്രവും കൊണ്ട് സഹായിക്കുവാനും ആളുകൾ ഉണ്ടായിരുന്നു. മയോക്കിയമ്മ എന്ന വേട്ടുവമാതാവ് ഇതിൽ പ്രമുഖയായിരുന്നു. അവരുടെ ചികിത്സ കൊണ്ട് നിരവധി ആളുകളാണ് രക്ഷനേടിയത്.

മറവപ്പടയുടെ ശല്യം അവസാനിക്കുക മാത്രമല്ല മെച്ചപ്പെട്ട വാണിജ്യ -വ്യാപാര ബന്ധങ്ങൾ രൂപീകരിക്കുവാനും ഇതിനെത്തുടർന്ന് അയ്യപ്പനും സുഹൃത്തുക്കൾക്കും സാധിച്ചു എന്നു കരുതേണ്ടതുണ്ട്. മരിച്ചുപോകുന്ന മുൻപിതാക്കൾക്കു നൽകുന്ന പൂജയുടെ ഭാഗമായതുകൊണ്ടാകാം കൊച്ചുകടുത്ത, വലിയ കടുത്ത, മായോക്കിയമ്മ, അമ്മദൈവങ്ങൾ കൂടാതെ മുൻപു ചൂണ്ടിക്കാണിച്ച പ്രമുഖർക്കൊക്കെയും പൂജയും വഴി പാടും നടത്തുന്ന ചടങ്ങുകൾ ആരംഭിച്ചത്. അതേസമയം ഇത് മുഴുവൻ മനുഷ്യർക്കും സ്വീകാര്യമായ ഒന്നായി മാറിത്തീരുകയും ചെയ്തു. അയ്യ പ്പന്റെ മരണത്തെ നിത്യം അനുസ്മരിക്കേണ്ട ഒന്നായി ബഹുജനസമൂഹം ഉൾക്കൊള്ളുകയും ചെയ്തിട്ടുണ്ടാവാം. ഇന്ന് ലാമികളായ സമൂഹത്തിന്റെ കച്ചവടത്തിന്റെ പ്രതീകമായ വാവരും ക്രൈസ്തവ കച്ചവട പ്രതീകമായ ആർത്തുങ്കൽ പള്ളിയും തദ്ദേശീയമായി തെങ്ങും ഇതിന്റെ പ്രതീകമായി മാറുകയും ചെയ്തു. ആയ് രാജസമൂഹം പുലർത്തിയ ബന്ധങ്ങളുടെ തുടർച്ച എന്ന നിലയിൽ ഈഴവർ ഉൾപ്പെടെ തദ്ദേശസമൂഹത്തിനും ഇതര ഗോത്രങ്ങൾക്കും അയ്യപ്പൻ സ്വീകാര്യനായിത്തീരുകയുമായിരുന്നു.

അയ്യപ്പന്റെ മരണശേഷം പ്രസ്തുത കഥകൾ കൂടുതൽ പൊടിപ്പു കളും തൊങ്ങലും വെച്ച് വളർത്തിയെടുക്കുകയായിരുന്നു എന്നു കരുതാം. അതോടൊപ്പം പമ്പ നദിയുടെ തീരങ്ങളിൽ വികാസം നേടിയ ആയ് രാജസംസ്കാരവും തുടർന്നുവന്ന സംസ്കാരവും പല കാരണ ങ്ങളാൽ തകരുകയും സ്ഥാനവ്യതിയാനം സംഭവിക്കുകയും ചെയ്തു വെന്നും വിലയിരുത്താവുന്നതാണ്. അഥവാ ഗോത്രരാജാവിൽനിന്നും വികാസം നേടി ബഹുജനങ്ങളിലേക്ക് വ്യാപിച്ച വ്യക്തിത്വമായി അയ്യപ്പൻ മാറുകയായിരുന്നു.

പന്ത്രണ്ടാം നൂറ്റാണ്ടോടുകൂടി ബ്രാഹ്മണാധികാരം പിടിമുറുക്കുന്ന തോടുകൂടി കൂട്ടിച്ചേർക്കപ്പെട്ടതും ആര്യപുരാണങ്ങളിലേക്കു ബന്ധിപ്പി ക്കുന്നതുമായ നിരവധി കൂട്ടിച്ചേർക്കലുകൾ അയ്യപ്പനുമേൽ സംഭവിച്ചു എന്നു വ്യക്തമാണ്. ചാത്തൻ, കരിങ്കുട്ടി, ശാസ്താവ് തുടങ്ങി ബൗദ്ധ ദ്രാവിഡ സങ്കല്പങ്ങളിലേക്ക് വിഷ്ണുഅംശം കല്പിക്കുന്നതും നിരവധി വൈഷ്ണവ ദൈവവിചാരങ്ങളെ കൊണ്ടുവരുന്നതും ഇതോടുകൂടിയാ യിരുന്നു. അതേസമയം അയ്യപ്പനെ ആരാധിച്ചുവന്ന മലഅരയ പുരോഹി തരെ ഒറ്റയടിക്ക് ഒഴിവാക്കാൻ ബ്രാഹ്മണമേധാവിത്വം തയ്യാറായിരുന്നില്ല.

പടിപടിയായിട്ടാണ് അത് സാധിച്ചെടുത്തത്. കരിമല അരയൻ, കോർമ്മൻ അരയൻ, പെരുമല അപ്പൂപ്പൻ, താളനാനിയിൽ കൊച്ചുനാണു അരയൻ എന്നിങ്ങനെയുള്ള നിരവധി പുരോഹിതരെ പടിപടിയായി ഒഴിവാക്കുകയും അതിനായി സ്വതന്ത്രരാജ്യത്തിന്റെ നിയമങ്ങളെയും തെറ്റായി ഉപയോഗിച്ചു എന്നും മനസ്സിലാക്കാവുന്നതാണ്.

പന്തളം രാജകുടുംബവും ക്ഷത്രിയപദവിയും

കേരളത്തിലെ ശാസ്താക്ഷേത്രങ്ങൾ പരശുരാമൻ സൃഷ്ടിച്ചതല്ല എന്നു വ്യക്തമാകുന്ന നിരവധി രേഖകൾ നമുക്കു മുന്നിലുണ്ട്. അതുപോലെതന്നെ പ്രധാനപ്പെട്ടതാണ് പന്തളം രാജകുടുംബത്തിന്റെ പ്രവേശനവും. തിരുമലനായ്ക്കരുമായി രൂപപ്പെട്ട അഭിപ്രായവ്യത്യാസത്തെ തുടർന്ന് ശിവഗിരിയിലെത്തിയ ഇവർ തെങ്കാശി, ഇലന്തൂർ, മണിയം എന്നിവിടങ്ങളിൽ ഭൂമി സമ്പാദിക്കുകയും അച്ചൻകോവിൽ (അജ്ജൻ/അയ്യൻ -അയ്യൻകോവിൽ) എന്നറിയപ്പെട്ടിരുന്ന പ്രദേശത്ത് താമസിച്ചതിനാൽ ആവാം, ആ പ്രദേശം പാണ്ടിത്താവളം എന്നും പിന്നീട് പന്തളം എന്നും അറിയപ്പെട്ടത്. തിരുവാഭരണ റിക്കാർഡിൽ 549 തവണ അയ്യപ്പവിഗ്രഹത്തിൽ തിരുവാഭരണം ചാർത്തി എന്നു കാണുന്നു. ഈ കേരളവർഷത്തെ കൂട്ടിയെടുക്കുകയാണെങ്കിൽ 13-14 നൂറ്റാണ്ടുകളാണ് ഇതിന്റെ കാലം എന്നു വ്യക്തമാണ്.

മറ്റൊരു കാര്യം അയ്യപ്പനെ കുറിക്കുന്ന പദങ്ങളും പൂജാവിധികളും ഭാരതീയതന്ത്രങ്ങളിൽ കാണുന്നില്ല എന്നതും ശാസ്താവുമായി ബന്ധപ്പെട്ടാണ് ഇവ കാണുന്നതും എന്നതാണ്. താഴ്മൺ കണ്ഠരര് മഹേശ്വരര് ഇക്കാര്യം എഴുതിയിട്ടുള്ളതിനെക്കുറിച്ച്, കണ്ണാട് വ്യക്തമാക്കുന്നുണ്ട്. (പുറം 146)

സ്ത്രീസാന്നിധ്യവും ശബരിമലയും

ശബരിമലയും സ്ത്രീകളും എന്ന തലക്കെട്ടിൽ (പുറം 76-77) കണ്ണാട് എഴുതുന്നത്, മലഅരയ സ്ത്രീകൾക്ക് ശബരിമല പ്രവേശനത്തിനു വിലക്കുണ്ടായിരുന്നില്ല എന്നാണ്. മയോക്കി അമ്മയെപ്പോലുള്ള മൂർത്തികളെക്കുറിച്ച് നമ്മൾ മുമ്പുതന്നെ കണ്ടതാണല്ലോ. ശബരിമലയുടെ ഊരാഴ്മ കുടുംബാംഗമായ കൊച്ചീരിയുടെ ഓർമ്മയിൽ ഇത് വ്യക്തമാക്കുന്നുണ്ട്. അരയസ്ത്രീകൾ ശബരിമലയിൽ ദർശനം നടത്തിയിരുന്നതിനെക്കുറിച്ച്, പ്രായം ചെന്ന സ്ത്രീകൾ പറഞ്ഞതിനെക്കുറിച്ച് കൊച്ചീരി വെളിപ്പെടുത്തുന്നുണ്ട്. കണ്ണാടിന്റെ രണ്ടാമത്തെ പുസ്തകത്തിൽ (സമ്പൂർണ അയ്യപ്പചരിത്രം) ശബരിമലയിൽ മലഅരയർ സകുടുംബം പോയിരുന്നതായി പരാമർശിക്കുന്നുണ്ട്. (പുറം-147). ഇതിൽനിന്നും വ്യക്തമാകുന്നത് പിൽക്കാലത്ത് നിർത്തലാക്കപ്പെട്ട ഒരു വസ്തുതയാണ് ശബരിമല സ്ത്രീപ്രവേശം എന്നാണ്. അതേസമയം ശബരിമലയുടെ ആധിപത്യം ബ്രാഹ്മണർക്കു മുന്നിലെത്തിയപ്പോഴും സ്ത്രീപ്രവേശം തുടർന്നു

വന്നിരുന്നു എന്നതിന്റെ തെളിവുകളാണ്, കൂട്ടമണിപോറ്റി, രാമചന്ദ്രൻ പോറ്റി തുടങ്ങിയവര് നടത്തിയ വെളിപ്പെടുത്തലുകൾ എന്നും കണ്ണാട് വ്യക്തമാക്കുന്നു. (പുറം-148)

ആര്യാധിനിവേശത്തിന്റെ പീഡനങ്ങളും കാട്ടരചന്മാരുടെ സ്ഥാനചലനങ്ങളും

ആര്യാധിനിവേശത്തെത്തുടർന്ന് തദ്ദേശീയരായിരുന്ന രാജാക്കന്മാർക്ക് സ്ഥാനത്യാഗം വരുന്നതിന്റെ ചരിത്രമാണ് നമുക്ക് മുന്നിലുള്ളത്. ആര്യ സമൂഹത്തോട് ചേർന്നുനിന്നവർക്ക് ക്ഷത്രിയപദവിയോ ശൂദ്രപദവിയോ കല്പിച്ചുകൊണ്ട് കൂടെ നിർത്തുകയായിരുന്നു ഈ സമ്പ്രദായം. പല നാട്ടുരാജാക്കന്മാരും മലഅരയരെയും കാണിക്കാരെയും അയിത്തവിഭാഗങ്ങൾക്കു സമാനമായി സാമൂഹികപദവിയിൽനിന്നും തരം താഴ്ത്തുകയായിരുന്നു. അയിത്തക്കാരാക്കിത്തീർത്ത ഇത്തരം തരംതാഴ്ത്തലുകൾ എന്തുകൊണ്ടായിരുന്നു എന്ന കാര്യം അംബേദ്കർ നടത്തിയിട്ടുള്ള വിശകലനത്തിലേക്കാണ് എത്തിക്കുന്നത്. ബ്രാഹ്മണികമായ ദർശനങ്ങൾക്കു പുറത്തുനിൽക്കുന്നവരെ തരംതാഴ്ത്തുന്ന ഒരു സമ്പ്രദായത്തിന്റെ ഭാഗമാണ് ഇത് എന്ന് അംബേദ്കർ വിലയിരുത്തുന്നുണ്ട്. അതിനു സമാനമായിരുന്നു മലഅരയരും കാണിക്കാരും ഇതരഗോത്ര സമൂഹങ്ങളും അനുഭവിച്ച സാമൂഹിക ബഹിഷ്കരണവും. രാജ്യവും പദവിയും അധികാരനഷ്ടവും മാത്രമല്ല സാമൂഹിക ബഹിഷ്കരണവും ഇവർക്കു സംഭവിച്ചു എന്നു കാണാം.

കണ്ണാട് വിലയിരുത്തുന്നതു നോക്കുക 'ആദിവാസികൾക്ക് മഞ്ഞൾ ഉപയോഗിക്കാൻ ഇവർ സമ്മതിച്ചിരുന്നില്ല. പുതിയ വസ്ത്രങ്ങളോ ചാക്കോ മറ്റോ വാങ്ങിയാൽ പുകപിടിപ്പിച്ച ശേഷമേ ഉപയോഗിക്കാൻ പാടുള്ളൂ. സ്വന്തമായി നെല്ലോ കുരുമുളകോ മാറ്റിവെയ്ക്കാൻ പാടില്ല. ഇവ കണ്ടുപിടിച്ചാൽ കഠിനശിക്ഷയായിരിക്കും ഫലം. കുനിച്ചുനിർത്തി കല്ല് മുതുകിൽ വെയ്ക്കുകയും ചാട്ടവാറിനടിക്കുകയും ചെയ്തിരുന്നു. ഇതിന്റെ തുടർച്ചയുടെ ഒരു ഘട്ടത്തിലാണ് മലഅരയരിൽ ഒരു വിഭാഗം ക്രൈസ്തവമതം സ്വീകരിക്കുന്നത് എന്ന് വ്യക്തമാകുന്നു.

താളിനാനിമലഅരയർ എന്ന പുരോഹിതനെക്കുറിച്ച്

ശബരിമലയും ദളിത് ചരിത്രവും എന്ന ലേഖനത്തിൽ ഡോ. ടി.ടി. ശ്രീകുമാർ, വ്യക്തമാക്കുന്നതുപോലെ ലണ്ടൻ മിഷൻ സൊസൈറ്റിയുടെ കീഴിൽ പാതിരിയായിരുന്ന ഹെന്റി ബേക്കർ ജൂനിയർ 1862-ൽ മലഅരയന്മാരെക്കുറിച്ച് ഒരു ലഘുലേഖ പ്രസിദ്ധീകരിച്ചിട്ടുണ്ട്. താളിനാനി അരയനെ വധിച്ചതാണെന്നു കരുതപ്പെടുന്നു. മലയരയരുടെ കൈവശമുണ്ടായിരുന്ന ക്ഷേത്രം പടിപടിയായി പിടിച്ചെടുത്തതാണെന്ന നിരീക്ഷണം ആദ്യമായി അവതരിപ്പിച്ചത് ഡോ. ടി.ടി. ശ്രീകുമാറിന്റെ പ്രസ്തുത ലേഖനമാണ് എന്ന കാര്യം എടുത്തുപറയേണ്ടതാണ്.

സാമുവൻ മറ്റീർ 1880-കളിൽ നടത്തിയിട്ടുള്ള പഠനങ്ങളാണ് മലഅരയ ഗോത്രസമൂഹത്തെ സംബന്ധിച്ചുള്ള ആധുനിക പഠനങ്ങൾ റവ. ഡബ്ല്യു. ജെ. റിച്ചാർഡ്, ഹെന്റി ബേക്കറോട് പറയുന്ന അറിവിൽനിന്നാണ് ഈ സമൂഹത്തെക്കുറിച്ച് ബേക്കർ മനസ്സിലാക്കുന്നത്. അതിനെക്കുറിച്ച് കണ്ണാട് വിവരിക്കുന്നത് ഇങ്ങനെ, 'തിരുവിതാംകൂർ ഹരിതവനമേടുകളിലെ, ശബരിമലയിലെ നായാട്ടുദേവതയായ അയ്യപ്പന്റെ പുരോഹിതനും വെളിച്ചപ്പാടുമായിരുന്ന താളനാനി എന്ന മലയഅരയൻ വാൾ, കൈവള, രുദ്രാക്ഷമാല എന്നിവ ധരിച്ച് കഠിനവൈകാരിക ക്ഷോഭത്തോടെ വിഭ്രാന്തനാവുകയും താൻ നിർമ്മിച്ചിരുന്ന പ്രതിമയുടെ ശരീരപേശികൾ വിറപ്പിച്ച് അഭൗമമായ അലറിവിളിയോടെ നിർദ്ദിഷ്ടകാര്യത്തിൽ ദേവന്റെ വിധികൾ വെളിപ്പെടുത്തുകയും ചെയ്യുമായിരുന്നു. താളനാനിയുടെ അഞ്ചാംതലമുറക്കാരിൽനിന്നും കൈവശമുണ്ടായിരുന്ന വിഗ്രഹങ്ങളും വാളും വളകളും അരമണികളും മന്ത്രവടികളും 1841-ൽ റവ. ഡബ്ല്യൂ.ജെ. റിച്ചാർഡിനെ ഏല്പിച്ചു. ഇദ്ദേഹം ഇവയെല്ലാം ഇംഗ്ലണ്ടിലുള്ള സി.എം.എസ്സിനെ ഏല്പിച്ചു.' (പുറം-153) ആര്യമതത്തിന്റെ അതിക്രമങ്ങളും കയ്യേറ്റങ്ങളുംകൊണ്ട് പൊറുതിമുട്ടിയ മലഅരയ സമൂഹം അവരുടെ ആരാധനാരീതികൾ വിട്ട് ക്രൈസ്തവമതം സ്വീകരിച്ചത് ഇവിടെ വ്യക്തമാകുന്നു. താളിനാനി അരയന്റെ അഞ്ചാംതലമുറ ക്രിസ്തുമതം സ്വീകരിക്കുകയായിരുന്നു എന്നു വ്യക്തമാകുന്നതാണ് ഈ കാലഘട്ടം.

ചടങ്ങുകളിലെ മാറ്റവും ആടയാഭരണവും

കരിമല അരയൻ, താളിനിനി അരയൻ, കോർമ്പൻ അരയൻ എന്നിങ്ങനെ വിവിധ തലമുറയിലൂടെ കൈമാറിവന്നിരുന്ന പുരോഹിതരായിരുന്നു അയ്യപ്പന് വേണ്ടുന്ന പൂജാവഴിപാടുകൾ നടത്തിവന്നിരുന്നത്. വെറും വിളക്കുകത്തിക്കൽ മാത്രമായിരുന്നു അത്. മരോട്ടിവിളക്കിൽനിന്നും തേങ്ങാവിളക്കിലേക്കുള്ള പരിവർത്തനത്തിനപ്പുറം അത് പോയിരുന്നില്ല. മലഅരയമൂപ്പന്മാരെ പൊരമ്പൻ എന്നു വിളിച്ചിരുന്നു. പൊരമ്പന്മാർ നിർമ്മിച്ചെടുത്ത ആടയാഭരണങ്ങളാണ് അയ്യപ്പന്റെ കിരീടവും മറ്റു വേഷവും എന്നു വിലയിരുത്തുന്നു. എന്നാൽ പന്തളം കുടുംബം വർഷാവർഷവും ഈ വിഗ്രഹത്തിൽ, (അത് അക്കാലത്തെ അയ്യപ്പവിഗ്രഹമാണോ എന്നു വ്യക്തമല്ല) ആഭരണങ്ങൾ അണിയിക്കുകയും തിരികെ കൊണ്ടുപോയി സൂക്ഷിച്ചുവരികയും ചെയ്തിരുന്നു. നീരാഞ്ജനം തുടങ്ങിയ ചടങ്ങുകൾ പിൽക്കാലത്ത് രൂപപ്പെട്ടതാണെന്നും വ്യക്തമാകുന്നു.

ഹെന്റി ബേക്കർ ജൂനിയറും മതപരിവർത്തനവും

ഹെന്റി ബേക്കർ ജൂനിയറുടെ ശ്രമഫലമായി ഒരു വിഭാഗം മലഅരയർ ക്രൈസ്തവമതം സ്വീകരിച്ചു. ഇതേതുടർന്ന് ഒരു വിഭാഗത്തിന്റെ ശ്രമഫലമായി മതപരിവർത്തനം നടത്താത്ത മലഅരയർക്കുവേണ്ടി

വിദ്യാഭ്യാസ സ്ഥാപനപ്രവർത്തനങ്ങൾ നടക്കുകയുണ്ടായി. എൻ. ഗോവിന്ദൻപിള്ളയുടെ മുൻകൈയിൽ ദയാനന്ദ മെമ്മോറിയൽ സ്കൂളിന്റെ പ്രവർത്തനം 1923-ൽ ആരംഭിക്കുകയുണ്ടായി. സാമ്പത്തികമായി മെച്ചപ്പെട്ട ചില കുടുംബങ്ങൾ മലഅരയന്മാർക്കിടയിൽ അക്കാലത്ത് നിലനിന്നിരുന്നു. മുടങ്ങനാടൻ പള്ളി രാമൻകുട്ടി ഇതിന് ഒരു ഉദാഹരണമാണ്. തിരുവിതാംകൂറിലെ ഭൂഅധികാരികൾക്ക് 500 ഏക്കർ ഭൂമിയുടെ കരം അടച്ചിരുന്ന വ്യക്തിയായിരുന്നു ശ്രീ രാമൻകുട്ടി. മലഅരയരുടെ ക്രൈസ്തവമതംമാറ്റത്തിനെതിരെയും സംഘടിതമായ ചില ശ്രമങ്ങൾ നടത്തിയവരിൽ മുടങ്ങനാടൻപള്ളി രാമൻകുട്ടിയും പുത്തൻപുരയ്ക്കൽ ആദിച്ചനും രാമൻമേട്ടൂർ തുടങ്ങിയവരും ഉൾപ്പെടുന്നു. എന്നാൽ ആധുനിക ജീവിതത്തിന്റെ ശ്രമങ്ങൾ ശാസ്ത്രീയ വിദ്യാഭ്യാസവും ജനാധിപത്യബോധ്യങ്ങളും മാത്രമല്ല ആര്യൻ ദൈവങ്ങളുടെ തുടർച്ചയും ഇവർക്കു നൽകി. കണ്ണാട് വിവരിക്കുന്ന ഒരു ഉദാഹരണം നോക്കുക. 'എന്റെ തറവാട്ടിലെ ക്ഷേത്രം മലദൈവങ്ങളുടെ ആയിരുന്നു. പുല്ലുമേഞ്ഞിരുന്ന ക്ഷേത്രത്തിന് ഒരിക്കൽ തീപിടിച്ചു. .കാരണവന്മാർ ഇനിയും തീപിടിക്കരുതെന്ന് പറഞ്ഞുകൊണ്ട് കൽഭിത്തി കെട്ടി, മണ്ട വാർത്തു. പഴയപടിതന്നെ ആരാധനകൾ തുടർന്നു. ഒരുനാൾ പ്രശ്നക്കാരനെ കൊണ്ടുവന്നു. കാര്യങ്ങളെല്ലാം നോക്കി പറയുന്നതിനിടയിൽ അയാൾ പറഞ്ഞു വാർക്കക്കെട്ടിടത്തിൽ മലദൈവങ്ങൾ ഇരിക്കുകയില്ല. അതുകൊണ്ട് ഇവരെ മാറ്റണം. അങ്ങനെ അവരെ ഇറക്കി ഒരു തറ കെട്ടി അതിലേക്കു മാറ്റി. പകരം വിഷ്ണുവിനെ പ്രതിഷ്ഠിച്ച് പൂജിച്ചുവരുന്നു. മലദൈവങ്ങളെ കുടിയിറക്കുന്നത് ഇത്തരം കവടിനിരത്തുകാരാണെന്ന വസ്തുത നാം മറക്കരുത്.' (പുറം-41)

മലഅരയർ പൂർണമായും പുറത്താക്കപ്പെടുന്നു

കണ്ണാട് പറയുന്നതു നോക്കുക - 'ശബരിമലയിൽ ആര്യസിദ്ധാന്തമനുസരിച്ച് പ്രതിഷ്ഠ നടത്തിയത് കൊല്ലവർഷം 1126 ഇടവം 4-ാം തീയതി അത്തം നക്ഷത്രത്തിൽ, വെള്ളിയാഴ്ച, ബ്രഹ്മകണ്ഠരരു ശങ്കരൻ നമ്പൂതിരിയാണ്. അഥവാ 1951-ലാണ് ഇതെന്നു വ്യക്തം. അതേസമയം 1079 വരെ മലഅരയരുടെ ആചാരത്തിലായിരുന്നു ശബരിമല എന്നു കാണുന്നു. അഥവാ 1904 വരെ മലഅരയരുടെ കൈവശം ആയിരുന്നു ഇത്. ഇക്കാലത്താണ് പുല്ലുമേഞ്ഞിരുന്ന ക്ഷേത്രത്തിന് തീപിടിച്ചത്. ക്ഷേത്രം പുതുക്കിപ്പണിയാൻ പന്തളം രാജാവ് ക്വട്ടേഷൻ ക്ഷണിച്ചു. മൂന്നു പ്രാവശ്യം ക്വട്ടേഷൻ ക്ഷണിച്ചിട്ടും ക്ഷേത്രം പണിയാൻ ആരും തയ്യാറായില്ല. ഒടുവിൽ പോളച്ചിറ കൊച്ചുതൊമ്മൻ കോൺട്രാക്ടർ പണി ഏറ്റെടുത്തു. ഇദ്ദേഹം ഇതിനിടയിൽ മരണപ്പെട്ടു. തുടർന്ന് വടക്കേതലയ്ക്കൽ സ്കറിയാ കത്തനാർ പണി പൂർത്തീകരിച്ചു. അനാര്യ ക്ഷേത്രം ആയതിനാലാണ് മറ്റാരും ക്ഷേത്രനിർമ്മാണത്തിന് താത്പര്യം കാണിക്കാതിരുന്നത്. അതേസമയം അയ്യപ്പനിൽ മതേതരമുഖം വളരെ മുമ്പുതന്നെ

ഉള്ളതുകൊണ്ടാണ് സ്കറിയാ കത്തനാർ തുടങ്ങിയവർ ഇതിനു മുൻകൈ യെടുത്തതും.

മലഅരയർ - പുറത്താവുന്നു, വഴിപാടുകൾ തുടരുന്നു

മലഅരയരെ ആ പ്രദേശങ്ങളിൽനിന്നും പടിപടിയായി പുറത്താക്കുക എന്നത് തുടർന്നു. അപ്പോഴും പൂജവഴിപാടിൽനിന്നു പൂർണമായും ഒഴിവാക്കിയിരുന്നില്ല. ഇരുമ്പൂന്നിക്കര, മൂഴിക്കൽ, കാളകെട്ടി എന്നീ പ്രദേശ ങ്ങളിലെ മലഅരയരുടെ സാന്നിധ്യം ഉണ്ടായിരുന്നു. എന്നാൽ ബ്രാഹ്മണ പൂജാരിമാർ ഗോത്രഅമ്പലങ്ങൾ കൈവശപ്പെടുത്തിവരുന്ന കാലമായി രുന്നു ഇത്. തുടർന്ന് ഈ ക്ഷേത്രങ്ങൾ ദേവസ്വം ബോർഡിന്റെ ഭാഗ മാവുകയും മലഅരയർ പുറത്താവുകയും ചെയ്തു.

ഗോത്രങ്ങൾ സ്വന്തം വിശ്വാസങ്ങൾ തുടരുന്നു

ഒരു വശത്ത് ആര്യവത്കരിച്ച അയ്യപ്പനും അതിന്റെ സാംസ്കാരിക ലോകവും നിലനിൽക്കുമ്പോൾത്തന്നെ മറുവശത്ത് ഗോത്രബോധവും അതിന്റെ ജീവിതചിഹ്നങ്ങളും നിലനിൽക്കുകയും ചെയ്തിരുന്നു. അന്തരിച്ച പൂർവ്വപിതാക്കന്മാരും മലദൈവങ്ങളും മണ്ണ്, പിച്ചള. ഇരുമ്പ്, കല്ല് എന്നിവകൊണ്ട് നിർമ്മിച്ച അപൂർവ്വം ചില ബിംബങ്ങൾ ഇവർ സൂക്ഷിച്ചുവന്നു. പ്രകൃതിയോടുള്ള ബഹുമാനസൂചകമായ അടുപ്പവും മലമൂർത്തി, നാട്ടുപേ തുടങ്ങിയവയും ഒരുകാലത്ത് ഗോത്രദൈവങ്ങളുടെ ഉദാഹരണങ്ങളായിരുന്നു. എന്നാൽ അവയുടെ തുടർച്ചകൾ പലരൂപ ത്തിലും കാണാൻ സാധിക്കുമെങ്കിലും പുതുതായി രൂപപ്പെട്ട ദൈവങ്ങൾ കൂടിച്ചേരുന്നതാണ് മലഅരയരുടെ ദൈവിക-ആത്മീയ ഇടങ്ങൾ. 1950ൽ ദേവസ്വത്തെ കേരള ഗവണ്മെന്റ് ഏറ്റെടുത്തതോടുകൂടി പടിപടിയായി പുറത്താക്കപ്പെട്ട ഒരു ജനതയെ ആണ് നാമിവിടെ കാണുന്നത്. അവ സാന പുരോഹിതനെയും ഒഴിവാക്കുവാൻ ഏറെക്കാലം വേണ്ടിവന്നു. അവയെക്കുറിച്ചും സൂക്ഷ്മമായി നിരീക്ഷിക്കുന്നുണ്ട് കണ്ണാട്. ബ്രാഹ്മണ രായ വെളിച്ചപ്പാടുമാർ, വനപാലകർ, അധികാരികൾ, വനനിയമങ്ങൾ, അങ്ങനെ പലതിന്റെയും സമ്മിശ്രമായ പ്രവർത്തനങ്ങളുടെ ഫലമായി ട്ടാണ് മലഅരയസമൂഹത്തെയും ഇതരഗോത്രസമൂഹത്തെയും ശബരി മലയിൽനിന്നും തുടച്ചുനീക്കിയത് എന്നു വ്യക്തമാണ്.

മലഅരയരും ബൗദ്ധരും

ബൗദ്ധസമൂഹവുമായി ശബരിമല അയ്യപ്പന് എന്തെങ്കിലും ബന്ധം ഉണ്ടായിരുന്നോ എന്നതാണ് അവസാനത്തെ ചോദ്യം. ഇന്ത്യയിലെയും കേരളത്തിലെയും അടിസ്ഥാനജനതകൾക്ക് ബുദ്ധിസവുമായി എന്താണ് അടുപ്പം എന്ന ചോദ്യവുമായി ബന്ധപ്പെട്ടാണ് ഈ ചോദ്യവും നില നിൽക്കുന്നത്. ഈഴവസമൂഹത്തിലും തദ്ദേശസമൂഹങ്ങളിലും ഇന്നത്തെ സാഹചര്യത്തിൽ ബുദ്ധസംസ്കാരത്തെ കണ്ടെത്താൻ സാധിക്കുമോ

എന്ന ചോദ്യം തന്നെയാണ് ഇവിടെ പ്രധാനമായിട്ടുള്ളത്. ആയ് വംശ ബൗദ്ധസംസ്കാരത്തെ മാതൃകയാക്കിയ സമൂഹം ആയിരുന്നു. കരുനന്ദ ടക്കനും വിക്രമാദിത്യ വരഗുണനും അതിൽ സവിശേഷ പ്രാധാന്യമർഹി ക്കുന്ന വ്യക്തിത്വങ്ങളാണ്. എന്നാൽ തുടർന്ന് കേരളത്തിലും ദ്രാവിഡ ദേശത്തിലും രൂപപ്പെട്ട ശൈവ-വൈഷ്ണവ മതങ്ങളെ കാണാതെ പോകരുത്. അവയുടെ സ്വാധീനതയെ കണ്ണടച്ച് ഒഴിവാക്കാനും പാടില്ലാ ത്തതാകുന്നു.

അതേസമയം ജനാധിപത്യബോധവും വർണജാതിബോധത്തെ സ്വീകരിക്കാത്തതും മതേതരവുമായ പ്രവർത്തിപഥവും അയ്യപ്പൻ മുന്നോട്ടുവെച്ചു. ബൗദ്ധമായതും ശൈവസിദ്ധമായതുമായ അംശങ്ങളുടെ തുടർച്ചയാണ് നമുക്ക് ഇതിൽ ദർശിക്കാൻ സാധിക്കുക. അതേസമയം ഇതരസമൂഹങ്ങളുമായി മിശ്രപ്പെട്ടു മലീമസമാകുവാൻ ആഗ്രഹിക്കാത്ത ജാതിബോധവും മലയാളിയുടെ ജീവിതത്തിന്റെ ഭാഗമായിത്തീർന്നു. സാംസ്കാരികമായ ഈ സമ്മിശ്രതയിൽ ബുദ്ധിസത്തിന്റെ സ്വാധീനവും നമുക്കു കണ്ടെടുക്കാൻ സാധിക്കും. അതേസമയം ഒന്നാം നൂറ്റാണ്ടു മുതൽ പത്താം നൂറ്റാണ്ടുവരെ കേരളം ഉൾപ്പെടുന്ന ദ്രാവിഡ ദേശങ്ങളിൽ ബുദ്ധസംസ്കാരം നിർണായകസ്വാധീനം ചെലുത്തിയിരുന്നു എന്നത് പകൽപോലെ വ്യക്തമാണ്. പുലയർ ഉൾപ്പെടുന്ന തദ്ദേശീയരും ഈഴ വരും മലഅരയർ ഉൾപ്പെടെ ഗോത്രസമൂഹവും വിശ്വകർമ്മജനസമൂഹ ങ്ങളും ഒക്കെയും ബൗദ്ധസമൂഹങ്ങളായിരുന്നു എന്നത് അദൃശ്യത പോലെ ദൃശ്യവുമാണല്ലോ.

സഹായകൃതികൾ:

മലഅരയനും ശ്രീ അയ്യപ്പനും
കണ്ണാട്
അരണ്യദീപം പബ്ലിക്കേഷൻസ് 2006
സമ്പൂർണ അയ്യപ്പചരിത്രം
കെ.എൻ. പ്രഭാകരൻ കണ്ണാട്,
അരണ്യദീപം പബ്ലിക്കേഷൻസ്.
ശബരിമലയും ദളിത് ചരിത്രവും
ഡോ.ടി.ടി.ശ്രീകുമാർ
തക്കനേരം 2018
(http://thakkaneram.blogspot.com/)
ശ്രീഅയ്യപ്പനും വാവരും ജീവിച്ചിരുന്നില്ല
എം.ടി. ഋഷികുമാർ
മൈത്രി ബുക്സ് 2006

കടപ്പാട്: നവ മലയാളി

കേരളത്തിൽ ഒരു അയോദ്ധ്യ

അഡ്വ. രാജഗോപാൽ വാകത്താനം

'ഭംഗിയോട് ബ്രാഹ്മണർക്ക് ഭൂമി തന്നെ നൽകുവാൻ
ഭാർഗവനായി വന്നുദിച്ച രാമരാമപാഹിമാം.'

തലമുറകളായി ചൊല്ലുന്ന സന്ധ്യാനാമം നമ്പൂതിരി ആധിപത്യത്തെ പൂർണമായും സ്വാംശീകരിക്കുന്നതാണ്. കഥയിലാണെങ്കിൽപോലും പരശുരാമന്റെ ജനനലക്ഷ്യം 21 തവണ ക്ഷത്രിയരെ കൊന്നൊടുക്കി കേരളം ബ്രാഹ്മണർക്ക് ദാനം ചെയ്യുക എന്നതായിരുന്നു. (മഹാഭാരതം അശ്വമേധപർവ്വം/29-ാം അദ്ധ്യായം.)

ജമദഗ്നി മഹർഷിക്ക് രേണുക എന്ന ക്ഷത്രിയ ഭാര്യയിലുണ്ടായ മകനാണ് പരശുരാമൻ. ഭാര്യയുടെ ചാരിത്ര്യത്തിൽ സംശയം തോന്നിയ മഹർഷി മക്കളോട് അമ്മയെ കൊല്ലാൻ ആജ്ഞാപിച്ചു. പരശുരാമൻ എന്ന അവതാരമാണ് അമ്മയെ കൊന്നത്. കേരളത്തിലെ നമ്പൂതിരി ആധിപത്യത്തിന് അടിവരയിടുന്ന കഥ തന്നെ അമ്മയെ കൊന്ന മകന്റെ അവതാരചരിത്രമാണ്.

നമ്പൂതിരി അധിനിവേശം

CE 4-ാം നൂറ്റാണ്ടുമുതൽ തുടങ്ങിയ നമ്പൂതിരി അധിനിവേശം 8-ാം നൂറ്റാണ്ടോടെ പൂർണമായി എന്നാണ് ചരിത്രം. ശങ്കരാചാര്യരുടെ 'അഹം ബ്രഹ്മാസ്മി' എന്ന ബൗദ്ധികജാടയും ജാതിനിർണയവും 64 അനാചാരങ്ങളും ഇവർക്ക് മാന്യത നേടിക്കൊടുത്തു. എന്നാൽ ആയിരക്കണക്കിന് ബുദ്ധസന്ന്യാസികളെ കൊന്നൊടുക്കുകയും അവരുടെ സ്വത്തുക്കൾ തട്ടിയെടുക്കുകയുമാണ് ശങ്കരൻ ചെയ്തത്. അതുവരെ ഭൂമിക്കുമേൽ ആർക്കുമില്ലാതിരുന്ന ആധിപത്യം ബ്രഹ്മസ്വം, ദേവസ്വം, രാജസ്വം എന്നീ പേരുകളിലൂടെ നമ്പൂതിരിമാരുടെ കൈകളിൽ എത്തുകയും കേരളത്തിൽ ജന്മിത്വം രൂഢമൂലമാകുകയും ചെയ്തു. ഈ പ്രക്രിയയ്ക്കിടയിൽ നായന്മാരുമായിട്ടുണ്ടായ യുദ്ധങ്ങളുടെ പ്രതീകാത്മകതയാണ് പരശുരാമകഥയെന്ന് ഇ.എം.എസ്. പ്രഖ്യാപിക്കുന്നു. (കേരളം മലയാളികളുടെ മാതൃഭൂമി)

കേരള നമ്പൂതിരിമാർ ബ്രാഹ്മണർ അല്ല. ദക്ഷിണ കർണ്ണാടകം വഴിയെത്തിയ പശ്ചിമതീര ബ്രാഹ്മണർ എന്ന ഒരു അവാന്തരവിഭാഗമായിരുന്നു. കാരണം നമ്പൂതിരിമാരുടെ ആചാരങ്ങൾ അനുഷ്ഠിക്കുന്ന ഇതര ബ്രാഹ്മണ വിഭാഗങ്ങൾ ഇന്ത്യയിൽ മറ്റെങ്ങുമില്ല. ഇന്ത്യൻ ബ്രാഹ്മണരിലെ കശ്യപ, വസിഷ്ഠ, അഗസ്ത്യ, ഭൃഗു, അംഗിരസ്, അത്രി, വിശ്വാമിത്ര എന്നീ ഏഴു ഗോത്രങ്ങളിൽ നമ്പൂതിരിമാർ ഉൾപ്പെടുന്നില്ല. വടക്ക് കന്യാകുബ്ജ, ഗൗഡ, ഉദ്കല തുടങ്ങിയ ദേശാടിസ്ഥാനത്തിലുള്ള ബ്രാഹ്മണ ഗോത്രങ്ങളിലും ഇവരില്ല. ഈ വിഭാഗങ്ങളിലെല്ലാം കൂടി നൂറു കണക്കിന് ബ്രാഹ്മണജാതികളുണ്ട്. ഇതുകൂടാതെ ബ്രാഹ്മണരുമായി ബന്ധപ്പെട്ട 103 സങ്കരജാതികളുമുണ്ട്. (ഡോ. ജോൺ വിൽസൺ - ഇന്ത്യൻ ജാതി വ്യവസ്ഥ)

നമ്പൂതിരിമാരുടെ ചരിത്രം പരശുരാമന്റെ ഐതിഹ്യവും ശങ്കരന്റെ അധിനിവേശവുമായി ബന്ധപ്പെട്ടതാണ്. 'നമ്പു' എന്ന വാക്കിന് 'തുഴ' എന്നർത്ഥമുണ്ട്. തുഴഞ്ഞെത്തിയവർ എന്ന് 'നമ്പൂതിരി'യുടെ സാരം. 'നമ്പുക' എന്നാൽ വിശ്വസിക്കുക എന്നും അർത്ഥമുണ്ട്. ഇവരിൽ തന്നെ തമ്പ്രാക്കൾ, ആഢ്യന്മാർ, വിശിഷ്ടബ്രാഹ്മണർ, സാമാന്യർ, ജാതിമാത്രർ, സാങ്കേതികർ, ശാപഗ്രസ്തർ, പാപിഷ്ഠർ എന്ന് എട്ടിലേറെ ജാതിയുണ്ട്. ആഴ്വാഞ്ചേരി, കല്പഞ്ചേരി കുടുംബക്കാരാണ് തമ്പ്രാക്കൾ, യാഗം ചെയ്യുന്നവരാണ് ആഢ്യന്മാർ (നമ്പൂതിരിപ്പാട്), അടിയാതിരി, സോമയാജി (ചോമാതിരി) അക്കിത്തിരിമാരാണ് വിശിഷ്ട ബ്രാഹ്മണർ, വേദാഭ്യാസവും തന്ത്ര-മന്ത്രങ്ങളും ചെയ്യുന്നവരാണ് സാമാന്യർ, അഷ്ടവൈദ്യന്മാർ (മൂസ്, നമ്പൂരി, നമ്പി) യാത്രാ നമ്പൂതിരിമാർ തുടങ്ങി വേദാദ്യായനത്തിന് അവകാശമില്ലാത്തവരാണ് ജാതിമാത്രർ. എമ്പ്രാൻ, പോറ്റി തുടങ്ങിയവരാണ് സാങ്കേതികർ. പരശുരാമനാലും ശങ്കരനാലും ശപിക്കപ്പെട്ടവാണ് ശാപഗ്രസ്തരെങ്കിൽ ദാനം വാങ്ങി കഴിയുന്നവരാണ് പാപിഷ്ഠർ. ഇവരെ കൂടാതെ 2 ന്യൂനജാതികളും 12 അന്തരാള ജാതികളും നമ്പൂതിരിമാർക്കിടയിലുണ്ട്.

ജന്മംകൊണ്ടു മാത്രം ഒരാൾ നമ്പൂതിരി ആകില്ല. സേകം, പുംസവനം, സീമന്തം, ജാതകർമ്മം, നാമകരണം, നിഷ്ക്രമണം, അന്നപ്രാശം, എഴുത്തിനിരുത്തൽ, ചൗളം, കർണ്ണവേദം, ഉപനയനം, വേദാരംഭം, ഗോദാനം, സമാവർത്തനം, വേളി എന്നീ ഷോഡശക്രിയകൾ കൂടി അനുഷ്ഠിക്കണം. 64 അനാചാരങ്ങൾ ശങ്കരൻ നമ്പൂതിരിമാർക്കുമേൽ ചുമത്തിയിട്ടുണ്ട്.

നമ്പൂതിരി-നായർ സംഘട്ടനത്തെയാണ് പരശുരാമകഥ സാക്ഷ്യപ്പെടുത്തുന്നതുപോലെ ശങ്കരാചാര്യരുടെ വിജയം എന്നത് ബുദ്ധമതത്തിനു മേലുള്ള അധീശത്വമാണെന്നും ബുദ്ധമതം തോറ്റു എന്നാൽ പ്രാചീന കേരളം തോറ്റുവെന്നും അദ്വൈതം ജയിച്ചുവെന്നാൽ ജാതി ജന്മിത്വം ജയിച്ചുവെന്നും ഇ.എം.എസ്. ശരിയായി സ്ഥാപിക്കുന്നു (കേരളം

മലയാളികളുടെ മാതൃഭൂമി). കേരളത്തിലെ ആര്യവത്കരണം 8-ാം നൂറ്റാണ്ടോടെ മൂർദ്ധന്യത്തിലെത്തിയെന്നും ബൗദ്ധരുമായി ഏറ്റുമുട്ടിക്കൊണ്ടുതന്നെയാണ് അത് സംഭവിച്ചതെന്നും എ. ശ്രീധരമേനോൻ വ്യക്തമാക്കുന്നു. വേദാന്തം പഠിപ്പിക്കുവാൻ പ്രഭാകരനെപോലെയുള്ള സന്ന്യാസികളെ നിയോഗിച്ചു. കുലശേഖര രാജാക്കന്മാർക്കു കീഴിൽ (രണ്ടാം ചേരസാമ്രാജ്യം) വമ്പിച്ച വളർച്ചയാണ് അവർ നേടിയെടുത്തത്. ഭക്തിപ്രസ്ഥാനവും അതിന് അവരെ തുണച്ചു. (A Survey of Kerala History)

ക്ഷേത്രങ്ങളുടെ ഉത്ഭവം

ഭൂമിയുള്ള വീടുകളെ സംഘടിത താമസകേന്ദ്രങ്ങളാക്കി യോജിപ്പിക്കുകയും വലിയ കാർഷികസമൂഹമായി രൂപീകരിക്കുകയും ചെയ്തതിന്റെ അനന്തരഫലമായിരുന്നു ക്ഷേത്രങ്ങൾ. ബ്രഹ്മസ്വങ്ങളുടെ വികസനത്തിനും അതു വഴിവെച്ചു. ഭൂസ്വത്തിന്മേൽ മേധാവിത്വപരമായ ബ്രാഹ്മണാധിപത്യം പ്രാകൃത കാർഷിക വ്യവസ്ഥയെ ഗോത്രിയ സ്വത്തു വ്യവസ്ഥയിലേക്കെത്തിച്ചു. 9-ാം നൂറ്റാണ്ടോടെ കാർഷിക വ്യവസ്ഥയ്ക്കു മേൽ ക്ഷേത്രങ്ങൾ ഖജിതമായി (ആണി ഉറപ്പിച്ചു). ഭക്തിപ്രസ്ഥാനവുമായി ബന്ധപ്പെട്ടാണ് തെക്കേയിന്ത്യയിൽ ക്ഷേത്രങ്ങൾ ഉണ്ടായത്. ആൾവാർ, നായനാർ തുടങ്ങിയ വിഭാഗങ്ങളുടെ ഈ പ്രസ്ഥാനം ബ്രാഹ്മണശക്തിയെ വർദ്ധിപ്പിച്ചു. പ്രതിഷ്ഠകളുടെ ശക്തിപ്രചാരത്തോടെ ക്ഷേത്രങ്ങൾ പ്രബലങ്ങളായി. തിരുമാങ്കൈ ആൾവാർ, വൈഷ്ണ ക്ഷേത്രങ്ങളായ തിരുമൂഴിക്കുളം, തിരുപ്പുലിയൂർ, തിരുനാവായ, തിരുവല്ലുവാൻ, (തിരുവല്ല) എന്നിവയെപ്പറ്റിയും കുലശേഖര ആൾവാർ തിരുവിട്ടുവക്കോട് ക്ഷേത്രത്തെപ്പറ്റിയും നമ്മാഴ്വർ പത്മനാഭക്ഷേത്രം, തിരുവൻപാരിക്കാരം (പരിയാരം), തിരുകാൾക്കരൈ (തൃക്കാക്കര), തിരുവൻമണ്ടൂർ, തിരുങ്കൻകുറൂർ (ചെങ്ങന്നൂർ), തിരുവട്ടാർ, തിരുവാറന്മുളൈ (ആറന്മുള) എന്നിവയെപ്പറ്റിയും പാടി നടന്നു. ശൈവഭക്തിപ്രസ്ഥാനക്കാരായ സുന്ദരമൂർത്തി നായനാർ അഞ്ചൈകളം (തിരുവഞ്ചിക്കുളം), ചേരമാൻ പെരുമാൻ നായനാർ വിവിധ ക്ഷേത്രങ്ങളെപ്പറ്റിയും പാടി ജനങ്ങളെ ക്ഷേത്രങ്ങളിലേക്ക് ആകർഷിച്ചു. പാട്ട്, നൃത്തം, കൂത്ത് തുടങ്ങിയവയും ജനങ്ങളെ ക്ഷേത്രങ്ങളിലെത്തിച്ചു. (The Kerala Temple - രാജൻ ഗുരുക്കൾ).

ക്ഷേത്രം നടത്തിപ്പിനുവേണ്ടി രാജാക്കന്മാരും മാടമ്പിമാരും ധാരാളം ഭൂമി ദാനം ചെയ്തു. തിരുവല്ല ക്ഷേത്രത്തിനു ലഭിച്ച ഭൂമിയുടെ കണക്ക് ഇതാണ്. ബ്രാഹ്മണർക്ക് മാത്രം ഒരു ലക്ഷം പറ പാടം. ദേവന് 20,000 പറ ഭൂമി, 1200 പറ നെയ്യഭിഷേകത്തിന് ചുരുക്കത്തിൽ 30 ച. മൈൽ പാടത്തുനിന്ന് പ്രതിവർഷം 3 ലക്ഷം പറ നെല്ലാണ് ക്ഷേത്രത്തിന് ലഭിച്ചുകൊണ്ടിരുന്നത്. തിരുവല്ല ക്ഷേത്രത്തിന്റെ അധീനതയിലുള്ള വാഴപ്പള്ളി, നിരണം, മാന്നാർ ക്ഷേത്രങ്ങളിൽനിന്ന് വേറെയും. കേരളോത്പത്തിയിൽ

പരാമർശിക്കുന്നതനുസരിച്ച് 32 ക്ഷേത്രസംഘാതങ്ങൾ മാകോത രാജ്യത്തിന്റെ മുഖ്യകാർഷികമേഖലയും കൈവശപ്പെടുത്തിയിരുന്നു.

അതിര്	**കഴകം**
പെരുമ്പുഴ-കരുമാൻപുഴ	പയ്യന്നൂർ, പെരിഞ്ചെല്ലൂർ, കരിക്കാട്, ഈശാനമംഗലം, ആലത്തൂർ, കാരംതോൾ, ത്രിശിവപേരൂർ, പെരുമനം, പന്നിയാർ, കൂക്കറം
കരുമാൻപുഴ-ചൂർണിയാർപുഴ (പെരിയാർ)	പറവൂർ, ഐരാണിക്കുളം, ഇരിങ്ങാലക്കുട, ആദാവൂർ, ചെങ്ങനാട്, ഉളിയന്നൂർ, കഴുത്തനാട്ട്, കുഴൂർ, ഇളിഭ്യം, ആവണി പുത്തൂർ.
ചൂർണിയാർ-കന്യാകുമാരി പുഴ	കിടങ്ങൂർ, ഏറ്റുമാനൂർ, നിരണം, വെണ്മണി, ആറൻമുള, ചെങ്ങന്നൂർ, തിരുവല്ല

ദേവസ്വവും ബ്രഹ്മസ്വവുമായി ഭൂമി എപ്രകാരമാണ് 10-ാം നൂറ്റാണ്ടോടെ നമ്പൂതിരിമാരുടെ കൈവശം എത്തിയെന്നതിന്റെ സാക്ഷ്യമാണിത്. ജലസേചനം ഉപയോഗിച്ച് കൃഷി വിപുലമാകുകയും 11-ാം നൂറ്റാണ്ടോടെ വനപ്രദേശങ്ങളും പൂർവ്വഘട്ടവുമടക്കം നമ്പൂതിരിമാരുടെ അധീനതയിലായി. ഈ ചരിത്രത്തിൽ പരശുരാമകഥ എപ്രകാരം തിരുകിക്കയറ്റപ്പെട്ടുവെന്ന് പരിശോധിക്കുന്നത് രസകരമാണ്. ഭൂവധികാരം പരശുരാമൻ നൽകിയതാണെന്ന്, മഴുവെറിഞ്ഞ് കേരളം സൃഷ്ടിച്ച കഥയിലൂടെ അവർ സ്ഥാപിച്ചെടുത്തു. 64 ബ്രാഹ്മണകുടുംബങ്ങളെ കേരളത്തിൽ കൊണ്ടുവന്ന് താമസിപ്പിച്ചതിന്റെ അതിര് കൂടി കാണുക.

അതിര്	**പ്രദേശം**
പെരഞ്ചെല്ലൂർ	ചന്ദ്രഗിരിപ്പുഴ മുതൽ കോരപ്പുഴ
പന്നിയൂർ (പയ്യന്നൂർ)	കോരപ്പുഴ മുതൽ കരുവന്നൂർ പുഴ വരെ
പാർപ്പകർ (പറവൂർ)	കരുവന്നൂർ മുതൽ കുമാനല്ലൂർ വരെ
ചെങ്ങന്നൂർ	കുമാരനല്ലൂർ മുതൽ ദക്ഷിണസീമ വരെ

ഈ കഴകവും മുൻചരിത്രവും തമ്മിൽ കാണുന്ന ബന്ധം മിത്തുകൾ എപ്രകാരം അധികാരസ്ഥാപനത്തിന് പ്രയോജനപ്പെടുത്തി എന്നതിന് തെളിവാണ്.

ക്ഷേത്രകഴകക്കാർ ക്ഷേത്രസംരക്ഷണത്തിനായി രാജാക്കന്മാർക്ക് വർഷം തോറും 'അട്ടൈക്കോൽ' വാർഷികനികുതി നൽകണമായിരുന്നു. 'രക്ഷാഭോഗം' എന്നത് നാടുവാഴികൾക്ക് നൽകുന്ന കപ്പമായിരുന്നു.

ക്ഷേത്രസംരക്ഷണത്തിനുള്ള മുന്നൂറുവർ, അഞ്ഞൂറുവർ തുടങ്ങിയ സംരക്ഷണസേനയ്ക്കുള്ള ചെലവിനായിരുന്നു ഇത്. 'കിഴൂട്ട്കാണം' ഭൂനികുതി പോലെ നൽകി വന്ന തുകയായിരുന്നു. ഇങ്ങനെ നൽകുന്ന പണത്തിന്റെ നല്ലൊരു ഭാഗവും ക്ഷേത്രചെലവിനും ബ്രാഹ്മണരെ ഊട്ടുന്നതിനുമായി ഉപയോഗിച്ചിരുന്നു. പ്രതിവർഷം ഇത്ര (കളം) പാടത്തെ നെല്ല് ഇന്ന് ക്ഷേത്രത്തിന് എന്നവിധം നൽകിയിരുന്നു. അട്ടിപ്പേർ, പണയം എന്നീ പേരുകളിൽ വസ്തു ക്ഷേത്രത്തിന് ഈടുവച്ചിരുന്നു. ഈ ഭൂമിക്കുമേലുള്ള അധികാരമായിരുന്നു കാരാൺമ. അവർ ഈ അവകാശം തങ്ങളുടെ പിണിയാളുകളായ 'കാരാളർ'ക്കും അവർ തങ്ങളുടെ കീഴാളരായ 'കുതിക്കാലു'കാർക്കും നൽകിയിരുന്നു. ക്ഷേത്ര ജോലികളിൽ ഏർപ്പെട്ടിരിക്കുന്നവർക്കും ഇഷ്ടക്കാർക്കും ക്ഷേത്ര മുതലുകൾ 'വിരുത്തി', 'ജീവിതം' എന്നീ പേരുകളിൽ തീറു നൽകിയിരുന്നു. പാരമ്പര്യാവകാശത്തോടെ നൽകുന്നതാണ് വിരുത്തി. ഒരു ജീവിത കാലത്തേക്ക് മാത്രം നൽകുന്നത് ജീവിതം.

ഭൂമിക്കു പുറമെ കണക്കില്ലാത്ത സ്വർണവും ക്ഷേത്രങ്ങളിലേക്ക് ഒഴുകിയിരുന്നു. ക്ഷേത്രാചാരങ്ങൾ മുടക്കുന്നവർ പിഴകളായി സ്വർണം നൽകിയിരുന്നു (കഴഞ്ചും കാണവും). കുമാരനല്ലൂർ ഭഗവതി ക്ഷേത്രത്തിൽ ബ്രാഹ്മണരെപ്പറ്റി മോശമായി സംസാരിച്ച ശൂദ്രന് നൽകിയ പിഴ 12 കാണം സ്വർണമായിരുന്നു. ഇങ്ങനെ കിട്ടുന്ന സ്വർണംകൊണ്ട് ഭൂമി വാങ്ങിക്കൂട്ടുകയും ഭൂമി ഈടുവാങ്ങി പണം കൊടുക്കുകയും ചെയ്തിരുന്നു. ഉല്പന്ന കൈമാറ്റത്തിനും സ്വർണം ഉപയോഗിച്ചിരുന്നു. ചുരുക്കത്തിൽ ഒരു പ്രദേശത്തിന്റെ സാമ്പത്തിക കേന്ദ്രമായി ക്ഷേത്രവും തദ്വാര ജന്മികളായി ബ്രാഹ്മണരും മാറിയതോടെ ഫ്യൂഡലിസം സ്ഥാപിതമായി.

അന്തരാള ജാതികൾ

ക്ഷേത്രാധികാര കുത്തക സ്വത്തിനുമേലും ഭൂമിക്കുമേലും ആധിപത്യമായി മാറിയതോടെ അവ മേളങ്ങൾക്കും ബ്രാഹ്മണരെ തീറ്റിപ്പോറ്റുന്നതിനുമായി ധൂർത്തടിച്ചു. തിരുവാതിരക്കാണം, തിരുവോണക്കാണം, പൂരക്കാണം, തിരുദ്വാദശിക്കാണം, ഉത്രാടക്കാണം, ഏകാദശി കാണം എന്നൊക്കെയുള്ള ഉത്സവങ്ങൾക്കായി വാരി ചെലവഴിച്ചു. മറുവശത്ത് ഇതിനായി വമ്പിച്ച നികുതി പിരിവ് നടത്തിക്കൊണ്ടിരുന്നു. ക്ഷേത്രജോലികളുടെ അടിസ്ഥാനത്തിൽ വിവിധ ബ്രാഹ്മണജാതി വിഭാഗങ്ങൾ രൂപം കൊണ്ടു.

തന്ത്രി - ക്ഷേത്ര പ്രതിഷ്ഠ, കലശം, ഉത്സവം തുടങ്ങിയ കാര്യങ്ങളിൽ മേൽനോട്ടം വഹിക്കാൻ പരിശീലനം ലഭിച്ചിട്ടുള്ള ബ്രാഹ്മണർ.

ശാന്തി - ദൈനംദിന പൂജകൾ ചെയ്യുന്ന ബ്രാഹ്മണൻ ശാന്തിഅടികൾ എന്നറിയപ്പെട്ടു. മുഖ്യദേവന്റെ പൂജ ചെയ്യുന്ന ആൾ മേൽശാന്തിയും ഉപദേവതാ പൂജ നടത്തുന്നവർ കീഴ്ശാന്തിയും.

നമ്പി - (എമ്പൊരുമക്കൾ) വിഗ്രഹം എടുത്തു നടക്കുന്ന ശാന്തിയെ 'എഴു ന്നള്ളിക്കൽ നമ്പി'യെന്നും ശ്രീകോവിലിൽ പൂജ ചെയ്യുന്ന ശാന്തിയെ 'ആരാധിക്കും നമ്പി' എന്നും വിളിച്ചു.

തന്ത്രിക്കും ശാന്തിക്കുമെല്ലാം അവരവരുടെ ജോലികൾക്കനുസരിച്ചുള്ള വിരുത്തി നൽകിയിരുന്നു. ബ്രാഹ്മണേതരരായ ക്ഷേത്രജീവനക്കാർ ഇവരാണ്.

പൊതുവാൾ - പൊതുസേവകർ എന്നർത്ഥമുള്ള പൊതുവാൾ ക്ഷേത്ര കാര്യദർശിയാണ്. തമിഴിൽ ഇവരെ മദ്ധ്യസ്ഥ എന്നു പറയും. പൂജാദി കാര്യങ്ങളുടെ നടത്തിപ്പുകാരനെ അകപ്പൊതുവാൾ എന്നും പുറം കാര്യം നടത്തിപ്പുകാരനെ 'പുറം പൊതുവാൾ' എന്നും പറയും. ക്ഷേത്രബാഹ്യ കാര്യം നോക്കുന്ന ഊർപൊതുവാളും ചിലയിടങ്ങളിൽ ഉണ്ട്.

വാര്യർ - വാര്യം എന്നാൽ 'സമിതി' എന്നാണർത്ഥം. ക്ഷേത്രകണക്ക് നോക്കുന്നവരും സേവകപണിക്കാരുമാണിവർ.

തേവിടിച്ചികൾ - ക്ഷേത്ര നർത്തകികൾ. കൂത്തച്ചി, നന്നച്ചി എന്നും വിളിക്കപ്പെട്ടു. ഉത്തമ-മദ്ധ്യമ-അധമ എന്ന് ഇവർ തിരിക്കപ്പെട്ടിരുന്നു. സമ്പന്നരെ ക്ഷേത്രത്തിലേക്ക് ആകർഷിക്കുകയും തദ്വാര സ്വത്ത് വർദ്ധിപ്പിക്കുകയുമായിരുന്നു ഇവരുടെ കർത്തവ്യം.

ചാക്യാർ - കൂത്തു നടത്തുന്ന പുരുഷനർത്തകർ. കാന്ദർപ്പികർ, നട്ടുവർ എന്നും ഇവർ വിളിക്കപ്പെട്ടിരുന്നു.

അടികൾ - ഭദ്രകാളി ക്ഷേത്രങ്ങളിലെ പൂജാരികൾ. മന്ത്രവാദം മുഖ്യ തൊഴിലായിരുന്നു.

മൂത്തത് - തിടമ്പ് എഴുന്നെള്ളിക്കുന്നവർ

ഇളയത് - നായന്മാരുടെ മരണാനന്തരകർമ്മം ചെയ്യുന്നവർ.

പിഷാരടി - ക്ഷേത്രസേവയും മാലകെട്ടും

സാമന്തർ - നമ്പ്യാർ, ഉണിത്തിരി, അടിയോടി, നെടുങ്ങാടി, ഏറാടി, തിരുമുൽപ്പാട് തുടങ്ങിയ ക്ഷേത്രബന്ധമുള്ളവർ.

ഇവരെ കൂടാതെ അവിദഗ്ധരായ ഒരുകൂട്ടം തൊഴിലാളികളും ക്ഷേത്ര ങ്ങളിലുണ്ടായിരുന്നു. അടിക്കുമാവർ (തൂപ്പുകാർ), വിറകിട്ടുമാവർ (വിറക് വെട്ടുകാർ), ഇലയിട്ടുമാവർ (വാഴയില നൽകുന്നവർ), വാതിൽക്കൽ നിൽപ്പുമാവർ (കാവൽക്കാർ), അരികുത്തുമാവർ (അരി പൊടിക്കുന്നവർ) തുടങ്ങി പുറംതൂപ്പുകാരും എച്ചിലില എടുക്കുന്നവരും അടക്കം അന്തരാള ജാതികൾ ധാരാളമായിരുന്നു. കരകൗശല വിദഗ്ധരും വിദഗ്ധ തൊഴി ലാളികളുമായ തച്ചന്മാർ (മരയാശാരിമാർ), കലാവാണികർ (കലമുണ്ടാ ക്കുന്നവർ), വാണിയർ (എണ്ണയുണ്ടാക്കുന്നവർ), വണ്ണാർ (അലക്കുകാർ) എന്നിവരും ക്ഷേത്രപരിസരങ്ങളിൽ താമസിച്ചിരുന്നവരാണ്. സേവനാധി ഷ്ഠിതമായ ക്ഷേത്രവ്യവസ്ഥ വർണ്ണജാതി സങ്കരത്തിലെത്തി. ഓരോ

വിഭാഗങ്ങളും പാരമ്പര്യമായ തൊഴിലിൽ ഏർപ്പെട്ടതോടെ ഓരോ ഉപ ജാതികളായി. ഇവരെ മൊത്തത്തിൽ അന്തരാളർ എന്നു വിളിച്ചു. പേരി നൊപ്പം ജാതിവാൽ ചേർത്തും വിരുത്തി ഭൂമിക്കുമേൽ ആധിപത്യം സ്ഥാപിച്ചും പുതിയൊരു ശ്രേണിവിഭാഗമായി മാറി.

ക്ഷത്രിയരും ക്ഷേത്രങ്ങളും

ചാതുർവർണ്ണ്യത്തിലെ രണ്ടാംവിഭാഗമായ ക്ഷത്രിയർ കേരളത്തിലു ണ്ടായിരുന്നില്ല. വൈശ്യകർമ്മങ്ങളായ കൃഷിയും കച്ചവടവും യഹൂദ-ക്രൈസ്തവ-ഇസ്ലാം വിഭാഗങ്ങളാണ് ഏറ്റുനടത്തിയിരുന്നത്. പിന്നെ ങ്ങനെയാണ് രാജാക്കന്മാരുണ്ടായത്? നമ്പൂതിരി-നായർ വേഴ്ചയി ലുണ്ടായ സാമന്തരാണ് ക്ഷത്രിയരായി പരിവർത്തിക്കപ്പെട്ടവരെന്നാണ് പി.കെ. ബാലകൃഷ്ണന്റെ നിഗമനം. വില്യം ലോഗനെയും പത്മനാഭമേ നോനെയും ഇതിനു സാക്ഷ്യപ്പെടുത്തുന്നുമുണ്ട്. നമ്പൂതിരിമാരുമായി സഹവസിച്ച നായർ വിഭാഗങ്ങൾ (Companions of honour) ക്രമേണ ക്ഷത്രിയപദവിയിലേക്ക് ഉയർത്തപ്പെട്ടുവെന്നാണ് റോമില ഥാപ്പറും രാജൻ ഗുരുക്കളും വിശദീകരിക്കുന്നത്.

ക്ഷേത്രകാര്യങ്ങളുമായി ബന്ധപ്പെട്ടാണ് സാമൂഹികപദവി നിലവിൽ വന്നത്. ക്ഷേത്രകാര്യങ്ങൾ അനുഷ്ഠിക്കുന്ന നമ്പൂതിരിമാർ ഒന്നാം സ്ഥാനത്തും ക്ഷേത്രം പണിതുകൊടുക്കുന്ന രാജാക്കന്മാർ രണ്ടാം സ്ഥാനത്തും കാരാളരും യോദ്ധാക്കളുമായ നായന്മാർ മൂന്നാംസ്ഥാനത്തും എത്തപ്പെട്ടു. കരകൗശലക്കാർ (കമ്മാളർ) നാലാമതും മണ്ണിൽ പണിയു ന്നവർ എക്കാലത്തെയും എന്നപോലെ ഏറ്റവും താഴ്ന്ന അടിയിലുമായി. 'ബ്രാഹ്മണരാൽ സ്ഥാപിക്കപ്പെട്ട ക്ഷേത്രങ്ങളെ ഭരിക്കുന്നതിനും ക്ഷേത്ര ത്തിലെ അടിയന്തിരങ്ങളെ നടത്തുന്നതിനും ക്ഷേത്രാധികാരികളായി രാജാക്കന്മാരെ നിശ്ചയിച്ചിരുന്നു. ഈ ക്ഷേത്രസങ്കേത അതിരുകളിലുള്ള സകല അധികാരവും യോഗക്കാർക്കായിരുന്നു. ഏതു രാജാവിന്റെ അതിർ ക്കകത്ത് ഉൾപ്പെട്ടിരുന്നാലും ആ രാജാവിന് സങ്കേത അകത്ത് യാതൊരു അധികാരവുമില്ല... രാജാവിന് രക്ഷകസ്ഥാനം മാത്രമേ ഉണ്ടായിരുന്നുള്ളൂ. രക്ഷകസ്ഥാനത്തേക്ക് യോഗത്തിലുള്ള ബ്രാഹ്മണരുടെ ഇഷ്ടംപോലെ ഏതു രാജാവിനെയും നിശ്ചയിക്കാം' എന്ന് പത്മനാഭമേനോൻ പറയുന്ന തിൽനിന്നും കാര്യങ്ങൾ വ്യക്തമാണ്. (കൊച്ചി രാജചരിത്രം - വാല്യം 1)

വിശാഖം തിരുനാൾ രാജാവ് 'കൽക്കട്ട റിവ്യൂ'വിൽ എഴുതിയ ലേഖനവും ഇതിനു തെളിവാണ്. 'തങ്ങൾ പണിചെയ്തു പ്രതിഷ്ഠി ച്ചിട്ടുള്ള ചില ക്ഷേത്രങ്ങൾക്കായി വളരെ വസ്തുക്കളെയും അതുകളിൽ നിന്നുണ്ടാകുന്ന ആദായത്തെയും തീറുകൊടുത്ത് അതുവഴി സ്വന്തം പവിത്രതയെ (നമ്പൂതിരിമാർ) ശാരീരികമായി ബന്ധപ്പെടുത്തി ദൃഢീ കരിച്ചു... നാട്ടിൽ പ്രമാണപ്പെട്ടിട്ടുള്ളവരെയോ പ്രഭുവിനെയോ ക്ഷണിച്ച് ഈ യോഗത്തിൽ ചേർത്ത് തങ്ങളുടെ മേലധികാരത്തിൻകീഴിൽ ഈ

ദേവസ്വങ്ങളുടെ രക്ഷാകർത്തൃത്വം അയാളെ ഏൽപ്പിച്ചുകൊടുത്തു. അങ്ങനെയാണ് ഈ ധനികക്ഷേത്രങ്ങൾ ഉത്ഭവിച്ചത്. ഇങ്ങനെയാണ് മലയാളക്കരയിലുള്ള രാജാധിപത്യങ്ങളും ഉത്ഭവിച്ചത്.

വൈക്കം, ചെങ്ങന്നൂർ, കിടങ്ങന്നൂർ, അടൂർ ക്ഷേത്രസങ്കേതക്കാർക്ക് കൊല്ലുംകൊലയും ഉൾപ്പെടെ അധികാരം ഉണ്ടായിരുന്നു. കൂടൽ മാണിക്യം ക്ഷേത്രസഭയിലെ 51 ഇല്ലങ്ങൾ കഴിഞ്ഞുള്ള 52-ാം സ്ഥാന മായിരുന്നു കൊച്ചി രാജാവിന്. പത്മനാഭക്ഷേത്രത്തിലെ എട്ടര ഊരാണ്മ ക്കാരിൽ അര അധികാരം മാത്രമായിരുന്നു തിരുവിതാംകൂർ രാജാവിന് ഉണ്ടായിരുന്നത്. 1770ൽ കൊച്ചിരാജാവിനെക്കൊണ്ട് വടക്കുംനാഥ ക്ഷേത്ര യോഗക്കാർ പിഴയായി ആനയെ നടയ്ക്കിരുത്തിയിട്ടുണ്ട്. രാജാക്കന്മാരുടെ സത്യപ്രതിജ്ഞയുടെ പ്രധാന ഭാഗം 'ബ്രാഹ്മണരെയും പശുക്കളെയും രക്ഷിക്കും' എന്നായിരുന്നു.

ക്ഷേത്രങ്ങളിലെ കഥപറച്ചിലുകൾ (പുരാണപാരായണം) ചിത്രങ്ങൾ, ശില്പങ്ങൾ, നൃത്തം, ഉത്സവങ്ങൾ ഒക്കെ ജനങ്ങളെ ആകർഷിക്കുക മാത്രമല്ല പൊതുജീവിതത്തിന്റെ കേന്ദ്രങ്ങളായി പരിവർത്തിക്കപ്പെടു കയും ചെയ്തു. ഓണംപോലുള്ള കാർഷിക ഉത്സവങ്ങളെ പോലും ക്ഷേത്രകേന്ദ്രീകൃതമാക്കി. ശിവന്റെ ജന്മനക്ഷത്രമായ ആതിര ആഘോ ഷത്തെ തിരുവാതിരയാക്കി ക്ഷേത്രങ്ങളേറ്റെടുത്തു. ക്ഷേത്രപ്രാമുഖ്യം ക്രമേണ ബ്രാഹ്മണരുടെ ആധിപത്യമായി മാറി.

ചേരകാല അന്ത്യത്തോടെ നാടുവാഴികൾ നേരിട്ട് ക്ഷേത്രനിർമ്മാണ ങ്ങൾ നടത്തി. ഐരൂർ ക്ഷേത്രനിർമ്മാണത്തെപ്പറ്റി മാമ്പള്ളി ശാസന ത്തിൽ വ്യക്തമാക്കിയിട്ടുണ്ട്. കിളിമാനൂർ തൃപ്പാൽകടൽ, തിരുവനന്തപുരം പത്മനാഭസ്വാമി ക്ഷേത്രം വേണാട്ടു നാടുവാഴികളാണ് നിർമ്മിച്ചത്. ക്ഷേത്രനടത്തിപ്പുകൾ ഊരാളസഭകളാണ് ചെയ്തിരുന്നത്. പത്മനാഭ ക്ഷേത്രത്തിന്റെ അധികാരം 'വാര്യം' എന്ന് വിളിക്കപ്പെട്ട രണ്ടുപേർക്കാ യിരുന്നു. 12-ാം നൂറ്റാണ്ടിനുശേഷമായിരുന്നു ക്ഷേത്രയോഗങ്ങൾ നിബ ന്ധനകൾ ആവിഷ്കരിച്ച് ആചാരങ്ങളാക്കി മാറ്റിയത്. 15-ാം നൂറ്റാണ്ടോടെ കീഴിയക്കം (കീഴ്മര്യാദ) നടപ്പാക്കി. കുടികൾ നൽകേണ്ട പാട്ടം, വാരം, പിഴ, ഉത്സവച്ചെലവുകൾ എന്നിവയാണ് കീഴ്മര്യാദ. ജന്മിത്വത്തിൻകീഴിൽ ഒരു പുതിയ വർഗ്ഗം ഉടലെടുത്തു - കണക്കെഴുത്തുകാരും കരംപിരിവു കാരും. ക്ഷേത്രങ്ങളുടെ കീഴിൽ ശ്രീകാര്യം, ശ്രീകരണം, ശ്രീപണ്ടാര ക്കണക്ക്, മേൽകങ്ങാണിക്കണക്ക്, രാജാക്കന്മാരുടെ കീഴിൽ കാര്യക്കാർ, സർവ്വാധികാരകാര്യക്കാർ, ജന്മിക്കാർക്ക് കീഴിൽ ഊർക്കണക്ക്, ദേശവഴി ക്കണക്ക്, പണ്ടാരക്കണക്ക് എന്നിവയ്ക്കായി ഉദ്യോഗസ്ഥർ നിയോഗിക്ക പ്പെട്ടു. അതുമായി ബന്ധപ്പെട്ട് മേനോൻ (മേൽനോട്ടക്കാരൻ), പണിക്കർ, കുറുപ്പ് തുടങ്ങിയ സ്ഥാനങ്ങളുമുണ്ടായി.

മാടമ്പിമാർ പലരും ജന്മികളായതോടെ നാടുവാഴികളുടെ കാര്യം മാത്ര മല്ല ചില രാജാക്കന്മാരുടെ കാര്യം വരെ പരുങ്ങലിലായി. അത്തരമൊരു

തർക്കത്തിന്റെ ഫലമായി 17-ാം നൂറ്റാണ്ടിന്റെ അവസാനം പത്മനാഭ ക്ഷേത്രം അടച്ചിട്ടു. വേണാട്ട് രാജാവ് മരിച്ച് ഉമയമ്മറാണി അധികാര മേറ്റശേഷമാണ് ക്ഷേത്രം തുറന്നത് (കേരളത്തിന്റെ ഇന്നലെകൾ - കെ. എൻ. ഗണേഷ്).

ക്ഷേത്രവളർച്ചയോടെ അതുമായി ബന്ധപ്പെട്ട നാടുവാഴികളുടെയും സേവകരുടെയും വളർച്ചയുണ്ടായി. പടനായർ (ചാവേർ) നായരായി ഉയർത്തപ്പെട്ടു. പുതിയ തൊഴിൽവിഭാഗങ്ങൾ രൂപപ്പെട്ടു. (ഉദാ. ആശാരി മാർ). മിച്ച ഉത്പന്നത്തിന്റെ വിതരണവുമായി ബന്ധപ്പെട്ട് ക്ഷേത്ര കാര്യക്കാരും നാടുവാഴികളും സൈന്യവുമടങ്ങുന്ന മേലാളരും അദ്ധ്വാനി ക്കുന്ന കർഷകരും കൈത്തൊഴിലുകാരുമായ തൊഴിലാളികളും ഉണ്ടായി. ക്ഷേത്രാധിപത്യവുമായി ബന്ധപ്പെട്ട അധികാരങ്ങളെ കച്ചങ്ങൾ എന്നു വിളിച്ചു. ഈ സാമ്പത്തികാധിപത്യങ്ങൾ ലംഘിക്കുന്നവർ 'പഞ്ചമഹാ പാപങ്ങൾ' ചെയ്തവരായി വിധിക്കപ്പെട്ടു. മാതാവിനോടൊപ്പം ശയിക്കുക, പിതാവിനെ കൊന്ന് മാതാവിനെ സ്വന്തമാക്കുക, ബ്രാഹ്മണരെ കൊല്ലുക, സ്വർണം മോഷ്ടിക്കുക, മേൽകൃത്യങ്ങൾ ചെയ്യുന്നവരുമായി സഹ വസിക്കുക എന്നിവയാണ് പഞ്ചമഹാപാപങ്ങൾ. ഇവ അതിഭയാനകമായ ശിക്ഷയ്ക്ക് വിധേയമായിരുന്നു.

ക്ഷേത്രങ്ങൾ നമ്പൂതിരിമാരുടെയും മാടമ്പികളുടെയും വിഹാര കേന്ദ്രങ്ങളായതോടുകൂടി അവരുടെ പുളപ്പുകാലമായി മാറി (ഇളംകുളം). തേവിടിച്ചിമാരോടൊത്തുള്ള കാമകേളികൾ മണിപ്രവാളത്തിന്റെ ഇതിവൃത്തങ്ങളായി. ഉണ്ണിയച്ചി, ഉണ്ണിയാടി, ഉണ്ണുനീലി തുടങ്ങി എത്ര തേവിടിച്ചികളെപ്പറ്റി കാവ്യങ്ങളുണ്ടായി. "നമ്മുടെ രാജ്യത്ത് സ്വജാതി യിലോ ഉയർന്ന ജാതിയിലോപെട്ട പുരുഷനു വശംവദയാകാത്ത സന്മാർഗ ഹീനകളായ സ്ത്രീകൾ ഉണ്ടെങ്കിൽ അവരെ ഉടൻ വധിക്കേണ്ടതാകുന്നു" എന്ന് കാർത്തികപ്പള്ളി നാടുവാഴി വിളംബരം പുറപ്പെടുവിക്കുന്നിടംവരെ യെത്തി കാര്യങ്ങൾ. മാറുമറച്ച് ആറ്റിങ്ങൽ റാണിയുടെ മുന്നിൽ ചെന്ന ഒരു സ്ത്രീയുടെ മുലകൾ ഛേദിക്കാൻ ആജ്ഞാപിച്ചത് 18-ാം നൂറ്റാണ്ടി ലായിരുന്നു. (ഇളംകുളം)

ഫ്യൂഡൽ കേരളം

പരശുരാമ കഥയിലൂടെ സ്ഥാപിച്ചെടുത്ത 'ജന്മ'ത്തിലൂടെ കേരള ത്തിനുമേൽ നമ്പൂതിരി ആധിപത്യമായി. ഉത്പാദനപ്രക്രിയയിൽ യാതൊരു പങ്കുമില്ലെങ്കിലും സ്വത്തും അധികാരവും അവർക്കായി. ജന്മി കേവലം സ്വത്തുടമസ്ഥത മാത്രമായിരുന്നില്ല. എല്ലാവിധ അവകാശാധി കാരങ്ങളുമുള്ള ഒരു സ്ഥാപനമായിരുന്നു. ദൈവങ്ങളെ തൃപ്തിപ്പെടു ത്തുക എന്നാൽ ഭൂദേവന്മാരായ നമ്പൂതിരിമാരെ തൃപ്തിപ്പെടുത്തുക എന്നായിരുന്നു അർത്ഥം.

ക്ഷേത്രകേന്ദ്രീകൃതമായിരുന്ന സമൂഹത്തിൽ അതിന്റെ ബന്ധങ്ങളാണ് കാര്യങ്ങൾ നിശ്ചയിച്ചിരുന്നത്. രാജാവുപോലും കാര്യസ്ഥനായിരുന്നു. വൈദികപാരമ്പര്യങ്ങളുടെ മേധാവിത്വവും വേദജ്ഞാനവുമായിരുന്നു നമ്പൂതിരിമാരുടെ മൂലധനം. സമൂഹത്തിൽ അറിവെത്തുന്നതിൽ അവർ അസഹിഷ്ണുക്കളായിരുന്നു. വിജ്ഞാനത്തിന്റെ കുത്തക തകർന്നുപോകാൻ അനുവദിക്കില്ല. കടവന്നൂർ അന്യോന്യംപോലെ വേദം ചൊല്ലുന്ന മേളകൾ മഹാസംഭവങ്ങളായി കൊട്ടിഘോഷിച്ചു. സാമ്പത്തിക ഘടനയിൽ മാത്രമല്ല ഭാഷാവേഷങ്ങളിൽ വരെ ജാതിവ്യവസ്ഥ രൂഢമൂലമായി. സ്ത്രീകൾക്ക് ശൂദ്രപദവി മാത്രമാണുണ്ടായിരുന്നത്. നമ്പൂതിരി സ്ത്രീകൾക്കുപോലും മനുഷ്യപരിഗണനന ഉണ്ടായിരുന്നില്ല. ഇവരുടെ സേവകരായിരുന്നു യോദ്ധാക്കളായിരുന്ന നായന്മാർ. മൂപ്പിളമതർക്കം പരിഹരിക്കാൻ അങ്കക്കോഴികളെപ്പോലെ കൂലിക്ക് പടവെട്ടുന്നവരായിരുന്നു അവർ. വടക്കൻപാട്ടിലെ വീരകഥകൾ ഈ അങ്കക്കോഴി പോരാട്ടമാണ്. കുടിപ്പക തീർക്കാൻ ഉപഗോത്രങ്ങളായി (Clan) ഉപയോഗിക്കപ്പെട്ടിരുന്നു. രാജാക്കന്മാരുടെ പകതീർക്കാനും ഇവർ തന്നെ ഉപയോഗിക്കപ്പെട്ടു. (പി.കെ. ബാലകൃഷ്ണൻ).

വിദേശികൾക്കെതിരെയോ രാഷ്ട്രത്തിനുവേണ്ടിയോ ഒരു സമരവും ഇവർ ചെയ്തതായി ചരിത്രത്തിലില്ല. മൈസൂർ, ഡച്ച്, പോർട്ടുഗീസ്, ബ്രിട്ടീഷ് ആധിപത്യത്തിനെതിരെ ഒരു യുദ്ധവും ഒരു രാജാവും നടത്തിയിട്ടില്ല. അതേസമയം അവരുടെ സഹായം വാങ്ങി സാമന്തന്മാർക്കും മാടമ്പികൾക്കുമെതിരെ ധാരാളം യുദ്ധം നടത്തിയിട്ടുണ്ടുതാനും. ഡച്ച് സൈന്യാധിപൻ ഡിലനായിയുടെയും മറവപ്പടയുടെയും സഹായത്തോടെ 82 മാടമ്പിമാരെ ഒറ്റ ദിവസംകൊണ്ട് കഴുവിലേറ്റുകയും നൂറുകണക്കിന് മുസ്ലീങ്ങളെ കൊന്നൊടുക്കി അവരുടെ സ്ത്രീകളെയും കുട്ടികളെയും അടിമകളാക്കി വിറ്റ മാഹാത്മ്യമാണ് മാർത്താണ്ഡവർമ്മയ്ക്കുള്ളത്.

18-ാം നൂറ്റാണ്ടുവരെ 31-ഓളം രാജവംശങ്ങളും 80-ഓളം മാടമ്പികളും ഉണ്ടായിരുന്നതായി പി.കെ. ബാലകൃഷ്ണൻ. എന്നാൽ വേശ്യാകൃതിയിലെ പീനസ്തനികളോളം പെരുമയുള്ള ഒരാൾപോലും ഇക്കൂട്ടത്തിലുണ്ടായിരുന്നില്ല. വാർഡും കോണറും നടത്തിയ സർവ്വേയിൽ (1816-20) കൊച്ചിയിലും (1827) മലബാറിലും രാജകൊട്ടാരങ്ങളും കോട്ടകളും കണ്ടെത്തിയില്ല. 1800ൽ ബുക്കാനൻ നടത്തിയ സഞ്ചാരത്തിലും കൊട്ടാരങ്ങളെപ്പറ്റി പരമാർശമില്ല. ഓലക്കെട്ടുകൾ മാത്രമാണ് കണ്ടിട്ടുള്ളത്. പോർട്ടുഗീസുകാരിൽനിന്നും പൊന്നുവാങ്ങി കഴിഞ്ഞിരുന്ന വിദേശികളുടെ അടിമകളായ അമ്പലപ്പുഴ, തെക്കുംകൂർ, വടക്കുംകൂർ, പറൂർ, ആലങ്ങാട്, കാർത്തികപ്പള്ളി, കായംകുളം, കരുനാഗപ്പള്ളി, തിരുവിതാംകൂർ രാജാക്കന്മാർ ദരിദ്രരായിരുന്നു. (ഈകൂട്ടത്തിലൊന്നും പന്തളം രാജാവില്ല).

1891ലെ സെൻസസിൽ തിരുവിതാംകൂറിലെ 5,39,898 വീടുകളിൽ ഓടു മേഞ്ഞവ 4025 മാത്രമാണ്. 1875ലെ കൊച്ചി സെൻസസിൽ ആകെ വീടുകൾ 1,17,368ൽ ഓടുമേഞ്ഞവ 1521 ആണ്. അതായത് കൊട്ടാരം ചരിത്രകാരന്മാരും സിനിമക്കാരുംകൂടി ഉണ്ടാക്കിയെടുത്ത സുവർണ കാലഘട്ടമായിരുന്നില്ല 18-19 നൂറ്റാണ്ടുകളിലെ രാജാക്കന്മാരുടേത്. ഓടു മേയാനുള്ള അവകാശം രാജവിളംബരമായി വരുന്നത് 1817-ൽ മാത്രമാണ്. യോദ്ധാക്കളായ നായന്മാർ അത്യന്തം ദരിദ്രാവസ്ഥയിലാണ് കഴിഞ്ഞിരുന്നത്. 1901 ആകുമ്പോൾ കേരളത്തിലെ നായർ ജനസംഖ്യ മലബാറിൽ 3,91,000, കൊച്ചിയിൽ 112000, തിരുവിതാംകൂറിൽ 536000 എന്നു മാത്രമായിരുന്നു. ഇതിൽ സ്ത്രീകളെയും കുട്ടികളെയും ഒഴിച്ചാൽ പരമാവധി നായർ പുരുഷന്മാർ 3 ലക്ഷമായിരുന്നു. യോദ്ധാക്കളും മറ്റുമായിരുന്നെങ്കിലും രാജാക്കന്മാരും നമ്പൂതിരിമാരും ഇവരെ തീണ്ടാപാടിൽ നിർത്തിയിരുന്നു. വിശാഖം തിരുനാൾ രാജാവ് മരണാസന്നനായി കിടക്കുമ്പോൾ നായരായിരുന്ന ഭാര്യയേയും അവരിൽ പിറന്ന മക്കളേയും കാണാൻ കൊട്ടാരം അനുവദിച്ചില്ല. ബ്രാഹ്മണരുടെ കൂട്ടത്തിൽ ഡോക്ടർമാരില്ലാത്തതിനാൽ ചികിത്സ ലഭിക്കാതെയാണ് മരണമടഞ്ഞത്.

കൊട്ടാരം കുറുക്കുകൾ

ചതിയുടെയും അധികാരപ്രമത്തതയുടെയും തുടർക്കഥകളാണ് തിരുവിതാംകൂർ രാജചരിത്രത്തിന് പറയാനുള്ളത്. 825-ൽ ഉദയ മാർത്താണ്ഡവർമ്മ കൊല്ലവർഷം കലണ്ടർ ഉണ്ടാക്കുകയും മാടമ്പിമാരോടും പുരോഹിതരോടും ഒത്തുചേർന്ന് ക്ഷേത്രപൂജാദികാര്യങ്ങളിൽ തീരുമാനം ഉണ്ടാക്കുകയും ചെയ്തു. 1050ൽ വോട്ടവകാശമുള്ള 8 പോറ്റിമാരും വോട്ടവകാശമില്ലാത്ത, അര അംഗത്വമുള്ള രാജാവും ചേർന്ന എട്ടരയോഗം ദേവസ്വം കാര്യങ്ങൾ ഏറ്റെടുത്തു. പണ്ടാരവക (പരിശുദ്ധ ഖജനാവ് വക) എന്ന പേരിൽ ഭൂമി പതിച്ചെടുത്ത് ദേവസ്വം ഭരണം തുടങ്ങി. എട്ടുവീടർ അടങ്ങുന്ന മാടമ്പിമാരായിരുന്നു ദേവസ്വം ഭൂമിയിലെ കരംപിരിവുകാർ. രാജാവിന് ഭരണത്തിൽ പങ്കുണ്ടായിരുന്നില്ല.

ആദിത്യവർമ്മയുടെ മരണാനന്തരം കൊട്ടാരം തീ പിടിച്ചു. ആരും കെടുത്തിയില്ല. ക്ഷേത്രത്തിൽനിന്നും കൊടുത്തുവിട്ട വിഷം ചേർത്ത പ്രസാദം കൊടുത്ത് രാജാവിനെ വധിച്ചു. അനന്തിരവളായ ഉമയമ്മ റാണിയുടെ ആറ് മക്കളെ കളിപ്പാൻകുളത്തിൽ മുക്കിക്കൊന്നു. ഉമയമ്മയുടെ മകൻ രവിവർമ്മയ്ക്ക് ദത്തെടുത്ത രാജകുമാരിയിലുള്ളതാണ് സാക്ഷാൽ മാർത്താണ്ഡവർമ്മ. ഇദ്ദേഹത്തെ കൊല്ലുവാനുള്ള ശ്രമത്തിനിടെ ഒരിക്കൽ ക്ഷേത്രത്തിനുള്ളിൽ വെച്ച് പുരോഹിതൻ കൊല്ലപ്പെട്ടു. മാടമ്പിമാരെ ഒതുക്കാൻ രാമവർമ്മയും മാർത്താണ്ഡവർമ്മയും മധുര സർക്കാരുമായി കരാറുണ്ടാക്കി സൈനികശേഖരണം നടത്തി. അധികാരമേറ്റ 1729ൽ ക്ഷേത്രം പുതുക്കിപ്പണി ആരംഭിച്ച് രണ്ടു വർഷംകൊണ്ട് പൂർത്തിയാക്കി.

തുടർന്ന് എട്ടുവീടരെ അടക്കം 42 മാടമ്പികളെ കൽക്കുളത്തുവെച്ച് തൂക്കിക്കൊന്നു. അവരുടെ സ്ത്രീകളെയും കുട്ടികളെയും അടിമകളാക്കി വിറ്റു. കുറ്റവാളികളിൽ 4 ബ്രാഹ്മണരുണ്ടായിരുന്നെങ്കിലും മനുസ്മൃതി അനുവദിക്കാതിരുന്നതിനാൽ ജാതിഭ്രഷ്ട് കല്പിച്ച് നെറ്റിയിൽ പട്ടിയുടെ രൂപം വരച്ച് നാടുകടത്തി (തിരുവിതാംകൂർ ചരിത്രം - പി. ശങ്കുണ്ണി മേനോൻ).

ഭരണകൂടത്തെ ദൈവവും ബ്രാഹ്മണമതവുമായി ബന്ധപ്പെടുത്തിയതും മാർത്താണ്ഡവർമ്മതന്നെയാണ്. കൊല്ലിനും കൊലയ്ക്കും പരിഹാരമായി ജപയജ്ഞവും മുറജപവും ഭദ്രദീപവും നടത്തി. വർഷങ്ങൾ നീണ്ടുനിന്ന ലക്ഷങ്ങൾ മുടക്കിയുള്ള മതാചാരം ഒടുവിൽ 925 മേടം 5ന് (1750 ജനുവരി 17) തന്റെ ഉടവാൾ പത്മനാഭന്റെ തിരുമുന്നിൽ അടിയറവ് വെച്ച് സ്വയം ദൈവത്തിന്റെ പ്രതിനിധിയായി പ്രഖ്യാപിച്ചു.

പന്തളത്ത് രാജാവ്?

1170ൽ തിരുവിതാംകൂറിലെ രാജാവ് പന്തളം കുടുംബത്തിന് കുറെ സ്ഥലം അനുവദിച്ചതായി തിരുവിതാംകൂർ ചരിത്രം പറയുന്നു. (ഇതുപോലെ പൂഞ്ഞാർ കുടുംബത്തിനും നൽകിയിട്ടുണ്ട്) തെങ്കാശിയിൽനിന്നുള്ള കുടുംബമായിരുന്നത്രേ പന്തളത്ത് താമസിച്ചിരുന്നവർ. ഇവരുടെ മൂലകുടുംബം കൈപ്പുഴയാണെന്നും പറയുന്നു. 9-ാം നൂറ്റാണ്ടിൽ കൈപ്പുഴ സ്വരൂപം സന്തതി അറ്റ് അന്യംനിന്നുപോകുന്ന ഘട്ടത്തിൽ കോന്നിയൂരിലെ പാണ്ഡ്യവംശത്തിലെ ചെമ്പഴന്നൂർ ശാഖയിൽനിന്നും ദത്തെടുത്തു. അയിരൂർ ശ്രീവീരശ്രീധര കോവിലധികാരികൾ എന്ന സ്ഥാനപ്പേരിട്ടു.

തിരുവിതാംകൂർ പക്ഷപാതികളായിരുന്നെങ്കിലും ഒരിക്കൽ കപ്പം കൊടുക്കാൻ ഇല്ലാതെ വന്നപ്പോൾ മദിരാശിയിലെ ഒരു വ്യാപാരിക്ക് രാജ്യം പണയപ്പെടുത്തിയതായി പറയുന്നു. ടിപ്പുവിന് കപ്പം കൊടുക്കാനില്ലാതെ വന്നപ്പോൾ ദേശം മുഴുവൻ തിരുവിതാംകൂറിന് നൽകി 1821ൽ തിരുവിതാംകൂറിൽ ലയിച്ചു. പിന്നീട് കുടുംബം വലിയകോയിക്കലെന്നും ചെറിയകോയിക്കലെന്നും പിരിയുകയാണുണ്ടായത്. കഥയിതാണെന്നിരിക്കെ കോടിക്കണക്ക് വർഷം മുൻപുണ്ടായ ഹരിഹരസുതൻ എങ്ങനെയാണ് ഇല്ലാത്ത ഒരു കൊട്ടാരത്തിൽ വന്ന് ജനിക്കുക. കഥയാണെങ്കിലും വേണ്ടേ ഒരു പൊരുത്തം?

കേരള ക്ഷേത്രങ്ങൾ

8, 9 നൂറ്റാണ്ടുകളിൽ കേരളത്തിലുണ്ടായിരുന്നത് മുഖ്യമായും ഗുഹാക്ഷേത്രങ്ങളാണ്. ഇരുനിലക്കോട്, വിഴിഞ്ഞം, തിരുനന്ദിക്കര, കല്ലിൽ, ചിതറാൾ, തൃശൂർ, കവിയൂർ എന്നീ ഗുഹാക്ഷേത്രങ്ങൾ ബുദ്ധജൈന വിഹാരങ്ങളായിരുന്നു. ഇന്നു കാണുന്ന ക്ഷേത്രങ്ങളുടെ ഘടനയോ ദൈവങ്ങളോ ഈ ക്ഷേത്രങ്ങളിലില്ല. അതായത് അക്കാലംവരെ ഹിന്ദു

ദൈവങ്ങളോ ഹിന്ദുമതമോ ഇല്ലെന്ന് സാരം. തൃക്കാക്കര, തിരുവഞ്ചിക്കുളം, തൃപ്പൂണിത്തുറ, തൃക്കൊടിത്താനം, പെരുന്ന, ഐരാണിക്കുളം, തിരുമിറ്റക്കോട്, തൃച്ചമ്പലം തുടങ്ങിയ ക്ഷേത്രങ്ങൾ 9-ാം നൂറ്റാണ്ടിലാണ് നിർമ്മിക്കപ്പെടുന്നത്. ഇവയുടെ വാസ്തുഘടന ഗർഭഗൃഹം, മുഖമണ്ഡപം, ചുറ്റമ്പലം, തിടപ്പള്ളി, മുളയറ, വാതിൽമാടം, കൂത്തമ്പലം എന്നിവ അടങ്ങുന്നതാണ്. (ഇവിടത്തെ ആരാധനാരീതിയും മന്ത്രങ്ങൾക്കും സ്തോത്രങ്ങൾക്കും പ്രാധാന്യമുള്ളതാണ്. അതാകട്ടെ ബ്രാഹ്മണാചാരങ്ങളുമായി ബന്ധപ്പെട്ടവയാണ്). അടുക്കളയായി തിടപ്പള്ളി, ഉത്സവാവശ്യങ്ങൾക്കുള്ള മുളയറ, കലാപ്രകടനങ്ങൾക്കുള്ള വാതിൽമാടം എല്ലാം ചുറ്റമ്പലത്തിനുള്ളിൽ തന്നെയാണ് (കേരള ചരിത്രം - രാഘവവാര്യർ, രാജൻ ഗുരുക്കൾ).

വൃത്തം, ദീർഘചതുരം, സമചതുരം, കമാനം എന്നീ ആകൃതിയിലായിരുന്നു ചേരമൂഷിക കാലത്തെ ക്ഷേത്രനിർമ്മാണങ്ങൾ (800-1000). സാന്ധാരവിമാന ആകൃതിയിലുള്ള ക്ഷേത്രങ്ങൾ നിർമ്മിക്കപ്പെടുന്നത് ചാലൂക്യ-പല്ലവ രാജാക്കന്മാരുടെ കാലത്താണ് (1000-1300). മേൽപ്പറഞ്ഞ ആകൃതിയോ ബ്രാഹ്മണക്ഷേത്രങ്ങളുടെ ഘടനയോ ആയി യാതൊരു ബന്ധവുമില്ല ശബരിമല ക്ഷേത്രത്തിന്. ആചാരങ്ങളും മന്ത്രണങ്ങളുമായി സാദൃശ്യമില്ല. 13 ദിവ്യദേശങ്ങളെന്നറിയപ്പെടുന്ന ക്ഷേത്രങ്ങളുടെ പട്ടികയിലും ശബരിമല ഇല്ല.

1890ൽ പന്തീരായിരത്തിലധികം ക്ഷേത്രങ്ങളും പതിനായിരക്കണക്കിന് വിഗ്രഹങ്ങളും കേരളത്തിൽ ഉണ്ടായി. അതിൽ ശാസ്താവ് ഉപപ്രതിഷ്ഠയായ ക്ഷേത്രങ്ങൾ ഉണ്ടായിരുന്നെങ്കിലും പ്രധാന പ്രതിഷ്ഠയായവ കുറവായിരുന്നു. (പി.കെ. ബാലകൃഷ്ണൻ). ക്ഷേത്രത്തിലെ ഉപദേവൻ എന്ന നിലയിൽ അമ്പലത്തിന് പുറത്ത് തെക്കുപടിഞ്ഞാറേ മൂലയിലാണ് അയ്യപ്പനെ പ്രതിഷ്ഠിക്കാറുള്ളത്. ക്ഷേത്രനടത്തിപ്പിനെപ്പറ്റി പ്രതിപാദിക്കുന്ന തന്ത്രശാസ്ത്രത്തിൽ അയ്യപ്പക്ഷേത്ര നിർമ്മാണം, പൂജാവിധി, ഉത്സവരീതി തുടങ്ങിയവയൊന്നും ഇല്ല. പൗരാണികതയുടെ കപടവാദികളാണ് ഇതിനൊക്കെ സമാധാനം പറയേണ്ടത്. കോന്നി, റാന്നി പ്രദേശങ്ങൾ ഉൾപ്പെടുന്ന പമ്പാതടങ്ങളിൽ ജനവാസം ഉണ്ടാകുന്നതു തന്നെ 19-ാം നൂറ്റാണ്ടിലാണ്. 1860-ൽ കെ.കെ. റോഡ് ഉണ്ടാകുന്നതോടെയാണ് മുണ്ടക്കയത്തിനപ്പുറത്തേക്ക് ആളുകൾ സഞ്ചരിക്കാൻ തുടങ്ങിയത്. ചുരുക്കത്തിൽ ആധുനിക അയ്യപ്പന്റെ ആയുസ്സ് 200 ആണ്ടോളം മാത്രമാണ്.

ആരുടെ ക്ഷേത്രം?

ശബരിമല ക്ഷേത്രം പലതവണ പുതുക്കിപ്പണിതിട്ടുണ്ടെങ്കിലും അതിന്റെ ഘടനയും വാസ്തുവിദ്യയും ഇതരശൈവ-വൈഷ്ണവക്ഷേത്രങ്ങളുടെ രൂപത്തിലല്ല. ശബരിമല ഒരു ബുദ്ധവിഹാരമായിരുന്നുവെന്ന്

പ്രൊഫ. ശ്രീധരമേനോൻ വ്യക്തമാക്കുന്നത് വിവിധ തെളിവുകളുടെ അടിസ്ഥാനത്തിലാണ്.

1. ശബരിമല തീർത്ഥാടകരുടെ വ്രതവും സസ്യാഹാരവും ബുദ്ധമത തത്ത്വമായ അഹിംസയിൽ അധിഷ്ഠിതമാണ്.
2. അവിടെ ജാതിമതഭേദമില്ലാത്തത് ബുദ്ധമതത്തിന്റെ വിശ്വപൗരബോധ മാണ് കാണിക്കുന്നത്.
3. ശരണം വിളി ബുദ്ധമതത്തിൽ മാത്രമുള്ളതാണ്.
4. ബുദ്ധമതവിഹാരങ്ങൾ എല്ലായിടത്തും ജനവാസകേന്ദ്രങ്ങളിൽനിന്നും അകലെയായിരിക്കും.
5. ശാസ്താവിന്റെയും ബുദ്ധന്റെയും പ്രതിമകൾ തമ്മിൽ സാദൃശ്യമുണ്ട്.
6. കേരളത്തിലെ നാഗാരാധനയും ബുദ്ധമത പാരമ്പര്യമാണ്.

ബുദ്ധമതത്തിന്റെ സ്വാധീനത്തിന്റെ തെളിവാണ് ആയുർവ്വേദത്തിന്റെ പ്രചാരം. മിക്ക ബുദ്ധമതശാലകളിലും സൗജന്യവൈദ്യസഹായവും മരുന്നുവിതരണവും ഉണ്ടായിരുന്നു. തിരുവിഴാ ശിവക്ഷേത്രം, തകഴി ശാസ്താക്ഷേത്രം തുടങ്ങിയിടങ്ങളിൽ ഇപ്പോഴും ചില മരുന്നുകൾ നൽകാറുണ്ട്. 'അഷ്ടാംഗഹൃദയം' എഴുതിയ വാഗ്ഭടൻ ബുദ്ധമത പണ്ഡിതനായിരുന്നു. വിഹാരങ്ങളോടൊന്നിച്ച് പാഠശാലകൾ നടത്തിയിരുന്നു. പള്ളി, എഴുത്തുപള്ളി എന്നിവയൊക്കെ ബുദ്ധമതപാഠശാലകളായിരുന്നു. അമരകോശം എഴുതിയ അമരസിംഹൻ ബുദ്ധിസ്റ്റായിരുന്നു (A Survey of Kerala History)

കേരള സംസ്കാരം എന്ന കൃതിയിൽ ശ്രീധരമേനോൻ പറയുന്നത് പല ബുദ്ധമതവിഹാരങ്ങളും ഹൈന്ദവക്ഷേത്രങ്ങളായി പരിവർത്തിക്കപ്പെട്ടു എന്നാണ്. തൃശൂർ വടക്കുംനാഥ ക്ഷേത്രവും കഴക്കൂട്ടം ശിവ ക്ഷേത്രവും ഇതിനു തെളിവാണ്. അമ്പലപ്പുഴ (കരുമാടിക്കുട്ടൻ), മാവേലിക്കര, ഭരണിക്കാവ്, മരുതൂർകുളങ്ങര, പള്ളിക്കൽ തുടങ്ങിയിടങ്ങളിൽനിന്ന് ബുദ്ധവിഗ്രഹങ്ങൾ ലഭിച്ചിട്ടുണ്ട്. പല ബുദ്ധക്ഷേത്രങ്ങളും ജനവാസ കേന്ദ്രങ്ങൾക്കകലെയാണ്. ആര്യങ്കാവ്, കുളത്തൂപ്പുഴ, അച്ചൻകോവിൽ, ശാസ്താംകോട്ട, ഓമല്ലൂർ, തകഴി, തൃക്കുന്നപ്പുഴ, പന്തളം, എരുമേലി, പൂഞ്ഞാർ, ദേവികുളം, കുമരകം, കാരിക്കോട്, പെരുമ്പാവൂർ, ആറാട്ടുപുഴ, തിരുവല്ലിക്കാവ്, തിരുനാവായ (ചമ്രവട്ടം), ചേലാട്ട് (കണ്ണൂർ) തുടങ്ങിയിടങ്ങളിലെല്ലാം ശാസ്താക്ഷേത്രങ്ങളുണ്ട്.

ജാതിക്കെതിരായ ശക്തമായ സാമൂഹികമുന്നേറ്റമായി വന്ന ബുദ്ധമതം ബ്രാഹ്മണമതത്തിന്റെ അടിത്തറ ഇളക്കുമെന്നായപ്പോൾ സവർണാധിപത്യശക്തികൾ ഒന്നിക്കുകയും ശൈവവൈഷ്ണവ മതങ്ങൾ ഭക്തി പ്രസ്ഥാനത്തിലൂടെ പ്രതിരോധിക്കുകയും ചെയ്തു. ബുദ്ധ-ജൈനമത ദർശനങ്ങളായ സർവ്വസാഹോദര്യം തന്നെയാണ് അവരും ഉപകരണമാക്കിയത്. ശങ്കരൻപോലും ബുദ്ധമതനശീകരണത്തിന് ഉപയോഗിച്ച

സമ്പ്രദായങ്ങൾ പലതും ബുദ്ധന്റേതുതന്നെയായിരുന്നു. പ്രച്ഛന്നബുദ്ധൻ എന്ന് അദ്ദേഹം വിളിക്കപ്പെട്ടു. ചാതുർവർണ്യത്തെ തിരിച്ചുപിടിക്കാൻ നരനായാട്ട് നടത്തിയ ആളാണ് ശങ്കരൻ.

ശൈവ-വൈഷ്ണവ ഐക്യമുന്നണിയുടെ പ്രതീകമായിട്ടായിരിക്കാം അവർക്കുണ്ടായ മകനായി ബൗദ്ധനായ ശാസ്താവിനെ സൃഷ്ടിച്ചത്. ദലിതരിലേക്ക് ഭക്തിയെ സന്നിവേശിപ്പിക്കുന്നതിന്റെ ഭാഗമായിട്ടായിരിക്കാം ബുദ്ധമതവിഹാരമായ ശബരിമലയെ ഹൈന്ദവവൽക്കരിച്ചത്.

സാമുവൽ മെറ്റിയർ സഹ്യപർവ്വതത്തിലെ മലയരയരെപ്പറ്റി വിശദീകരിക്കുന്നതിനിടയിൽ ശബരിമലയെപ്പറ്റി വിശാലമായി വർണിക്കുന്നുണ്ട്. കൃഷി മുഖ്യജീവനമാർഗമായ ഇവർ താഴെയും മരത്തിനുമീതെയും വീടുകൾ കെട്ടി സുഖമായി കഴിഞ്ഞിരുന്നു. മരിച്ചാൽ കല്ലറകൾക്കുള്ളിൽ അടക്കിയിരുന്നു. പൂർവ്വികരുടെ രൂപങ്ങളെ ആരാധിച്ചിരുന്ന ഇവർ ഹിന്ദുക്കളായിരുന്നില്ല. റവ. ഡബ്ല്യൂ.ജെ. റിച്ചാർഡ്സിനെ ഉദ്ധരിച്ചുകൊണ്ട് മെറ്റിയർ ശബരിമലയെ വിശദീകരിക്കുന്നു.

ശബരിമലയിലെ അയ്യപ്പൻ ഒരു വേട്ടക്കാരൻ ദൈവമായിരുന്നു. ചാത്തൻ, സാത്തൻ, ശാസ്തൻ എന്നൊക്കെ വിളിക്കപ്പെട്ടിരുന്നു. അയ്യപ്പന് താലനാനി എന്ന ഒരു വെളിച്ചപ്പാട് ഉണ്ടായി. എരുമപ്പാറയിലെ അരയഗ്രാമക്കാരനായിരുന്ന അയാൾ. അക്കാലത്ത് സംഘമായിട്ട് ശബരിമലയിലേക്ക് തീർത്ഥയാത്ര പോയിരുന്നത് മൃഗങ്ങളെ ഭയപ്പെട്ടായിരുന്നു. ഒരിക്കൽ ചോവൻമാർ താലനാനിയെ വധിച്ച് കുഴിച്ചുമൂടി. പുലികൾ ജഡം മാന്തി പുറത്തിട്ടു. ആയിടെ ചോവർക്കുണ്ടായ വസൂരി ദൈവകോപമാണെന്ന് വെളിച്ചപ്പാട് തുള്ളിപ്പറഞ്ഞു. പിന്നെ തലനാനിയുടെ പിച്ചള രൂപമുണ്ടാക്കി ചെറിയൊരു ക്ഷേത്രത്തിൽ പ്രതിഷ്ഠിച്ചു. (പിന്നീട് ഇവർ ക്രിസ്തുമതത്തിലേക്ക് മാറിയതോടെ റിച്ചാർഡ് അതിന്റെ ഉടമയായി). എണ്ണയിൽ അഭിഷേകം ചെയ്ത കല്ലും ചില മലകളിലെ ഭൂതങ്ങൾക്ക് തേങ്ങ അടിക്കുന്ന ആചാരവും അവിടെയുണ്ടായിരുന്നു. ആവശ്യങ്ങൾ വരുമ്പോൾ മലയിലേക്ക് അലറിവിളിക്കാറുണ്ടായിരുന്നു. (ഹെൻട്രി ബേക്കർ പിന്നീട് ഇവരിൽ വലിയൊരു വിഭാഗത്തെ ക്രിസ്ത്യാനികളാക്കി മാറ്റി. മേലുകാവിലുള്ള മലയരായ ക്രിസ്ത്യാനികളാണിവർ.)

ഹുയാങ്സാങ് മലകൂട രാജ്യവർണ്ണന നടത്തുന്നതിനിടെ പത്തനംതിട്ട താലൂക്ക് ചുരുളിമല പ്രദേശത്തെ ഇങ്ങനെ വർണിക്കുന്നു. "മലയപർവ്വത നിരയുടെ കിഴക്കായി പോതാളകമല സ്ഥിതിചെയ്യുന്നു... ഈ മലയെചുറ്റി ഒഴുകി 20 വെള്ളച്ചാട്ടങ്ങൾ കഴിഞ്ഞ് ദക്ഷിണസമുദ്രത്തിൽ ചെന്നുവീഴുന്നു. പ്രസ്തുത ഉറവിന്റെ കൂരയിൽ ഒരു ഹിന്ദു ദേവാലയം നിൽക്കുന്നു. വരുമ്പോഴും പോകുമ്പോഴും അവലോകിതേശ്വരൻ ഇതിൽ നിവസിക്കാറുണ്ട്. ഈ ബോധിസത്വനെ കാണുന്നതിന് അതിയായി ആഗ്രഹിക്കുന്നവർ ജീവാപകടത്തെ വിഗണിച്ച് ഉറവ് കടന്ന് വൈഷമ്യങ്ങളെ തൃണവത്ഗണിച്ച് മേലോട്ട് മലയുടെ ഉച്ചിയിലേക്ക് കയറുന്നു."

ഈ പോതാളകമല വൈഗ നദിയുടെ പോഷകനദി ചുരുളി ഉത്ഭവിക്കുന്ന ചുരളിമല ആണ്. അവിടത്തെ ഗുഹാക്ഷേത്രമായിരുന്നു മേൽ ബുദ്ധമത ദേവാലയം. അത് ബുദ്ധമതക്കാരായ ഉള്ളാടരുടെ ശാസ്താ ക്ഷേത്രമായിരുന്നു. ഏലമലയിലെ ഊരാളികളുമായി ഉള്ളാടർക്ക് വിവാഹ ബന്ധമുണ്ടായിരുന്നു. അവർ പോത്തിനെ ഒരു ദിവ്യമൃഗമായി കരുതിയിരുന്നു. ഇവരുടെ കുടിലുകൾക്ക് 'പന്തൽ' എന്നായിരുന്നു പേര്. ഇരുകൂട്ടരും താമസിച്ച സ്ഥലം 'പന്തലം' (പന്തളം) എന്നു കരുതാം. CE-2ൽ ഗ്രീക്ക് ഭൂമിശാസ്ത്രജ്ഞൻ ടോളമി ഇവിടെ പന്തപ്പൊലീസ് (പന്തൽ നഗരം) സ്ഥാപിച്ചുവെന്നും പറയുന്നു.

CE-904ൽ പന്തളത്തെ നാടുവാഴി ചുരുളിമലയിലെ ഉള്ളാടരുടെ അവലോകിതേശ്വരനെ ശാസ്താവെന്ന പേരിൽ ശബരിമലയിൽ സ്ഥാപിക്കുകയുണ്ടായി. ഈ അമ്പലസ്ഥാപനത്തിൽ ഷിയാ മുസ്ലീങ്ങളുടെ മതഗുരുവായ മലബാറിലെ കുണ്ടുവെട്ടിത്തങ്ങളുടെ ശിഷ്യവർഗ്ഗത്തിൽപ്പെട്ട മുസ്ലീം യോഗിയായ വാവരുസ്വാമിക്കും (ബാവരു) കൈയുണ്ടായിരുന്നു. ഇറാക്കിലെ സുന്നികളുടെ പീഡനത്തിൽനിന്നും രക്ഷപ്പെടാൻ ബാബിലോൺ നഗരത്തിൽനിന്നും കുറെ ഷിയാകൾ CE-8ൽ കേരളത്തിലേക്ക് പോന്നു എന്നൊരു ഐതിഹ്യമുണ്ട്. മലപ്പുറത്തിനടുത്തുള്ള കുണ്ടുവെട്ടി അവരുടെ മതകേന്ദ്രമായി മാറിയത്രേ. ബാബിലോണിന്റെ ബാബിലി എന്ന നാടൻ പേരിൽ നിന്നാണ് ബാവരു (ബാബർ, വാവര്) എന്ന നാമം ഉണ്ടായത്. അഴുതയിൽ വെച്ചുള്ള പേട്ടതുള്ളൽ ബാവർക്ക് ശബരിമല അമ്പല സ്ഥാപനത്തിലുള്ള പങ്കിന്റെ സൂചനയാണ്. ചുരുളിമലയിലെ പടികയറ്റമാണ് പിന്നീട് ശബരിമലയിലെ 18-ാം പടിയായി മാറിയത്. (ചരിത്രത്തിന്റെ അടിവേരുകൾ - കേസരി ബാലകൃഷ്ണപിള്ള)

1900 വരെ ശബരിമലയിൽ തന്ത്രിയും ശാന്തിയും ഒന്നുമുണ്ടായിരുന്നില്ല. അവിടെ ഇക്കാര്യങ്ങൾ നിർവ്വഹിച്ചിരുന്നത് മലയരയന്മാരായിരുന്നു. മകരസംക്രമദിനത്തിൽ പൊന്നമ്പലമേട്ടിൽ വിളക്ക് കൊളുത്തിയിരുന്നതും അവർ തന്നെയാണ്. ശബരിമല ആചാരങ്ങളും ഉത്സവങ്ങളുമൊക്കെ ബൗദ്ധപാരമ്പര്യത്തിന്റെ തന്നെയാണ്.

വനക്ഷേത്രം എന്നത് ബുദ്ധവിഹാരം എന്നതിന്റെ തെളിവാണ്. വ്രതവും സസ്യാഹാരവും ശരണംവിളിയും ബൗദ്ധപാരമ്പര്യമാണ്. പേട്ടതുള്ളലും ശരമെയ്ത്തുമൊക്കെ ബൗദ്ധരെ വേട്ടയാടിയതിന്റെ പ്രതീകമാണ്. ഉത്സവത്തിനുയർത്തുന്ന കൊടി ശിരസ്സില്ലാത്ത ശരീരത്തിന്റെ പ്രത്യക്ഷ അടയാളമാണ്. ഛേദിക്കപ്പെട്ട തലയുടെ പ്രതീകമാണ് തേങ്ങ. അത് നടയിൽ എറിഞ്ഞുടച്ച് തീയിലെറിയുന്നത് ബൗദ്ധസന്ന്യാസികളെ വേട്ടയാടി കൊന്നതിന്റെ സന്തോഷപ്രകടനമാണ്. പള്ളിവേട്ടയെന്നത് ബൗദ്ധപാഠശാലകളുടെ നശീകരണമാണ്. ദേവന്റെ ചോരയിൽ കുളിച്ച ശരീരത്തെ കഴുകിയെടുക്കലാണ് ആറാട്ട്. കേരളത്തിലെ മറ്റൊരു ക്ഷേത്രത്തിലുമില്ലാത്ത ഈ ആചാരങ്ങൾ ബുദ്ധമതത്തിനെതിരായ ബ്രാഹ്മണ

മതവിജയത്തിന്റെ ആഘോഷമാണ്. അതിൽ ഹിന്ദുവിന് എന്തു പങ്കാണുള്ളത്? ഹിന്ദുമതമൊക്കെ അതിനും എത്രയോ നാളുകൾക്ക് ശേഷം സംഭവിച്ച ഒരു പ്രതിഭാസമാണ്. ബൗദ്ധപാരമ്പര്യം ആദിവാസി വിഭാഗങ്ങൾക്ക് അവകാശപ്പെട്ടതാകുമ്പോൾ സംഘപരിവാറിന്റെ ആചാരസമരം ഇവർക്കെതിരായ മറ്റൊരു യുദ്ധപ്രഖ്യാപനം കൂടിയാണ്. പക്ഷേ ഗുജറാത്ത് കലാപത്തിൽ കണ്ടതുപോലെ ദലിതരെ തങ്ങളുടെ പരിചകളാക്കി ഉപയോഗിക്കുന്നതിൽ സംഘപരിവാര രാഷ്ട്രീയം ഒരു പരിധിവരെ മുന്നിലാണ്.

ബാബറി മസ്ജിദിൽ ആരോ രാമവിഗ്രഹം കടത്തിയപ്പോൾ 1949-ൽ പ്രധാനമന്ത്രി ജവഹർലാൽ നെഹ്റു പറഞ്ഞത് അതെടുത്ത് സരയൂ നദിയിൽ എറിയാനാണ്. അന്നത് ചെയ്യാതിരുന്നതിന്റെ ഫലമാണ് 80 കൾക്കു മുന്നെ വട്ടപ്പൂജ്യമായിരുന്ന ബി.ജെ.പി. ഇന്ന് ഇന്ത്യയുടെ അന്തകരായി രാജ്യം ഭരിക്കാൻ കാരണം. ദൈവത്തേയും മതത്തേയും രാഷ്ട്രീയ താത്പര്യത്തിന് ഉപയോഗിക്കുമ്പോൾ ജനാധിപത്യം അസ്തമിക്കുകയാണ്. മതരാഷ്ട്രവാദത്തെ പ്രതിരോധിക്കാനുള്ള പ്രത്യയശാസ്ത്ര ആയുധം ചരിത്രം തന്നെയാണ്. അത് ജനങ്ങൾ അറിയുകതന്നെ വേണം. കച്ചവടമാധ്യമങ്ങളുടെ കപടക്കഥകളല്ല ചരിത്രം എന്ന് തിരിച്ചറിയുകയും വേണം.

ശബരിമല: ചരിത്രവും യാഥാർത്ഥ്യങ്ങളും

പി.സി. ഉണ്ണിച്ചെക്കൻ

മഹാപ്രളയം സൃഷ്ടിച്ച ആഘാതത്തിൽനിന്നും കേരളം പതുക്കെ കര കയറാൻ തുടങ്ങുമ്പോഴാണ് മറ്റൊരു പ്രളയം കേരളത്തെ വിഴുങ്ങാൻ ആർത്തലയ്ക്കുന്നത്. ആദ്യപ്രളയത്തിൽ ജീവനും സമ്പത്തുമാണ് നഷ്ട പ്പെട്ടതെങ്കിൽ പുതിയ വിപത്ത്, കേരളത്തിന്റെ സാമൂഹ്യമൂലധനത്തെ യാണ് കവർന്നെടുക്കാൻ ശ്രമിക്കുന്നത്. പ്രളയകാലത്ത് ഒറ്റക്കെട്ടായി അണിനിരന്ന് ലോകത്തിനുതന്നെ മാതൃകയായ ഒരു ജനതയെ ഭിന്നിപ്പി ക്കാനുള്ള കുതന്ത്രങ്ങളാണ് അരങ്ങേറുന്നത്. വിഭാഗീയതയും ശത്രുതയും സംഘർഷവും അജ്ഞതയുമടക്കം അശാന്തിയുടെ പ്രളയത്തിരകൾ പൊട്ടിഒഴുകുകയാണിപ്പോൾ. സംഘപരിവാർ നികുംഭിലകളിൽ കേരള ത്തിന്റെ മതനിരപേക്ഷതയേയും പുരോഗാമിത്തത്തേയും ഇല്ലായ്മ ചെയ്യാനുള്ള തന്ത്രങ്ങളാണ് മെനയുന്നത്.

> "കുരുതി കുടിക്കും മതപിശാചിൻ
> കുരവകൾ കേൾക്കാമലർച്ചപോലെ."

എന്ന് വയലാർ എഴുതിയത് അരനൂറ്റാണ്ട് മുമ്പാണ്. ഇപ്പോൾ നാമജപ ഘോഷയാത്രകളിൽനിന്നും ഇത്തരം അലർച്ചകൾ മുഴങ്ങുകയാണ്. ഉത്ത രേന്ത്യയിൽ മാത്രം സംഭവിക്കുമെന്ന് കരുതിയ മുഖംമൂടിയ ഭ്രാന്ത് കേരള ത്തിന്റെ മതേതര ജനാധിപത്യ പാരമ്പര്യങ്ങളെ ഉന്മൂലനം ചെയ്യാൻ ഇളകി യാടുകയാണ്.

പ്രാചീന കേരളത്തെ കഴുതയുടെ ബുദ്ധിയും പൂവൻകോഴിയുടെ ആത്മാവുമുള്ള സമൂഹമെന്ന് പി.കെ. ബാലകൃഷ്ണൻ വിശേഷിപ്പിച്ചി രുന്നു. ആ അവസ്ഥയിൽ നിന്നാണ് ലോകത്തിനു മുന്നിൽ തലയുയർത്തി നിൽക്കുന്ന മതേതര കേരളം ഉയർന്നുവന്നത്.

ഭരണഘടനയും സുപ്രീംകോടതി വിധിയും

1990 ആഗസ്റ്റ് 19ന് തിരുവിതാംകൂർ ദേവസ്വം കമ്മീഷണർ ചന്ദ്രിക യുടെ പേരക്കുട്ടിയുടെ ചോറൂണ് അനേകം യുവതികൾക്കൊപ്പം

ശബരിമല സന്നിധാനത്ത് നടന്നതിനെക്കുറിച്ച് 'ജന്മഭൂമി' പത്രം റിപ്പോർട്ട് ചെയ്തു. മഹേന്ദ്രൻ എന്നൊരാൾ ഇതിനെക്കുറിച്ച് ഹൈക്കോടതിയിലേക്ക് ഒരു കത്തയച്ചു. ഇത് റിട്ട് ഹർജിയായി പരിഗണിച്ച കോടതി 1991 ഏപ്രിൽ 5ന്, 10 വയസ്സിനും 50 വയസ്സിനും ഇടയ്ക്ക് പ്രായമുള്ള സ്ത്രീകളെ ശബരിമലയിൽ വിലക്കിക്കൊണ്ടുള്ള വിധി പ്രസ്താവിച്ചു. ഇതിനെക്കുറിച്ച് 1991ലെ വിധിന്യായത്തിൽ പറയുന്നത് ഇങ്ങനെയാണ്. "പരാതിക്കാരൻ മഹേന്ദ്രൻ, കമ്മീഷണറായിരുന്ന ചന്ദ്രിക ദേവസ്വം ബോർഡിന്റെ അഭിഭാഷകൻ എന്നിവരുടെ വിശദീകരണം കേട്ടുകഴിഞ്ഞപ്പോൾ ശബരിമല ക്ഷേത്രത്തിന്റെ വിശ്വാസത്തെക്കുറിച്ച് അടിസ്ഥാനപരമായതും വലിയ സ്വാധീനം ചെലുത്തുന്നതുമായ ചോദ്യങ്ങളാണ് പരിഗണനയ്ക്കായി ഉയർന്നുവരുന്നത് എന്ന് ഞങ്ങൾക്കു തോന്നി. അതിനാൽ ആ പരാതിയെ ഭരണഘടനയുടെ ആർട്ടിക്കിൾ 226 പ്രകാരം പൊതുതാത്പര്യഹർജി എന്ന നിലയിൽ ഒ.പി. 9015/1990 ആയി പരിവർത്തിപ്പിച്ചു." 1991ലെ ജസ്റ്റിസ് പരിപൂർണ്ണന്റെ നേതൃത്വത്തിലുള്ള ഹൈക്കോടതി വിധിയെ 'അജ്ഞാതന്റെ നെഗറ്റീവ് ഹർജിയെ തുടർന്നുള്ളത് എന്നാണ് സുപ്രീംകോടതി നിരീക്ഷിച്ചത്.

2006ൽ 'യങ് ലോയേഴ്സ് അസോസിയേഷൻ' എന്ന അഭിഭാഷക സംഘടന ശബരിമലയിൽ യുവതികളെ പ്രവേശിപ്പിക്കണം എന്നാവശ്യപ്പെട്ട് സുപ്രീംകോടതിയിൽ ഹർജി നൽകി. ഏതാണ്ട് 24ഓളം സംഘടനകൾ ഈ കേസിൽ കക്ഷി ചേർന്നു. നായർ സർവ്വീസ് സൊസൈറ്റി (NSS), അഖില ഭാരതീയ അയ്യപ്പസേവാസംഘം, അയ്യപ്പസേവാസമിതി, അയ്യപ്പ പൂജാസമിതി, ശ്രീധർമ്മശാസ്താ സമാജം, ശബരിമല ക്ഷേത്രാചാരസമിതി, കേരള ക്ഷേത്രസംരക്ഷണ സമിതി, ആത്മ ഡിവൈൻ ട്രസ്റ്റ്, പീപ്പിൾ ഫോർ ധർമ്മ, ജനാധിപത്യ മഹിളാ അസോസിയേഷൻ, റെഡി റ്റു വെയ്റ്റ് (Ready to wait), ഹാപ്പി റ്റു ബ്ലീഡ് (Happy to Bleed) എന്നിങ്ങനെയുള്ള സംഘടനകളും ശബരിമല ക്ഷേത്രം തന്ത്രിയും പന്തളം കൊട്ടാരവും തിരുവിതാംകൂർ ദേവസ്വം ബോർഡും ഒക്കെയാണ് കേസിൽ കക്ഷി ചേർന്നത്.

അനേകം സാക്ഷികളുടെ മൊഴികളും 4 അമിക്കസ് ക്യൂറിമാരുടെ റിപ്പോർട്ടുകളും പുരാണങ്ങളും പുരാവൃത്തങ്ങളും ആചാരങ്ങളും വിശ്വാസങ്ങളും ഭക്തിയും യുക്തിയും മതവും അവകാശങ്ങളും ലിംഗനീതിയും ചരിത്രവും നിയമവും ഭരണഘടനാമൂല്യങ്ങളും എല്ലാം ചർച്ച ചെയ്യപ്പെട്ടു. ഭരണഘടനയുടെ 14 (തുല്യത), 15 (വിവേചനം പാടില്ല), 16 (അസമത്വം ആചരിക്കരുത്), 17 അസ്പൃശ്യത അവസാനിപ്പിക്കുക), 19 (സ്വതന്ത്രമായി ജീവിക്കാനുള്ള അവകാശം), 25, 51 (A) എന്നീ ആർട്ടിക്കിളുകളുടെ വ്യത്യസ്തമാനങ്ങൾ സജീവചർച്ചയ്ക്ക് വിധേയമായി. 12 വർഷം നീണ്ട വ്യവഹാരത്തിനൊടുവിലാണ് 2018 ആഗസ്റ്റ് 28ന് സുപ്രീംകോടതി ഭരണഘടനാബഞ്ചിന്റെ വിധി വരുന്നത്. 1951ലെ നരസു അപ്പമാലി കേസിൽ ബോംബെ ഹൈക്കോടതി പുറപ്പെടുവിച്ച വിധി റദ്ദാക്കി,

ആചാരവിശ്വാസങ്ങളെ നിയമപരമായ പുനഃപരിശോധനയ്ക്ക് വിധേയമാക്കാമെന്ന് ഭരണഘടനാബെഞ്ച് വിധിച്ചു. കേരള പൊതു ആരാധനാചട്ടത്തിലെ 3 (b) വകുപ്പ് റദ്ദാക്കുകയും എല്ലാ പ്രായത്തിലുമുള്ള സ്ത്രീകൾക്കും ശബരിമലയിൽ പ്രവേശിക്കാമെന്നു വിധി എഴുതുകയും ചെയ്തു. ഭരണഘടന അനുശാസിക്കുന്ന തുല്യനീതി ഉറപ്പാക്കുകയാണ് ഈ വിധിയിലൂടെ സുപ്രീംകോടതി ചെയ്തത്.

ഒരു മതത്തിലെ വിശ്വാസികളായ എല്ലാ പ്രായത്തിലുള്ള പുരുഷന്മാർക്കും സ്ത്രീകൾക്കും തുല്യ അവകാശമാണ് ഉള്ളതെന്ന് ചീഫ് ജസ്റ്റിസ് ദീപക് മിശ്രയും എം.എം. ഖാൻവിൽക്കറും വിധിച്ചു. ശബരിമലയിലെ സ്ത്രീപ്രവേശന വിലക്ക് മതത്തിന്റെയോ വിശ്വാസത്തിന്റെയോ അവിഭാജ്യഘടകമല്ല. മതപരമായ അവകാശങ്ങളും ആരാധനാസ്വാതന്ത്ര്യവും ശാരീരികവും ജീവശാസ്ത്രപരവുമായ സവിശേഷതകളുടെ പേരിൽ നിഷേധിക്കാനാവില്ലെന്ന് ഇരുവരും അഭിപ്രായപ്പെട്ടു. പുരുഷന്മാരുടെ ബ്രഹ്മചര്യത്തിന്റെ ഭാരം സ്ത്രീകൾക്കും മേൽ അടിച്ചേല്പിക്കരുതെന്നാണ് ജസ്റ്റിസ് ഡി.വൈ. ചന്ദ്രചൂഡ് തന്റെ വിധിന്യായത്തിൽ പറഞ്ഞത്. 41 ദിവസം സ്ത്രീകൾക്ക് വ്രതമനുഷ്ഠിക്കാൻ സാധ്യമല്ല എന്ന വാദം അവരെ രണ്ടാംകിട പൗരന്മാരാക്കുന്നതിനു തുല്യമാണ്. സ്ത്രീകളുടെ അവകാശങ്ങളും അന്തസ്സും ആൾക്കൂട്ട സദാചാരത്തിന്റെ പേരിൽ ബലി കൊടുക്കാൻ കഴിയില്ല. ദുഷ്കരമായ പാതയിലൂടെ സ്ത്രീകൾക്ക് തീർത്ഥാടനം നടത്താനാവില്ലെന്ന് പറയുന്നത് പുരുഷാധിപത്യ നിലപാടാണെന്ന് ജസ്റ്റിസ് ചന്ദ്രചൂഡ് ചൂണ്ടിക്കാട്ടി. തന്ത്രിമാരുടെയും വിശ്വാസികളുടെയും മതാചാരങ്ങൾ പിൻതുടരാനുള്ള അവകാശങ്ങൾപോലെ പ്രധാനമാണ്, സ്ത്രീകൾക്ക് അവിടെ ആരാധന നടത്താനുള്ള അവകാശമെന്ന് ജസ്റ്റിസ് ആർ.എഫ്. നരിമാൻ വ്യക്തമാക്കി. ഒരുവശത്ത് സ്ത്രീകളെ ദേവതമാരാക്കി ആരാധിക്കുന്നവർ മറുഭാഗത്ത് അവർക്ക് വിശ്വാസത്തിന്റെ പേരിൽ നിയന്ത്രണങ്ങൾ ഏർപ്പെടുത്തുന്നതും സ്ത്രീകളിൽ നിന്നു മാത്രം പരിശുദ്ധി ആവശ്യപ്പെടുന്നതും തെറ്റാണെന്ന് ചീഫ് ജസ്റ്റിസ് വിധിന്യായത്തിൽ പറഞ്ഞു.

ദൈവവുമായുള്ള ബന്ധത്തിന് ജീവശാസ്ത്രപരവും ശാരീരികവുമായ സവിശേഷതകൾ തടസ്സമായിട്ടുള്ള ഉടമ്പടികൾ ആവശ്യമില്ല. ഭരണഘടന വാഗ്ദാനം ചെയ്യുന്ന മൗലികാവകാശങ്ങൾ നിഷേധിക്കുന്ന നടപടികൾക്ക് പിന്നിൽ പുരുഷമേധാവിത്തമാണ്. ഭരണഘടനയുടെ 26-ാം അനുഛേദ പ്രകാരം ശബരിമലയിലെ അയ്യപ്പവിശ്വാസികൾ പ്രത്യേക മതവിഭാഗമല്ല. ആർത്തവവും ആരാധനാസ്വാതന്ത്ര്യവും തമ്മിൽ ബന്ധമില്ല. ഭരണഘടന വാഗ്ദാനം ചെയ്യുന്ന വ്യക്തികളുടെ അന്തസ്സ് ഹനിക്കുന്ന ഒരാചാരത്തിനും നിയമപരമായ നിലനില്പില്ല. മലയാളമാസത്തിലെ ആദ്യത്തെ അഞ്ചു ദിവസം എല്ലാ പ്രായത്തിലുള്ള സ്ത്രീകൾക്കും ശബരിമലയിൽ പ്രവേശനമുണ്ടായിരുന്നതായി ദേവസ്വം ബോർഡ് തന്നെ ഹൈക്കോടതിയിൽ സമ്മതിച്ചിട്ടുണ്ട്. കുട്ടികളുടെ ചോറൂണ് പോലുള്ള കർമ്മങ്ങളും അവിടെ

നടന്നിട്ടുണ്ട്. ആ ദിവസങ്ങളിൽ അയ്യപ്പന്റെ ബ്രഹ്മചര്യത്തിന് ഭംഗമുണ്ടായിട്ടില്ലെന്ന് ജസ്റ്റിസ് ആർ.എഫ്. നരിമാൻ നിരീക്ഷിച്ചു. വ്യത്യസ്ത നിലപാടെടുത്ത ജസ്റ്റിസ് ഇന്ദു മൽഹോത്ര എല്ലാ ആചാരങ്ങളെയും യുക്തിയുടെ കണ്ണിലൂടെ മാത്രം നോക്കിക്കാണരുതെന്നും മതാചാരങ്ങൾ തുല്യതയ്ക്കുള്ള അവകാശത്തിന്റെ ഉരക്കല്ലിൽ ഉരച്ചുനോക്കേണ്ട കാര്യമില്ലെന്നും ശബരിമല പ്രതിഷ്ഠയ്ക്കും ക്ഷേത്രത്തിനും ഭരണഘടനയുടെ 25, 26 അനുച്ഛേദങ്ങളുടെ സംരക്ഷണമുണ്ടെന്നും മതത്തിൽനിന്നുള്ള ആളുകൾക്കു മാത്രമേ ആ മതത്തെ ചോദ്യം ചെയ്യാൻ അധികാരമുള്ളൂ എന്നും അവരുടെ വിധിന്യായത്തിൽ പറഞ്ഞു.

അയ്യപ്പഭക്തർ പഞ്ചശുദ്ധി പാലിക്കണമെന്നാണ് സ്ത്രീകളെ വിലക്കുന്നവർ പറയുന്ന ന്യായം. കർമ്മശുദ്ധി, മനഃശുദ്ധി, വാക്ശുദ്ധി, ശരീരശുദ്ധി, ഇന്ദ്രിയശുദ്ധി എന്നിവയിൽ ശരീരശുദ്ധി പാലിക്കാൻ സ്ത്രീകൾക്ക് ആവാത്തതിനാലാണ് അവരെ വിലക്കുന്നത് എന്നാണ് വിശ്വാസത്തിന്റെ പക്ഷം പിടിക്കുന്നവർ പറയുന്നത്. ഇതിന് ഭരണഘടനാപരമായി സാധുതയില്ലെന്നാണ് സുപ്രീം കോടതി വിധിയിൽ വ്യക്തമാക്കുന്നത്.

നൈഷ്ഠിക ബ്രഹ്മചാരിയായ അയ്യപ്പൻ

ക്ഷേത്രാരാധനകളെയുംകുറിച്ച് പറയുന്ന ആധികാരിക ഗ്രന്ഥം 'തന്ത്രസമുച്ചയ'മാണ്. ഇതിലാകട്ടെ 7 ദേവന്മാരെക്കുറിച്ച് മാത്രമാണ് പറഞ്ഞിരിക്കുന്നത്. ശിവൻ, വിഷ്ണു, ദുർഗ്ഗ, ശാസ്താവ്, ശങ്കരനാരായണൻ തുടങ്ങിയ മൂർത്തികളെക്കുറിച്ചാണ് ഇതിൽ പരാമർശിക്കുന്നത്. ഇതിൽ അയ്യപ്പനെക്കുറിച്ച് പരാമർശമേയില്ല. തന്ത്രസമുച്ചയത്തിന്റെ പരിഭാഷയായി കരുതുന്ന 'കുഴിക്കാട്ടുപച്ച'യിലും അതിനുശേഷം രചിച്ച 'ശേഷസമുച്ചയ'ത്തിലും ഇല്ല.

നൈഷ്ഠികം എന്നതിന് നിഷ്ഠയെ സംബന്ധിച്ച, വ്രതങ്ങളിലും മറ്റും സ്ഥിരതയുള്ള, ഉത്തമമായ, തുടങ്ങിയ അർത്ഥങ്ങളാണ് ഉള്ളത്. നൈഷ്ഠികബ്രഹ്മചാരിയെന്നാൽ നിഷ്ഠയോടെ മനസ്സിനെ സ്ഥിരമായി ബ്രഹ്മത്തിൽ സമർപ്പിച്ച് ജ്ഞാനസമ്പാദനം നടത്തുന്നവൻ എന്നാണ് അർത്ഥം. പൗരാണിക ആചാര്യന്മാർ വ്യക്തിജീവിതത്തെ ആശ്രമചതുഷ്ടയമായി വിഭജിച്ചിട്ടുണ്ട്. ഈ പരികല്പനപ്രകാരം ബ്രഹ്മചര്യം, ഗാർഹസ്ഥ്യം, വാനപ്രസ്ഥം, സന്ന്യാസം എന്നീ നാല് ആശ്രമങ്ങളിൽ ശ്രേഷ്ഠമായത് ഗാർഹസ്ഥ്യമാണ്. ഗൃഹസ്ഥാശ്രമി കർമ്മം ചെയ്യുന്നത് മറ്റു ആശ്രമധർമ്മം അനുഷ്ഠിക്കുന്നവർക്കുവേണ്ടികൂടി ആയതിനാലാണ് അത് ശ്രേഷ്ഠമാകുന്നത്. ജീവിതകാലം മുഴുവൻ ഗുരുപൂജ ചെയ്ത് ബ്രഹ്മസമ്പാദനത്തിന് (ജ്ഞാനം) സമർപ്പിച്ചാൽ നൈഷ്ഠിക ബ്രഹ്മചാരിയായി എന്നാണ് വിശ്വാസം. ഗായത്രി ബ്രഹ്മചാരി, പ്രജാപത്യബ്രഹ്മചാരി, വൈദിക ബ്രഹ്മചാരി, നൈഷ്ഠിക ബ്രഹ്മചാരി എന്നിങ്ങനെ നാല് വിഭാഗങ്ങളുണ്ടത്രേ. മനുസ്മൃതിയിൽ മുണ്ഡിതർ, ജഢിലൻ, ശിഖാജഡൻ എന്നീ മൂന്നുതരം ബ്രഹ്മചാരികളെക്കുറിച്ചാണ് പറയുന്നത്. രൂപപരമായ

സവിശേഷതകളുടെ പേരിലാണ് ഈ തരംതിരിവ്. ആദ്യത്തെയാൾ മുണ്ഡിതശിരസ്കനും രണ്ടാമൻ ജഡാധാരിയും മൂന്നാമൻ കുടുമ വെച്ചവനുമാണ്. നൈഷ്ഠിക ബ്രഹ്മചാരി സ്ത്രീ വിരുദ്ധനല്ല. ജീവിത കാലം മുഴുവൻ ഗുരുപൂജ ചെയ്യുന്നവനാണ്. ഗുരു മരിച്ചാൽ ഗുരുപത്നി യെയും പുത്രനേയും ഗുരുതുല്യരായവരെയും പരിചരിച്ച് ഗുരുഗൃഹത്തിൽ കഴിയുന്നവനാണ്. നൈഷ്ഠിക ബ്രഹ്മചാരിയായ ഹനുമാനാണ് സീതയെ അന്വേഷിച്ച് ലങ്കയിലേക്ക് പോകുന്നത്. നൈഷ്ഠിക ബ്രഹ്മചാരിയായി കരുതുന്ന ശങ്കരാചാര്യർ മണ്ഠനമിശ്രൻ എന്ന കർമ്മ മീമാംസകന്റെ യുവതിയായ പത്നിയോട് സംവാദം നടത്തുന്നതായും പറയുന്നുണ്ട്.

“ഒന്നും ചെന്നങ്ങ് തന്നോട് പറ്റാതെ
ഒന്നിലും ചെന്ന് താനും വലയാതെ”

എന്നാണ് പൂന്താനം പറയുന്നത്.

ബ്രഹ്മചാരി ഭിക്ഷയെടുത്ത് ജീവിക്കണമെന്നാണ് വിശ്വാസം. ഗീതം, വാദ്യം, നൃത്തം എന്നിവയൊന്നും അനുവദിക്കരുത്. സുഗന്ധവസ്തുക്കൾ ആസ്വദിക്കരുത്. ഇതാണ് ആചാരമെങ്കിൽ ശബരിമലയിലെ ഹരിവരാ സനവും സുഗന്ധദ്രവ്യങ്ങളായ ചന്ദനം, കർപ്പൂരം, സാമ്പ്രാണി, ഭസ്മം എന്നിവയൊക്കെ ആചാരവിരുദ്ധമാണ്. ഉടുക്കുകൊട്ടും ശാസ്താംപാട്ടും ഇതനുസരിച്ച് നിഷിദ്ധമാണ്.

ശബരിമലയും ധർമ്മശാസ്താവും

സംഘകാലകൃതികളിൽ (ബി.സി 3- എ.ഡി 3 നൂറ്റാണ്ടുകൾക്കിട യിൽ) കുറിഞ്ചി, മുല്ലൈ, പാലൈ, നെയ്തൽ, മരുതം എന്നീ അഞ്ച് തിണ കളെക്കുറിച്ച് പറയുന്നുണ്ട്. ഓരോന്നിനുമുള്ള ഓരോ ദൈവത്തെക്കുറിച്ചും പറയുന്നുണ്ട്. കുറിഞ്ചി (മലനാട്)യിലെ ദൈവം ചോയോൻ (ചുവന്ന ദൈവം) ആണ്. കൊട്രവൈ എന്ന അമ്മ ദൈവത്തിന്റെ പുത്രനാണ് ചോയോൻ. തമിഴ്നാട്ടിൽ ചോയോനെ മുരുകൻ എന്നു വിളിക്കുന്നു. കുറുഞ്ഞി പൂക്കുന്നതിനാൽ ആണത്രെ കുറിഞ്ചി എന്ന് അറിയപ്പെടു ന്നത്. ചോയോനെ ഇവിടെ ചാത്തൻ എന്നു വിളിക്കുന്നതായി ഒരു വാദം ഉണ്ട്. കോഴി ആണ് കൊടിയടയാളം, ശാസ്താവിന് കോഴി കൊടിയോൻ എന്ന പേരും ഉണ്ടത്രേ. വി.വി.കെ. വാലത്ത് സ്ഥലനാമ ചരിത്രത്തിൽ ശാസ്താവിന്റെ കൊടിയടയാളം കോഴിയാണെന്ന് പറയുന്നുണ്ട്.

പുലിപ്പാണിയും അയ്യപ്പനും

അഗസ്ത്യശിഷ്യനായ ഭോഗരുടെ ശിഷ്യനാണ് പുലിപ്പാണി. ഇദ്ദേഹം പുലിപ്പുറത്ത് സഞ്ചരിക്കുന്നു എന്നാണ് വിശ്വാസം. സിദ്ധവൈദ്യത്തിൽ പുലിപ്പാണി വൈദ്യം എന്നൊരു വിഭാഗം തന്നെയുണ്ട്. സിദ്ധവിശ്വാസ മനുസരിച്ച് 18 സിദ്ധന്മാരാണ് ഉള്ളത്. പതിനെട്ടാംപടി ഈ സങ്കല്പം അനുസരിച്ചുള്ളതാണെന്ന് ഈ കൂട്ടർ വാദിക്കുന്നു. പുലിപ്പാണിയുടെ

സമാധിസ്ഥലമായാണ് ഇവർ ശബരിമലയെ കാണുന്നത്. ചരിത്രകാരനായ കെ.എൻ. ഗണേശ് അയ്യപ്പൻ പുലിപ്പുറത്ത് യാത്ര ചെയ്ത വൈദ്യനാകാം എന്നു പറയുന്നുണ്ട്. ശബരിമലയുടെ ചരിത്രം പറയുന്ന പ്രാചീന ഗ്രന്ഥമാണ് വിദ്വാൻ നാരായണൻ കുറുമണ്ണൂരിന്റെ 'ശ്രീഭൂതനാഥ സർവ്വസ്വം'. അതിൽ ശാസ്താക്ഷേത്രമെന്നാണ് ശബരിമലയെ വിശേഷിപ്പിക്കുന്നത്. പൂർണ, പുഷ്കല എന്നീ രണ്ട് ഭാര്യമാരും സത്യകൻ എന്ന മകനും ശാസ്താവിന് ഉണ്ടെന്നാണ് 'അഷ്ടോത്തര ശതക'ത്തിൽ പറയുന്നത്. അയ്യപ്പൻ ശാസ്താവിൽ ലയിച്ചു എന്നാണ് വിശ്വാസം. ആചാരമനുസരിച്ച് മുഖ്യമൂർത്തിയിൽ മറ്റൊരു മൂർത്തി ലയിച്ചാൽ അത് മുഖ്യമൂർത്തി തന്നെയായിരിക്കും.

ശബരിമലയും ആദിവാസികളും

ശബരിമല മലയരയരുടേതാണെന്നാണ് അവർ അവകാശപ്പെടുന്നത്. കണ്ടന്റേയും കാലിയമ്മയുടേയും മകനായി പിറന്ന ചെറിയ കണ്ടനെ മണികണ്ടൻ എന്നു വിളിച്ചു. ശബരിമലയിലെ ആദ്യപൂജാരി കരിമലയരയനും രണ്ടാമൻ തല നാണിയരയനും ആയിരുന്നത്രെ. കരിങ്കോതി ഒപ്പൻ, കോർമ്മൻ അരയൻ, കരിമലമൂർത്തി, കരിമല കോർമ്മൻ, വല്ലേരി കടുത്ത, കൊമ്പുകുത്തി കൊച്ചുരാമൻ എന്നിവരും പൂജാരികളായിരുന്നു എന്നാണ് മലയരയനേതാവ് പി.കെ. സജീവ് പറയുന്നത്. സാമുവൽ മറ്റീറിന്റെ 'നേറ്റീവ് ലൈഫ് ഇൻ ട്രാവൻകൂർ' (Native Life in Travancore) എന്ന പുസ്തകത്തിൽ 10 പേജോളം ശബരിമലയെക്കുറിച്ച് പരാമർശിക്കുന്നുണ്ട്. അവിടത്തെ 18 മലകളുടെ (ശബരിമല, പൊന്നമ്പലമേട്, ഗൗണ്ടൽമല, നാഗമല, സുന്ദരമല, ചിറ്റമ്പലമേട്, ഗാൽഗിമല, മാതംഗമല, മയിലാടുംമേട്, ശ്രീപാദമല, ദേവർമല, നിലയ്ക്കൽ മല, തലപ്പാറമല, നീലിമല, കരിമല, പുതുശ്ശേരിമല, കാളകെട്ടിമല, ഇഞ്ചിപ്പാറമല) ഉപദേവന്മാരുടെ പ്രതീകമാണ് 18-ാം പടി എന്നാണ് അവർ പറയുന്നത്. ശരംകുത്തി അയ്യപ്പന്റെ ആയുധപ്പുര ആയിരുന്നെന്നും തമിഴ്നാട്ടിൽ നിന്ന് എത്തിയ ശത്രുപടയെ തോല്പിച്ച് ഓടിച്ച വില്ലാളിവീരനായിരുന്നു അയ്യപ്പൻ എന്നും അവർ പറയുന്നു. ആ മലകളിൽ നിന്നെല്ലാം അവരെ ആട്ടി ഓടിക്കുകയും അവരുടെ ഭൂമിയും അമ്പലവും കവർന്നെടുക്കുകയും ചെയ്തു എന്നാണ് അവർ വാദിക്കുന്നത്.

ശബരിമലയിലെ ബൗദ്ധപാരമ്പര്യം

7-ാം നൂറ്റാണ്ടിൽ ഇന്ത്യ സന്ദർശിച്ച ചൈനീസ് സഞ്ചാരി ഹുയാൻ സാങ് പശ്ചിമഘട്ട മലനിരകളിൽ ഒരു ബൗദ്ധകേന്ദ്രമുണ്ടായിരുന്നതായി രേഖപ്പെടുത്തിയിട്ടുണ്ട്. നരവംശപണ്ഡിതനായ എ. അയ്യപ്പന്റെ അഭിപ്രായത്തിൽ ശബരിമലയിലെ ശാസ്താവ് സാമന്തഭദ്ര ബോധിസത്വനാണ്. കേസരി ബാലകൃഷ്ണപിള്ളയുടെ അഭിപ്രായത്തിൽ അവലോകിതേശ്വര ബോധിസത്വനാണ്. 'ശബരിമല അഥവാ ടിബറ്റും കേരളവും തമ്മിലുള്ള

ബന്ധം' എന്ന അദ്ദേഹത്തിന്റെ ഗവേഷണപ്രബന്ധത്തിലാണ് അവലോകിതേശ്വരനെയും ശാസ്താവിനെയും ബന്ധിപ്പിക്കുന്നത്. നാലാമത്തെ ധ്യാനബുദ്ധനായ അമിതാഭിന്റെ പുരുഷഭാവമായ ബോധിസത്വസങ്കല്പമാണ് അവലോകിതേശ്വരൻ. ബുദ്ധന്റെ പ്രതിപുരുഷനായി വിശ്വസിക്കപ്പെടുന്ന തിബറ്റിലെ ദലൈലാമയെ ഇദ്ദേഹത്തിന്റെ അവതാരമായാണ് കരുതുന്നത്. ഇദ്ദേഹത്തിന്റെ പ്രധാന വാസസ്ഥലമായ പൊട്ടാലകം ശബരിമലയിലാണ്. ദലൈലാമയുടെ ആസ്ഥാനമായ ടിബറ്റിലെ ലാസയിലെ സന്ന്യാസിമഠത്തിന്റെ പേരും പൊട്ടാല എന്നുതന്നെയാണ്. UNICEF ഇതിനെ ലോകപൈതൃകപട്ടികയിൽ ഉൾപ്പെടുത്തിയിട്ടുണ്ട്.

ആദിവാസികളുടെ ആരാധനാലയമായിരുന്ന ശബരിമല പിന്നീട് ബുദ്ധമതകേന്ദ്രമായി മാറിയിട്ടുണ്ടാകാം. കേരളത്തിലെ പല ബുദ്ധ, ജൈനക്ഷേത്രങ്ങളെയും ബ്രാഹ്മണർ അവരുടേതാക്കിയതുപോലെ ശബരിമലയും പിടിച്ചെടുത്തതുമാകാം.

അയ്യപ്പനും പന്തളവും

പന്തളം രാജാവിന്റെ വളർത്തുമകനാണ് അയ്യപ്പൻ എന്നാണ് വിശ്വസിക്കപ്പെടുന്നത്. മറ്റു രാജവംശങ്ങളെപ്പോലെ പന്തളം രാജവംശം എന്നൊന്ന് ഉണ്ടായിരുന്നതായി ചരിത്രരേഖകളിൽ ഇല്ല. പാണ്ടിരാജ്യത്തുനിന്ന് കുടിയേറിയവരാണ് ഇവർ. കൈപ്പുഴ സ്വരൂപത്തിൽനിന്ന് ഭൂമി വാങ്ങിയാണ് അവർ പന്തളത്ത് താമസമാക്കിയത്. കൈപ്പുഴ സ്വരൂപം അന്യം നിന്നപ്പോൾ കൊന്നയൂരിലെ പാണ്ഡ്യവംശത്തിലെ ചെമ്പഴന്നൂർ ശാഖയിൽനിന്ന് ദത്തെടുത്ത് അയിരൂർ ശ്രീവിര ശ്രീധരകോവിലധികാരികൾ എന്ന് സ്ഥാനം നൽകിയതായി പറയപ്പെടുന്നു. പിന്നീട് വലിയ കോയിക്കൽ, ചെറിയ കോയിക്കൽ എന്ന് രണ്ട് താവഴികളായി പിരിഞ്ഞു. തിരുവിതാംകൂർ രാജാവ് 1170-ൽ ഇവർക്ക് കുറച്ച് ഭൂമി ദാനമായി നൽകി. ശങ്കുണ്ണിമേനോൻ എഴുതിയ തിരുവിതാംകൂർ ചരിത്രത്തിൽ ഇത് രേഖപ്പെടുത്തിയിട്ടുണ്ട്. വേണാട്ടരചനായിരുന്ന മാർത്താണ്ഡവർമ്മ തെക്കുംകൂറും വടക്കുംകൂറും അടക്കം പല നാട്ടുരാജ്യങ്ങളും കീഴടക്കിയാണ് തിരുവിതാംകൂർ രാജ്യം സ്ഥാപിച്ചത്. ഇതിൽ പന്തളം നാട്ടുരാജ്യത്തെക്കുറിച്ച് ഒരു പരാമർശവും ഇല്ല.

പന്തളം അടമാനം

കൊല്ലവർഷം 969 ഇടവമാസം 23ന് ഒപ്പുവെച്ച പന്തളം അടമാനത്തിൽ പറയുന്നത് ഇങ്ങനെയാണ്. "പടച്ചിലവിന് തൃപ്പാപ്പൂസ്വരൂപത്തിങ്കലേക്കു ജന്നപട്ടണത്തു വർത്തകൻ മുരളീദാസു ബാലകൃഷ്ണദാസുവശം കടം വാങ്ങിച്ചുകൊടുത്ത രൂപ 20001ഉം മാത്തുത്തരകൻ വശം വായ്പ വാങ്ങിച്ച രൂപ 2000 വും ആകെ രൂപ 22001 ഉം പകരം കടം വീട്ടേണ്ടുന്നതിനു പകരം കണ്ടയിലാറ്റു കണക്കു നാരായണൻ

കാളിയൻ വശം അയിരൂർ ശ്രീവീരശ്രീധര കോതവർമ്മകോവിൽ അധികാരികൾ കടം വാങ്ങിച്ച സൂറത്തി രൂപ ഇരുന്നൂറായിരത്തി ഒന്നു രൂപ ഇരുനൂറായിരത്തി ഇരുപതിനായിരത്തി ഒന്നുക്കും നാളതു മുതൽക്കു ശ്രീവീരശ്രീധരകോതവർമ്മ കോവിലധികാരികൾ തങ്കൾക്കുള്ള പന്തളത്ത് എൽകക്കകെത്ത് ഉൾപ്പെട്ട പ്രദേശങ്ങളും കോന്നിയൂർ മലയാലപ്പിഴ ഉൾപ്പെട്ട പ്രദേശങ്ങളും അറക്കുളം ഉൾപ്പെട്ട പ്രദേശങ്ങളും കക്കാട് ഉൾപ്പെട്ട പ്രദേശങ്ങളും ഇടമറുക് ഉൾപ്പെട്ട പ്രദേശങ്ങളും ഈ പ്രദേശങ്ങളിൽ ഉൾപ്പെട്ട നിലങ്ങളും പറമ്പുകളും മലഞ്ചേരിക്കലുകളും മലകളും അംകചുംങ്കങ്ങളും പൊലിക്കടങ്ങളും ശബരിമല ശാസ്താവിന്റെ ക്ഷേത്രത്തിൽ നടവരവും പാണ്ടിയിൽ എലത്തൂർ ഉൾപ്പെട്ട പ്രദേശങ്ങളും ചൊക്കനാം പുത്തൂരും വഴുക്കപ്പാറ തീരുവയും കടപ്പിറെ പ്രവൃത്തിയിൽ താങ്കൾക്കുള്ള കാണക്കുട കൃഷിനിലങ്ങളും പുരയിടങ്ങളും പൊലിക്കടങ്ങളും കൂടെ അടമാനമാകെ മുതൽ എടുത്ത മുതൽ രൂപ 22000നും തിങ്ങളിൽ നൂറ്റിന് ഒന്നുവീതം ആണ്ടൊന്നിനു പലിശ രൂപ 26400 അനുഭവിച്ചുകൊള്ളുമാറും മുതൽ രൂപ രണ്ട് നൂറായിരത്തി ഇരുപതിനായിരത്തി ഒന്നും കൊടുത്തു അടമാനം ഒഴിപ്പിച്ചുകൊള്ളുമാറും സംവദിച്ചു. ഇതിനു സാക്ഷി മണത്തറെ ചുവരൻ നീലകണ്ടനും വടശ്ശേരിൽ കീരുട്ടൻ കീരുട്ടനും വള്ളിത്തലെ വിഷ്ണുഭാനുവും മിത്രേചുവരൻ കണ്ടനും അറികെ കണ്ടിയിലാറ്റു കണക്കു നാരായണൻ കാളിയനു ഇന്ത അടമാന ഓല എഴുതിക്കൊടുത്ത അയിരൂരു ശ്രീവീര ശ്രീധരകോതവർമ്മ കോവിലധികാരികൾ. ഇന്ത അടമാന ഓല കൈ എഴുതിയ പുല്ലിക്കാട്ടു കണ്ടൻ കേരുളൻ എഴുത്തു, (ടി.കെ. വേലുപ്പിള്ളയുടെ ട്രാവൻകൂർ സ്റ്റേറ്റ് മാനുവൽ വാല്യം II പേജ് 186, 188). ശ്രീ അയ്യപ്പനോട് പന്തളം രാജകുടുംബത്തിന് അത്രയും സ്നേഹം ഉണ്ടായിരുന്നെങ്കിൽ ശബരിമലയുടെ നടവരവെങ്കിലും പണയത്തിൽ നിന്ന് ഒഴിവാക്കാമായിരുന്നില്ലേ?

ശബരിമലയുടെ പുരാവൃത്തം

1900-ൽ ശബരിമല ക്ഷേത്രം തീപിടിക്കുകയുണ്ടായി. തിരുവായ്ക്ക് എതിർവായ് ഇല്ലാതിരുന്ന ആ കാലത്തുപോലും ക്ഷേത്രം പുതുക്കിപ്പണിയാനുള്ള ആവശ്യത്തോട് ഹിന്ദു കോൺട്രാക്ടർമാർ മുഖം തിരിച്ചു നിൽക്കുകയാണ് ചെയ്തത്. ദിവാൻ പേഷ്കാർ രാജരാമയ്യരുടെ ഉപദേശമനുസരിച്ച് പോളച്ചിറക്കൽ കൊച്ചുതൊമ്മൻ മുതലാളി ഈ ഭാരിച്ച ഉത്തരവാദിത്വം ഏറ്റെടുക്കുകയാണ് ഉണ്ടായത്. ചിത്രമെഴുത്ത് കോയിത്തമ്പുരാൻ തന്റെ കീചകവധത്തിലെ ഭീമനൊരു മാതൃകാമുഖം തേടി നടന്നപ്പോൾ സർ പി. മാധവറാവുവിന്റെ പ്രതിമയുടെ മുഖമാണ് ആദ്യം തെരഞ്ഞെടുത്തത്. പിന്നീട് രവിവർമ്മ കൊച്ചുതൊമ്മൻ മുതലാളിയെയാണ് അതിനായി കണ്ടെത്തിയത്.

കൊല്ലം പുതുകുളങ്ങര കൊട്ടാരവളപ്പിൽ ഉരുപ്പടികളെല്ലാം പണികഴിപ്പിച്ച് കോട്ടയത്തെ കോടിമതയിലെത്തിച്ചു. അവിടെനിന്ന്

തലച്ചുമടായി 8 ദിവസംകൊണ്ട് മുണ്ടക്കയത്തുള്ള പടിഞ്ഞാറേ ചിറ തോട്ടത്തിലെത്തിച്ചു. തോട്ടം മാനേജരായ സായിപ്പ് നൽകിയ 250 കൂലിക്കാർ മുതലാളിയുടെ 20 പണിക്കാരും ചേർന്ന് നാലുമാസംകൊണ്ട് ശബരിമലയിൽ എത്തിച്ചേർന്നു. പണി നടക്കുന്നതിനിടയിൽ മുതലാളി മരിച്ചു. ഭാര്യയായ അക്കാമ മരുമകനായ വടക്കെതലയ്ക്കൽ സ്കറിയ കത്തനാരെ പവർ ഓഫ് അറ്റോർണിയാക്കിയാണ് പണി പൂർത്തീകരിച്ചത്. ചെങ്ങന്നൂർ തഹസിൽദാർ എം.സി. നാരായണപിള്ളയെ പ്രത്യേക കാവൽനോട്ടത്തിനായി നിയമിക്കുയുമുണ്ടായി. 1902-ൽ കണ്ഠരര് പ്രഭാകരര് പുനഃപ്രതിഷ്ഠ നടത്തി. ഇതോടെയാണ് ശബരിമലയിലേക്ക് ഈ തന്ത്രികുടുംബം എത്തുന്നത്. തഴക്കര എം.എസ്. ഇംഗ്ലീഷ് മീഡിയം സ്കൂളിലെ മാനേജരായിരുന്നു അദ്ദേഹം. ഉരുപ്പടികൾ റാന്നിവഴി കൊണ്ടുപോകാതെ മുണ്ടക്കയം വഴി എത്തിച്ചു എന്നു പറഞ്ഞ് കരാറുകാരനു നൽകാനുള്ള ബില്ല് മരവിപ്പിച്ചുവെച്ചു. 38,000 രൂപയോളം ഇതിന്റെ ഭാഗമായി അദ്ദേഹത്തിന് കടം വന്നു.

സ്ത്രീകളും ശബരിമലയും

നൂറ്റാണ്ടുകളായി യുവതികൾ പ്രവേശിക്കാത്ത ഒരു ക്ഷേത്രമാണ് ശബരിമല എന്നാണ് പ്രചരിപ്പിക്കുന്നത്. എന്നാൽ അവിടെ എല്ലാ പ്രായത്തിലുമുള്ള സ്ത്രീകളും ആരാധനയ്ക്ക് എത്തിയിരുന്നു എന്നത് രേഖാപരമായ വസ്തുതകളാണ്. 1937-ൽ തിരുവിതാംകൂർ രാജ്ഞി സേതു പാർവ്വതി ഭായ് ശബരിമലയിൽ എത്തിയതിന് തെളിവുകളുണ്ട്. മക്കളായ ചിത്തിര തിരുന്നാളും ഉത്രാടം തിരുന്നാളും കൂടെയുണ്ടായിരുന്നു. ഉത്രാടം തിരുന്നാൾ തന്റെ ക്യാമറയിൽ പകർത്തിയ ചിത്രങ്ങൾ ഇപ്പോഴും ലഭ്യമാണ്. 1950ൽ ശബരിമല ക്ഷേത്രം രണ്ടാമതും കത്തിയതിനുശേഷം ചില നിയന്ത്രണങ്ങൾ കൊണ്ടുവരാൻ ശ്രമിച്ചിരുന്നു.

1972 നവംബർ 12ന് ദേവസ്വം ബോർഡ് ഇറക്കിയ ഒരു സർക്കുലറിലൂടെയാണ് യുവതികളുടെ പ്രവേശനം തടയാൻ ശ്രമിക്കുന്നത്. എന്നാൽ അതിനുശേഷവും ധാരാളം സ്ത്രീകൾ ശബരിമലയിൽ ദർശനം നടത്തിയിട്ടുണ്ട്. 1981 നവംബർ 19ന്റെ 'മാതൃഭൂമി' പത്രത്തിൽ യുവതികൾ കൂട്ടത്തോടെ ഉല്ലസിച്ച് ശബരിമലയിൽ എത്തുന്നതിന്റെ വാർത്തയും ചിത്രവും നൽകിയിട്ടുണ്ട്. 1986-ൽ 18-ാം പടിയും പരിസരവും 7500 രൂപ ദേവസ്വം ബോർഡ് വാങ്ങി ഷൂട്ടിംഗിന് അനുവദിച്ചിരുന്നു. വിജയകാന്ത്, പ്രഭു, വിജയശ്രീ, സുധാചന്ദ്രൻ എന്നിവർ അഭിനയിച്ച 'നമ്പിനാൽ കെടുവതല്ലൈ' എന്ന തമിഴ് സിനിമയാണ് ചിത്രീകരിച്ചത്. 'പതിനെട്ടാംപടിയിൽ പതിനെട്ടുകാരിയുടെ മാദകനൃത്ത'മെന്ന് 'തനിനിറം' പത്രം ചിത്രങ്ങൾ സഹിതം അത് വാർത്തയാക്കിയിരുന്നു. അതിനുശേഷം കുമ്മനം രാജശേഖരൻ തന്ത്രിക്കയച്ച കത്തിൽ ശബരിമലയിൽ പാട്ടും കൂത്തും യുവതികളുടെ പ്രവേശനവും നടക്കുന്നുവെന്ന് പരാതിപ്പെട്ടിരുന്നു. 1990 ഓഗസ്റ്റ്

19ന് ദേവസ്വം കമ്മീഷണറായിരുന്ന ചന്ദ്രികയുടെ പേരക്കുട്ടിയുടെ ചോറൂണ് വാർത്തയായപ്പോൾ മഹേന്ദ്രൻ എന്നൊരാൾ ഹൈക്കോടതിയിലേക്ക് കത്തയച്ചു. ഈ കത്ത് റിട്ട് ഹർജിയായി പരിഗണിച്ചാണ് 1991 ഏപ്രിൽ അഞ്ചിന് 10 വയസ്സിനും 50 വയസ്സിനും ഇടയ്ക്ക് പ്രായമുള്ള സ്ത്രീകളെ വിലക്കിക്കൊണ്ടുള്ള ഉത്തരവ് വരുന്നത്. എന്നുപറഞ്ഞാൽ ശബരിമലയിലെ യുവതീപ്രവേശനത്തിനുള്ള വിലക്കിന് 2018ൽ 17 വർഷത്തെ ചരിത്രമേയുള്ളൂ. ഇനി 1972ലെ സർക്കുലറിന്റെ കാലം തൊട്ട് കണക്കാക്കിയാൽ 46 വർഷത്തിന്റെ ചരിത്രമേയുള്ളൂ. ഇനി 1951 മുതലുള്ള കണക്കെടുത്താൽ 67 വർഷത്തെ വിലക്കിന്റെ ചരിത്രമേയുള്ളൂ. വസ്തുതകൾ ഇങ്ങനെയിരിക്കുമ്പോഴാണ് നൂറ്റാണ്ടുകളുടെ ആചാരത്തിന്റെ പേരുപറഞ്ഞ് ശബരിമലയെ കലാപഭൂമിയാക്കാൻ സംഘപരിവാർ ശക്തികൾ ശ്രമിക്കുന്നത്.

എന്തുകൊണ്ടാണ് അവർക്കിത് കഴിയുന്നത്? ജനകീയപ്രക്ഷോഭങ്ങളുടെ ഫലമായാണ് വൈക്കം, ഗുരുവായൂർ സത്യാഗ്രഹങ്ങൾ വിജയിച്ചത്. മഹാരാഷ്ട്രയിലെ ശനി ശിഘ്നാപൂർ ക്ഷേത്രത്തിൽ ഇതാണുണ്ടായത്. ജനകീയ പ്രക്ഷോഭത്തിന്റെ ഫലമായി വരുന്ന കോടതിവിധികളെ തടയാൻ എളുപ്പമാകില്ല. കാരണം അപ്പോൾ കോടതിവിധി ഒരു ബഹുജന സമ്മർദ്ദത്തിന്റെ അടിയിലെ അധികാരത്തിന്റെ കയ്യൊപ്പാവുകയാണ് ചെയ്യുക. ശബരിമലയുടെ കാര്യത്തിൽ നേരെ തിരിച്ചാണുണ്ടായത്. ഒരു ബഹുജന പ്രക്ഷോഭത്തിന്റെയും പിൻബലമില്ലാതെ കോടതിയിലെ നിയമപരമായ നടപടികളിലൂടെ മാത്രമാണ് ഈ കോടതിവിധി വന്നത്. ഇങ്ങനെ ഒരു വിധി വരാൻ കേരളത്തിന്റെ തെരുവുകളിലോ, ക്ഷേത്രമുറ്റത്തോ ഒരു ശബ്ദവും മുഴങ്ങിയിരുന്നില്ല എന്നത് കേരളത്തിന് നാണക്കേടാണ്. തെരുവിൽ സ്ത്രീ പ്രവേശനപ്രക്ഷോഭങ്ങളുടെ ജനകീയ സാന്നിധ്യം ഇല്ലാതിരുന്നതുകൊണ്ടാണ് പ്രതിലോമശക്തികൾക്ക് എളുപ്പത്തിൽ സ്ത്രീകളെ തെരുവിലിറക്കാനായത്.

ആർത്തവവും വിശ്വാസവും

നല്ലവണ്ണം ചെയ്യപ്പെട്ട, അന്യധർമ്മത്തേക്കാൾ ഗുണരഹിതമായാലും സ്വധർമം ശ്രേഷ്ഠമാണെന്നാണ് ഗീതയിലെ സൂക്തം (ഭഗവദ്ഗീത അദ്ധ്യായം 18, ശ്ലോകം 47) ഓരോ ജാതിക്കും വിധിച്ചിട്ടുള്ള ആചാരങ്ങൾക്കനുസരിച്ച് പ്രയോജനമില്ലെങ്കിൽക്കൂടി ഓരോ ജാതിയും ജീവിക്കണമെന്നാണ് വിവക്ഷ. ഭരണഘടനയെ അല്ല, വിശ്വാസത്തെയാണ് അനുസരിക്കേണ്ടതെന്ന് വാദിക്കുന്നവരോട് കൂടുതൽ സംസാരിക്കുന്നതിൽ അർത്ഥമില്ല. മനസ്സിൽ സ്വാതന്ത്ര്യം കൈവരിക്കാത്തവർക്ക് സ്വാതന്ത്ര്യം മരീചികയായിരിക്കും എന്നാണ് ഇത്തരക്കാരെക്കുറിച്ച് അംബേദ്കർ പറഞ്ഞിട്ടുള്ളത്. ചൊട്ട മുതൽ ചുടല വരെ അനുസരിക്കേണ്ട ആചാരങ്ങൾ നമ്മുടെ നാട്ടിലുണ്ടായിരുന്നു. ശാങ്കരസ്മൃതിയിലെ പന്ത്രണ്ടാം അദ്ധ്യായത്തിൽ നാലാംപാദത്തിൽ ഇത്തരം ആചാരങ്ങളെക്കുറിച്ച് പറഞ്ഞിട്ടുണ്ട്.

സ്ത്രീകൾക്ക് ഓരോ മാസവും ഉണ്ടാവുന്ന ആർത്തവമെന്ന ജീവശാസ്ത്രപരമായ സവിശേഷതയ്ക്കുള്ള വിലക്കുകൾ അതികർക്കശമായിരുന്നു. ആർത്തവസമയത്ത് പൂ ചൂടിയാൽ അവൾക്കുണ്ടാകുന്ന കുഞ്ഞുങ്ങൾ കഷണ്ടിക്കാരായിത്തീരും. കണ്ണെഴുതിയാൽ അന്ധന്മാരായിത്തീരും. ചന്ദനം മുതലായവ ഉപയോഗിച്ച് കുറി തൊട്ടാൽ കുഞ്ഞുങ്ങൾക്ക് ത്വക്ക് രോഗമുണ്ടാകും. തേച്ച് കുളിച്ചാൽ മോടിയില്ലാത്തവരാകും. നാലാം ദിവസം കുളിക്കുന്നതിനു മുൻപ് പല്ലുതേച്ചാൽ ദന്തരോഗമുള്ളവരോ കോന്ത്രപ്പല്ലുള്ളവരോ ആകും. സന്ധ്യാസമയം പുറത്തിറങ്ങിയാൽ അപസ്മാരബാധിതരും വഴിനടന്നാൽ മുടന്തന്മാരുമാവും. ഇണപ്പുടവ ഉടുത്താൽ കുഷ്ഠരോഗികളും ഓട്ടുപാത്രത്തിൽ ഭക്ഷണം കഴിച്ചാൽ ഭിക്ഷ എടുത്തു ജീവിക്കുന്നവരുമായി കുഞ്ഞുങ്ങൾ മാറും. ഇങ്ങനെയൊക്കെയുള്ള ഭയപ്പെടുത്തലുകളിലൂടെയാണ് പുരുഷാധിപത്യം ആർത്തവ വിശ്വാസ തടവറകളിൽ സ്ത്രീകളെ തളച്ചിട്ടിരുന്നത് അതിൽനിന്ന് അവരെ മോചിപ്പിക്കാൻ ഒരു കൈത്താങ്ങും ആരും നൽകിയില്ല എന്നാണ് വർത്തമാനകാല സംഭവങ്ങൾ സൂചിപ്പിക്കുന്നത്.

സ്ത്രീകളുടെ ജീവശാസ്ത്രപരമായ ഒരു സവിശേഷതയാണ് ആർത്തവം. അതുള്ളതുകൊണ്ടാണ് മനുഷ്യർ ഈ ഭൂമുഖത്ത് ജീവിക്കുന്നത്. ഹിന്ദുപുരാണമനുസരിച്ച് ആർത്തവം ഒരു വരദാനമാണ്. ഇന്ദ്രനും ദേവഗുരുവായ ബൃഹസ്പതിയും തമ്മിൽ സ്വരച്ചേർച്ചയില്ലെന്നറിഞ്ഞ് അസുരന്മാർ ദേവലോകത്തെ കടന്നാക്രമിച്ചു. പരാജയം മണത്ത ഇന്ദ്രൻ ബ്രഹ്മാവിൽ അഭയം പ്രാപിച്ചു. ഒരു സന്ന്യാസിയെ ശ്രേഷ്ഠമായി പരിചരിച്ചാൽ ദേവലോകം നഷ്ടമാകില്ലെന്ന ബ്രഹ്മാവിന്റെ ഉപദേശം കേട്ട് ബ്രാഹ്മണനായ വിശ്വരൂപിയെ ഗുരുവായി സ്വീകരിച്ച് ഇന്ദ്രൻ പരിചരണം തുടങ്ങി. ഗുരുപത്നി അസുരസ്ത്രീയാണെന്ന് തിരിച്ചറിഞ്ഞ ഇന്ദ്രൻ, ഭാര്യയോടുള്ള പ്രേമത്താൽ തന്റെ ശത്രുക്കളായ അസുരന്മാരോട് ഗുരു പ്രതിപത്തി കാണിക്കുമോ എന്ന സംശയത്താൽ ഗുരുവിനെ വധിച്ചു. ഇതിന്റെ കുറ്റബോധത്താൽ ഭയന്ന് ഒരു പൂവിലൊളിച്ചിരുന്ന് വിഷ്ണുവിനെ ധ്യാനിച്ചു. സംപ്രീതനായ വിഷ്ണു തന്റെ പിഴ നാലുപേർക്ക് വീതിച്ചു നൽകിയാൽ പാപമുക്തനാകാം എന്നുപദേശിച്ചു. വിഷ്ണുവിന്റെ നിർദ്ദേശമനുസരിച്ച് ഇന്ദ്രൻ തന്റെ ദോഷങ്ങളെ നാലായി വിഭജിച്ചു. ഭൂമി, ജലം, വൃക്ഷങ്ങൾ, സ്ത്രീ എന്നിവർക്ക് വീതിച്ചു നൽകി. ഭൂമിക്ക് വളരെ വേഗം ഫലഭൂയിഷ്ഠമാകാനുള്ള വരവും വൃക്ഷങ്ങൾക്ക് തഴച്ചുവളരാനുള്ള വരവും വെള്ളത്തിന് എല്ലാ അശുദ്ധികളെയും ശുദ്ധീകരിക്കാനുള്ള വരവും സ്ത്രീക്ക് ആർത്തവവും പ്രസവിക്കാനുള്ള കഴിവും നൽകി എന്നാണ് പുരാണം പറയുന്നത്. പുരാണത്തിന് ആസ്പദമായ ഈ അനുഗ്രഹത്തെ അശുദ്ധം എന്ന് പറഞ്ഞാണ് കലാപങ്ങൾ സംഘടിപ്പിക്കുന്നത്. വോൾട്ടെയർ പറഞ്ഞതുപോലെ ആളുകളെ അസംബന്ധങ്ങൾ വിശ്വസിപ്പിക്കാൻ കഴിയുന്നവർക്ക് അതിക്രമങ്ങൾ ചെയ്യിക്കാനും കഴിവുണ്ട് എന്ന് ശബരിമല തെളിയിക്കുകയാണ്.

ശബരിമലയും സംഘപരിവാറും

ദക്ഷിണേന്ത്യയിലെ ഒരു പ്രമുഖ തീർത്ഥാടനകേന്ദ്രമാണ് ശബരിമല ക്ഷേത്രം. എന്നാൽ ഇത്തരം ക്ഷേത്രങ്ങളെയെല്ലാം ഒരു നവയാഥാസ്ഥിതിക മതാധികാരകേന്ദ്രങ്ങളാക്കാനാണ് ശ്രമിക്കുന്നത്. വാവരുസ്വാമിയേയും കടുത്ത സ്വാമിയേയും മാളികപ്പുറത്തമ്മയേയും ആരാധിക്കുന്ന ഈ ക്ഷേത്രത്തിൽ എല്ലാ ജാതിമതസ്ഥരും ആരാധനയ്ക്ക് എത്താറുണ്ട്. മതേതരത്വത്തിന്റെ ഒരു പൂങ്കാവനമാണ് ഈ ക്ഷേത്രം. ഇതിനെ നവബ്രാഹ്മണിക്കൽ ചിന്തകൾക്ക് അടിപ്പെടുത്താനാണ് സംഘപരിവാർ ശക്തികൾ ശ്രമിക്കുന്നത്. ഈ ഗൂഢാലോചനയുടെ ഫലമാണ് നിലയ്ക്കലിലും പമ്പയിലും സന്നിധാനത്തും അരങ്ങേറുന്ന കലാപശ്രമങ്ങൾ.

നുണകളുടെ മുന്നണി, അക്രമത്തിന്റെ പിന്നണി, എന്നത് ഫാസിസത്തിന്റെ ഒരു പ്രവർത്തനരീതിയാണ്. പ്രചരണത്തിന്റെ പ്രായോഗികതകൊണ്ട് നരകത്തെപോലും സ്വർഗ്ഗമാക്കാമെന്ന ഹിറ്റ്ലറുടെ പ്രചരണരീതിയാണ് ശബരിമലയിൽ ഇവർ പയറ്റുന്നത്. 'പാതോളജിക്കൽ ലൈയിങ്ങ്' എന്നത് ഒരു രോഗമാണ്. കളവുകൾ പറഞ്ഞ് അവയെ മനുഷ്യമനസ്സിൽ സത്യമായി പാകി മുളപ്പിക്കുകയും പിന്നെ മറ്റുള്ളവരിൽ അത് അടിച്ചേൽപ്പിക്കുകയും ചെയ്യുന്ന, അസത്യങ്ങളെ പ്രചരിപ്പിക്കുന്ന അവസ്ഥയാണ് 'പാതോളജിക്കൽ ലൈയിങ്ങ്' എന്നു പറയുന്നത്. സുപ്രീംകോടതിയിൽ കേസ് കൊടുത്തത് ഒരു മുസ്ലീം ആണെന്നും അദ്ദേഹത്തിന്റെ പേര് നൗഷാദ് അഹമ്മദ്ഖാൻ എന്നാണെന്നും അവർ പ്രചരിപ്പിച്ചു. കേസ് കൊടുത്ത 'യങ് ലോയേഴ്സി'ലെ പലർക്കും സംഘപരിവാർ ബന്ധമുണ്ടെന്ന വാർത്തകൾ വരികയുണ്ടായി.

പന്തളം കൊട്ടാരത്തിലെ അമ്മയുടെ അഭ്യർത്ഥനയെന്ന പേരിൽ സോഷ്യൽ മീഡിയായിൽ പ്രചരിപ്പിച്ച വാർത്തകൾക്കൊപ്പം കൊടുത്ത ചിത്രങ്ങളിൽ ഒന്ന് ക്യാപ്റ്റൻ ലക്ഷ്മിയുടെയും മറ്റൊന്ന് കഴിഞ്ഞ നവംബറിൽ അന്തരിച്ച അംബത്തമ്പുരാട്ടിയുടേതുമായിരുന്നു. ഭക്തകളായ അമ്മമാരെ തല്ലിച്ചതയ്ക്കുന്നു എന്ന അടിക്കുറിപ്പോടെ കൊടുത്ത ചിത്രം 2005ൽ എസ്.എഫ്.ഐ. എറണാകുളം കളക്ടറേറ്റിൽ നടത്തിയ മാർച്ചിൽ അടികൊണ്ട് വീഴുന്ന മുൻ ജില്ലാ സെക്രട്ടറി എം.ബി. ഷൈനയുടെ ചിത്രമാണ്. അയ്യപ്പന്റെ വിഗ്രഹം പിടിച്ച് നിൽക്കുന്ന ഭക്തനെ ചവിട്ടുന്ന ചിത്രം ഫോട്ടോഷോപ്പിൽ കൃത്രിമമായി തയ്യാറാക്കിയതാണ് എന്ന് വ്യക്തമായിക്കഴിഞ്ഞു. വസ്തുതകളുമായി ബന്ധമില്ലാത്ത നുണകളുടെ നിർമ്മാണവും പ്രചാരണവും വഴി കൃത്രിമമായ അവബോധം സൃഷ്ടിക്കുന്ന സത്യാനന്തര കാലത്താണ് നാം ജീവിക്കുന്നത്. ജനങ്ങളുടെ വികാരങ്ങൾ ഉത്തേജിപ്പിച്ച് രാഷ്ട്രീയ നേട്ടം കൊയ്യുകയാണ് ഇവരുടെ ലക്ഷ്യം.

ദേവസ്വം ബോർഡും കുപ്രചരണങ്ങളും

ഹിന്ദുക്കളുടെ ആരാധനാലയങ്ങൾക്കു മാത്രം എന്തിനാണ് സർക്കാർ ദേവസ്വം ബോർഡുകൾ ഉണ്ടാക്കുന്നതെന്ന ചോദ്യം ഉയർത്തുന്നുണ്ട്.

ക്രിസ്ത്യാനികളുടെയും മുസ്ലീങ്ങളുടെയും ആരാധനാലയങ്ങൾക്കൊന്നും ഇത്തരം സംവിധാനങ്ങൾ ഇല്ലല്ലോ എന്ന് ഇവർ ചോദിക്കുന്നു. ഹിന്ദുക്കൾ അസംഘടിതരായതുകൊണ്ടാണ് ഇങ്ങനെ സംഭവിക്കുന്നതെന്നും അതിനാൽ ക്രിസ്ത്യൻ-മുസ്ലീം സെമറ്റിക് മതങ്ങളെപ്പോലെ ഹിന്ദുമതവും പുനഃസംഘടിപ്പിക്കപ്പെടണം എന്ന് വാദിക്കുന്നവരാണ് ഈ ചോദ്യങ്ങൾ ഉയർത്തുന്നത്. അമ്പലങ്ങൾ എങ്ങനെ രാജാവിന്റെ കീഴിൽ വന്നു എന്ന് അവർ ചോദിക്കാറില്ല. നികുതി കൊടുക്കാതിരിക്കാൻ തങ്ങളുടെ സ്ഥാവര ജംഗമ സ്വത്തുക്കളെല്ലാം ബ്രഹ്മസ്വം ദേവസ്വം വകയാക്കി മാറ്റുകയായിരുന്നു പ്രാചീന ഫ്യൂഡൽ മാടമ്പിമാർ ചെയ്തത്. അമ്പലങ്ങളെല്ലാം ഏതെങ്കിലും ഭൂപ്രഭുക്കളുടെ നിയന്ത്രണത്തിലുമായിരുന്നു. തിരുവനന്തപുരത്തെ ശ്രീപത്മനാഭസ്വാമി ക്ഷേത്രം വോട്ടവകാശമുള്ള എട്ടു പോറ്റിമാരും ഈ അവകാശമില്ലാത്ത രാജാവുമടങ്ങിയ എട്ടരയോഗമാണ് ഭരിച്ചിരുന്നത്. തൃശ്ശൂരിലെ ശ്രീ വടക്കുംനാഥ ക്ഷേത്രം കൊച്ചി രാജാവിനെക്കൊണ്ട് പിഴയായി ആനയെ നടയിരുത്തിച്ചിട്ടുണ്ട്. ഇരിങ്ങാലക്കുട കൂടൽമാണിക്യ ക്ഷേത്രത്തിൽ 51 ഇല്ലങ്ങൾ കഴിഞ്ഞുള്ള അധികാരം മാത്രമാണ് 52-ാമനായ കൊച്ചി രാജാവിനുണ്ടായിരുന്നത്. പണ്ടാരവക (പരിശുദ്ധ ഖജനാവ് വക) എന്ന പേരിൽ ഭൂമി പതിച്ചെടുത്ത് ദേവസ്വം ഭരണം നടത്തുകയായിരുന്നു ചില മാടമ്പിമാർ. 1811-ൽ തിരുവിതാംകൂറിലെ ചില പ്രസിദ്ധ ക്ഷേത്രങ്ങൾ ഏറ്റെടുക്കുകയും ഭരണച്ചുമതല റവന്യൂ വകുപ്പിനെ ഏൽപ്പിക്കുകയും ചെയ്തു. 1818ൽ കേണൽ മൺറോ എല്ലാ ക്ഷേത്രങ്ങളുടെയും നിയന്ത്രണം ഏറ്റെടുത്തു. 1922-ൽ ഇതിനായി പ്രത്യേക വകുപ്പും ഉണ്ടാക്കി. 1815ൽ കൊച്ചിയിലെ ചില ക്ഷേത്രങ്ങളും ഏറ്റെടുത്തു. 1817ൽ മലബാറിലെ ചില ക്ഷേത്രങ്ങളും ഇതുപോലെ ഏറ്റെടുത്തു. 1949ൽ തിരു-കൊച്ചി സർക്കാർ ക്ഷേത്രഭരണത്തിനായി മൂന്നംഗ ബോർഡിനെ നിയോഗിച്ചു. 1951ൽ ഹിന്ദു പരിപാലന നിയമവും ഉണ്ടാക്കി. ഊരാണ്മ ക്ഷേത്രങ്ങൾക്കായി അനൗദ്യോഗികമായി ഊരാണ്മ ബോർഡും ഉണ്ടാക്കി.

വേണാട്ടരചനായിരുന്ന മാർത്താണ്ഡവർമ്മ തിരുവനന്തപുരത്ത് ആധിപത്യം ഉറപ്പിച്ചപ്പോൾ ആദ്യം ചെയ്തത് തിരുവനന്തപുരം ശ്രീപത്മനാഭക്ഷേത്രം കയ്യടക്കുകയായിരുന്നു. അവിടെയുണ്ടായിരുന്ന നമ്പൂതിരിമാരെ പുറത്താക്കി പൂജാദികർമ്മങ്ങൾ ചെയ്യാൻ തുളുബ്രാഹ്മണരായ പോറ്റിമാരെ കൊണ്ടുവന്നു. ബ്രാഹ്മണശാപം ഒഴിവാക്കാനാണ് ആറ് വർഷത്തിലൊരിക്കൽ നടത്തിവന്നിരുന്ന മുറജപത്തിന് തുടക്കം കുറിച്ചത്. തിരുവിതാംകൂറിലെ ക്ഷേത്രങ്ങളുടെ അധികാരി രാജാവായി. 1947ൽ രാജ്യത്തിന് സ്വാതന്ത്ര്യം കിട്ടിയപ്പോൾ ആ അധികാരം സർക്കാരിനായി. തിരുവിതാംകൂറിൽ വരുമാനമുള്ളത് ശബരിമലയടക്കം 61 ക്ഷേത്രങ്ങൾക്കു മാത്രമാണ്. വർഷാവർഷം സംസ്ഥാന ഖജനാവിൽനിന്ന് കോടിക്കണക്കിന് രൂപ നൽകിയാണ് ഗവണ്മെന്റ് ദേവസ്വം ബോർഡുകളെ നിലനിർത്തുന്നത്.

ഭരണഘടനയ്ക്ക് പകരം വിശ്വാസമോ?

"നമ്മൾ ഭാരതത്തിലെ ജനങ്ങൾ ഭാരതത്തെ ഒരു പരമാധികാര-സ്ഥിതി സമത്വ-മതനിരപേക്ഷ റിപ്പബ്ലിക്കായി സംവിധാനം ചെയ്യുന്നതിനും ഭാരതത്തിലെ എല്ലാ പൗരന്മാർക്കും സാമൂഹികവും സാമ്പത്തികവും രാഷ്ട്രീയവുമായ നീതി, ചിന്ത, ആശയാവിഷ്കാരം, വിശ്വാസം, ഭക്തി, ആരാധന എന്നിവയ്ക്കുള്ള സ്വാതന്ത്ര്യം, സ്ഥാനമാനങ്ങൾ, അവസരങ്ങൾ എന്നിവയിലുള്ള സമത്വം എന്നിവ ഉറപ്പുവരുത്തുന്നതിനും വ്യക്തിയുടെ അന്തസ്സും രാഷ്ട്രത്തിന്റെ അഖണ്ഡതയും ഉറപ്പുവരുത്തുന്ന ഭ്രാതൃഭാവം എല്ലാവരിലും വളർത്തുന്നതിനും ദൃഢനിശ്ചയം ചെയ്യുന്നതിന് നമ്മുടെ ഭരണഘടന നിർമ്മാണസഭയിൽ വെച്ച് 1949 നവംബർ 26-ാം തീയതി ഈ ഭരണഘടനയെ അംഗീകരിക്കുകയും നിയമമാക്കുകയും നമുക്കായിതന്നെ സമർപ്പിക്കുകയും ചെയ്യുന്നു." ഭരണഘടനയുടെ ആമുഖത്തിൽ പറയുന്ന ഈ അടിസ്ഥാനമൂല്യങ്ങളിൽ ഉറച്ചുനിന്നാണ് 2018 ഓഗസ്റ്റ് 28ന്റെ ശബരിമല വിധി ഉണ്ടായത്.

മതവിശ്വാസം നവോത്ഥാന-മാനവികമൂല്യങ്ങളെ ഹനിക്കുന്ന തരത്തിലാകാൻ പാടില്ല. ചരിത്രപരമായി രൂപപ്പെട്ട മനുഷ്യാവകാശങ്ങൾക്കും ക്ഷേമചിന്തകൾക്കും പുരോഗമനമൂല്യങ്ങൾക്കും വിഘാതമായി മതാചാരങ്ങൾ മാറുമ്പോൾ അവ നിയമത്തിന്റെ കർശന വിമർശനങ്ങൾക്ക് വിധേയമായേ തീരൂ. മതവിശ്വാസവും മതാചാരവും ഭരണകൂടത്തിന്റെയോ രാഷ്ട്രമീമാംസയുടേയോ ഭാഗമല്ല. എന്നാൽ ഏതെങ്കിലും മതവിശ്വാസമോ മതാചാരമോ സാമാന്യ നിയമങ്ങൾക്കും തുല്യതപോലുള്ള സാർവ്വലൗകിക പ്രമാണങ്ങൾക്കും എതിരാവുമ്പോൾ നിയമത്തിന് ഇടപെടേണ്ടിവരും. ശബരിമലയിൽ ഇതാണ് സംഭവിച്ചത്. പൗരന്റെ മൗലികാവകാശങ്ങൾ ഉറപ്പുവരുത്തുന്ന അദ്ധ്യായം മൂന്നാണ് ഇന്ത്യൻ ഭരണഘടനയുടെ കാതൽ എന്ന് ഭരണഘടനയുടെ ചർച്ചാവേളയിൽ ഡോ. അംബേദ്കർ ചൂണ്ടിക്കാട്ടിയിരുന്നു. അദ്ധ്യായം മൂന്നിലെ അനുച്ഛേദങ്ങൾ ഉദ്ധരിച്ചുകൊണ്ടാണ് സുപ്രീംകോടതിയുടെ ഈ വിധി. ഭരണഘടനയ്ക്ക് മുകളിൽ വിശ്വാസത്തെ പ്രതിഷ്ഠിക്കുന്നവർ, ഇന്ത്യൻ റിപ്പബ്ലിക്കിന്റെ അസ്തിവാരമാണ് ഇളക്കാൻ ശ്രമിക്കുന്നത്.

മാറുന്ന ആചാരങ്ങളും വിശ്വാസങ്ങളും

വിശ്വാസങ്ങൾ സനാതനമല്ല, അവ ചലനാത്മകമാണ്. സതി ഒരു ആചാരമായിരുന്നു. അത് തെറ്റിക്കാൻ യാഥാസ്ഥിതികർ ആരേയും അനുവദിച്ചിരുന്നില്ല. 1829 ഡിസംബർ 24ന് അന്നത്തെ വൈസ്രോയി വില്യം ബെൻഡിക് സതി നിരോധിച്ചപ്പോൾ ആ ദുരാചാരം പുനഃസ്ഥാപിച്ച് കിട്ടാൻ ഒരുലക്ഷം പേർ ഒപ്പിട്ട നിവേദനം സമർപ്പിക്കുകയുണ്ടായി. സതി പുനഃസ്ഥാപിക്കുന്നതിനായി പ്രചാരണം നടത്താൻ 1832ൽ കൽക്കത്തയിൽ ധർമ്മസഭയും രൂപീകരിച്ചിരുന്നു. 1987ൽ രാജസ്ഥാനിൽ വീണ്ടും ഈ ദുരാചാരം അരങ്ങേറി. രൂപ് കൻവാർ എന്ന യുവതിക്ക് സതി

അനുഷ്ഠിക്കേണ്ടിവന്നു. സതീമാതാവിന് ജയ് വിളിച്ച് ആദ്യം 70000 പേരുടേയും പിന്നീട് രണ്ടു ലക്ഷം പേരുടെയും റാലിയാണ് നടന്നത്. ഹിന്ദു പെൺകുട്ടികളുടെ വിവാഹപ്രായം എട്ടു വയസ്സിൽനിന്ന് പത്ത് ആക്കിയപ്പോഴും പത്തിൽനിന്ന് പന്ത്രണ്ട് ആക്കിയപ്പോഴും (1891 മാർച്ച് 19ന് Age consent bill) സ്ത്രീകളെ തെരുവിലിറക്കി പ്രതിരോധിക്കാൻ ശ്രമിച്ചു. സ്വയം ബന്ധിക്കാൻ ചങ്ങല തീർക്കുന്ന തടവുകാരെക്കുറിച്ച് ടാഗോർ എഴുതിയത് എത്ര ശരി!

കടൽ കടന്ന് യാത്ര ചെയ്യുന്നത് ആചാരലംഘനമായിരുന്നു. മാറ് മറയ്ക്കുന്നതും ആചാരലംഘനമായിരുന്നു. ആറ്റിങ്ങൽ റാണിയെ കാണാനെത്തിയ മാറുമറച്ച സ്ത്രീയുടെ മാറിടം ഛേദിച്ചെറിയാൻ ഉത്തരവിടുകയുണ്ടായി. 1905ൽ തൃപ്പൂണിത്തുറ ക്ഷേത്രത്തിൽ എത്തിയ നായർ സ്ത്രീകളുടെ റൗക്ക അഴിച്ചുമാറ്റിയിരുന്നു. കായംകുളത്ത് മാറു മറച്ചെത്തിയ ഈഴവയുവതികളുടെ മേൽവസ്ത്രം വലിച്ചുകീറി മുലക്കണ്ണിൽ ചിരട്ട ഘടിപ്പിച്ചിരുന്നു. അമ്പലത്തിൽ പോയിവരുന്ന ഈഴവസ്ത്രീകളെ കല്ലെറിയാൻ ഒരു സംഘത്തെതന്നെ സൃഷ്ടിച്ചിരുന്നു. മരിച്ചാൽ പതിനാറ് ദിവസത്തിനുള്ളിൽ പുല ആചരിക്കുന്നത് ആചാരലംഘനമായിരുന്നു. പത്തും പുലയും ആചരിച്ചതിന് മന്നത്ത് പത്മനാഭന് കോടതി കയറേണ്ടി വന്നിട്ടുണ്ട്. ഹിന്ദു കോഡ് ബില്ലിനെതിരെ സ്ത്രീകളെ തെരുവിലിറക്കി യാഥാസ്ഥിതികർ പ്രക്ഷോഭം നടത്തിയിട്ടുണ്ട്. സ്ത്രീകൾക്ക് വോട്ടവകാശം നൽകാനുള്ള നീക്കത്തിനെതിരെ സ്ത്രീകളെ ഇറക്കിതന്നെയാണ് പ്രക്ഷോഭം നടത്തിയിരുന്നത്.

1916ൽ തൃശൂർ ജില്ലയിലെ പെരിങ്ങോട്ടുകരയിൽ ഒരു ഈഴവന്റെ വീട്ടിൽ വാദ്യാഘോഷങ്ങളോടുകൂടി വിവാഹം നടത്തിയതിന് ശിക്ഷ വിധിക്കുകയുണ്ടായി. ഈഴവർക്ക് പശുവിനെ കറക്കാൻ അനുവാദമുണ്ടായിരുന്നില്ല. ആലപ്പുഴ ജില്ലയിലെ തണ്ണീർമുക്കത്ത് ഉഴുതുമൽ കിട്ടൻ ഈ ദുരാചാരത്തിനെതിരെ പൊരുതി ജയിച്ച വ്യക്തിയാണ്. പന്തളത്ത് മൂക്കുത്തി ധരിച്ചെത്തിയ സ്ത്രീകളുടെ മൂക്ക് പറിച്ചെറിഞ്ഞ സംഭവമുണ്ടായിട്ടുണ്ട്. ഇവിടെയാണ് ശബരിമല വിധിയുടെ പേരിൽ ആദ്യം നാമജപം തുടങ്ങിയത്.

നരബലിയും ആചാരമായിരുന്നു. ഇപ്പോൾ ഒരു ക്ഷേത്രത്തിലും അതില്ല. കൊങ്ങിനിടി അഥവാ പൊങ്ങനിടി എന്ന ഒരു ഭീകര ആചാരം ഉണ്ടായിരുന്നു. ഈഴവരുടെ തല ഉരലിലിട്ട് ഇടിച്ച് തെറിക്കുന്ന ചോര കൊണ്ട് അഭിഷേകം നടത്തുന്ന രീതി ആയിരുന്നു അത്. അതിനു പകരം ഇപ്പോൾ ചെത്തിയ കരിക്കും കുരുതിയും കൂട്ടി ഇടിക്കുമ്പോൾ തെറിക്കുന്ന ചുവന്ന വെള്ളമാണ് ഉപയോഗിക്കുന്നത്. ആൺകുട്ടികൾ ഉണ്ടാകാൻ ദമ്പതിമാർ പെൺകുഞ്ഞുങ്ങളെ മുതലയ്ക്ക് എറിഞ്ഞു കൊടുക്കുന്ന ആചാരവുമുണ്ടായിരുന്നു. മനുഷ്യർക്ക് വിദ്യാഭ്യാസവും ബോധവുമുണ്ടായപ്പോൾ ഈ ദുരാചാരങ്ങൾക്കെല്ലാം അറുതി വന്നു. ബ്രാഹ്മണർക്കിടയിൽ നീചത്വം എന്ന ഒരാചാരം നിലവിലുണ്ടായിരുന്നു.

നിത്യകന്യകകളായി ജീവിച്ചു മരിക്കേണ്ടിവന്ന നമ്പൂതിരി കന്യകമാരുടെ ശാപം ഇല്ലങ്ങൾക്കുമേൽ ഏൽക്കാതിരിക്കാനായി അനുവർത്തിച്ചുപോന്ന ഒരാചാരമാണ് നീചത്വം. മരണശേഷം നിത്യകന്യകകളുടെ മൃതദേഹം നവവധുവിനെപ്പോലെ അണിയിച്ചൊരുക്കി 'നീചജാതി'ക്കാരെന്ന് കരുതുന്നവരിൽ നിന്ന് ഒരാളെ തെരഞ്ഞെടുത്ത് അയാളെക്കൊണ്ട് മൃതശരീരവുമായി ലൈംഗികബന്ധത്തിലേർപ്പെടുത്തുന്ന ഒന്നായിരുന്നു ഇത്. ആചാരത്തിന്റെ പേരിൽ ഒരു ബ്രാഹ്മണരും ഈ ദുരാചാരം അനുഷ്ഠിക്കുന്നില്ല. കാർത്തികപ്പിള്ളിയിൽ വെട്ടിമന നാടുവാഴി എന്നൊരാൾ ഉണ്ടായിരുന്നു. അദ്ദേഹം ഒരു സന്മാർഗ്ഗ ശാസനം പുറപ്പെടുവിച്ചിരുന്നു. "നമ്മുടെ രാജ്യത്ത് സ്വജാതിയിലും ഉയർന്ന ജാതിയിലുംപെട്ട പുരുഷന് വശംവദയാകാത്ത സന്മാർഗഹീനകളായ സ്ത്രീകളുണ്ടെങ്കിൽ അവരെ വധിക്കേണ്ടതാണ്."

ശബരിമലയിലുണ്ടായ മൃഗബലി ഇപ്പോൾ ഇല്ല. കാട്ടുപന്നിയുടെ നെറ്റിയിൽനിന്നുള്ള മണ്ണും ആനക്കൊമ്പിലെ മണ്ണും ഉപയോഗിച്ചാണ് മുമ്പ് ബിംബം ശുദ്ധീകരിച്ചിരുന്നത്. ബിംബത്തിൽ ആദിവാസികൾ നടത്തിയിരുന്ന തേനഭിഷേകം മാറ്റി നെയ്യഭിഷേകമാക്കി. 18-ാം പടിയിൽ തേങ്ങ ഉടയ്ക്കുന്നതും പമ്പയിൽ വസ്ത്രങ്ങൾ ഉപേക്ഷിക്കുന്ന ആചാരവും നിർത്തലാക്കി. മാളികപ്പുറത്തമ്മയ്ക്ക് പൂജ ഉണ്ടായിരുന്നില്ല. അതു തുടങ്ങി. 18 വർഷം തുടർച്ചയായി ശബരിമല ദർശനം നടത്തിയാൽ തെങ്ങ് വെയ്ക്കുന്ന പതിവുണ്ടായിരുന്നു. അതും ഇപ്പോൾ ഇല്ല. ഇരുമുടിക്കെട്ടിൽ കഞ്ചാവ് വെയ്ക്കുന്ന പതിവുണ്ടായിരുന്നു. ഇപ്പോൾ അങ്ങനെ ചെയ്താൽ കുറ്റകൃത്യമാണ്. ഇത്തരം വിശ്വാസങ്ങൾ പലതും കാലപ്രവാഹത്തിൽ ഒലിച്ചുപോയി.

"ചികയുന്നോ ചിരിവരും
ചിലതുമിനിയുമുണ്ടെന്നേയ്..."

എന്ന് ചങ്ങമ്പുഴ എഴുതിയത് വെറുതെയല്ല.

ഭ്രാന്താലയം മനുഷ്യാലയമാകുന്നു.

"മലബാറിൽ ഞാൻ കണ്ടതിനേക്കാൾ കവിഞ്ഞ ഒരു വിഡ്ഢിത്തം ഇതിനുമുമ്പ് എവിടെയെങ്കിലും ഉണ്ടായിട്ടുണ്ടോ? സവർണ്ണർ നടക്കുന്ന തെരുവിലൂടെ പാവപ്പെട്ട പറയൻ നടന്നുകൂടാ. ഈ മലബാറുകാരെല്ലാം ഭ്രാന്തന്മാരാണ്. അവരുടെ വീടുകളത്രയും ഭ്രാന്താലയങ്ങളാണ് - ഇത്തരം നീചവും പൈശാചികവുമായ ആചാരങ്ങൾ പുലർത്തുന്ന അക്കൂട്ടർക്ക് ലജ്ജയില്ലല്ലോ?" പ്രാചീന കേരളത്തെക്കുറിച്ച് സ്വാമി വിവേകാനന്ദൻ പറഞ്ഞ വാക്കുകളാണിവ.

'തൊട്ടുകൂടാത്തവർ തീണ്ടിക്കൂടാത്തവർ,
ദൃഷ്ടിയിൽപെട്ടാലും ദോഷമുള്ളോർ'

എന്ന് കുമാരനാശാൻ വിവരിച്ച ദുരവസ്ഥയാണ് കേരളത്തിൽ നിലനിന്നിരുന്നത്. ഭാഷയിലും വേഷത്തിലും ഭക്ഷണത്തിലുംവരെ ജാതിമുദ്രകൾ

പതിഞ്ഞിരുന്നു. വിവിധ ജാതിശ്രേണിയിൽപെട്ടവരുടെ സമ്പർക്കത്തിനു പോലും നിയമങ്ങളുണ്ടായിരുന്നു. തീണ്ടാപ്പാട് എന്നാണ് ഇത് അറിയപ്പെട്ടിരുന്നത്. നായർ നമ്പൂതിരിയിൽ നിന്ന് 4 അടിയും ഈഴവർ 28 അടിയും പുലയർ 96 അടിയും അകലെ നിന്നു മാത്രമേ സംസാരിക്കുവാൻ പാടുണ്ടായിരുന്നുള്ളൂ. നായരും ഈഴവനും തമ്മിലുള്ള തീണ്ടാപ്പാട് 12 അടിയായിരുന്നു.

അവർണന് സവർണനുപയോഗിക്കുന്ന ഭാഷ ഉച്ചരിക്കുവാൻ അവകാശമുണ്ടായിരുന്നില്ല. കണ്ണിന് പഴങ്കണ്ണെന്നും ചെവിക്ക് പഴഞ്ചെവിയെന്നും ചോറിന് കരിക്കാടിയെന്നും അരിക്ക് ഉമിയെന്നും പറയാനേ അവർണന് അവകാശമുണ്ടായിരുന്നുള്ളൂ. കുടുമ വയ്ക്കുന്നതിനും വ്യത്യസ്തതകളുണ്ടായിരുന്നു. മുട്ടിനു താഴെ, മുട്ടുവരെ, കണംകാൽവരെ എന്നിങ്ങനെയായിരുന്നു മുണ്ടുടുക്കേണ്ട രീതികൾ. അവർണ സ്ത്രീകൾക്ക് മാറുമറയ്ക്കാൻ അവകാശമുണ്ടായിരുന്നില്ല. അടിമവ്യവസ്ഥയും ചാതുർവർണ്യവും ജാതി ഉച്ചനീചത്വവും ജന്മിത്വവും ഇരുട്ടിൽ തഴച്ച കേരളത്തിൽ നവോത്ഥാന നേതാക്കളുടെ ഉദയത്തോടെ എതിർശബ്ദങ്ങൾ ഉയരാൻ തുടങ്ങി.

സൂര്യശോഭയ്ക്കെതിരെ പഴംമുറം പിടിച്ചവർ

ഈ നവോത്ഥാനകാല പ്രക്ഷോഭങ്ങൾ സുഗമമായും സർവ്വാംഗീകാരത്തോടെയും സംഭവിച്ചവയായിരുന്നില്ല. പ്രതിലോമശക്തികളുടെ കടുത്ത വെല്ലുവിളികളെ നേരിട്ടുകൊണ്ടാണ് അവ മുന്നോട്ടുപോയത്. ഈ പ്രക്ഷോഭങ്ങൾ കേരളീയ സമൂഹത്തിൽ ഉയർത്തിവിട്ട വിപ്ലവജ്വാലകളെ കെടുത്താൻ പിന്തിരിപ്പൻ ശക്തികൾ സർവ്വസന്നാഹങ്ങളോടെയും കുതിച്ചിറങ്ങി. പാലിയം സത്യാഗ്രഹത്തിൽ സഖാവ് എ.ജി. വേലായുധൻ രക്തസാക്ഷിയായി. 'അടുക്കളയിൽ നിന്ന് അരങ്ങത്തേക്ക്' എന്ന് നാടകത്തിനെതിരെ ടി.എസ്. ഭട്ടതിരിപ്പാട് 'സഖാവിന്റെ മാനസാന്തരം' എന്ന നാടകവുമായി രംഗത്തിറങ്ങി. വി.ടിയുടെ പിതാവിന്റെ ശവസംസ്കാരച്ചടങ്ങ് അദ്ദേഹത്തിന് തനിച്ച് നടത്തേണ്ടിവന്നു. പൊട്ടേരേഴിയം ചെറിയ രാമൻ ഇളയത് അയിത്തത്തെ മഹത്വവൽക്കരിച്ച് കവിത എഴുതി പ്രതിരോധത്തിനിറങ്ങി. പഞ്ചിമൻ നമ്പൂതിരിയുടെ നേതൃത്വത്തിൽ പല ബ്രാഹ്മണസംഘടനകൾ ഇംഗ്ലീഷ് വേണ്ട അയിത്തം മതി എന്ന് ഉദ്ഘോഷിച്ചു. പാലിയത്ത് കുഞ്ഞുണ്ണി അച്ഛന്റെ നേതൃത്വത്തിൽ 'സനാതനി സംഘം' ഗുരുവായൂർ സത്യാഗ്രഹത്തെ എതിർക്കാൻ പുറപ്പെട്ടു. പാതാക്കര നമ്പൂതിരിമാർ തൊഴിൽകേന്ദ്രങ്ങളെ അസാന്മാർഗ്ഗിക കേന്ദ്രങ്ങളെന്ന് അധിക്ഷേപിച്ചു. പന്തിഭോജനം സംഘടിപ്പിച്ച സഹോദരൻ അയ്യപ്പനെ പുലയൻ അയ്യപ്പനെന്ന് പരിഹസിച്ച് കഴുത്തിൽ കടിത്തുമ്പ (ചൊറിയണ) മാലയിട്ട് അപമാനിച്ചു. അയ്യൻകാളിയുടെ നേതൃത്വത്തിൽ അധഃസ്ഥിതി കുട്ടികളെ വിദ്യാഭ്യാസത്തിന് പ്രവേശിപ്പിച്ച വിദ്യാലയങ്ങൾ സവർണ്ണ ഗുണ്ടകൾ തീയിട്ട് നശിപ്പിച്ചു. റൗക്കയിട്ട സ്ത്രീകളുടെ

മുലക്കണ്ണിൽ ചിരട്ടയിട്ട് അപമാനിച്ചു. മോചനസ്വപ്നം മനസ്സിൽ ഉദിച്ച പുതിയ മനുഷ്യന്റെ മുന്നേറ്റം തടയാൻ ശ്രമിച്ചവർ പരാജയപ്പെട്ടു.

ഭൂമി കുലുങ്ങി വെളിച്ചം പരന്നു

ചാതുർവർണ്യത്തിന്റെ നെടുംകോട്ടകൾ പിളർത്തി കേരളീയ സമൂഹം പിച്ചവെക്കുവാൻ തുടങ്ങിയത് കണ്ട് പഴമക്കാർ പകച്ചുപോയി.

"കാപ്പി നടപ്പിലായ്
മാപ്പിള ജഡ്ജിയായ്
ഉപ്പിന്റെ തൂക്കവും
ചാക്കിലായ്"

എന്ന പഴയ പാട്ടിൽ ഈ മാറ്റം കണ്ട് പകച്ച ജനങ്ങളെ കാണാം. 'കാലം പോന്ന പോക്ക്' എന്ന കവിതയിൽ വെണ്മണി മഹൻ നമ്പൂതിരിപ്പാട്.

"വെട്ടുന്നു ഹന്ത മുടി മീശ വടിച്ചു വേഷം
കെട്ടി ഭാര്യയോടുകൂടി നടന്നിടുന്നു"

എന്ന് അദ്ഭുതം കൂറി.

കുടുമകൾ മുറിച്ചും പൂണൂൽ പൊട്ടിച്ചും സവർണ്ണയുവത്വം സ്വാതന്ത്ര്യം ആഘോഷിച്ചു. ഘോഷയും മറക്കുടയും വലിച്ചെറിഞ്ഞ് അന്തർജ്ജനങ്ങൾ പുറത്തിറങ്ങി. മാറു മറച്ചും കല്ലുമാലകൾ തീയിലെരിച്ചും അധഃസ്ഥിത പിന്നാക്ക സ്ത്രീകൾ തങ്ങളും മനുഷ്യരാണെന്ന് പ്രഖ്യാപിച്ചു.

ജാതിഭേദം മതദ്വേഷ-
മേതുമില്ലാതെ സർവ്വരും
സോദരത്വേന വാഴുന്ന
മാതൃകാസ്ഥാനങ്ങൾ

കേരളത്തിൽ അങ്ങോളമിങ്ങോളം ഉയർന്നു. ബിംബങ്ങൾക്കു പകരം കണ്ണാടിയും കെടാവിളക്കും പ്രതിഷ്ഠകളായി കേരളത്തിന്റെ ആകാശങ്ങളിൽ കാർമേഘങ്ങൾ പിളർന്ന് പുത്തൻപുലരി പിറക്കാൻ തുടങ്ങി.

ചരിത്രം നടന്ന വഴികൾ

നവീന ആശയങ്ങളാൽ പ്രചോദിതരായ മനുഷ്യർ സംഘം ചേർന്ന് അവകാശപോരാട്ടങ്ങളിൽ അണിനിരന്നു. മാറു മറയ്ക്കാനും വഴിനടക്കാനും വിദ്യാലയങ്ങളിൽ പോകാനും ഇഷ്ടമുള്ള വസ്ത്രം ധരിക്കാനും വേണ്ടിയുള്ള പോരാട്ടങ്ങൾ ഊർജ്ജിതങ്ങളായി. ഈ പ്രക്ഷോഭങ്ങളിൽ നാട് ഉരുകിത്തിളയ്ക്കുന്നത് കണ്ടുകൊണ്ടാണ് കുമാരനാശാൻ 'ഹേ ലഹളേ നീയിന്നേറ്റവും നല്ല സാമൂഹ്യപരിഷ്കർത്താവ്' എന്ന് വിവേകോദയത്തിലെഴുതിയത്.

മാറ് മറച്ചാൽ മുണ്ട് താഴ്ത്തിയുടുത്താൽ, തലേകെട്ട് കെട്ടിയാൽ, മുടി കൊണ്ട വെച്ചുകെട്ടിയാൽ, മീശ വെച്ചാൽ, ചെരിപ്പിട്ടാൽ, കുട

പിടിച്ചാൽ, കമ്മലിട്ടാൽ, മൂക്കുത്തിയിട്ടാൽ, പശുവിനെ കറന്നാൽ, മരണം കഴിഞ്ഞ് പതിനാറാം ദിവസമല്ലാതെ പുല കുളിച്ചാൽ, ആറ് കാലിൽ പന്തലിട്ടാൽ, സദ്യയ്ക്ക് പപ്പടം വിളമ്പിയാൽ, സവർണർ അഭ്യസിക്കുന്ന കലകൾ പഠിച്ചാൽ, സ്കൂളിൽപോയാൽ, എല്ലാത്തിനും ലഹളകളായിരുന്നു കേരളമെങ്ങും. പ്രാകൃതവിവേചനങ്ങൾക്കെതിരെ നടന്ന ഇത്തരം പ്രക്ഷോഭങ്ങളും സഖാവ് പി. കൃഷ്ണപിള്ളയുടെ നേതൃത്വത്തിൽ രൂപം കൊണ്ട കമ്മ്യൂണിസ്റ്റ് പാർട്ടിയുടെ പ്രവർത്തനങ്ങളുമാണ് ആധുനിക കേരളം സൃഷ്ടിക്കുന്നതിന് മുഖ്യഹേതുവായി മാറിയത്.

പിന്നോട്ട് നടക്കുന്ന കേരളം

"വിത്തനാഥന്റെ ബേബിക്കുപോലും
നിർദ്ധന ചെറുക്കനുമിനീരും
ഇമ്മട്ടിലുള്ളതീശ്വരേച്ഛയെങ്കിൽ
അമ്മട്ടിലുള്ളൊരീശ്വരനെ
ചവിട്ടുക നമ്മൾ."

എന്ന് ഉച്ചൈസ്തരം പ്രഖ്യാപിക്കാനും

"രണ്ടു തുട്ടേകിയാൽ ചുണ്ടിൽ ചിരിവരും
തെണ്ടിയല്ലേ മതം തീർത്ത ദൈവം"

എന്ന് പരിഹസിക്കാനും കരുത്തുള്ള കവികൾ പിറന്നു. സാവിത്രി അന്തർജ്ജനത്തെ ചാത്തന്റെ ഭാര്യയാക്കിയും ജാതി ചോദിക്കുന്നില്ല ഞാൻ സോദരീ എന്ന് ഉദ്ഘോഷിച്ചും കവികൾ പുതിയ കാലത്തിന്റെ വരവ് അറിയിച്ചു. ബഹുദൈവവിശ്വാസങ്ങളിൽ വിശ്വസിച്ചിരുന്ന ജനങ്ങൾക്കിടയിൽ 'ഒരു ജാതി, ഒരു മതം, ഒരു ദൈവം മനുഷ്യന്' എന്ന ആപ്തവാക്യം പിറന്നു. പിന്നീട് സഹോദരൻ അയ്യപ്പൻ 'ജാതി വേണ്ട; മതം വേണ്ട, ദൈവം വേണ്ട മനുഷ്യന്' എന്ന് പ്രചരിപ്പിച്ചു.

1933 ഏപ്രിൽ 23ന് 'ഉണ്ണിനമ്പൂതിരി'യിൽ 'അമ്പലങ്ങൾക്ക് തീ കൊടുക്കുക' എന്ന ശീർഷകത്തിൽ വി.ടി. ഭട്ടതിരിപ്പാട് ഒരു ലേഖനം എഴുതി. "കേരളത്തിലെവിടെ നോക്കിയാലും അഹംഭാവംകൊണ്ട് തലയുയർത്തി നിൽക്കുന്ന അമ്പലങ്ങളും പള്ളികളുമാണ് കാണുന്നത്. ഇത് കണ്ടുമടുത്തു. അസമത്വത്തിന്റെയും അന്ധവിശ്വാസത്തിന്റെയും ശവക്കല്ലറകളെ നമുക്ക് പൊളിച്ചുകളയാം. അമ്പലങ്ങളുടെ മോന്തായങ്ങൾക്കു തീവെക്കണം. എന്റെ സഹോദരി സഹോദരന്മാരെ കരിങ്കല്ലിനെ കരിങ്കല്ലായി കാണുക. മനുഷ്യനെ മനുഷ്യനായ് കാണുക." ഈ ലേഖനം എഴുതിയതിന് പത്രവും പ്രസ്സും കൊച്ചി രാജാവ് കണ്ടുകെട്ടുകയും കൊച്ചിയിലേക്കുള്ള വി.ടിയുടെ പ്രവേശനം നിരോധിക്കുകയും ചെയ്തു. 1935ൽ വി.ടിയുടെ വിധവയായ ഭാര്യാസഹോദരി ഉമയും എം.ആർ.ബിയും തമ്മിലുള്ള വിവാഹം നടത്തിയതിനുശേഷം അദ്ദേഹം പ്രഖ്യാപിച്ചു. ഇനി യോഗക്ഷേമസഭ പിരിച്ചുവിടാം. ഈ പ്രഖ്യാപനത്തിനുശേഷം ദളിത് ജനങ്ങളുടെ ഉദ്ധാരണം ലക്ഷ്യംവെച്ച് പട്ടാമ്പിക്കടുത്ത് കൊടുമുണ്ടയിൽ

ഒരു കോളനി സ്ഥാപിച്ച് അദ്ദേഹം കുടുംബസമേതം അവിടെ താമസമാക്കി. 1975ൽ പാഞ്ഞാളിൽ അതിരാത്രം നടന്നപ്പോൾ 'പാഞ്ഞാൾ പാടത്തെ കശാപ്പുശാല'യെന്നും വി.ടി. വിമർശിച്ചു. ശബരിമല ക്ഷേത്രം കത്തിയപ്പോൾ തിരുകൊച്ചി മുഖ്യമന്ത്രിയായിരുന്ന സി. കേശവൻ 'ഒരു അമ്പലം കത്തിയാൽ അത്രയും അന്ധവിശ്വാസം നശിച്ചു' എന്നാണ് പറഞ്ഞത്. ചാത്തനേറിന്റെ ശല്യം തീർക്കാൻ ശ്രീനാരായണഗുരുവിന്റെ അടുക്കലെത്തിയ പരാതിക്കാരൻവശം ഇനി ശല്യം ചെയ്യരുതെന്ന് കാണിച്ച് ചാത്തന് കത്ത് എഴുതി കൊടുത്തയച്ച സ്വാമികൾ, മൃതശരീരം ചക്കിലിട്ടാട്ടി തെങ്ങിന് വളമാക്കിയാൽ നല്ല കാഫലം കിട്ടും എന്നും പറഞ്ഞു. ദേവാലയങ്ങൾ ജാതിവ്യത്യാസം ഇല്ലാതാക്കുമെന്നും നാം ധരിച്ചിരുന്നു. ദേവാലയങ്ങൾ ജാതിവ്യത്യാസം വർദ്ധിപ്പിക്കുന്നു. ഇനി ദേവാലയങ്ങൾ വേണ്ട എന്ന് പറയിപ്പിക്കാൻ സ്വാമിയെ പ്രേരിപ്പിച്ച കാരണമിതാണ്.

തന്റെ സമുദായത്തിന് ലഭിച്ച പ്രജാസഭ അംഗത്വം തങ്ങളേക്കാൾ അധഃസ്ഥിതരായ പുലയർക്ക് നൽകണമെന്ന് കൊച്ചി രാജാവിനോട് അപേക്ഷിച്ച മഹാനാണ് പണ്ഡിറ്റ് കറുപ്പൻ. കറുപ്പന്റെ നിര്യാണത്തിൽ കൊച്ചിൻ മഹാസഭ പാസാക്കിയ പ്രമേയത്തെ മുൻനിർത്തി പുലയപ്രതിനിധി കെ.പി. വള്ളോൻ പറഞ്ഞു. "പണ്ഡിറ്റ് കറുപ്പൻ അവശസമുദായങ്ങളുടെ പ്രത്യേകിച്ച് പുലയരുടെ രാജാവാണ്." സ്വന്തം സമുദായങ്ങൾക്കുവേണ്ടി കടിപിടി കൂടുന്ന ഇന്നത്തെ സമുദായനേതാക്കളെയും കറുപ്പനെയും താരതമ്യം ചെയ്യാൻപോലും നമുക്കാവില്ല. ഇത്തരം മഹാമനീഷികൾ ചേർന്ന് സൃഷ്ടിച്ച കേരളം ഇപ്പോൾ പിന്നോട്ട് നടക്കുകയാണ്.

ഗൂഢലക്ഷ്യങ്ങളും പ്രതിലോമ ശക്തികളും

സുപ്രീംകോടതി വിധി വന്നപ്പോൾ ബി.ജെ.പിയും കോൺഗ്രസ്സും ആർ.എസ്.എസ്സുമെല്ലാം വിധിയെ സർവ്വാത്മനാ പിൻതുണച്ചവരാണ്. ആർ.എസ്.എസ്സിന്റെ ബൗദ്ധിക പ്രമുഖ് ഹരി 'കേസരി'യിൽ 2016ൽ ശബരിമലയിൽ യുവതികളെ പ്രവേശിപ്പിക്കേണ്ടതിന്റെ ആവശ്യകതയെക്കുറിച്ച് തുടർലേഖനമെഴുതുകയുണ്ടായി. വിധി വന്നതിന്റെ പിറ്റേദിവസം ഭാരതീയ വിചാരകേന്ദ്രത്തിന്റെ ഡെപ്യൂട്ടി ഡയറക്ടർ സഞ്ജയൻ 'ജന്മഭൂമി' പത്രത്തിൽ വിധിയെ പ്രകീർത്തിച്ച് ലേഖനമെഴുതി. ഇപ്പോൾ ബി.ജെ.പിയും ആർ.എസ്.എസ്സും വിശ്വാസ സംരക്ഷകരായി ശബരിമലയെ കലാപഭൂമിയാക്കാനാണ് ശ്രമിക്കുന്നത്.

1950 ജൂണിൽ ശബരിമല കത്തിയപ്പോൾ അതിന്റെ നേട്ടം കൊയ്തത് ആർ.എസ്.എസ്. ആണെന്ന് കാണാം. അതിനു തൊട്ടുമുമ്പാണ് കേരളത്തിൽ ഹിന്ദു മഹാമണ്ഡലത്തിന്റെ യോഗം ചേർന്നത്. മന്നത്തു പത്മനാഭനും ആർ. ശങ്കറും കൂടി ചേർന്ന് 1950 മെയ് 12 മുതൽ 18 വരെ കൊല്ലത്ത് മഹാഹിന്ദു സമ്മേളനം സംഘടിപ്പിച്ചു. മെയ്ഡ് ഇൻ ഈസി ഹിന്ദുമതം ഉണ്ടാക്കാനുള്ള ആ പരീക്ഷണം അധികകാലം നീണ്ടു

നിന്നില്ല. അത് പുനർജീവിപ്പിക്കാനാണ് ആർ.എസ്.എസ്സിന്റെ ഇപ്പോഴത്തെ ശ്രമം. ശബരിമലയെ കളങ്കപ്പെടുത്താൻ മുമ്പും ശ്രമങ്ങൾ ഉണ്ടായിട്ടുണ്ട്. 1982ലെ നിലയ്ക്കൽ പ്രക്ഷോഭം അതിൽ ഒന്നായിരുന്നു. പിന്നീട് വർഗീയ വാദികൾ എരുമേലിയിലെ വാവർ പള്ളിക്കെതിരെ തിരിയുകയും വാവർ മുസ്ലീം അല്ല വാപരൻ എന്ന ശിവഭൂതഗണമാണെന്ന പ്രചാരണം നടത്തുകയും ചെയ്തു. ശബരിമലയിലെ വരുമാനം സർക്കാർ ദുർവ്യയം ചെയ്യുകയാണെന്ന് വ്യാപകമായി പ്രചരിപ്പിച്ചു.

ഗുരുവായൂർ ക്ഷേത്രത്തിൽ പി.എൻ. നാരായണന്റെ നേതൃത്വത്തിൽ 1988ൽ ദേവസ്വം ബോർഡ് നിലവിൽ വന്നപ്പോൾ ക്ഷേത്രസംരക്ഷണ സമിതിയുടെ നേതൃത്വത്തിൽ പ്രക്ഷോഭം സംഘടിപ്പിച്ചു. വിശ്വഹിന്ദു പരിഷത്തിന്റെ അന്താരാഷ്ട്ര സെക്രട്ടറി അശോക് സിംഗാൾ നേരിട്ടെത്തിയാണ് പ്രക്ഷോഭത്തിന് ഊർജ്ജം നൽകിയത്. തെക്കേനടയിലെ പട്ടരുകുളത്തിനടുത്ത് ഭണ്ഡാരപ്പെട്ടി സ്ഥാപിച്ചു. ക്ഷേത്രത്തിൽ കാണിക്കയിടരുതെന്നും പകരം അവരുടെ ഭണ്ഡാരപ്പെട്ടിയിൽ നിക്ഷേപിക്കണമെന്നും പ്രചരിപ്പിച്ചു. വിശ്വാസികൾ തിരിഞ്ഞുനോക്കാതെ വന്നപ്പോൾ ആ സമരം കെട്ടടങ്ങി.

എന്തുകൊണ്ട് സ്ത്രീകൾ?

ആർ.എസ്.എസ്സുകാരുടെ കുതന്ത്രങ്ങളിൽ തകർന്നുവീഴുന്നതല്ല കേരളത്തിന്റെ ഇടതുപക്ഷ മതേതര അടിത്തറ. നവോത്ഥാന പാരമ്പര്യത്തിൽ ഉരുകിത്തിളച്ച് ഉറച്ചതാണത്. അതിൽ വിള്ളലുണ്ടാക്കാനാണ് ശ്രമം നടക്കുന്നത്. അതിൽ കുറേ വിശ്വാസികളെയെങ്കിലും തെറ്റിദ്ധരിപ്പിക്കാനായി എന്നത് വിസ്മരിച്ചുകൂടാ. കെട്ട ആചാരക്കെട്ടുകൾ പൊട്ടിക്കാൻ സ്ത്രീകളോട് 'ഋതുമതി'യിലൂടെ ആഹ്വാനം ചെയ്ത നവോത്ഥാന നായകരുടെ നാടാണിത്. മുഖാവരണം മാറ്റി രാജ്യത്തിന്റെ മുറിവുകെട്ടാനാണ് 'അടുക്കളയിൽനിന്ന് അരങ്ങത്തേക്ക്' എന്ന നാടകം വിളംബരം ചെയ്തത്. മുലക്കരത്തിനെതിരെ മുല മുറിച്ചുമാറ്റിയ നങ്ങേലിയുടെ നാട്ടിൽ ഞങ്ങൾ അശുദ്ധരാണ് ഞങ്ങളെ വിലക്കൂ... എന്നു പറഞ്ഞ് സ്ത്രീകൾ തന്നെ തെരുവിലിറങ്ങുന്നതിന്റെ വിരോധാഭാസം എന്തുകൊണ്ട് ഉണ്ടാകുന്നു എന്ന് ചിന്തിക്കേണ്ടതുണ്ട്. 'തോംസൺ റോയിട്ടേഴ്സ് ഫൗണ്ടേഷൻ' 2018 ജൂലായിൽ നടത്തിയ അന്താരാഷ്ട്ര സർവ്വേയിൽ ലോകത്ത് സ്ത്രീകൾക്ക് താമസിക്കാൻ പറ്റാത്ത അപകടകരമായ സ്ഥലമാണ് ഇന്ത്യ എന്നാണ് രേഖപ്പെടുത്തിയിട്ടുള്ളത്. ലോക സാമ്പത്തിക ഫോറത്തിന്റെ 2017ലെ റിപ്പോർട്ടിൽ ലിംഗസമത്വത്തിന്റെ കാര്യത്തിൽ 108-ാം സ്ഥാനമാണ് ഇന്ത്യയ്ക്കുള്ളത്.

വൈകുണ്ഠസ്വാമികൾ, ആറാട്ടുപുഴ വേലായുധ പണിക്കർ, ശ്രീനാരായണഗുരു, ചട്ടമ്പി സ്വാമികൾ, ശ്രീ അയ്യങ്കാളി, പണ്ഡിറ്റ് കറുപ്പൻ, ഡോ. പൽപ്പു, ടി.കെ. മാധവൻ, സഹോദരൻ അയ്യപ്പൻ, വി.ടി. ഭട്ടതിരിപ്പാട്,

പൊയ്കയിൽ യോഹന്നാൻ, വാഗ്ഭടാനന്ദൻ, ബ്രഹ്മാനന്ദ ശിവയോഗി, മുക്തി തങ്ങൾ എന്നിങ്ങനെ ഒട്ടേറെ നവോത്ഥാന നായകരാണ് കേരളത്തെ ഭ്രാന്താലയത്തിൽനിന്ന് മനുഷ്യാലയമാക്കി മാറ്റിയത്. ബ്രിട്ടീഷ് ഭരണത്തെ 'വെൺ നീചഭരണമെന്നും', തിരുവിതാംകൂർ രാജ ഭരണത്തെ 'അനന്തപുരത്ത് നീചന്റെ ഭരണമെന്നും' വിമർശിക്കാൻ ധൈര്യം കാണിച്ച വ്യക്തിയാണ് വൈകുണ്ഠസ്വാമികൾ. അടിമത്ത വ്യവസ്ഥയെ വെല്ലുവിളിച്ച്, ജോലി ചെയ്താൽ കൂലി കിട്ടണമെന്ന് അദ്ദേഹം വാദിച്ചു. ക്ഷേത്രപ്രവേശനത്തിന് പ്രക്ഷോഭം നയിക്കുകയും പന്തി ഭോജനം നടത്തുകയും ചെയ്തു. 1836ൽ സമത്വസമാജം സ്ഥാപിച്ച വൈകുണ്ഠ സ്വാമികളാണ് ഈ ദിശയിലുള്ള പ്രവർത്തനങ്ങളുടെ വഴി കാട്ടി. സവർണർക്കു മാത്രം അഭ്യസിക്കാൻ അവകാശം ഉണ്ടായിരുന്ന കഥകളി അവർണരെ പഠിപ്പിക്കുകയും സ്വന്തം കുടുംബക്ഷേത്രത്തിൽ കണ്ണാടി പ്രതിഷ്ഠിക്കുകയും ചെയ്ത ആറാട്ടുപുഴ വേലായുധപണിക്കരെ 1874 ജനുവരി 3ന് സവർണർ ചതിയിൽ വകവരുത്തി. 1888ൽ ശ്രീനാരായണഗുരു അരുവിപ്പുറത്ത് നടത്തിയ ശിവപ്രതിഷ്ഠ ചാതുർവർണ്യത്തിന്റെ കോട്ട കൊത്തളങ്ങളിൽ ഇടിമുഴക്കം സൃഷ്ടിച്ചു. വില്ലുവണ്ടി യാത്ര നടത്തിയും കർഷകത്തൊഴിലാളി പ്രക്ഷോഭം നടത്തിയും അയ്യൻകാളി അധഃസ്ഥിതന്റെ ശബ്ദമായി മാറി. സംഘടിച്ച് ശക്തരാകാനും വിദ്യകൊണ്ട് പ്രബുദ്ധരാകാനും ശ്രീനാരായണഗുരു ആഹ്വാനം ചെയ്തു.

"ജാതിഭേദം മതദ്വേഷം
ഏതുമില്ലാതെ സർവ്വരും
സോദരത്വേന വാഴുന്ന

മാതൃകാസ്ഥാനമായി രൂപം കൊണ്ട കേരളത്തെ പിറകോട്ട് ആനയിക്കാനുള്ള എല്ലാ ശ്രമങ്ങളെയും പ്രതിരോധിച്ചേ മതിയാകൂ.

നിലച്ചുപോയ നവോത്ഥാനം

നവോത്ഥാന നേതാക്കൾ ഉഴുതുമറിച്ചിട്ട മണ്ണിലാണ് സഖാവ് പി. കൃഷ്ണപിള്ളയെപോലുള്ള കമ്മ്യൂണിസ്റ്റ് ഇടതുപക്ഷ നേതാക്കൾ സോഷ്യലിസത്തിന്റെയും കമ്മ്യൂണിസത്തിന്റെയും മാനവസ്നേഹത്തിന്റെയും വിത്തുകൾ പാകി മുളപ്പിച്ചത്. പക്ഷേ 1959ലെ കുപ്രസിദ്ധമായ വിമോചനസമരത്തിനുശേഷം ഇതിന് തുടർച്ചയുണ്ടായില്ല. അകത്ത് പൂന്താനവും പുറത്ത് ലെനിനും വീട്ടിൽ മതചെരുപ്പും പുറത്ത് മതേതര ചെരുപ്പുമായി കഴിയുന്ന ദ്വന്ദ വ്യക്തിത്വത്തിനുടമകളായി ഭൂരിപക്ഷം മലയാളികളും മാറി. 'ഗൾഫ് ലക്ഷ്മി വരുത്തിവെച്ച വിന' എന്ന് മാധവിക്കുട്ടി വിശേഷിപ്പിച്ച സാമൂഹിക സാമ്പത്തിക കാരണങ്ങളും ഇതിനു പിന്നിലുണ്ട്. ഇവിടേക്കാണ് സംഘപരിവാർ വിഷവിത്തുകൾ എറിയുന്നത്. സമൂഹത്തെ ആഴത്തിൽ ജനാധിപത്യവൽക്കരിക്കാനുള്ള ശ്രമങ്ങളാണ് ഇടതുപക്ഷം ഏറ്റെടുക്കേണ്ടത്.

എന്തുകൊണ്ട് ശബരിമല?

ആഗോളവൽക്കരണത്തോടൊപ്പം ഇന്ത്യയിൽ തഴച്ചുവളർന്നത് ആത്മീയതയുടെ ചരക്കുവൽക്കരണം കൂടിയായിരുന്നു. ചങ്ങാത്ത മൂലധനവും വർഗ്ഗീയതയും തമ്മിൽ വേർപിരിയാനാകാത്ത ബന്ധ മാണുള്ളത്. 1959ൽ പ്രശസ്ത ദൈവശാസ്ത്രജ്ഞനായ റെയനോൾഡ് നിബു പ്രസിദ്ധീകരിച്ച 'രാഷ്ട്രങ്ങളുടെയും സാമ്രാജ്യത്വങ്ങളുടെയും ഘടന' എന്ന ഗ്രന്ഥത്തിൽ സാമ്രാജ്യത്വങ്ങൾക്ക് ദൈവങ്ങൾ വേണമെന്നു പറഞ്ഞു. ലോകമെങ്ങും പുതിയ ആൾദൈവങ്ങളുടെ പരമ്പരതന്നെ വളർന്നുവന്നത് കാണാം. കേരളത്തിലും ഇത് നമുക്ക് ദർശിക്കാനാകും. കേരളത്തിലെ വലതുപക്ഷവും ജാതി-വർഗ്ഗീയശക്തികളും പുത്തൻ ചൂഷകവർഗ്ഗ താത്പര്യങ്ങളുമായി കെട്ടുപിണഞ്ഞാണ് പുലരുകയും വളരുകയും ചെയ്യുന്നത്.

കേരള ജനത നേടിയ ശാസ്ത്രചിന്തയും യുക്തിബോധവും പുരോ ഗമന ആശയങ്ങളും ബാഷ്പീകരിച്ചുപോകാൻ തുടങ്ങിയിട്ട് കുറച്ചുനാളു കളായി. പോട്ടയും മുരിങ്ങൂരുംപോലുള്ള വചനഘോഷണകേന്ദ്രങ്ങളും ആനന്ദോത്സവ വേദികളും ആലിംഗന സന്ന്യാസിനിമാരും അവരുടെ വചനഘോഷങ്ങളും തിരുമുടി മുക്കിയ വെള്ളത്തിനായുള്ള കാത്തിരിപ്പു മെല്ലാം മലയാളികളുടെ ഇന്നത്തെ അവസ്ഥയുടെ പ്രതിഫലനങ്ങളാണ്. ആൾദൈവങ്ങളുടെ മഠങ്ങളിലും യാഗശാലകളിലും ചേക്കേറുന്ന മലയാളി കളുടെ എണ്ണം വർദ്ധിക്കുന്നു. ഒരു നവ ആത്മീയതയുടെ ചരക്കുകളെ ഇഷ്ടാനുസരണം തെരഞ്ഞെടുക്കാൻ സ്വാതന്ത്ര്യമുള്ള ആദ്ധ്യാത്മിക ഉപഭോഗ സമൂഹമായി കേരളം മാറാൻ തുടങ്ങിയിട്ട് ഏറെ നാളായി.

ദുർമന്ത്രവാദങ്ങളും അനാചാരങ്ങളും മന്ത്രതന്ത്രങ്ങളും വ്യാജ വാസ്തുവിദ്യയും അദ്ഭുതരോഗശാന്തിയും ഉപയോഗിച്ച് ആൾദൈവങ്ങൾ കോർപ്പറേറ്റുകളായി മാറുന്നു. ചരടും ശംഖും മന്ത്രമോതിരങ്ങളും രുദ്രാക്ഷങ്ങളും കുബേരകുഞ്ചുകളും മാധ്യമങ്ങൾക്ക് പരസ്യവരുമാന ത്തിന്റെ മുഖ്യഉപാധികളായി മാറി. യജ്ഞപുരകളിലേക്കും പൊങ്കാല അടുപ്പുകളിലേക്കും മനുഷ്യദൈവങ്ങളുടെ ക്യൂവിലേക്കും ജ്യോതിഷാ ലയങ്ങളിലേക്കും ഉള്ള പോക്കിനെ പ്രതിരോധിക്കാനോ ശാസ്ത്രബോധം ഉപദേശിക്കാനോ ആരുമില്ലാത്ത അവസ്ഥയുണ്ടായി. നവബ്രാഹ്മണിക്കൽ ആശയങ്ങൾക്ക് തടസ്സമില്ലാതെ സഞ്ചരിക്കാനുള്ള ഒരു ഇടമായി നാട് മാറിക്കഴിഞ്ഞു. യുക്തി ഉറങ്ങിയ ഈ ഇടത്തേക്കാണ് സംഘപരിവാറിന്റെ വിഷലിപ്തമായ ആശയങ്ങൾ അരിച്ചിറങ്ങുന്നത്. നിശ്ശബ്ദമായ് സാമൂഹ്യ പരിസരമാകെ വിഷമലീമസമാക്കുകയാണ് ഈ ആശയങ്ങൾ. അതാണി പ്പോൾ ഫണം വിടർത്തിയാടുന്നത്.

മതേതര പരിവേഷമുണ്ടായിരുന്ന പൊതുമണ്ഡലത്തിൽ നിന്ന് മതേ തരത്വം പതുക്കെ അപ്രത്യക്ഷമാകുവാനും സ്വകാര്യമണ്ഡലത്തിൽ പരിമിതമായി മാത്രം ഇടപെട്ടിരുന്ന വിശ്വാസ ആചാരങ്ങളും ചിഹ്നപ്രതീക ങ്ങളും പൊതുമണ്ഡലത്തിലേക്ക് കടന്നുവരിക മാത്രമല്ല അതിനെ

നിർവ്വചിക്കാനും തുടങ്ങിയിരിക്കുന്നു. ഭരണഘടന, ലിംഗനീതി, സാമൂഹിക സാമ്പത്തിക സമത്വം, ദാരിദ്ര്യ നിർമ്മാർജ്ജനം, ശാസ്ത്രീയത, യുക്തിവിചാരം തുടങ്ങിയ പൊതുരാഷ്ട്രീയ മൂല്യങ്ങളുടെ സ്ഥാനത്ത് മതം, ഭക്തി, ക്ഷേത്രദർശനം, സിന്ദൂരക്കുറി, ആൾദൈവ സന്ദർശനം, ക്ഷേത്രനിർമ്മാണം, ബാലഗോകുലം, രാമായണമാസാചരണം എന്നിങ്ങനെയുള്ള മതമൂല്യങ്ങൾ സ്ഥാനം പിടിച്ചിരിക്കുന്നു. ഈ വിപത്ത് തിരിച്ചറിഞ്ഞ് മതേതര കേരളത്തിന്റെ മൂല്യങ്ങളെ സംരക്ഷിക്കാൻ രംഗത്ത് ഇറങ്ങേണ്ടതുണ്ട്. സാമ്രാജ്യത്വ മൂലധനത്തിന്റെ സഹായത്തോടെ തിമർത്താടുന്ന ഈ വർഗ്ഗീയ കോമരങ്ങളെ ചെറുത്ത് തോൽപ്പിക്കാൻ മതേതര കേരളത്തിനാകും. കേരളത്തിൽ ഭിന്നിപ്പിന്റെ വിഷവിത്തുകൾ വിതയ്ക്കാനുള്ള ഈ ഛിദ്രശക്തികളുടെ നീക്കത്തെ ഇടതുപക്ഷ മതേതര ശക്തികൾ യോജിച്ച് നിന്ന് ചെറുക്കേണ്ടതുണ്ട്. ഇതിന് ചരിത്രത്തിൽനിന്ന് പാഠങ്ങൾ ഉൾക്കൊള്ളണം. നവോത്ഥാന നേതാക്കൾ നടത്തിയ പരിഷ്കരണ പ്രസ്ഥാനങ്ങളെ സ്വാതന്ത്ര്യസമരവുമായി സമന്വയിപ്പിച്ചും രാഷ്ട്രീയവൽക്കരിച്ചും തൊഴിലാളികളുടെയും കർഷകരുടെയും വർഗ്ഗസമരങ്ങളോടിണക്കി ജനകീയവൽക്കരിച്ചും മുന്നോട്ടു പോയപ്പോഴാണ് നമ്മുടെ ചരിത്രം നവകേരളത്തിന്റെ ഊടും പാവും തീർത്തത്. പുത്തൻ കൊളോണിയലിസം തട്ടിപ്പറിക്കുന്ന അവകാശങ്ങൾക്കുവേണ്ടി പൊരുതുന്ന വർഗ്ഗസമരത്തിന്റെ തീച്ചൂളയിൽ ഉരുകി ഉയരേണ്ട ഇടതുപക്ഷം ശക്തി പ്രാപിക്കേണ്ടതുണ്ട്.

ശബരിമല ഇന്ന് വിശ്വാസത്തിന്റെ പ്രശ്നമല്ല. രാഷ്ട്രീയ ഭിക്ഷാംദേഹികളുടെ അതിജീവനത്തിനുള്ള ആയുധമായാണ് അത് ഉപയോഗിക്കപ്പെടുന്നത്. കഴിഞ്ഞ ഒക്ടോബർ 5ന്റെ ചാനൽ ചർച്ചയിൽ പങ്കെടുത്തുകൊണ്ട് ഒരു ബി.ജെ.പി. നേതാവ് പ്രകടിപ്പിച്ച അഭിപ്രായം അവരുടെ ഉള്ളിലിരുപ്പ് വ്യക്തമാക്കുന്നതാണ്. ഉത്തരേന്ത്യയിൽ രാമജന്മഭൂമി എന്നപോലെയാണ് ദക്ഷിണേന്ത്യയിൽ ശബരിമല എന്നാണദ്ദേഹം പറഞ്ഞത്.

അമിത്ഷായുടെയും ശ്രീധരൻപിള്ളയുടെയും മറ്റു സംഘപരിവാർ നേതാക്കളുടെയും ഗൂഢലക്ഷ്യങ്ങൾ പുറത്തുവന്നുകഴിഞ്ഞു. ഇത് തിരിച്ചറിയാനും സമൂഹത്തിൽ പ്രചരിപ്പിക്കാനും കഠിനപ്രയത്നം ആവശ്യമാണ്. മിലൻ കുന്ദേര സൂചിപ്പിച്ചതുപോലെ 'മറവിക്കെതിരായ ഓർമ്മകളുടെ പോരാട്ട'ത്തിൽ കണ്ണിചേരുക എന്നത് ഓരോരുത്തരുടെയും അടിയന്തിര കടമയാണ്.

ശബരിമല: കലാപശ്രമങ്ങൾക്കു പിന്നിൽ വിശ്വാസ സംരക്ഷണമല്ല: ദുഷിച്ച രാഷ്ട്രീയ ലക്ഷ്യങ്ങൾ മാത്രം

പി.എസ്. രാജഗോപാലൻ

ശബരിമലയിൽ പ്രായഭേദമെന്യേ സ്ത്രീകൾക്ക് പ്രവേശനം നൽകണമെന്ന സുപ്രീം കോടതിയുടെ അഞ്ചംഗ ഭരണഘടനാ ബഞ്ചിന്റെ വിധി നടപ്പാക്കാനുള്ള കേരള സംസ്ഥാന സർക്കാരിന്റെ ശ്രമങ്ങൾക്കെതിരെ ഒരു കലാപാന്തരീക്ഷം സൃഷ്ടിച്ചുകൊണ്ട് രംഗത്തിറങ്ങിയിരിക്കുകയാണ് ബി.ജെ.പിയും മറ്റു ചില ഹൈന്ദവ സംഘടനകളും. ഈ ശ്രമങ്ങൾക്ക് ഊർജ്ജം പകർന്നുകൊണ്ട് എൻ.എസ്.എസും കോൺഗ്രസും തങ്ങളാലാവും വിധം പരിശ്രമങ്ങൾ നടത്തുന്നുമുണ്ട്. സുപ്രീം കോടതിയിൽ ഈ കേസ് വാദം നടന്നുകൊണ്ടിരിക്കുന്ന സമയത്ത് ഇന്ത്യയിലെ ഹിന്ദുമത വിശ്വാസികളുടെ ഒന്നാകെയുള്ള ക്വട്ടേഷൻ സ്വയം ഏറ്റെടുത്തണിഞ്ഞിരിക്കുന്ന ആർ.എസ്.എസ്. പരസ്യമായി പറഞ്ഞിരുന്നത് ശബരിമലയിൽ പ്രായഭേദമെന്യേ ഏതൊരു സ്ത്രീക്കും കയറാനും ആരാധന നടത്താനുമുള്ള അവകാശം ഉണ്ട് എന്നായിരുന്നു. ഈ സുപ്രീം കോടതി വിധി വന്ന 2018 സെപ്തംബർ 28ന് ബി.ജെ.പി. സംസ്ഥാന പ്രസിഡന്റ് പി.എസ്. ശ്രീധരൻപിള്ള മാധ്യമങ്ങളിലൂടെ പറഞ്ഞത് ഈ വിധിയിൽ ആചാരാനുഷ്ഠാനങ്ങളെ സംബന്ധിക്കുന്ന വിഷയങ്ങൾ ഉണ്ട് എങ്കിൽത്തന്നെ, വിധി കൂടുതൽ പഠിച്ചതിനു ശേഷം വിശദമായി അഭിപ്രായം പറയാമെന്നായിരുന്നു. കോൺഗ്രസ് നേതാവും സംസ്ഥാന പ്രതിപക്ഷ നേതാവുമായ രമേശ് ചെന്നിത്തല പറഞ്ഞത് ഈ വിധി ഹിന്ദുക്കളുടെ ആചാരാനുഷ്ഠാനങ്ങളിൽ ചിലതിനെ ലംഘിക്കുന്നുണ്ട് എങ്കിൽത്തന്നെയും ഭരണഘടനാ ബഞ്ചിന്റെ തീരുമാനത്തെ അംഗീകരിക്കാനും നടപ്പിലാക്കാനും ഇനി എല്ലാ വിഭാഗങ്ങൾക്കും ഉത്തരവാദിത്വം ഉണ്ട് എന്നായിരുന്നു. ബി.ജെ.പിയുടെ അഖിലേന്ത്യാ നേതൃത്വത്തിലെ സുബ്രഹ്മണ്യം സ്വാമിയും കേന്ദ്രമന്ത്രി മേനകാഗാന്ധിയെപ്പോലുള്ളവരും കോടതിവിധിയെ അംഗീകരിച്ചുകൊണ്ട് പരസ്യ പ്രതികരണങ്ങൾ നടത്തി.

മോഹൻ ഭഗവത് കഴിഞ്ഞാൽ ആർ.എസ്.എസിന്റെ തൊട്ടടുത്ത നേതാവ് ഭയ്യാജി ജോഷിയും കോടതിവിധിയെ അംഗീകരിച്ചുകൊണ്ട് രംഗത്തു വന്നിരുന്നു.

വിധി പുറത്തു വന്ന ദിനത്തിലും പിറ്റേന്നുമെല്ലാം ചില ചെറിയ എതിർശബ്ദങ്ങൾ ഉയർന്നു വന്നിരുന്നു എന്നതൊഴിച്ചാൽ പൊതുവിൽ സുപ്രീം കോടതിവിധിയെ അംഗീകരിക്കുന്ന അന്തരീക്ഷമാണ് ഉണ്ടായിരുന്നത്. എന്നാൽ അടുത്ത ദിവസം എൻ.എസ്.എസ്. സുപ്രീം കോടതി വിധിക്കെതിരെ നാമജപഘോഷവുമായി തെരുവിലിറങ്ങുന്നതാണ് കേരളം കണ്ടത്. സുപ്രീം കോടതി വിധി നടപ്പാക്കുമെന്ന സംസ്ഥാന മുഖ്യമന്ത്രിയുടെ പ്രഖ്യാപനം ഹൈന്ദവാചാരങ്ങളുടെ ലംഘനമാണ് എന്നും ഇത് അനുവദിക്കാനാവില്ല എന്നുമായിരുന്നു എൻ.എസ്.എസ്. നിലപാട്. പിന്നീട് നാം കണ്ടത് ബി.ജെ.പിയും കോൺഗ്രസും തെരുവിലിറങ്ങുന്ന കാഴ്ചയാണ്. ഹൈന്ദവ വിശ്വാസങ്ങൾക്കും ആചാരാനുഷ്ഠാനങ്ങൾക്കുമെതിരെ അവിശ്വാസികളുടെ ഇടതുപക്ഷ സർക്കാർ സുപ്രീം കോടതി വിധിയെ ഉപയോഗിക്കുന്നു എന്ന ആരോപണമാണ് ഇക്കൂട്ടർ ഉയർത്തിയത്.

'ഉണ്ടിരുന്ന നായർക്ക് ഉണ്ടായ ഉൾവിളി പോലെ' എന്ന പഴഞ്ചൊല്ലിനെ ഓർമ്മിപ്പിച്ചുകൊണ്ട് ഭരണഘടനാ ബഞ്ചിന്റെ വിധി അംഗീകരിക്കാൻ എല്ലാവരും ബാദ്ധ്യസ്ഥരാണ് എന്ന് രണ്ടു ദിനം മുൻപ് പ്രസ്താവിച്ച രമേശ് ചെന്നിത്തല എൽ.ഡി.എഫ്. സർക്കാരിനെതിരെ ഹൈന്ദവാചാര-വിശ്വാസ സംരക്ഷണത്തിനായി മുന്നോട്ടിറങ്ങി. സംസ്ഥാന സർക്കാരും തിരുവിതാംകൂർ ദേവസ്വം ബോർഡും സുപ്രീംകോടതി വിധിക്കെതിരെ റിവ്യൂ ഹർജി നൽകണമെന്നാണ് ചെന്നിത്തല ആവശ്യപ്പെട്ടത്. സ്ത്രീകളുടെ ജൈവപരമായ, ശാരീരികപ്രക്രിയയായ ആർത്തവം അശുദ്ധമാണ് എന്നും അതിനാൽ നൈഷ്ഠിക ബ്രഹ്മചാരിയായ അയ്യപ്പന്റെ പ്രതിഷ്ഠ നിലവിലുള്ള ശബരിമലയിലേക്ക് ആർത്തവ പ്രായത്തിലുള്ള സ്ത്രീകളെ പ്രവേശിപ്പിക്കരുത് എന്നുമുള്ള ഹൈന്ദവ മതമൗലിക വാദം തന്നെയാണ് ചെന്നിത്തലയും ഉയർത്തിയത്. ഈ ആചാരത്തെ ലംഘിക്കാനുള്ള സാഹചര്യമൊരുക്കുന്ന സുപ്രീം കോടതി വിധി നടപ്പാക്കാനുള്ള എൽ.ഡി.എഫ്. സർക്കാർ തീരുമാനത്തിനെതിരെ പാർട്ടി കൊടി പിടിക്കാതെ പ്രതിഷേധ സമരങ്ങളിൽ അണിനിരക്കാൻ ചെന്നിത്തല കോൺഗ്രസുകാർക്ക് നിർദ്ദേശം നൽകി. ഈ നിർദ്ദേശത്തെ പുതിയ കെ.പി.സി.സി. പ്രസിഡന്റ് മുല്ലപ്പള്ളി രാമചന്ദ്രനും പിന്തുടർന്നു.

തുലാമാസ പൂജയ്ക്കായി ശബരിമല നട തുറന്ന അഞ്ച് ദിവസങ്ങളിൽ, വിശ്വാസസംരക്ഷകരെന്ന പേർ സ്വയം സ്വീകരിച്ച ഇവർ കേരളത്തെ ഒരു മുൾമുനയിലേക്കെത്തിച്ചു. നാമജപഘോഷങ്ങളെന്ന പേരിൽ അരങ്ങേറിയ പല പ്രതിഷേധങ്ങളും ആക്രമണങ്ങളിലേക്കും

മറ്റും തിരിഞ്ഞതോടെ നിലയ്ക്കലിലേയും പമ്പയിലേയും സന്നിധാനത്തേയുമെല്ലാം അന്തരീക്ഷം കലുഷിതമായി. സ്ത്രീപ്രവേശനം നിഷേധിച്ചിരുന്ന മഹാരാഷ്ട്രയിലെ ശനി ശിംഘ്നാപൂർ ക്ഷേത്രത്തിലും ഹാജി അലി ദർഗയിലും സുപ്രീം കോടതിയുടെയും മഹാരാഷ്ട്ര ഹൈക്കോടതിയുടേയുമെല്ലാം വിധിയെ തുടർന്ന് സ്ത്രീകളെ പ്രവേശിപ്പിച്ചത് തൊട്ടടുത്ത നാളുകളിലായിരുന്നു. അവിടെയെല്ലാം കോടതിവിധിയെ അംഗീകരിച്ചുകൊണ്ട് ആരാധനാലയങ്ങളിൽ സ്ത്രീപ്രവേശനം ഉറപ്പാക്കിയത് മഹാരാഷ്ട്ര ഭരിക്കുന്ന ബി.ജെ.പി. സർക്കാരാണ് എന്നത് ഇത്തരുണത്തിൽ നാം ഓർക്കാതിരിക്കരുത്. അപ്പോൾപ്പിന്നെ കേരളത്തിൽ ശബരിമലയെ മുൻനിർത്തി ബി.ജെ.പിയും സംഘപരിവാർ ശക്തികളും കോൺഗ്രസുമൊക്കെ ചേർന്ന് നടത്തുന്ന ഈ പ്രവർത്തനങ്ങളുടെ താത്പര്യം എന്ത് എന്ന് നാം വിലയിരുത്തേണ്ടതുണ്ട്. 1991ലെ കേരള ഹൈക്കോടതി വിധിക്കു മുൻപ് പ്രായം പരിഗണിക്കപ്പെടാതെ യുവതികൾ ശബരിമലയിൽ എത്തിയിരുന്നു എന്നതിന്റെ തെളിവുകൾ പലതും പുറത്തുവന്നിട്ടുണ്ട്. പ്രായപരിധി നിശ്ചയിച്ച ഈ വിധിക്കെതിരെ 2006ൽ സുപ്രീം കോടതിയിൽ യങ് ലോയേഴ്സ് അസോസിയേഷന്റെ നേതൃത്വത്തിലുള്ള ചില വനിതാഅഭിഭാഷകർ (അവരിൽ ചിലർ ബി.ജെ.പി. സംഘപരിവാർ സംഘടനകളുമായി ബന്ധമുണ്ടായിരുന്നവരാണ് എന്ന കാര്യം പുറത്തു വന്നിട്ടുണ്ട്.) നൽകിയ കേസിൽ, നീണ്ട കാലത്തെ വാദപ്രതിവാദങ്ങൾക്കു ശേഷമാണ്, ഇപ്പോൾ 2018 സെപ്തംബർ 28ന് സുപ്രീം കോടതിയുടെ അഞ്ചംഗ ഭരണഘടനാ ബഞ്ച്, ലിംഗവിവേചനത്തിനെതിരായ ഇന്ത്യൻ ഭരണഘടനയിലെ വ്യവസ്ഥകളുടെ അടിസ്ഥാനത്തിൽ പ്രായഭേദമെന്യേ ഭക്തരായ എല്ലാ സ്ത്രീകൾക്കും ശബരിമലയിൽ പ്രവേശനാവകാശം അംഗീകരിച്ചുകൊണ്ട് വിധി പ്രസ്താവിച്ചത്. ഈ വിധി പുറപ്പെടുവിച്ച അഞ്ചംഗ ബഞ്ചിൽ ഇന്ദു മൽഹോത്ര എന്ന വനിതാ ജഡ്ജി ഭൂരിപക്ഷ വിധിക്കെതിരെ നിലപാടെടുത്തുകൊണ്ട് ഒരു ന്യൂനപക്ഷ വിധിയും പുറപ്പെടുവിച്ചിരുന്നു. ഈ കേസിന്റെ വാദ വേളകളിൽ 10 വയസ്സിനും 50 വയസ്സിനും ഇടയിൽ പ്രായമുള്ള സ്ത്രീകളെ ശബരിമലയിൽ പ്രവേശിപ്പിക്കുന്നതിനെ എതിർക്കുന്ന വിവിധ ഹൈന്ദവ സംഘടനകളും തന്ത്രി കുടുംബവും പന്തളം രാജകുടുംബവും എൻ.എസ്.എസും ഒക്കെ സുപ്രീം കോടതിയിലെ കേസിൽ കക്ഷി ചേരുകയും തങ്ങളുടെ എതിർവാദങ്ങൾ ശക്തമായി തന്നെ ഉന്നയിക്കുകയും ചെയ്തിരുന്നു.

2007ൽ സുപ്രീം കോടതി ഈ വിഷയത്തിലെ കേരള സംസ്ഥാന സർക്കാരിന്റെ അഭിപ്രായം തേടി. കോടതിയുടെ ചോദ്യത്തിന് മറുപടിയായി അന്ന് കേരളത്തിൽ അധികാരത്തിൽ ഉണ്ടായിരുന്ന സഖാവ് വി.എസ്. അച്യുതാനന്ദന്റെ നേതൃത്വത്തിലെ എൽ.ഡി.എഫ്. സർക്കാർ,

ശബരിമലയിലെ പ്രായഭേദമെന്യേയുള്ള സ്ത്രീപ്രവേശനത്തിന് സർക്കാർ എതിരല്ല എന്ന സത്യവാങ്മൂലമാണ് നൽകിയത്. കോടതിയിലെ കേസിന്മേലുള്ള വാദം നീണ്ടുകൊണ്ടിരിക്കെ 2011ൽ കേരളത്തിൽ ഉമ്മൻചാണ്ടിയുടെ നേതൃത്വത്തിൽ യു.ഡി.എഫ്. സർക്കാർ അധികാരത്തിലെത്തി. ഈ യു.ഡി.എഫ്. സർക്കാർ ഭരണത്തിന്റെ ആദ്യ നാല് വർഷങ്ങളിൽ ശബരിമല വിഷയത്തെക്കുറിച്ച് ഒന്നും പറയാതിരിക്കുകയും അഞ്ചാം വർഷം മുൻ എൽ.ഡി.എഫ്. സർക്കാരിന്റെ സത്യവാങ്മൂലത്തെ നിഷേധിക്കുന്ന പുതിയ സത്യവാങ്മൂലം നൽകുകയും ചെയ്തു. ശബരിമലയിൽ 10 വയസ്സിനും 50 വയസ്സിനും ഇടയിൽ പ്രായമുള്ള സ്ത്രീകളെ പ്രവേശിപ്പിക്കരുത് എന്നായിരുന്നു അതിലെ നിലപാട്. കേസിന്റെ വാദം കോടതിയിൽ തുടർന്നുകൊണ്ടിരിക്കെ 2016ൽ കേരളത്തിൽ എൽ.ഡി.എഫ്. സർക്കാർ അധികാരത്തിൽ വന്നു. പിണറായി വിജയന്റെ നേതൃത്വത്തിൽ അധികാരത്തിൽ വന്ന പുതിയ എൽ.ഡി.എഫ്. സർക്കാർ ശബരിമലയിലെ യുവതീപ്രവേശനത്തെ സംബന്ധിച്ചുള്ള സത്യവാങ്മൂലം മാറ്റി സമർപ്പിച്ചു.

2006ൽ വി.എസ്. അച്യുതാനന്ദൻ സർക്കാർ കോടതിയിൽ നൽകിയ യുവതീപ്രവേശനം അംഗീകരിക്കുന്ന സത്യവാങ്മൂലമാണ് പിണറായി വിജയന്റെ നേതൃത്വത്തിലുള്ള പുതിയ എൽ.ഡി.എഫ്. സർക്കാരും നൽകിയത്. അപ്പോൾത്തന്നെയും ഈ വിഷയം ഒരു മതവിഭാഗത്തിന്റെ വിശ്വാസത്തിന്റെയും ആ വിശ്വാസപ്രകാരമുള്ള ആചാരാനുഷ്ഠാനങ്ങളുടേയുമൊക്കെ പ്രശ്നങ്ങൾ ഉൾക്കൊള്ളുന്ന കാര്യമാകയാൽ ഹിന്ദു ധർമ്മശാസ്ത്രത്തിൽ ആധികാരിക പരിജ്ഞാനമുള്ള പ്രമുഖ പണ്ഡിതരും അഴിമതിയില്ലാത്തവരും ബഹുമാന്യരുമായ സാമൂഹ്യപരിഷ്ക്കർത്താക്കളും ഉൾക്കൊള്ളുന്ന ഒരു കമ്മീഷനെ കോടതി തന്നെ നിശ്ചയിക്കണമെന്നും ആ കമ്മീഷന്റെ അഭിപ്രായം കണക്കിലെടുത്തുകൊണ്ടു കൂടിയാകണം ഈ കേസിൽ ഒരു വിധി കോടതിയിൽ നിന്നും ഉണ്ടാകേണ്ടത് എന്നും പിണറായി സർക്കാർ കോടതിയിൽ നൽകിയ സത്യവാങ്മൂലത്തിൽ അഭ്യർത്ഥിച്ചിരുന്നു. ഇതെല്ലാം കണക്കിലെടുത്തുകൊണ്ട് സുപ്രീം കോടതി പ്രസ്താവിക്കുന്ന ഏതു വിധിയും നടപ്പാക്കാൻ സംസ്ഥാന സർക്കാർ ബാദ്ധ്യസ്ഥരാണ് എന്നും സന്നദ്ധരാണ് എന്നും ആ സത്യവാങ് മൂലത്തിൽ എൽ.ഡി.എഫ്. സർക്കാർ കോടതിക്ക് ഉറപ്പു നൽകുകയും ചെയ്തു.

കേസിൽ കക്ഷികളായിരുന്ന എല്ലാ വിഭാഗങ്ങളുടെയും വാദമുഖങ്ങളെ വിശദമായി കേട്ടതിനു ശേഷമാണ് 2018 സെപ്തംബർ 28ന് ഇന്ത്യൻ ഭരണഘടന അംഗീകരിക്കുകയും ഉയർത്തിപ്പിടിക്കുകയും ചെയ്യുന്ന ലിംഗനീതിയുടെ അടിസ്ഥാനത്തിൽ ഏതു പ്രായത്തിലുമുള്ള സ്ത്രീകൾക്കും ശബരിമലയിൽ പ്രവേശനം അനുവദിച്ചുകൊണ്ട് സുപ്രീം കോടതിയുടെ അഞ്ചംഗ ഭരണഘടനാ ബഞ്ച് ഭൂരിപക്ഷ വിധി

പ്രസ്താവിച്ചത്. ഈ കോടതി വിധിക്കെതിരെയാണ്, ഒരർത്ഥത്തിൽ കോടതിയലക്ഷ്യം എന്നുവരെ പറയാൻ കഴിയുന്ന തരത്തിലുള്ള വാചകപ്രയോഗങ്ങളും പ്രവർത്തനങ്ങളുമൊക്കെയായി ഒരു വിഭാഗം രംഗത്തിറങ്ങിയിരിക്കുന്നത്. തെരുവിലിറങ്ങിയിരിക്കുന്ന പ്രാർത്ഥനാസമരക്കാർ ആവശ്യപ്പെടുന്നതു പോലെ റിവ്യൂ ഹർജി കൊടുക്കാനോ, ഓർഡിനൻസ് ഇറക്കാനോ ഉള്ള നിയമസാദ്ധ്യത കേരള സർക്കാരിന്റെ മുന്നിൽ ഇല്ല എന്നാണ് അറിവായിടത്തോളം നിയമം കൊണ്ട് നമുക്ക് മനസ്സിലാകുന്നത്. വേണമെങ്കിൽ ഈ നാമജപഘോഷയാത്ര പ്രക്ഷോഭത്തെ നയിക്കുന്ന എൻ.ഡി.എയുടെ കേന്ദ്രസർക്കാരിന് ഒരു ഓർഡിനൻസ് പാസാക്കാനാവുമെന്നും അറിവായിടത്തോളം നിയമം പറയുന്നു. അതിനുള്ള ശ്രമമൊന്നും നടത്താതെ, കേരള സർക്കാരിന്റെ മേൽ കുതിര കയറുന്ന എൻ.ഡി.എ.-കോൺഗ്രസ് കൂട്ടുകെട്ട് കേരള സമൂഹത്തെ പഴയ മദ്ധ്യകാല യുഗത്തിന്റെ ഇരുണ്ട ഘട്ടത്തിലേക്ക് നയിക്കാനാണ് കച്ചകെട്ടിയിരിക്കുന്നത് എന്ന് പറയാതെ തരമില്ല തന്നെ. സ്ത്രീസമൂഹത്തെ ഒന്നാകെ പുരുഷ സമൂഹത്തിന്റെ അടിമകളായും പുരുഷന്റെ കാമപൂർത്തിക്കുള്ള കേവലം ലൈംഗിക ഉപകരണങ്ങളായും കണ്ടിരുന്ന പഴയ കാലത്തേക്കുള്ള ഒരു തിരിച്ചുപോക്കിന്റെ കോലാഹലങ്ങളാണ് ഇപ്പോൾ കേരളത്തിന്റെ തെരുവുകളിൽ കാണുന്നത്.

സ്ത്രീകളുടെ ജൈവപരമായ ശാരീരിക പ്രക്രിയകളുടെ ഭാഗമായ ആർത്തവത്തെ ശുദ്ധാശുദ്ധിയുടെ മാനദണ്ഡമായി കാണണമെന്നു വാദിക്കുന്ന ഈ ശക്തികൾ ഉയർത്തിപ്പിടിക്കുന്നത് മനുഷ്യസമുദായത്തെ ബ്രാഹ്മണരും ക്ഷത്രിയരും വൈശ്യരും ശൂദ്രരും ഒക്കെയായി തരംതിരിച്ച് തൊട്ടുകൂടായ്മയുടെയും തീണ്ടിക്കൂടായ്മയുടെയും അയിത്താചാരങ്ങളെ സ്ഥാപിച്ച മനുസ്മൃതിയുടെ വർണ്ണാശ്രമ ധർമ്മ സിദ്ധാന്തങ്ങളെത്തന്നെയാണ്. ഈ വർഷത്തെ (2018) ശബരിമല മേൽശാന്തി നിയമനത്തിനായി അപേക്ഷ സമർപ്പിച്ചിരുന്ന കോട്ടയം ജില്ലാ സ്വദേശിയായ വാസുദേവൻ എന്ന ശാന്തിക്കാരന്റെ അപേക്ഷ തള്ളിക്കൊണ്ട് തിരുവിതാംകൂർ ദേവസ്വം ബോർഡ് പറഞ്ഞത്, 'താങ്കൾ മലയാളി ബ്രാഹ്മണനല്ല; അതിനാൽ ഈ അപേക്ഷ സ്വീകരിക്കാനാവില്ല' എന്നാണെന്ന് മാതൃഭൂമി ദിനപത്രത്തിലെ വാർത്ത പറയുന്നു. തങ്ങളുടെ ദൈവമായിരുന്ന അയ്യപ്പനെ സവർണ്ണ ഹൈന്ദവർ പണ്ടുകാലത്ത് തട്ടിയെടുത്തതാണ് എന്നും കാട്ടുതേനാണ് അയ്യപ്പവിഗ്രഹത്തിൽ തങ്ങൾ അഭിഷേകം നടത്തിയിരുന്നതെന്നും സവർണ്ണ വിഭാഗം അത് നെയ്യഭിഷേകമാക്കി മാറ്റുകയാണ് ചെയ്തതെന്നും ആദിവാസികളായ മലയരയർ തുറന്നു പറഞ്ഞിട്ടുണ്ട്. ഈ മലയരയവിഭാഗങ്ങൾ ശബരിമലയിൽ പ്രായഭേദമെന്യേ സ്ത്രീപ്രവേശനത്തെ അംഗീകരിക്കുന്നവരുമാണ്.

വിഗ്രഹ പ്രതിഷ്ഠ നടത്താനുള്ള അവകാശം ബ്രാഹ്മണർക്ക് മാത്രമേ ഉള്ളൂ എന്നും സവർണ്ണ ദൈവസന്നിധികളിലേക്ക് അവർണ്ണ വിഭാഗങ്ങൾക്ക്

പ്രവേശനം നിഷിദ്ധമാണെന്നും സവർണ്ണർ ശഠിച്ചിരുന്ന കാലത്ത് കേരളത്തിൽ അതിനെല്ലാമെതിരെ നടന്ന സമരങ്ങളാണ് നവോത്ഥാന പ്രസ്ഥാനത്തിന്റെ മുഖ്യ ഉള്ളടക്കമായത്. കൊല്ലവർഷം 1063 മേടമാസം 29-ാം തീയതി ശനിയാഴ്ച ശിവരാത്രി ദിനത്തിൽ അരുവിപ്പുറത്തെ പുഴയിൽ മുങ്ങിയെടുത്ത ശിലയെ ശിവലിംഗമായി സങ്കല്പിച്ചുകൊണ്ട് വെളുപ്പിന് മൂന്നു മണിയോടെ പ്രതിഷ്ഠാകർമ്മം നടത്തിക്കൊണ്ട് ശ്രീനാരായണ ഗുരു വർണ്ണാശ്രമധർമ്മത്തെത്തന്നെ നിഷേധിക്കുകയായിരുന്നു. പ്രതിഷ്ഠ നടത്താൻ ഈഴവനായ നിനക്കെന്തവകാശം എന്ന് ചോദിച്ച ബ്രാഹ്മണരോട് നാരായണ ഗുരു പറഞ്ഞത്, 'നാം നമ്മുടെ ശിവനെയാണ് പ്രതിഷ്ഠിച്ചത്' എന്നായിരുന്നു. തുടർന്ന് നാരായണ ഗുരു ആ പ്രതിഷ്ഠയ്ക്ക് മുന്നിൽ എഴുതി വച്ച ശ്ലോകം

'ജാതിഭേദം മതദ്വേഷം
ഏതുമില്ലാതെ സർവ്വരും
സോദരത്വേന വാഴുന്ന
മാതൃകാസ്ഥാനമാണിത്'

എന്നായിരുന്നു. അങ്ങനെ മനുസ്മൃതിയുടെ വർണ്ണാശ്രമ ധർമ്മ സംഹിതയേയും അതിന്റെ ഭാഗമായ ജാത്യാചാരങ്ങളേയുമൊക്കെ വെല്ലുവിളിച്ച നവോത്ഥാന നായകനായ നാരായണഗുരുവിനെ വരെ തങ്ങളുടേതാക്കി മാറ്റാൻ തത്രപ്പെടുന്ന ഹൈന്ദവ മതമൗലിക വാദികളാണ് ബി.ജെ.പി. അടക്കമുള്ള സംഘപരിവാർ സംഘടനകൾ. അതിനായി കേരള ജനതയെ ഭിന്നിപ്പിക്കുകയും അതിലൂടെ അധികാരപ്രാപ്തി എളുപ്പമാക്കുകയും ചെയ്യുക എന്ന സംഘപരിവാർ അജണ്ട നടപ്പാക്കാനുള്ള പ്രവർത്തനങ്ങളാണ് ഇപ്പോൾ ശബരിമലയുടെ പേരിൽ നടപ്പാക്കപ്പെടുന്നത്. ഈ സംഘപരിവാരത്തിന്റെ മറ്റൊരു നേതാവ് തന്നെയാണ് കഴിഞ്ഞ മാസത്തിൽ ശബരിമലയിൽ അഹിന്ദുക്കളുടെ പ്രവേശനം തടയണമെന്ന് ആവശ്യപ്പെട്ട് ഹൈക്കോടതിയിൽ ഹർജി കൊടുത്തത് എന്നും നാം ഓർക്കണം.

ഇന്ത്യൻ ഭരണഘടന ഉറപ്പു നൽകുന്ന ലിംഗസമത്വമെന്ന ജനാധിപത്യ മൗലികാവകാശം ശബരിമലയിൽ അനുവദിച്ചുകൊണ്ട് സുപ്രീം കോടതിയുടെ ഭരണഘടനാ ബഞ്ച് പുറപ്പെടുവിച്ച വിധിയെ അട്ടിമറിക്കാനായി സാധാരണ മനുഷ്യരുടെ വിശ്വാസമെന്ന ദൗർബല്യത്തെ ഉപയോഗിച്ച് പിന്നാക്ക ജനവിഭാഗങ്ങളെ അടക്കം തെരുവിലിറക്കിക്കൊണ്ട് കലാപം സൃഷ്ടിക്കാൻ ശ്രമിക്കുന്നത് ഇതേ സംഘപരിവാർ ശക്തികൾ തന്നെയാണ്. ഈ ശക്തികൾക്ക് കരുത്ത് പകർന്നുകൊടുക്കാൻ രംഗത്തിറങ്ങിയിരിക്കുന്ന കോൺഗ്രസിന്റെ പ്രതിപക്ഷ നേതാവ് രമേശ് ചെന്നിത്തലയും കെ.പി.സി.സിയുടെ പുതിയ അദ്ധ്യക്ഷൻ മുല്ലപ്പള്ളി രാമചന്ദ്രനും അതിനായി, കെ.പി.സി.സി. അംഗവും തിരുവിതാംകൂർ ദേവസ്വം

ബോർഡ് പ്രസിഡന്റുമായിരുന്ന ജി. രാമൻ നായരെ ബി.ജെ.പി. സംസ്ഥാന ഉപാദ്ധ്യക്ഷനായി ഹിന്ദു-സംഘ പരിവാർ ശക്തികൾക്ക് സംഭാവനയും നൽകിക്കഴിഞ്ഞു. മൂത്രമൊഴിച്ചും രക്തം ചീറ്റിച്ചും അശുദ്ധി യുണ്ടാക്കി ശബരിമല നട അടപ്പിച്ച് യുവതിപ്രവേശനത്തെ തടയാൻ കച്ചമുറുക്കിയ അശ്ലീലജന്മങ്ങളും അയ്യപ്പഭക്തരായി വേഷമിട്ട് രംഗത്ത് നിറഞ്ഞാടിക്കൊണ്ടിരിക്കുന്നുണ്ട്!

എൻ.ഡി.എയുടെ നേതൃത്വത്തിൽ ശ്രീധരൻപിള്ള നയിച്ച 'ശബരി മല വിശ്വാസ സംരക്ഷണ ജാഥ'യ്ക്ക് ഒക്ടോബർ 12ന് കൊല്ലം ജില്ല യിലെ ചവറയിൽ നൽകിയ സ്വീകരണയോഗത്തിൽ മലയാള സിനിമാ നടനും സാംസ്ക്കാരിക പ്രവർത്തകനുമായ കൊല്ലം തുളസി എന്ന ഭക്തദേഹം നടത്തിയ പ്രസംഗം ഇവരൊക്കെ ഭക്തിയുടെ പേരിൽ കാട്ടി ക്കൂട്ടുന്ന അശ്ലീല പ്രവൃത്തികളുടെ ഉത്തമ ഉദാഹരണമായിരുന്നു. ആചാരം ലംഘിച്ച് ശബരിമലയിലെത്തുന്ന സ്ത്രീയെ രണ്ടായി വലിച്ചു കീറി ഒരു കഷണം ഡൽഹിയിലേക്കും ഒരു കഷണം പിണറായി വിജയന്റെ മുറി യിലേക്കും ഇട്ടുകൊടുക്കണം എന്നാണ് തുളസി പറഞ്ഞത്. ഈ പ്രസംഗം വിവാദമായതോടെ തുളസി മാപ്പുമായി രംഗത്തു വന്നു. അപ്പോഴും അയാൾ ഒരു കാര്യം പറഞ്ഞു. താൻ ഭക്തി മൂത്ത് അങ്ങനെ പറഞ്ഞു പോയതാണ് എന്ന്. അതായത് അന്ധമായ ഭക്തി മൂത്താൽ പിന്നെ അശ്ലീലവും സംസ്ക്കാരശൂന്യതയും വിവരദോഷവും മാത്രം പ്രതീക്ഷിച്ചാൽ മതിയെന്ന് കേരളത്തോട് സ്വയം വെളിവാക്കിയിരിക്കുന്നു ആ ദേഹം.

തിരുവിതാംകൂർ ദേവസ്വം ബോർഡ് മുൻ പ്രസിഡന്റും കോൺഗ്രസ് നേതാവുമായ പ്രയാർ ഗോപാലകൃഷ്ണന്റെ പ്രയോഗം 'ഈനാംപേച്ചിക്ക് മരപ്പട്ടി കൂട്ട്' എന്ന പഴമൊഴിയെ അന്വർത്ഥമാക്കുന്നതാണ്. ഒക്ടോബർ 12ന് പത്തനംതിട്ട പ്രസ് ക്ലബ്ബിൽ നടത്തിയ പത്രസമ്മേളനത്തിൽ ശബരി മലയിൽ യുവതികൾ വരരുത് എന്നാണ് എന്റെ അഭ്യർത്ഥന എന്ന് പ്രയാർ ഗോപാലകൃഷ്ണൻ പറഞ്ഞു. 'ഇനി യുവതികൾ വന്നാൽ അവരെ പുലിയോ പുരുഷനോ പിടിക്കാൻ സാധ്യതയുണ്ട്' എന്നും പ്രയാർ പറഞ്ഞു. 41 ദിവസം കഠിനവ്രതമെടുത്ത് സ്വന്തം ഭാര്യമാരിൽ നിന്നു പോലും അകന്നുനിന്ന് കരിമലയും നീലിമലയും ചവിട്ടി സന്നി ധാനത്തെത്തുന്നവരാണ് പുരുഷ അയ്യപ്പന്മാർ എന്നാണ് സങ്കല്പം. പക്ഷേ പ്രയാർ പറയുന്നത് ഈ കഠിനവ്രതമെടുത്തെത്തുന്ന അയ്യപ്പ ന്മാർ സന്നിധാനത്ത് യുവതികളായ സ്ത്രീകളെ കണ്ടാൽ കേവലം കാമ ഭ്രാന്തന്മാരായ പെണ്ണുപിടിയന്മാരായി തീരും എന്നാണ്. ഇത്തരം അശ്ലീല മനോനില സൂക്ഷിക്കുന്ന പ്രയാറിനെപ്പോലുള്ളവർ ദൈവവിശ്വാസ-ഭക്തിസങ്കല്പങ്ങളെ അവഹേളിക്കുന്ന കേവല ഫാസിസ്റ്റ് മനോരോഗി കളാണ് എന്ന് പറയാതെ തരമില്ല തന്നെ. ഇവിടെ നേരത്തെ പറഞ്ഞ

മനുസ്മൃതിയിൽ സ്ത്രീയുടെ സ്ഥാനമെന്ത് എന്ന് മനു പറയുന്നതു കൂടി നാം അറിയണം.

മനുസ്മൃതിയിൽ കുടുംബഭാരം എന്ന ഭാഗത്തിൽ സ്ത്രീയുടെ സാമൂഹിക-കുടുംബ അസ്തിത്വത്തെക്കുറിച്ച് മനു എഴുതിയിട്ടുള്ള 2, 3 ശ്ലോകങ്ങൾ സ്ത്രീകളെ പുരുഷന്റെ അടിമകളാക്കേണ്ടതെങ്ങനെ എന്ന് വ്യക്തമാക്കുന്നു.

പുമാൻ, സ്വതന്ത്രയാകാതെ
കാക്കണം നാരിയെസ്സദാ
കാര്യത്തിൽ കൈ കടത്താതെ
സ്വാധീനത്തിൽ നിറുത്തണം -
ശ്ലോകം - 2

ബാല്യത്തിലച്ഛന്റെ കീഴിൽ
താരുണ്യം പതിയൊത്തു താൻ
വാർദ്ധക്യത്തിൽ മകൻ കാക്കും
സ്വാതന്ത്ര്യം സ്ത്രീക്കനർഹമാം-
ശ്ലോകം - 3

സ്ത്രീയെ സ്വതന്ത്രയാകാൻ അനുവദിക്കാതെ പുരുഷൻ അവളെ എല്ലാ സമയവും കാത്തുകൊണ്ട് കാര്യങ്ങളിൽ ഇടപെടുത്താതെ അവളെ നിയന്ത്രണത്തിൽ നിർത്തണം.

ചെറുപ്രായത്തിൽ അച്ഛന്റെ കീഴിലും
യൗവനത്തിൽ ഭർത്താവിന്റെ കൂടെയും
വാർദ്ധക്യത്തിൽ മകന്റെ സംരക്ഷണയിലും
കഴിയേണ്ട സ്ത്രീകൾക്ക്
സ്വാതന്ത്ര്യത്തിന് അർഹതയില്ല

മനുവിന്റെ ഈ സ്മൃതി കല്പനകളാൽ സ്ത്രീകളെ രണ്ടാം തരക്കാരായി പുരുഷന്റെ അടിമകളാക്കി നിലനിർത്തുന്നതിനുള്ള വർണ്ണാശ്രമ ധർമ്മ സംഹിതയെത്തന്നെയാണ് ഇവിടെ - ബി.ജെ.പി സംഘപരിവാർ ശക്തികളും കോൺഗ്രസും ഉയർത്തിപ്പിടിക്കുന്നത്. ശ്ബരിമലയിലെ യുവതീ പ്രവേശന വിഷയത്തിലും ആർത്തവാശുദ്ധി കല്പിച്ച് സ്ത്രീകളെ മാറ്റി നിർത്തുന്ന നടപടിയിലും മേൽപ്പറഞ്ഞ മനു കല്പന തന്നെയാണ് പ്രകടമാകുന്നത്. ഇതാകട്ടെ ഇന്ത്യൻ ഭരണഘടന സ്ത്രീ-പുരുഷഭേദമെന്യേ ഓരോ വ്യക്തിക്കും അനുവദിച്ചിരിക്കുന്ന സ്വന്തം അസ്തിത്വത്തിനും വ്യക്തിസ്വാതന്ത്ര്യത്തിനും ലിംഗസമത്വത്തിനുമെല്ലാമെതിരായ ഏകാധിപത്യ അധികാര പ്രയോഗം തന്നെയാണു താനും. ഇതിനെല്ലാമെതിരായി സുപ്രീം കോടതിയുടെ ഈ വിധിയെ

ഉയർത്തിപ്പിടിക്കാനുള്ള ഉത്തരവാദിത്വം ജനാധിപത്യവാദികളായ എല്ലാ ഇന്ത്യക്കാർക്കുമുണ്ട്. യുവമോർച്ചയുടെ സമ്മേളനം ഉദ്ഘാടനം ചെയ്തു കൊണ്ട് ബി.ജെ.പി. അദ്ധ്യക്ഷൻ ശ്രീധരൻപിള്ള കോഴിക്കോട് നടത്തിയ പ്രസംഗത്തിൽ, 'ശബരിമല കോടതിവിധിയിലൂടെ നമുക്ക് ഒരു ഗോൾഡൻ ഓപ്പർച്യൂണിറ്റിയാണ് വീണുകിട്ടിയിരിക്കുന്നത്', 'ശബരിമല ഒരു സമസ്യയാണ് അതിനുവേണ്ടി നമ്മൾ ഒരു അജണ്ട ഉണ്ടാക്കി, ആ അജണ്ടയിൽ പലരും വീണു കഴിഞ്ഞു' എന്നും മറ്റുമാണ് പറഞ്ഞിരിക്കുന്നത്. ഏറെ ആഴത്തിലുള്ള ഗൂഢാലോചനയുടെ ഭാഗമാണ് ബി.ജെ.പിയുടെ ശബരിമല തന്ത്രമെന്നാണ് ഇവിടെ ശ്രീധരൻപിള്ള സ്വയം വെളിവാക്കിയത്.

യുവമോർച്ച സമ്മേളനത്തിൽ ശ്രീധരൻപിള്ള പറഞ്ഞ ആ ഗോൾഡൻ ഓപ്പർച്യൂണിറ്റി ഉപയോഗിച്ച് കേരളത്തെ ഒരു വർഗ്ഗീയ-ജാതീയ-വംശീയ തിമിരം ബാധിച്ച സമൂഹമാക്കി മാറ്റിയെടുക്കാമെന്ന അന്വേഷണത്തിലാണ് ബി.ജെ.പി. എന്നതാണ് വസ്തുത. അതിനായി ബി.ജെ.പി. ഉണ്ടാക്കി എന്ന് ശ്രീധരൻപിള്ള പറഞ്ഞ അജണ്ടയിൽ വീണവരിൽ ചിലർ കോൺഗ്രസും എൻ.എസ്.എസ്., ബി.ഡി.ജെ.എസ്. തുടങ്ങിയ ശക്തികളുമാണ്. എന്നാൽ ഈ ഫാസിസ്റ്റ് തന്ത്രങ്ങളൊന്നും കേരളത്തിൽ വിലപ്പോവില്ല. ശ്രീനാരായണഗുരുവും അയ്യൻകാളിയും പണ്ഡിറ്റ് കറുപ്പനും വാഗ്ഭടാനന്ദനും സഹോദരൻ അയ്യപ്പനും പൊയ്കയിൽ അപ്പച്ചനും വി.ടി. ഭട്ടതിരിപ്പാടുമൊക്കെയടങ്ങുന്ന മഹാമനീഷികളാൽ നയിക്കപ്പെട്ട മഹത്തായ നവോത്ഥാന സമരങ്ങളുടെ സമ്പന്ന ചരിത്രമുള്ള സംസ്കാരിക കേരളം ശ്രീധരൻപിള്ളയുടെ നേതൃത്വത്തിൽ നടക്കുന്ന ഈ അശ്ലീലഘോഷങ്ങളെ തള്ളിക്കളയുമെന്നത് ഉറപ്പായ കാര്യമാണ്.

■

ശബരിമല സമരം: ബ്രാഹ്മണ്യത്തെ പുനഃസ്ഥാപിക്കാനുള്ള ഗൂഢനീക്കം

വി.യു. സുരേന്ദ്രൻ

ശബരിമലയിലെ സ്ത്രീപ്രവേശനത്തിന് സുപ്രീംകോടതി അനുമതി നൽകിക്കൊണ്ടുള്ള വിധി നിലവിൽ വന്നതിനെ തുടർന്ന് പ്രളയാനന്തര കേരളത്തിന്റെ രാഷ്ട്രീയാന്തരീക്ഷം തികച്ചും പ്രക്ഷുബ്ധമായിത്തീർന്നിരിക്കുകയാണ്. പ്രായഭേദമന്യേ മുഴുവൻ സ്ത്രീകൾക്കും പ്രവേശനം അനുവദിച്ചുകൊണ്ടുള്ള സുപ്രീംകോടതി വിധി കേരളത്തിലെ ജനതയുടെ ക്ഷേത്രാരാധന രംഗത്തുവന്ന ഒരു സുപ്രധാന വഴിത്തിരിവാണ്. വർഷങ്ങളായി പത്തിനും അമ്പതിനും ഇടയിലുള്ള സ്ത്രീകളെ ആർത്തവത്തിന്റെ പേരിൽ ശബരിമല ക്ഷേത്രത്തിൽനിന്ന് അകറ്റിനിർത്തിയിരിക്കുകയായിരുന്നു. അനാചാരങ്ങളുടെ പേരിൽ സ്ത്രീകൾക്ക് നിഷേധിക്കപ്പെട്ട ആരാധനാ സ്വാതന്ത്ര്യവും സമത്വാവകാശവും ഉറപ്പുവരുത്തുകയാണ് ഈ വിധിയിലൂടെ സുപ്രീംകോടതി ചെയ്തിരിക്കുന്നത്.

എന്നാൽ വിധി വന്നതിനുശേഷം അതു നടപ്പിലാക്കുവാൻ ബാദ്ധ്യസ്ഥമായ കേരളത്തിലെ ഇടതുപക്ഷ സർക്കാരിനെതിരെ തികച്ചും രാഷ്ട്രീയ ലക്ഷ്യംവെച്ചുകൊണ്ട് ഹിന്ദുത്വരാഷ്ട്രീയശക്തികൾ ശബരിമലയെ രാഷ്ട്രീയ കലാപത്തിനുള്ള ഉപകരണമാക്കി മാറ്റുകയാണ്. പന്തളം രാജകുടുംബവും ശബരിമല തന്ത്രിയും ഹിന്ദുത്വശക്തികളും ചേർന്ന് സവർണ്ണ പ്രത്യയശാസ്ത്രങ്ങളും ഫ്യൂഡൽ മൂല്യസങ്കല്പങ്ങളും ബ്രാഹ്മണാധിപത്യവും തിരിച്ചുകൊണ്ടുവരുവാനുള്ള ഗൂഢനീക്കങ്ങളാണ് നടത്തിക്കൊണ്ടിരിക്കുന്നത്. ശബരിമലയിലെ ആചാരങ്ങളും അനുഷ്ഠാനങ്ങളുമെല്ലാം സംരക്ഷിക്കണമെന്ന് മുദ്രാവാക്യങ്ങളുയർത്തി പതിനായിരക്കണക്കിന് സ്ത്രീജനങ്ങളെയാണ് അവർ വിശ്വാസത്തിന്റെ പേരിൽ വിഷജ്വരം കുത്തിവെച്ച് നാമജപഘോഷയാത്രകൾ, ശരണഘോഷയാത്രകൾ തുടങ്ങിയ പേരുകളിൽ അണിനിരത്തുന്നത്.

ശബരിമല വിഷയത്തിൽ നിർമ്മിച്ചെടുത്ത വിശാല ഹിന്ദുഐക്യം തികച്ചും സവർണ്ണ താത്പര്യങ്ങൾക്കു വേണ്ടിമാത്രം രൂപപ്പെടുത്തിയെടുത്തതാണ്. ഒരിക്കലും ദളിത്/പിന്നാക്ക/ആദിവാസി താത്പര്യങ്ങൾക്കു

വേണ്ടിയോ അവരുടെ ജീവിതപ്രശ്നങ്ങൾക്കുവേണ്ടിയോ ഇതുവരെ ശബ്ദിക്കുകയോ അണിനിരക്കുകയോ ചെയ്തിട്ടില്ലാത്ത നാമജപ ഘോഷയാത്രക്കാർ ഇതൊരു സവർണ്ണ/ബ്രാഹ്മണിക്കൽ/ഹിന്ദുത്വ അജണ്ടയാണെന്ന് തിരിച്ചറിയാത്തതെന്താണ്? ശബരിമലയിലെ തന്നെ ആദിവാസികളുടെയും പിന്നാക്കക്കാരുടെയും അവകാശാധികാരങ്ങൾ തന്ത്രിമാരും സവർണ്ണലോബികളും ഓരോ കാലങ്ങളിൽ കവർന്നെടുത്ത തെന്തിനാണെന്ന് തിരിച്ചു ചോദിക്കാത്തതെന്താണ്? ഏതെങ്കിലും കാലത്ത് ഈ ദളിതരെയും അവർണ്ണരെയും ഇവർ മനുഷ്യരായി അംഗീ കരിച്ചിട്ടുണ്ടോ?

പുരുഷാധിപത്യ വ്യവസ്ഥയിലടിയുറച്ച ആചാരാനുഷ്ഠാനങ്ങളെയും ക്ഷേത്രപരിസരത്തുനിന്ന് സ്ത്രീസാന്നിദ്ധ്യത്തെ ഇല്ലാതാക്കിയ അനീ തിയെയുമാണ് യഥാർത്ഥത്തിൽ സുപ്രീംകോടതി നിഷ്പ്രഭമാക്കിയത്. സ്ത്രീകളുടെ ക്ഷേത്രപ്രവേശനത്തിന്റെയും ആരാധനാവകാശങ്ങളു ടെയും സംരക്ഷണമാണ് സുപ്രീംകോടതി വിധിയുടെ ലക്ഷ്യം. ഇപ്പോൾ നടന്നുകൊണ്ടിരിക്കുന്ന നാമജപഘോഷയാത്രകൾ ബ്രാഹ്മണിക്കൽ ലോകബോധത്തെയും മൂല്യവ്യവസ്ഥയെയും പുനഃസ്ഥാപിക്കുവാനുള്ള ആക്രോശങ്ങളാണെന്നു നാം തിരിച്ചറിയുക തന്നെ വേണം.

അനാചാരങ്ങളെയും വിശ്വാസക്രമങ്ങളെയും സംരക്ഷിച്ചുകൊണ്ടല്ല; മറിച്ച് അവയെ വലിച്ചെറിഞ്ഞുകൊണ്ടാണ് എന്നും ചരിത്രം മുന്നേറിയി ട്ടുള്ളത്. വൈകുണ്ഠസ്വാമികൾ, ആറാട്ടുപുഴ വേലായുധൻ, ചട്ടമ്പിസ്വാമി കൾ, ശ്രീനാരായണഗുരു, അയ്യൻകാളി, സഹോദരൻ അയ്യപ്പൻ, പൊയ്ക യിൽ യോഹന്നാൻ, വേലുക്കുട്ടി അരയൻ, വി.ടി. പ്രേംജി, എം.ആർ.ബി. തുടങ്ങിയവരെല്ലാം പരമ്പരാഗത ആചാരങ്ങളെ കടപുഴക്കിയെറിഞ്ഞു കൊണ്ട് സാമൂഹികപരിഷ്കാരപ്രവർത്തനങ്ങൾക്ക് നേതൃത്വം നൽകി യവരാണ്. നിലനിന്നുപോന്നിരുന്ന ബ്രാഹ്മണിക്കൽ വ്യവസ്ഥയെയും സവർണ്ണാധിപത്യ പ്രത്യയശാസ്ത്രങ്ങളെയും ഫ്യൂഡൽ മൂല്യാവ ബോധത്തെയും വെല്ലുവിളിച്ചുകൊണ്ടാണ് ഈ നവോത്ഥാന നായക ന്മാർ ചരിത്രത്തിനു തീ പിടിപ്പിച്ചത്. എല്ലാ മതങ്ങളിലും ആചാരാനു ഷ്ഠാനങ്ങളെ പരിഷ്കരിക്കുന്നതിൽ എതിർപ്പുള്ളവർ കാണും. അവർ അനാചാരങ്ങളെ കാക്കുന്ന ഭൂതങ്ങളാണ്. 1829ൽ സതി നിരോധിച്ചപ്പോൾ ബ്രാഹ്മണർ ശക്തമായി അതിനെതിരെ എതിർപ്പുമായി രംഗത്തുവരിക യുണ്ടായി. 1884ൽ ഇന്ത്യയിൽ ഔദ്യോഗികമായി അടിമത്തം നിരോധിച്ച പ്പോഴും ജാതി അടിമത്തം തങ്ങളുടെ ജന്മാവകാശമാണെന്ന് സവർണ്ണർ പ്രഖ്യാപിച്ച് ലഹളയ്ക്കൊരുങ്ങി. 1936ൽ ക്ഷേത്രപ്രവേശന വിളംബരം നടത്തിയപ്പോഴും അവർണ്ണർ ക്ഷേത്രത്തിൽ പ്രവേശിച്ചാൽ പ്രതിഷ്ഠ യുടെ ചൈതന്യം നിഷ്പ്രഭമാകുമെന്ന് പ്രസ്താവിച്ചവരാണ് അന്നത്തെ ആചാരവാദികൾ.

ആചാരങ്ങൾക്കെതിരെ എപ്പോഴെങ്കിലും ശക്തമായ സമരം ഉയർന്നിട്ടുണ്ടോ, അപ്പോഴെല്ലാം യാഥാസ്ഥിതിക വിഭാഗക്കാർ സമര

കോലാഹങ്ങളുമായി വരിക സ്വാഭാവികമാണ്. പ്രസിദ്ധ ചരിത്രകാരൻ ഡോ. എം.ജി.എസ്. നാരായണൻ അഭിപ്രായപ്പെടുന്നതുപോലെ ആചാരങ്ങളും വിശ്വാസങ്ങളും ഇരുമ്പുലക്കയല്ലെന്ന് ഇനിയും നാം തിരിച്ചറിയണം. കാലങ്ങൾ മാറുന്നതിനനുസരിച്ച് ആചാരങ്ങളും അനുഷ്ഠാനങ്ങളും മാറുകതന്നെ ചെയ്യും.

ഇന്നും നാം അനുഭവിക്കുന്ന എല്ലാ അവകാശാധികാരങ്ങളും സ്വാതന്ത്ര്യങ്ങളുമെല്ലാം ഈ സവർണ്ണാധികാര വ്യവസ്ഥയുടെ ദുഷിച്ചു നാറിയ ആചാരങ്ങളോട് ഏറ്റുമുട്ടി നേടിയെടുത്തതാണെന്ന പ്രാഥമിക പാഠം ഇനിയും നാം മനസ്സിലാക്കേണ്ടിയിരിക്കുന്നു. ഈ നാമജപഘോഷ യാത്രകൾ തിരിച്ചറിയാതെ പോകുന്നതും യഥാർത്ഥത്തിൽ അവഹേളിക്കുന്നതും കേരളത്തിന്റെ ഈ നവോത്ഥാന പാരമ്പര്യത്തെയാണ്. സ്ത്രീവിരുദ്ധവും പുരുഷകേന്ദ്രീകൃതവും ബ്രാഹ്മണാധികാര വ്യവസ്ഥിതിയിലധിഷ്ഠിതവുമായ ഇത്തരം അനാചാരങ്ങൾ സംരക്ഷിക്കണമെന്ന് വാശിപിടിക്കുന്നത് കേരളീയ സമൂഹത്തെ പതിനെട്ടാം നൂറ്റാണ്ടിലെ ജാതി ജന്മി നാടുവാഴിത്ത യുഗത്തിലേക്കു വലിച്ചിഴയ്ക്കുന്നതിനു തുല്യമാണ്.

പത്തൊമ്പതാം നൂറ്റാണ്ടിന്റെ തുടക്കം മുതൽ 1859 വരെ തിരുവിതാംകൂറിൽ തുടർച്ചയായി നടന്ന ചാന്നാർ കലാപങ്ങൾ, 1893ലെ അയ്യൻകാളിയുടെ വില്ലുവണ്ടി സമരം, 1907ലെ പുലയക്കുട്ടികളുടെ വിദ്യാഭ്യാസ സംരക്ഷണത്തിനുവേണ്ടി നടത്തിയ കേരളത്തിലെ ആദ്യത്തെ കർഷകസമരം, 1905ലെ കല്ലുമാല സമരം, വൈക്കം സത്യാഗ്രഹം, ഗുരുവായൂർ സത്യാഗ്രഹം, അരുവിപ്പുറം പ്രതിഷ്ഠ, പൊയ്കയിൽ യോഹന്നാന്റെ സമരങ്ങൾ, മിശ്രഭോജന പ്രസ്ഥാനം, നമ്പൂതിരിയെ മനുഷ്യനാക്കാൻ ഉണ്ണിനമ്പൂതിരി പ്രസ്ഥാനം നടത്തിയ പ്രവർത്തനങ്ങൾ തുടങ്ങിയവയെല്ലാം കേരളത്തെ ആധുനികവൽക്കരിച്ച ഏതാനും ചില നവോത്ഥാന മുന്നേറ്റ ശ്രമങ്ങളാണ്. ആചാരാനുഷ്ഠാനങ്ങൾ സംരക്ഷിച്ചതുകൊണ്ടല്ല, അവയെയെല്ലാം കാലാനുസൃതമായി പരിഷ്കരിച്ചതുകൊണ്ടാണ് കേരളീയ സമുദായം ആധുനിക ജനാധിപത്യ സമൂഹമായി പരിണമിച്ചത്.

പക്ഷേ, കേരള സംസ്ഥാനത്തിന്റെ രൂപീകരണത്തിനുശേഷം ഈ നവോത്ഥാന മുന്നേറ്റങ്ങൾക്ക് വേണ്ടത്ര പരിഗണനകൾ ലഭിച്ചില്ല. നവോത്ഥാന കാലത്ത് ആരംഭിച്ച പ്രസ്ഥാനങ്ങളെല്ലാം പിൽക്കാലത്ത് ജാതീയ സംഘടനകളായി അധഃപതിക്കുകയാണുണ്ടായത്. പിൽക്കാലത്തു വളർന്നുവന്ന മതേതര രാഷ്ട്രീയ പ്രസ്ഥാനങ്ങൾ അധികാര രാഷ്ട്രീയത്തിൽ മാത്രം ശ്രദ്ധിച്ചതുകൊണ്ട് സാമൂഹിക സാംസ്കാരിക മേഖലകളെ അവഗണിക്കുകയാണുണ്ടായത്. അതിനാൽ ജാതിമത വർഗീയ ശക്തികൾ പതിന്മടങ്ങു ശക്തിയായി കേരളീയ സമൂഹത്തിൽ വളർന്നുവന്നു.

ക്ഷേത്രങ്ങളിൽ പൂജ ചെയ്യാനുള്ള അവകാശം ഇപ്പോഴും സവർണ്ണന്റെ മാത്രം കുത്തകയാണ്. ദളിതർക്കും ആദിവാസികൾക്കും

പിന്നാക്കക്കാർക്കും സ്ത്രീകൾക്കുമെല്ലാം ക്ഷേത്രങ്ങളിൽ പൂജ ചെയ്യാനുള്ള അവകാശം ലഭിക്കേണ്ടതാണ്. അതിന് എത്രകാലം കൂടി നാം കാത്തിരിക്കേണ്ടി വരും? അതിനെക്കുറിച്ച് ഇക്കാലംവരെ യാതൊരു ചർച്ചയും ഇവിടെ നടന്നിട്ടില്ല. ജാതിമത ലിംഗ ഭേദമന്യേ എല്ലാ മനുഷ്യർക്കും ക്ഷേത്രങ്ങളിൽ പ്രവേശനം അനുവദിക്കേണ്ടതാണ്. ഇതു വൈകിയതുകൊണ്ടാണ് ഇപ്പോൾ സുപ്രീംകോടതിക്ക് ഈ വിഷയത്തിൽ ഇടപെടേണ്ടി വന്നത്.

ഐക്യമലയരയ മഹാസഭ ജനറൽ സെക്രട്ടറിയും ചരിത്രകാരനുമായ പി.കെ. സജീവ് അഭിപ്രായപ്പെടുന്നതുപോലെ ശബരിമലയുടെ യഥാർത്ഥ അവകാശികൾ മലയരയ ഗോത്രവിഭാഗക്കാരാണ്. പതിനെട്ട് മലകളിലായി ജീവിച്ചുപോന്നിരുന്ന മലയരയ ഗോത്രവിഭാഗക്കാരെ 1902ൽ അവിടെ നിന്നും അധികാരം ഉപയോഗിച്ച് അടിച്ചോടിച്ച് അവരുടെ ആരാധനാരീതികളും ആചാരങ്ങളും തന്ത്രികുടുംബം പിടിച്ചെടുത്ത് ബ്രാഹ്മണവത്കരിക്കുകയായിരുന്നു. പരമ്പരാഗതമായ മലയരയരുടെ ആചാരാനുഷ്ഠാനങ്ങൾ തട്ടിപ്പറിച്ചെടുത്തവരാണ് ഇപ്പോൾ ആചാരാനുഷ്ഠാനങ്ങൾ സംരക്ഷിക്കണമെന്ന് പറയുന്നത്. അയ്യപ്പവിഗ്രഹത്തിൽ അടുത്ത കാലംവരെ അവർ നടത്തിപ്പോന്നിരുന്ന തേനഭിഷേക ചടങ്ങുകളും ക്രമേണ തന്ത്രിയും സവർണ്ണസംഘങ്ങളും നിർത്തലാക്കി. യഥാർത്ഥത്തിൽ ഹിന്ദുത്വശക്തികൾ ശബരിമലയിൽ പരമ്പരാഗതമായി നിലനിന്നുപോന്നിരുന്ന ആചാരാനുഷ്ഠാനങ്ങൾ സംരക്ഷിക്കുവാൻ തയ്യാറാണെങ്കിൽ മലയരയ ഗോത്രവിഭാഗത്തിന് ശബരിമല വിട്ടുകൊടുക്കാനും അവരുടെ ആചാരാനുഷ്ഠാനങ്ങൾ അവിടെ പുനഃസ്ഥാപിക്കാനും തയ്യാറാവേണ്ടതാണ്.

ആചാരങ്ങളെ സംരക്ഷിക്കുകയല്ല വേണ്ടത്; മറിച്ച് കാലത്തിനനുസരിച്ച് അവയെ പരിഷ്കരിക്കുക തന്നെയാണ് വേണ്ടത്. ആചാരങ്ങളുടെ പേരിൽ നടക്കുന്ന ഈ കോലാഹലങ്ങൾ യഥാർത്ഥത്തിൽ ബ്രാഹ്മണാധിപത്യ മൂല്യസങ്കല്പങ്ങൾ തിരിച്ചുകൊണ്ടുവരുന്നതിനുള്ള നീക്കങ്ങളാണ്. സവർണ്ണ/ബ്രാഹ്മണിക്കൽ ആചാരാനുഷ്ഠാനങ്ങളെ സംരക്ഷിക്കുന്നതിനായി നവയാഥാസ്ഥിതിക/ഹിന്ദുത്വശക്തികൾ നടത്തുന്ന ഈ രാഷ്ട്രീയസമരങ്ങളിൽ നിന്ന് ദളിത്/ആദിവാസി/പിന്നാക്ക ജനവിഭാഗങ്ങൾ പിന്മാറേണ്ടതാണ്. വിശ്വാസ ആചാര സംരക്ഷണമല്ല ഇതിന്റെ ലക്ഷ്യം. ഹിന്ദുത്വ രാഷ്ട്രീയത്തെ കേരളത്തിൽ വേരുറപ്പിക്കുന്നതിനുവേണ്ടി ശബരിമലയുടെ പേരിൽ കേരളത്തെ കലാപഭൂമിയാക്കി മാറ്റുന്നതിനുള്ള ഹിന്ദുത്വശക്തികളുടെ പുതിയ തന്ത്രങ്ങളായി ഇതിനെ തിരിച്ചറിയുക തന്നെ വേണം. ഇതു നവോത്ഥാന പാരമ്പര്യത്തിനും ജനാധിപത്യ സംവിധാനത്തിനും ചരിത്രത്തിനുമെതിരായ വെല്ലുവിളിയാണ്.

■

ശബരിമല: സുപ്രീംകോടതി വിധി ഉയർത്തിപ്പിടിക്കുന്നത് സ്ത്രീകളുടെ സാമൂഹ്യ അന്തസ്സിനെ

കെ.എം. സലിംകുമാർ

വ്യക്തികൾക്ക് തങ്ങളുടെ മതവിശ്വാസം പിന്തുടരുന്നതിന് അവകാശം നൽകുന്ന ഭരണഘടനയുടെ 25-ാം വകുപ്പും ആരാധനാലയങ്ങൾ നടത്തുന്നവർക്ക് അവരുടെ സ്ഥാപനങ്ങൾ നടത്തിക്കൊണ്ടുപോകുന്നതിന് അധികാരം നൽകുന്ന ഭരണഘടനയുടെ 26-ാം വകുപ്പും തമ്മിലുള്ള സംഘർഷത്തിൽ വ്യക്തിയുടെ അവകാശത്തിൽ ഊന്നുകയും ഈ അവകാശം നിരാകരിക്കുന്ന ആരാധനാലയങ്ങളുടെ അധികാരത്തെ തള്ളിക്കളയുകയും ചെയ്യുന്നുവെന്നതാണ് ശബരിമലയിൽ സ്ത്രീ പ്രവേശനം അംഗീകരിച്ചുകൊണ്ടുള്ള 2013 സെപ്തംബർ 28-ലെ സുപ്രീം കോടതി വിധിയിൽ കണ്ടത്. സുപ്രീംകോടതിക്ക് മറ്റൊരു ഭരണഘടനാ വ്യാഖ്യാനം സാധ്യമായിരുന്നില്ല. കാരണം ഭരണഘടനയുടെ മൗലികത യെന്നത് വ്യക്തിസ്വത്വമാണ്.

ശബരിമല സ്ത്രീപ്രവേശനവുമായി ബന്ധപ്പെട്ട് കഴിഞ്ഞ ഒരു വ്യാഴ വട്ടക്കാലമായി സുപ്രീംകോടതിയിൽ നടന്നുകൊണ്ടിരുന്നത് പരസ്പര വിരുദ്ധമായ രണ്ട് നിയമവ്യവസ്ഥകളും മൂല്യവ്യവസ്ഥകളും തമ്മിലുള്ള പോരാട്ടമായിരുന്നു. ഭരണഘടനാധാർമ്മികത ഉയർത്തിപ്പിടിക്കുന്നവരും ഹിന്ദുധാർമ്മികത ഉയർത്തിപ്പിടിക്കുന്നവരും തമ്മിലുള്ള പോരാട്ടമായി രുന്നു അത്. ലിംഗസമത്വം ഉയർത്തിപ്പിടിക്കുന്നവരും അല്ലാത്തവരും തമ്മിലുള്ള ഈ പോരാട്ടത്തിൽ പഴമയുടെ ശക്തികൾ പരാജയപ്പെടുക യെന്നത് സാമൂഹിക-രാഷ്ട്രീയ പരിണാമത്തിൽ അനിവാര്യമായിരുന്നു. മറിച്ചാണെങ്കിൽ ദുർബലപ്പെടുന്നത് ഭരണഘടന വിഭാവനം ചെയ്യുന്ന ജനാധിപത്യ ഭരണക്രമമായിരുന്നു.

ചിലർ കരുതുന്നതുപോലെ ഭരണഘടനയെ ഏതെങ്കിലും മതങ്ങളു ടെയോ ജാതികളുടെയോ വിഭാഗങ്ങളുടെയോ ഇടുങ്ങിയ താത്പര്യ ങ്ങൾക്കനുസൃതമായി വ്യാഖ്യാനിക്കാനാവില്ല. ആൾക്കൂട്ടങ്ങളുടെ വികാര ങ്ങളല്ല നിയമങ്ങളും നിയമവ്യാഖ്യാനങ്ങളുമായി മാറേണ്ടത്. അങ്ങനെ

സംഭവിച്ചാൽ ഭരണഘടനയുടെ വിശ്വാസ്യതയ്ക്ക് മങ്ങലേൽക്കുമെന്നു മാത്രമല്ല, നിയമവാഴ്ചയ്ക്കും ജനാധിപത്യത്തിനും സ്ഥാനമില്ലാതായി ത്തീരുകയും ചെയ്യും. ഈ നിലയിലാണ് ശബരിമലയിലെ സ്ത്രീപ്രവേ ശനവുമായി ബന്ധപ്പെട്ട സുപ്രീംകോടതി വിധിയെ കാണേണ്ടത്. ഭരണ ഘടനയുടെ അന്തഃസത്തയിൽ മുറുകെപിടിച്ചുകൊണ്ട് വ്യക്തിയുടെ സ്വാതന്ത്ര്യവും തുല്യതയും അന്തസ്സും ഉയർത്തിക്കാട്ടുന്ന വിധിയായി രുന്നു അത്. അതുവഴി സംരക്ഷിക്കപ്പെട്ടത് വ്യക്തിയുടെ മൗലികാവ കാശമാണ്. ആണിനോടൊപ്പം പെണ്ണിനും ആരാധന നടത്തുന്നതിനുള്ള അവകാശമാണത്. തന്മൂലം കഴിഞ്ഞ ഒന്നരമാസത്തിലേറെയായി ശബരി മലയിലെ സ്ത്രീ പ്രവേശനത്തിനെതിരെ കേരളത്തിൽ നടന്നുകൊണ്ടി രിക്കുന്ന പ്രക്ഷോഭങ്ങൾ മൗലികമായി ചോദ്യം ചെയ്യുന്നത് സ്ത്രീ എന്ന നിലയിലുള്ള വ്യക്തിയുടെ മൗലികാവകാശത്തെയാണ്. പ്രത്യക്ഷത്തിൽ തന്നെ ഈ പ്രക്ഷോഭങ്ങൾ സ്ത്രീകളുടെ ആത്മാഭിമാനത്തിനും അന്തസ്സിനും നേരെയുള്ള കടന്നാക്രമണമാണ്.

കേരളത്തിന്റെ രാഷ്ട്രീയ ധാർമ്മിക ജീർണത

ഹൈന്ദവ ധാർമ്മികതയ്ക്കും മൂല്യങ്ങൾക്കും വേണ്ടി നിലകൊള്ളുന്ന പന്തളം രാജകൊട്ടാരവും തന്ത്രിമാരും (ബ്രാഹ്മണ പൗരോഹിത്യം) അവരെ പിന്താങ്ങുന്നവരും അവരുടെ താത്പര്യങ്ങൾക്കു വിരുദ്ധ മായൊരു കോടതിവിധിക്കെതിരെ യോജിക്കുക സ്വാഭാവികമായിരുന്നു. ഒരു ജാതിഹിന്ദുവിനും അതിൽ പക്ഷം ചേരാതിരിക്കാനാവില്ല. ഹൈന്ദവ ധാർമ്മികതയുടെ അവശേഷിപ്പുകൾ ഒലിച്ചുപോകുന്നതിലെ ഉത്ക്ക ണ്ഠയും നിരാശയും അസഹിഷ്ണുതയുമാണ് നാമജപങ്ങളും ആക്രോശ ങ്ങളും ആക്രമണങ്ങളുമായി തെരുവുകളിലേക്ക് ഇരച്ചുകയറിയത്. കേരളീയരുടെ സാമാന്യബോധം അങ്ങേയറ്റം ജനാധിപത്യവിരുദ്ധ മാണെന്ന് ലോകത്തോട് വിളിച്ചുപറഞ്ഞ അപമാനകരമായൊരു രാഷ്ട്രീയാനുഭവമായിരുന്നു അത്. അഥവാ കേരളം ഒരു ജനാധിപത്യ സമൂഹമല്ലെന്ന് അത് ലോകത്തോട് വിളിച്ചുപറഞ്ഞു. ഭരണഘടനാതത്ത്വ ങ്ങളെ അംഗീകരിക്കാത്ത ആർ.എസ്.എസ്/ബി.ജെ.പി. സംഘപരിവാർ ശക്തികൾ ഇത്തരം നീക്കങ്ങളോടൊപ്പം ചേരുകയെന്നത് സ്വാഭാവിക മായിരുന്നു. എന്നാൽ ഭരണഘടനാ നിർമ്മാണത്തിനുതന്നെ നേതൃത്വം നൽകിയൊരു പ്രസ്ഥാനത്തിന്റെ (ഇന്ത്യൻ നാഷണൽ കോൺഗ്രസ്) സംസ്ഥാനഘടകവും അവർ നയിക്കുന്ന യു.ഡി.എഫ്. മുന്നണിയും ഇത്തരമൊരു നീക്കത്തിന്റെ ഭാഗമായപ്പോൾ കോൺഗ്രസ് സ്വന്തം ചരിത്ര ത്തെതന്നെ അപഹസിക്കുകയായിരുന്നു. പിന്നീട് ബി.ജെ.പി. അദ്ധ്യക്ഷൻ പി.എസ്. ശ്രീധരൻപിള്ള പറഞ്ഞതുപോലെ (2018 നവംബർ 6) ബി.ജെ.പി യുടെ ചരിത്രത്തിലെ ഏറ്റവും വലിയ സുവർണാവസരമായി ശബരിമല യിലെ സ്ത്രീ പ്രവേശനം മാറി. "നമ്മൾ ഒരജണ്ട മുന്നോട്ടുവെച്ചു. ആ അജണ്ടയ്ക്കു മുന്നിൽ ഓരോരുത്തരായി അടിയറവ് പറഞ്ഞു കളംകാലി യാകുമ്പോൾ അവശേഷിക്കുന്നത് നമ്മളും എതിരാളികളായ ഇന്നത്തെ

ഭരണകൂടവും അവരുടെ പാർട്ടികളും മാത്രമാണ്." ഇത്തരമൊരു വിഭജനത്തിലേക്ക് കേരളത്തിന്റെ മത/സാമൂഹ്യ/രാഷ്ട്രീയമണ്ഡലത്തെ നയിക്കാനായി എന്നതും തങ്ങളുടെ നിലപാടിലേക്ക് കോൺഗ്രസ്സിനേയും യു.ഡി.എഫ്. മുന്നണിയെയും എത്തിക്കാനായി എന്നതും ആർ.എസ്. എസ്. സംഘപരിവാർ ശക്തികളുടെ വൻനേട്ടമായി. ഒരു മതേതര ജനാധിപത്യപ്രസ്ഥാനം എന്നവകാശപ്പെടുന്ന കോൺഗ്രസ്സിന്റെ അസ്തിത്വമാണ് ഇവിടെ ചോദ്യം ചെയ്യപ്പെട്ടത്.

തങ്ങൾ കോടതിവിധി മാനിക്കുന്നവരാണെന്നും എന്നാൽ അത് കേരള സർക്കാർ പൂഴ്ത്തിവെക്കണമെന്നുമായിരുന്നു ആദ്യം കോൺഗ്രസ്സും സംഘപരിവാർ ശക്തികളും ആവശ്യപ്പെട്ടത്. പിന്നീടവർ വിധി നടപ്പിലാക്കുവാൻ തയ്യാറായ സർക്കാരിന്റെ ഇച്ഛാശക്തിയെ ചോദ്യംചെയ്യുവാൻ തുടങ്ങി. ഒടുവിൽ വിധി നടപ്പിലാക്കുവാൻ പാടില്ലെന്ന കർക്കശമായ നിലപാടെടുത്തു. വിധി നടപ്പിലാക്കുവാനുള്ള സർക്കാർ നീക്കത്തെ ഹൈന്ദവാചാരങ്ങളേയും വിശ്വാസങ്ങളേയും ഇല്ലാതാക്കുവാനുള്ള ഗൂഢാലോചനയായി ചിത്രീകരിച്ചു. അപ്പോഴാണ് കോൺഗ്രസ്സിന്റേയും ഹിന്ദുത്വവാദികളുടെയും യഥാർത്ഥ നിറം പുറത്തുവന്നത്. ചിലർ കരുതുന്നതുപോലെ സർവ്വകക്ഷിയോഗം വിളിച്ചോ, അവധാനതയോടെയോ അമിതാവേശമില്ലാതെയോ പ്രകോപനപരമല്ലാതെയോ സമവായത്തിന്റെ പാതയിൽ ഒരു ഗവണ്മെന്റിന് ഭരണഘടനാതത്ത്വങ്ങളും മൂല്യങ്ങളും നടപ്പിലാക്കാനാവില്ല. കാരണം ഇത്തരം സമീപനങ്ങളൊന്നും ജാതികളും മതങ്ങളും പോലുള്ള പരമ്പരാഗത അധികാരകേന്ദ്രങ്ങളെ തൃപ്തിപ്പെടുത്തുവാൻ പര്യാപ്തമല്ല. ഇവയെ നേരിട്ടുകൊണ്ടു മാത്രമേ ഇന്ത്യയെപ്പോലൊരു രാജ്യത്ത് ഭരണഘടനാതത്ത്വങ്ങളും മൂല്യങ്ങളും നടപ്പിലാക്കാനാകൂ.

സുപ്രീംകോടതി വിധി നടപ്പിലാക്കുന്നതിന് തിടുക്കം കാട്ടരുതെന്ന് കേരള സർക്കാരിനോട് ആദ്യം ആവശ്യപ്പെട്ടത് മുൻമുഖ്യമന്ത്രി ഉമ്മൻ ചാണ്ടിയായിരുന്നു. ചാണ്ടിക്കു പിന്നാലെ പ്രതിപക്ഷ നേതാവ് രമേശ് ചെന്നിത്തല പറഞ്ഞത് വിധിക്കെതിരെ സർക്കാർ പുനഃപരിശോധനാ ഹർജി നൽകിയില്ലെങ്കിൽ തങ്ങൾ അത് ചെയ്യുമെന്നായിരുന്നു. ക്ഷേത്രാചാരങ്ങൾ സംരക്ഷിക്കുവാൻ കഴിയുന്നില്ലെങ്കിൽ തങ്ങൾ അത് ചെയ്യുമെന്നായിരുന്നു. ക്ഷേത്രാചാരങ്ങൾ സംരക്ഷിക്കുവാൻ കഴിയുന്നില്ലെങ്കിൽ മുഖ്യമന്ത്രിയുടെ മുഖത്തേക്ക് രാജിക്കത്ത് വലിച്ചെറിയുകയാണ് ദേവസ്വം ബോർഡ് പ്രസിഡണ്ട് ചെയ്യേണ്ടത് എന്നായിരുന്നു കെ.പി.സി.സി. അദ്ധ്യക്ഷൻ മുല്ലപ്പിള്ളി രാമചന്ദ്രന്റെ നിലപാട്. എത്രമാത്രം സ്ത്രീ വിരുദ്ധതയും അസഹിഷ്ണുതയുമാണ് കോൺഗ്രസ് നേതാക്കൾ, പ്രത്യേകിച്ചും സവർണർ മനസ്സിൽ സൂക്ഷിച്ചിരിക്കുന്നത് എന്നതിന്റെ ദൃഷ്ടാന്തമായിരുന്നു ഇത്. ഒടുവിൽ ശബരിമലയിലെ സ്ത്രീപ്രവേശനം തടഞ്ഞുകൊണ്ട് നരേന്ദ്രമോദി സർക്കാർ ഓർഡിനൻസ് പുറപ്പെടുവിക്കണമെന്നായി. ഹിന്ദുക്കളുടെ ആചാരങ്ങളും വിശ്വാസങ്ങളും സംരക്ഷിക്കുന്നതിന് മോദി സർക്കാർ വിട്ടുവീഴ്ച ചെയ്യുകയില്ലെന്ന തോന്നലാണ്

കേരളത്തിലെ കോൺഗ്രസ് നേതൃത്വത്തെ ഇത്തരമൊരു നിലപാടിലെത്തിച്ചത്. മതാധിഷ്ഠിതമായൊരു രാഷ്ട്രമല്ല നെഹ്റുവിനെപ്പോലുള്ള തങ്ങളുടെ മുൻഗാമികൾ വിഭാവനം ചെയ്തതെന്നും ഈ രാഷ്ട്രത്തിന്റെ മൗലികത വ്യക്തിസ്വാതന്ത്ര്യമാണെന്നുമുള്ള പ്രാഥമികമായ കാര്യം പോലും കേരളത്തിലെ സവർണ കോൺഗ്രസ് നേതാക്കളും അവരുടെ ആശ്രിതരും മറന്നുപോയി.

ഇതോടൊപ്പം സുപ്രീംകോടതി വിധിയുടെ ഞെട്ടലിൽ, മത നിർദ്ദേശങ്ങളെ തള്ളിപ്പറയുകയും ചെളി വാരിയെറിയുകയും ചെയ്യുന്നവരെ വിവേകവും ഉത്തരവാദിത്വവുമുള്ളവർ ഒറ്റക്കെട്ടായി ചെറുത്തു തോല്പിക്കണമെന്ന (2008 സെപ്തംബർ 30) മുസ്ലീം മതരാഷ്ട്രീയനേതാവ് പാണക്കാട് ഹൈദരാലി ശിഹാബ് തങ്ങളുടെ നിലപാടുകൂടി ശ്രദ്ധിക്കുക. 'സ്ത്രീ സ്വാതന്ത്ര്യമർഹിക്കുന്നില്ല'എന്ന മനുനീതിയിലേക്കുള്ള ഇസ്ലാമിക പാലമാണിത്. വിശ്വാസങ്ങളുമായി ബന്ധപ്പെട്ട കാര്യങ്ങളിൽ തീരുമാനമെടുക്കേണ്ടത് കോടതികളല്ല വിശ്വാസികൾ തന്നെയാണെന്ന് മുസ്ലീം ലീഗ് നേതാവ് പി.കെ. കുഞ്ഞാലിക്കുട്ടി പറയുമ്പോഴും ആവർത്തിക്കപ്പെടുന്നത് ഈ സംഘപരിവാർ നിലപാടു തന്നെയാണ്. കന്യാസ്ത്രീ പീഡനത്തിൽ തുറുങ്കിലടയ്ക്കപ്പെട്ട 'ബിഷപ്പ്' ഫ്രാങ്കോ മുളയ്ക്കലിനെ കാണാൻ ബൈബിൾ പ്രമാണം ഉദ്ധരിച്ചുകൊണ്ട് ദിവസങ്ങൾക്കകം ജയിൽ സന്ദർശിച്ച കെ.എം. മാണിയെപ്പോലുള്ള രാഷ്ട്രീയ മിശിഹമാർ നമുക്കിടയിലുണ്ട്. ഫ്രാങ്കോയുടെ തടവുജീവിതത്തെ യേശുവിന്റെ പീഡാനുഭവങ്ങളുമായി തുലനം ചെയ്ത കാഞ്ഞിരപ്പള്ളി ബിഷപ് മാർ മാത്യു അറയ്ക്കലിനെപ്പോലുള്ള വിശുദ്ധ പിതാക്കന്മാരുണ്ട്. ഇന്ത്യൻ പൗരുഷത്തിന്റെ കേരള മാതൃകയായി, മറുവാക്ക് പറയുന്ന സ്ത്രീകളുടെ മൂക്കും മുലയുമരിയുവാൻ വാളോങ്ങി നിൽക്കുന്ന പി.സി. ജോർജ്ജ് എം.എൽ.എയെപ്പോലുള്ള രാഷ്ട്രീയ നേതാക്കളുണ്ട്. ആചാരങ്ങൾ ലംഘിച്ച് ശബരിമലയിലെത്തുന്ന സ്ത്രീകളെ വലിച്ചുകീറി തെക്കും വടക്കും എറിയണമെന്നു പറയുന്ന കൊല്ലം തുളസിയെപ്പോലുള്ള സിനിമാ അഭിനേതാക്കളുണ്ട്. ഇവരാരും ഒറ്റപ്പെട്ട വ്യക്തികളല്ല. കേരളീയ സമൂഹത്തിന്റെ യാഥാസ്ഥിതികമായൊരു പരിച്ഛേദമാണ്. ജനാധിപത്യത്തിന്റെയും പുരുഷാധിപത്യത്തിന്റെയും ശക്തരായ പടനായകരാണിവർ. ജനാധിപത്യത്തിന്റെ പുറംചട്ടയ്ക്കുള്ളിൽ ഇന്നും കേരളീയ സമൂഹത്തെ അടക്കിവാഴുന്നത് ഇത്തരക്കാരാണ്.

സുപ്രീംകോടതി വിധി മാനിക്കുന്നുവെന്നും ജാതി/ലിംഗ വ്യത്യാസമില്ലാതെ എല്ലാ ഭക്തർക്കും ക്ഷേത്രങ്ങളിൽ തുല്യ അവകാശമാണ് ഉള്ളതെന്നുമായിരുന്നു ബി.ജെ.പി. സംഘപരിവാർ ശക്തികളെ നയിക്കുന്ന ആർ.എസ്.എസ്. ദേശീയനേതൃത്വത്തിന്റെ ആദ്യനിലപാട്. അതിന്റെ അടിസ്ഥാനത്തിൽ ദേശീയ മനുഷ്യാവകാശ കമ്മീഷൻ അദ്ധ്യക്ഷ രേഖശർമ്മ പറഞ്ഞത് സ്ത്രീകൾക്ക് എവിടെ പോകണമെന്ന് തീരുമാനിക്കാനുള്ള 'ശരിയായ വിധി' എന്നാണ്. കേന്ദ്രവനിത-ശിശുക്ഷേമ വകുപ്പ് മന്ത്രി

മേനകാഗാന്ധി വിധി സ്വാഗതം ചെയ്തുകൊണ്ട് ചോദിച്ചത് "ദേവിയും ശക്തിയുമായ സ്ത്രീ ക്ഷേത്രത്തിൽ പ്രവേശിക്കുന്നതിനെ എങ്ങനെ തടയാൻ കഴിയു"മെന്നാണ്. ആയിരക്കണക്കിന് സ്ത്രീകളെ, പ്രത്യേകിച്ചും സവർണ സ്ത്രീകളെ തെരുവിലിറക്കി ശോഭ സുരേന്ദ്രനെയും കെ.പി. ശശികലയെയും പോലുള്ള ആർ.എസ്.എസ്. നേതാക്കളാണ് രേഖ ശർമ്മയെയും മേനക ഗാന്ധിയെയും പോലുള്ളവർക്ക് മറുപടി പറഞ്ഞത്. സംഘപരിവാർ ശക്തികളുടെ ഈ തകിടംമറിച്ചിലിനിടയിൽ 2018 ഒക്ടോബർ 20ന് നാഗ്പൂരിൽ ആർ.എസ്.എസ്. തലവൻ മോഹൻ ഭാഗവത് പറഞ്ഞത്, സുപ്രീംകോടതിവിധി സമൂഹത്തിൽ ഭിന്നത വളർത്തിയെന്നും പാരമ്പര്യങ്ങളും ആചാരാനുഷ്ഠാനങ്ങളും പരിഗണിക്കാതെയും മതാചാര്യന്മാരുടെയും കോടിക്കണക്കിന് വിശ്വാസികളുടെയും കാഴ്ചപ്പാട് കണക്കിലെടുക്കാതെയുമാണ് സുപ്രീംകോടതി ഇത്തരമൊരു വിധി പ്രഖ്യാപിച്ചത് എന്നുമാണ്. ഇത്തരമൊരു നിലപാടിൽ നിന്നുകൊണ്ട് 2018 ഒക്ടോബർ 27ന് ബി.ജെ.പി. ദേശീയ അധ്യക്ഷൻ അമിത് ഷാ കണ്ണൂരിൽ പറഞ്ഞത് 'നടപ്പിലാക്കുവാൻ കഴിയുന്ന വിധികളേ സുപ്രീംകോടതി പുറപ്പെടുവിക്കാവൂ' എന്നാണ്. സുപ്രീംകോടതി വിധി നടപ്പിലാക്കുവാൻ ശ്രമിച്ചാൽ സംസ്ഥാന ഗവണ്മെന്റിനെ വലിച്ചു താഴെയിടു'മെന്ന് അദ്ദേഹം ഭീഷണി മുഴക്കുകയും ചെയ്തു. അതിനിടയിൽ കേന്ദ്രമന്ത്രി സ്മൃതി ഇറാനി ഇന്ത്യൻ സ്ത്രീകളോട് ചോദിച്ചത്, "ആർത്തവത്തിൽ കുതിർന്ന നാപ്കിനുമെടുത്ത് നമ്മളാരെങ്കിലും സുഹൃത്തിന്റെ വീട്ടിൽ പോകുമോ" എന്നാണ്. "അല്ല. അപ്പോൾ എങ്ങനെയാണ് ദൈവത്തിന്റെ ആലയത്തിൽ പോകുന്നത്?"

ഇതിനിടയിൽ ശബരിമലയിലെ സ്ത്രീപ്രവേശനത്തെ എതിർക്കുന്ന ആൾക്കൂട്ടങ്ങളുടെ മുന്നിലും പിന്നിലുമെല്ലാം സംഘപരിവാർ അണിചേർന്നു. സംഘപരിവാറിനെ വെട്ടി മുന്നേറാൻ ശ്രമിച്ച കോൺഗ്രസ് ബഹുദൂരം പിന്നിലായി. കോടതിവിധി നടപ്പാക്കുന്നതിനെതിരെ ബി.ജെ.പി. ആഞ്ഞടിച്ചു. പതിനായിരക്കണക്കിന് ഹിന്ദുക്കളെ തെരുവിലിറക്കി. കേരളത്തിന് ഇങ്ങനെയുമൊരു മുഖമുണ്ടെന്ന് അവർ ലോകത്തെ അറിയിച്ചു. സ്ത്രീവിരുദ്ധതയുടെ കരുത്തും തീവ്രതയും കേരളമറിഞ്ഞത് അപ്പോഴാണ്. ശബരിമലയിലേക്ക് ഒറ്റയ്ക്കു പോയ റാഡിക്കൽ യുവതികളെ തടയുന്നതിന് സൈദ്ധാന്തികമായും പ്രായോഗികമായും നേതൃത്വം നൽകിക്കൊണ്ട് ആർ.എസ്.എസ് ഹിന്ദു മിലിഷ്യയുടെ ദൗത്യം നിർവ്വഹിച്ചു. അവർ പൊലീസുകാരെയും മാധ്യമപ്രവർത്തകരെയും ആക്രമിച്ചു. അവരുടെ വാഹനങ്ങൾ തകർത്തു. കെ.എസ്.ആർ. ടി.സി. വാഹനങ്ങൾ തകർത്തു. എൺപതുകളിൽ സുവർണ ക്ഷേത്രം കയ്യടക്കിയ ഖാലിസ്ഥാൻ വാദികളെപോലെ ഹിന്ദു മിലിഷ്യ ശബരിമലയിൽ തമ്പടിച്ചു. അയ്യപ്പ ധർമ്മസേന നേതാവ് രാഹുൽ ഈശ്വർ പറഞ്ഞതുപോലെ ശബരിമലയിൽ മൂത്രമൊഴിച്ചും ചോര വീഴ്ത്തിയും സന്നിധാനം അശുദ്ധമാക്കാനും ക്ഷേത്രം അടച്ചിടുവാനും പദ്ധതിയിട്ടു.

തന്റെ നിർദ്ദേശം അനുസരിച്ചാണ് ശബരിമല മേൽശാന്തി ക്ഷേത്രം അടച്ചിടുമെന്ന് പ്രഖ്യാപിച്ചത് എന്ന് ബി.ജെ.പി. അദ്ധ്യക്ഷൻ ശ്രീധരൻ പിള്ള പറയുമ്പോൾ ഈ പദ്ധതി എത്രമാത്രം ഗൂഢാലോചനാപരമായിരുന്നുവെന്ന് സ്വയം വെളിവാക്കപ്പെടുന്നു.

പുറത്ത് അക്രമികളായും ചാവേറുകളായും ദലിതർക്കും ആദിവാസികൾക്കുമിടയിൽ നിന്നുപോലും ഈ സ്ത്രീവിരുദ്ധർ ആളുകളെ റിക്രൂട്ട് ചെയ്തു. അവർ ആരെല്ലാമായിരുന്നുവെന്ന വിവരം പുറത്തുവരാൻ പോകുന്നതേയുള്ളൂ. പ്രദേശവാസികളായ മലയരയന്മാരെയും മലമ്പണ്ടാരങ്ങളെയുമെല്ലാം ഈ കൂട്ടർ തങ്ങളുടെ താത്പര്യങ്ങൾക്കായി ഉപയോഗിച്ചു. അവർക്കിടയിൽനിന്നാണ് 'നാമജപയജ്ഞ'ത്തിൽ പങ്കെടുത്തുകൊണ്ട് അയ്യപ്പൻ തങ്ങളുടെ വനദേവനാണെന്നും ദേവന് ജീവൻ പോലും നൽകാൻ തയ്യാറാണെന്നും പറയുന്ന ആദിവാസികളെ നാം അട്ടത്തോട്ടിൽ കണ്ടത്; നിലയ്ക്കൽ അടുത്ത് അയ്യപ്പന് ജീവൻ നൽകാൻ തയ്യാറായി കഴുത്തിൽ കുരുക്കിട്ടു നില്ക്കുന്ന ആദിവാസി സ്ത്രീയെ കണ്ടത്. ഇഷ്ടദേവനോ ദേവിക്കോ വേണ്ടി കുരുതിയാവാൻ തയ്യാറാകുന്ന പ്രാകൃത മനുഷ്യാവസ്ഥയാണിത്. വിശ്വാസ തീവ്രതയിൽ സ്വയം കൊല്ലുവാൻ തയ്യാറാകുന്ന ഈ മനുഷ്യാവസ്ഥ സംഘപരിവാർ സൃഷ്ടിച്ചതാണ്. പ്രതിഷേധങ്ങളുമായി തെരുവിലെത്തിയ സവർണ മേൽജാതി സ്ത്രീകൾ പുരുഷാധിപത്യത്തോടുള്ള വിധേയത്വം രേഖപ്പെടുത്തി അവരവരുടെ വീടുകളിലേക്ക് മടങ്ങുമ്പോൾ, ഹിന്ദുവിശ്വാസത്തിന്റെ തീവ്രലഹരിയിൽ ആദിവാസി സ്ത്രീകൾ മരക്കൊമ്പുകൾ തേടുന്നു. ഒടുവിൽ ഇത്തരം ചെയ്തികൾ മലയരയന്മാരുടെയും മലമ്പണ്ടാരങ്ങളുടെയും വിവരക്കേടാണെന്ന് പുച്ഛിച്ച് സവർണ മേൽജാതി സ്ത്രീകളും പുരുഷന്മാരും പൊട്ടിച്ചിരിക്കുന്നു.

സ്വത്തുടമസ്ഥതയല്ല, തുല്യനീതിയാണ് പ്രശ്നം

ശബരിമലയിലേത് ലിംഗസമത്വത്തിന്റെ പ്രശ്നമാണെന്ന് അറിയാത്തവരായി ആരുമില്ല. അതേസമയം ഇപ്പോൾ ചർച്ച ചെയ്യപ്പെടുന്ന മുഖ്യമായൊരു വിഷയം ശബരിമലയുടെ ഉടമസ്ഥാവകാശം ആർക്കാണ് എന്നതാണ്. ദേവസ്വം ബോർഡിന്റേതാണ് ശബരിമലയെന്ന് സർക്കാർ പറയുമ്പോൾ അയ്യപ്പനും അയ്യപ്പന്റെ പിതൃസ്ഥാനീയരായ പന്തളം കൊട്ടാരവുമാണ് ശബരിമലയുടെ ഉടമസ്ഥരെന്ന് കൊട്ടാരം നിർവ്വാഹക സംഘം പറയുന്നു. ഒരിക്കൽ നഷ്ടപ്പെട്ടത് വീണ്ടെടുക്കാനുള്ള തത്രപ്പാടാണത്. ക്ഷേത്രഭരണം വിശ്വാസികളെ ഏല്പിക്കണമെന്ന് ആർ.എസ്.എസ്./ബി.ജെ.പി. ശക്തികൾ നിരന്തരം ആവശ്യപ്പെട്ടുകൊണ്ടിരിക്കുന്നത് ഈ വീക്ഷണത്തിൽ നിന്നാണ്. ആരാണ് ഈ വിശ്വാസികൾ? കേരളത്തിലെ പരമ്പരാഗത ഭരണവർഗ്ഗങ്ങളായ നമ്പൂതിരിമാരും നായന്മാരുമാണ് അവരെന്ന് ഇതോടൊപ്പം ചേർത്തുവായിക്കേണ്ടതാണ്. ജാതിഘടനയുടെ അടിത്തട്ടിലുള്ള ദലിതരുടെയും ആദിവാസികളുടെയും നിരവധി

ആരാധനാലയങ്ങൾ ഇന്ന് ഈ സവർണ്ണ വിഭാഗങ്ങളുടെ നിയന്ത്രണ ത്തിലാണ് എന്നതാണ് യാഥാർത്ഥ്യം. 'ചണ്ഡാലനെ ബ്രാഹ്മണനാക്കുക' (വിവേകാനന്ദൻ) എന്ന നവബ്രാഹ്മണ്യ പദ്ധതിയുടെ ആവിഷ്കാര മാണിത്.

ഇത്തരമൊരു സാഹചര്യത്തിൽ ശബരിമലയുടെ ഉടമസ്ഥാവകാശ വുമായി ബന്ധപ്പെട്ട് മലയരയന്മാർ ഉന്നയിക്കുന്ന അവകാശവാദത്തിൽ ചില ന്യായങ്ങളുണ്ട്. ആനയും കടുവയുംപോലുള്ള വന്യമൃഗങ്ങളുടെ വിഹാരകേന്ദ്രമായിരുന്ന പെരുങ്കാട്ടിൽ, ഉണ്ടും ഉറങ്ങിയും പഴമ്പുരാണ ങ്ങൾ പറഞ്ഞും സുഖലോലുപരായി കഴിയുകയും മഞ്ചലുകളിലം പള്ളി യോടങ്ങളിലും സുഖസഞ്ചാരങ്ങൾ നടത്തുകയും ചെയ്യുന്ന ഏതെങ്കിലും നാടുവാഴികളോ, നമ്പൂതിരിമാരോ ശബരിമലയിലെത്തി ക്ഷേത്രകാര്യ ങ്ങൾ നോക്കി നടത്തുമായിരുന്നുവെന്ന് കരുതാനാവില്ല. വനാന്തരങ്ങളിൽ കഴിയുന്നവർക്ക് മാത്രമേ അതിന് കഴിയുമായിരുന്നുള്ളൂ. ഇതിനർത്ഥം ശബരിമലയിൽ ആസൂത്രിതമായ അധിനിവേശം നടന്നിട്ടുണ്ടെന്നുതന്നെ യാണ്. അധിനിവേശക്കാർ കയ്യടക്കിയത് തിരികെ നൽകുകയോ നൽകാ തിരിക്കുകയോ ചെയ്യട്ടെ; എന്നാൽ ഒരു ജനതയും ഓർമ്മകളില്ലാത്ത വരായി മാറുവാൻ പാടില്ല.

അതേസമയം അധിനിവേശം മനുഷ്യചരിത്രത്തിലെ സഹജമായൊരു പ്രതിഭാസമാണ്. അധിനിവേശത്തിന്റെ ചരിത്രം ഇന്ത്യയ്ക്ക് പുറത്ത് മുകളിൽ മാത്രമല്ല, ഇന്ത്യയ്ക്കുള്ളിലുമുണ്ട്. എത്രയെത്ര അധിനിവേശങ്ങൾക്കാണ് മദ്ധ്യേന്ത്യയിലെ ഗോണ്ടുകളെപോലുള്ള ആദിമനിവാസികൾക്ക് സാക്ഷ്യം വഹിക്കേണ്ടിവന്നിട്ടുള്ളത്? ഫിനാൻസ് ക്യാപ്പിറ്റലിസവും കൊളോണിയലിസവും ആഗോളവത്കരണവുമെല്ലാം അധിനിവേശ ങ്ങളുടെ ആധുനികരൂപങ്ങളാണ്. സംഘടിതരും കരുത്തരുമായ അധിനി വേശ ശക്തികൾ കീഴടക്കുകയും ഇല്ലാതാക്കുകയും ചെയ്ത എത്രയെത്ര സംസ്കാരങ്ങൾ! റിപ്പബ്ലിക്കൻ ഇന്ത്യ പോലും യാതൊരു മനസ്സാക്ഷി യുമില്ലാതെ ആദിവാസികളുടെ വിസ്തൃതമായ ദേശങ്ങൾ പിടിച്ചെടുക്കു കയും ദശലക്ഷക്കണക്കിന് ആദിവാസികളെ തുരത്തിയോടിക്കുകയും ചെയ്തിട്ടുണ്ട്. അട്ടപ്പാടി ഒരിക്കൽ ആദിവാസികളുടേതു മാത്രമായിരുന്നു. അധിനിവേശമാണ് ഈ സ്ഥിതി തകിടംമറിച്ചത്. കുടിയേറ്റക്കാർ പിടി ച്ചെടുത്ത ആദിവാസി ഭൂമി തിരികെ നൽകണമെന്ന നിയമം (1975) നിയമ നിർമ്മാതാക്കൾ തന്നെ റദ്ദു ചെയ്തു. വിവേകാനന്ദനെപ്പോലെ ഉന്നത നായൊരു ഹൈന്ദവ നേതാവ് ഇന്ത്യയിലെ ഹിന്ദുക്ഷേത്രങ്ങളെല്ലാം ബുദ്ധമതക്കാരുടേതാണെന്ന് പറഞ്ഞിട്ടുണ്ട്. ശബരിമലയും ഒരു ബൗദ്ധ ക്ഷേത്രമാണെന്ന് കരുതുന്നവരുണ്ട്. എന്നാൽ ഹിന്ദുക്കൾ പിടിച്ചെടുത്ത ബുദ്ധക്ഷേത്രങ്ങൾ തിരികെ നൽകണമെന്ന് പറയുവാൻ ഇന്ന് ബുദ്ധ മതക്കാർക്ക് ആവില്ല. ചരിത്രം അതനുവദിക്കുന്നില്ല. ബാബറി മസ്ജിദ് തകർക്കപ്പെട്ടിട്ട് കാൽനൂറ്റാണ്ടു കഴിഞ്ഞുവെങ്കിലും അതിന് നേതൃത്വം നൽകിയ സംഘപരിവാർ ഭരിക്കുന്ന ഇന്ത്യയിൽ, അയോദ്ധ്യയിലെ രാമ

ക്ഷേത്ര നിർമ്മാണം യാതാർത്ഥ്യമാക്കുവാൻ കഴിഞ്ഞിട്ടില്ല. നിരവധി മുസ്ലീം ദേവാലയങ്ങൾക്കു മേൽ ഹിന്ദുത്വവാദികൾ അവകാശവാദമുന്നയിക്കുന്നുണ്ടെങ്കിലും ബാബറി മസ്ജിദ് മാതൃകയാക്കുവാൻ കഴിയുന്നില്ല. യഹൂദന്മാരെപോലെ തകർക്കപ്പെടുകയും തുരത്തിയോടിക്കപ്പെടുകയും ചെയ്തിട്ടും അതിജീവിക്കുകയും തിരിച്ചെത്തുകയും ദേശമായും രാഷ്ട്രമായും മാറുകയും ചെയ്തവർ കുറവാണ്.

ഈ ചരിത്ര സാംസ്കാരിക പശ്ചാത്തലത്തിൽ ബ്രാഹ്മണ്യശക്തികൾ പിടിച്ചെടുത്ത ശബരിമല തിരിച്ചുനല്കണമെന്ന മലയരയ മഹാസഭയുടെ വാദഗതി ന്യായമാണെന്നിരിക്കിലും ഈ വാദഗതിക്ക് വർത്തമാനകാലത്തോട് സംവദിക്കാനാവില്ല. നിയമമുണ്ടായിട്ടും ഒരു തരി മണ്ണുപോലും സ്വന്തമാക്കുവാൻ കഴിയാതെ പോയ ഒരു സമൂഹത്തിൽ നിന്നാണ് ശബരിമലയുടെ ഉടസ്ഥാവകാശം ഉയർന്നുവരുന്നത് എന്നത് അതിനെ ഒരസംബന്ധമാക്കി മാറ്റുന്നുണ്ട്. നഷ്ടപ്പെട്ട ഭൂമിക്കുവേണ്ടി പൊരുതിയ ആദിവാസികൾ പകരം ഭൂമിയെന്ന മിഥ്യയിലേക്ക് നയിക്കപ്പെടുന്നത് നാം കണ്ടതാണ്. സിവിൽ സൊസൈറ്റിയുടെ വക്താക്കൾ മാത്രമല്ല, ചില ദലിത് ആക്ടിവിസ്റ്റുകളും നേതാക്കളുമെല്ലാം ഇത്തരമൊരു മിഥ്യയുടെ പ്രചാരകരായി മാറിയിരുന്നു. യഥാർത്ഥ പ്രശ്നത്തെ വഴി തിരിച്ചുവിടുകയായിരുന്നു ഇവർ ചെയ്തത്. മനുഷ്യ വ്യക്തിയുടെ മൗലികാവകാശത്തിന്റെ പ്രശ്നം വിവാദങ്ങളായും പ്രക്ഷോഭങ്ങളായും കത്തിനിൽക്കുമ്പോൾ ദലിതർക്കും ആദിവാസികൾക്കുമിടയിൽനിന്ന് സ്വത്തുടമസ്ഥതയുടെ പ്രശ്നം ഉന്നയിച്ച് വിഷയത്തെ വഴിതിരിച്ചുവിടുവാൻ ശ്രമിക്കുന്നത് ന്യായീകരിക്കാനാവില്ല.

ക്രൈസ്തവവത്കരണത്തിനും ഹൈന്ദവവത്കരണത്തിനും വിധേയമാക്കപ്പെട്ട ഒരു ട്രൈബൽ സമൂഹമാണ് മലയരയന്മാർ. ഈ ഹൈന്ദവവത്കരണത്തിന്റെ തീക്ഷ്ണതയിലാണ് ദേവസ്വം ബോർഡ് നിയമനം പി.എസ്.സിക്കു വിടുവാനുള്ള അച്യുതാനന്ദൻ സർക്കാർ തീരുമാനം പരാജയപ്പെടുത്തുവാൻ ഹിന്ദു ഐക്യവേദിയുടെ നേതൃത്വത്തിൽ സംഘപരിവാർ ശക്തികൾ നടത്തിയ പ്രക്ഷോഭങ്ങളിൽ കെ.പി.എം.എസ്സിനെപ്പോലുള്ള പട്ടികജാതി സംഘടനകളോടൊപ്പം മലയരയ മഹാസഭയും പങ്കാളിയായത്. ശബരിമലയുടെ മേൽ മലയരയന്മാർ ഉന്നയിക്കുന്ന ഉടമസ്ഥാവകാശവാദം ബ്രാഹ്മണ്യത്തിനെതിരായി തോന്നാമെങ്കിലും ശബരിമല മേൽശാന്തിയായി ഒരു ദലിതനെ നിയമിക്കണമെന്നും (വെള്ളാപ്പിള്ളി നടേശൻ) മലയരയന്മാരെ ശബരിമല മേൽശാന്തിയോ പരികർമ്മിയോ ആക്കുന്നതിൽ എതിർപ്പില്ലെന്നുമുള്ള (രാഹുൽ ഈശ്വർ) മേൽജാതിക്കാരുടെ സമീപനങ്ങളിൽ മാഞ്ഞുപോകാവുന്നതേയുള്ളൂ ഈ എതിർപ്പ്. ശബരിമലയ്ക്കുവേണ്ടി വാദിക്കുന്നതിലൂടെയല്ല, ആർത്തവത്തെ അശുദ്ധിയായി കാണുന്ന (അയിത്തമായും) ഗോത്രസംസ്കാരം തങ്ങൾ കൈവെടിഞ്ഞിരിക്കുന്നുവെന്നും അതിന്റെ പേരിൽ ശബരിമലയിൽ സ്ത്രീകൾക്ക് പ്രവേശനം നിഷേധിക്കുന്നത് ഒരു പരിഷ്കൃത സമൂഹത്തിന്

യോജിച്ചതല്ലെന്നും പറയുന്നിടത്താണ് ആദിവാസികൾക്കും ദലിതർക്കും ബ്രാഹ്മണ്യത്തിനെതിരായ പോരാട്ടം ശക്തമാക്കുവാൻ കഴിയുന്നത്.

സ്ത്രീ ആത്മാഭിമാനത്തിന്റെ പ്രസക്തി

കേരളം നേരിടുന്ന മൗലികമായ രണ്ട് സാമൂഹികപ്രശ്നങ്ങളാണ് ജാത്യാധിപത്യവും പിതൃമേധാവിത്വവും. ഈ രണ്ട് മേൽക്കോയ്മകളും ശബരിമലയിലെ സ്ത്രീ പ്രവേശനത്തിനെതിരെ ഒന്നിച്ചിരിക്കുന്നു. ഇത്ര പ്രകടമായി സ്ത്രീവിരുദ്ധത അഴിഞ്ഞാടിയ - അഴിഞ്ഞാടുന്ന - മറ്റൊരു സന്ദർഭം ആധുനിക കേരളത്തിന്റെ ചരിത്രത്തിൽ കണ്ടെത്താനാവില്ല. ജാതിഘടനയിൽ മാത്രമല്ല, പിതൃമേധാവിത്വഘടനയിലും മൗലികമായ യാതൊരു മാറ്റവും വരുത്തുവാൻ ഐക്യകേരളത്തിനായില്ല എന്നാണ് ഇത് വ്യക്തമാക്കുന്നത്. ലിംഗസമത്വവും ഭരണഘടനാ ധാർമ്മികതയും - സ്വാതന്ത്ര്യം, തുല്യത, അന്തസ്സ് - ഉയർത്തിപ്പിടിക്കുന്ന ഒരു സമൂഹ മായി മാറാൻ കേരളത്തിനായില്ല. ഭരണഘടനാ ധാർമ്മികതയെക്കുറിച്ച് ചർച്ച ചെയ്യാതെ ഇനി കേരളത്തിന് മുന്നോട്ടു പോകാനാവില്ലെന്നാണ് ഇതിനർത്ഥം.

ഭരണഘടനാ ധാർമ്മികതയെക്കുറിച്ച് ചർച്ച ചെയ്യുക എന്നതിനർത്ഥം കേരളത്തെ ആന്തരികമായി ജനാധിപത്യവത്കരിക്കുക എന്നാണ്. ജനാ ധിപത്യതത്ത്വങ്ങളുടെയും മൂല്യങ്ങളുടെയും അടിസ്ഥാനത്തിൽ കേരളീയ ജീവിതത്തെ പുനരാവിഷ്കരിക്കുക എന്നതാണ്. മനഃസാക്ഷിയുള്ള ഒരു സമൂഹമാക്കി കേരളത്തെ മാറ്റുക എന്നാണ്. ജാത്യാധിഷ്ഠിതവും പിതൃ മേധാവിത്വപരവുമായ ഒരു സമൂഹത്തെയാണ് കേരളീയർ ജനാധിപത്യ സമൂഹമെന്ന് പറഞ്ഞുകൊണ്ടിരിക്കുന്നത്. നവോത്ഥാനം, ജനാധിപത്യം എന്നീ പരികല്പനകൾ കേരളീയർക്ക് ഏറെ പരിചിതമാണെങ്കിലും, ഈ പരികല്പനകൾക്കുള്ളിൽ എന്തുകൊണ്ട് ജാതി/ലിംഗപ്രശ്നങ്ങൾ ഗൗരവ പൂർണമായ ചർച്ചകൾക്ക് വിധേയമാക്കപ്പെടുന്നില്ല എന്നത് ഒരു ചോദ്യ മാണ്. മനുഷ്യനിർമ്മിതമായ ഏറ്റവും പൗരാണികമായ സ്ഥാപനങ്ങൾ, ഗോത്രവും ജാതിയും മതവും കുടുംബവുമെല്ലാം അവയുടെ അധീശത്വ വ്യവഹാരങ്ങൾ അഭംഗുരം തുടർന്നുകൊണ്ടിരുന്നു. നവോത്ഥാനം അക്ഷ രാർത്ഥത്തിൽ പുരുഷകേന്ദ്രിതമായൊരു ദിശാബോധം ഉൾക്കൊണ്ടിരുന്നു വെങ്കിലും, ജാതികളുടെ പുനരാവിഷ്കാരവും മേൽക്കോയ്മ വ്യവഹാര ങ്ങളും അതിനെ ഊതിക്കെടുത്തി. സുപ്രധാനമായൊരു കാര്യം ജാതി/ ലിംഗ/വംശവിവേചനങ്ങൾ നിലനിർത്തിക്കൊണ്ടാണ് ഐക്യകേരളം മുന്നോട്ടു നീങ്ങിയത് എന്നാണ്. അതിന് സൈദ്ധാന്തികമായും പ്രായോ ഗികമായും നേതൃത്വം നൽകിയത് ജാതിഘടനയുടെ മുകൾത്തട്ടുകളിൽ നിന്നുള്ള സവർണപുരുഷന്മാരായിരുന്നു. അവരായിരുന്നു കേരളത്തിന്റെ രാഷ്ട്രീയ നേതൃത്വം.

ഈ സ്ഥിതിയിൽ മാറ്റമുണ്ടായിത്തുടങ്ങിയത് എൺപതുകളിലും തൊണ്ണൂറുകളിലും ജാത്യാധിപത്യത്തിനെതിരെ ദലിതരും പിതൃ

മേധാവിത്വത്തിനെതിരെ സ്ത്രീകളും പോരാട്ടമുഖത്തേക്ക് കടന്നുവന്ന പ്പോഴാണ്. ഈ ലേഖകന്റെ നേതൃത്വത്തിൽ 1989 സെപ്തംബറിൽ വൈക്കത്ത്, അധഃസ്ഥിത നവോത്ഥാന മുന്നണി മനുസ്മൃതി കത്തിക്കു മ്പോൾ അതിന്റെ സന്ദേശം, "അധഃസ്ഥിതരേയും സ്ത്രീകളേയും അടി ച്ചമർത്തുന്ന സവർണമേധാവിത്വത്തിന്റെ നീതിശാസ്ത്രം, മനുസ്മൃതി ചുട്ടെരിക്കുന്നു" എന്നായിരുന്നു. ബ്രാഹ്മണിസത്തിനെതിരായ പ്രത്യയ ശാസ്ത്രസമരമായിരുന്നു അത്. ജാതിയില്ലെന്ന ഐക്യകേരളത്തിന്റെ മിത്ത് തകർക്കുകയായിരുന്നു അതിന്റെ ഉന്നം. സ്ത്രീവിരുദ്ധമായ പുത്ര കാമേഷ്ടി യാഗത്തിനെതിരെ 1992ൽ അധഃസ്ഥിത നവോത്ഥാന മുന്നണി ഉയർത്തിയ സന്ദേശം "ബ്രാഹ്മണാധിപത്യത്തിന്റെ സർവ്വനാശത്തിന് പുത്രകാമേഷ്ടി യാഗം മുടക്കുന്നു" എന്നായിരുന്നു. യാഗ, യജ്ഞ സംസ്കാരത്തിന്റെ പുനഃസ്ഥാപനത്തിനായി ബ്രാഹ്മണ്യശക്തികൾ നടത്തിയ യാഗത്തിനെതിരെ കെ. അജിതയെപ്പോലുള്ളവരുടെ നേതൃത്വ ത്തിൽ കേരള സ്ത്രീവേദിയും എറണാകുളത്ത് എത്തിയിരുന്നു. നവോ ത്ഥാനകാലം വീണ്ടെടുക്കപ്പെടുകയും പുത്തൻ ഉണർവ്വുകളായി രൂപാ ന്തരപ്പെടുകയും ചെയ്യുന്നതിന്റെ സൂചകങ്ങളായി ഇത്തരം ഇടപെടലു കളെ കാണാവുന്നതാണ്. ജാതി പീഡനങ്ങൾക്കും സ്ത്രീപീഡനങ്ങൾ ക്കുമെതിരെ എണ്ണമറ്റ പോരാട്ടങ്ങൾ നടക്കുന്നതാണ് പിന്നീട് ഐക്യ കേരളത്തിൽ കണ്ടത്. ദേശീയമായി നടക്കുന്ന ഇത്തരം പോരാട്ടങ്ങളോട് ദളിതരും സ്ത്രീകളും ഐക്യപ്പെട്ടു. പ്രായോഗികരംഗത്ത് മാത്രമല്ല, പ്രത്യയശാസ്ത്രരംഗത്തും ബ്രാഹ്മണിസവും അതിന്റെ സാമൂഹ്യ/ രാഷ്ട്രീയ വകഭേദങ്ങളും ചോദ്യം ചെയ്യപ്പെട്ടു.

ഏറ്റവും ശ്രദ്ധേയമായ കാര്യം കഴിഞ്ഞ മൂന്നു പതിറ്റാണ്ടിനുള്ളിൽ ബ്രാഹ്മണ്യത്തിനെതിരായ പോരാട്ടമുഖത്ത് ദളിതർക്കും സ്ത്രീകൾക്കു മിടയിൽ വിമോചനാത്മകമായ രണ്ടു ചിന്താധാരകൾ ഉയർന്നുവന്നിരി ക്കുന്നു എന്നതാണ്. ജനാധിപത്യവിരുദ്ധമായ ഐക്യകേരളത്തിന്റെ ആഭ്യന്തര ജനാധിപത്യവത്കരണത്തിന്റെ മൗലികസ്രോതസ്സുകളാണിവ. ആത്മാഭിമാനം വീണ്ടെടുക്കുകയെന്നത് ഈ രണ്ട് ചിന്താധാരകളുടെയും ഉള്ളടക്കമാണ്. ബ്രാഹ്മണിസം ദളിതർക്കും സ്ത്രീകൾക്കുംമേൽ അസ്വാ തന്ത്ര്യവും അടിമത്തവും അപമാനവും അടിച്ചേല്പിക്കുമ്പോൾ ദളിത്- സ്ത്രീവാദചിന്ത സ്വാതന്ത്ര്യവും തുല്യതയും ആത്മാഭിമാനവും പകരം വെയ്ക്കുന്നു. ഭരണഘടനാ ധാർമ്മികതയുടെ വ്യാഖ്യാനമാണിത്. ജാതി/ ലിംഗ വിവേചനങ്ങൾക്കപ്പുറത്തേക്ക് കേരളത്തെ ചലിപ്പിക്കുകയെന്ന ചരിത്രപരമായ ചുമതല ദലിത്/സ്ത്രീവാദ പ്രസ്ഥാനങ്ങൾക്കുണ്ട്. മുമ്പൊരിക്കലും കണ്ടിട്ടില്ലാത്തവണ്ണം സ്ത്രീവിരുദ്ധത അഴിഞ്ഞാടുന്ന കേരളത്തെ എങ്ങനെ ചലിപ്പിക്കാനാവുമെന്നത് ദളിത്-സ്ത്രീവാദ പ്രസ്ഥാനങ്ങൾ നേരിടുന്ന വെല്ലുവിളിയാണ്.

മാറാത്ത ആചാരങ്ങളോ? അങ്ങനെയൊന്നുണ്ടോ?

തനൂജ ഭട്ടതിരി

ശബരിമലയെ സംരക്ഷിക്കാനായി കുറെയേറെ സ്ത്രീകൾ തെരുവിലുണ്ടല്ലോ. തൊട്ടുകൂടായ്മയും തീണ്ടലും കാരണം സവർണ്ണ സ്ത്രീകൾക്ക് അകത്തളത്തിൽനിന്ന് പുറത്തിറങ്ങാൻ പറ്റാത്ത ഒരു കാലമുണ്ടായിരുന്നു. ക്ഷേത്രത്തിൽ പോകണമെങ്കിൽകൂടി മറക്കുടയും മറപ്പുതപ്പും കൂട്ടാളും വേണമായിരുന്നു. സമരം ചെയ്താണ് അതൊക്കെ മാറിയത്. ചെറിയ പെൺകുട്ടികളെ വൃദ്ധർ വിവാഹം കഴിക്കുന്നതും മൂത്ത നമ്പൂതിരി മാത്രം സ്വജാതിയിൽ വിവാഹം കഴിക്കുന്നതും അപ്ഫൻ നമ്പൂതിരിമാർക്ക് നായർ സ്ത്രീകളിലുള്ള മക്കൾക്ക് സ്വത്തവകാശംപോലും ഇല്ലാതിരുന്നതും സ്വന്തം അച്ഛൻ മരിച്ചാൽ ആ കുട്ടികൾക്ക് അച്ഛന്റെ മൃതദേഹം ഒന്നു കാണാൻപോലും അവകാശം ഇല്ലാതിരുന്നതും മാറി വന്നിട്ട് വർഷങ്ങൾ അധികമൊന്നും ആയിട്ടില്ല. ഇതൊരു സമുദായമെങ്കിൽ, എല്ലാ സമുദായങ്ങളിലെയും സ്ത്രീകൾക്ക് പറയാൻ അനീതികളുടെയും വിവേചനത്തിന്റെയും ഒരുപാട് ക്രൂരകഥകളുണ്ട്. അക്ഷരാഭ്യാസം നിഷേധിക്കപ്പെട്ടിരുന്ന സ്ത്രീകൾ ഇന്ന് തൊഴിൽപരമായി ലോകം മുഴുവൻ സഞ്ചരിക്കുന്നുണ്ട്. മാറിയ ആചാരങ്ങളും മാറ്റിയ ആചാരങ്ങളും കാരണമാണ് ഇത് പ്രാവർത്തികമായത്. മാറിയ ആചാരങ്ങൾ കാരണം നന്മ അനുഭവിക്കുന്നവരാണ് ഇന്ന് തെരുവിൽ സമരത്തിനിറങ്ങിയ ഓരോരുത്തരും.

ഇനി അല്പം ആത്മകഥ പറയാം. പത്മനാഭസ്വാമി ക്ഷേത്രഭരണസമിതിയായ എട്ടര യോഗത്തിലെ ഒരു അംഗമാണ് ഞാൻ ജനിച്ച നെയ്തശ്ശേരി മഠം. കൂടാതെ കോട്ടയ്ക്കകത്തെ വീടിനു ചുറ്റും മറ്റു നിരവധി ക്ഷേത്രങ്ങളും ഉണ്ടായിരുന്നു. ക്ഷേത്രങ്ങളെക്കുറിച്ചും ആചാരങ്ങളെക്കുറിച്ചും ആ പരിസരത്ത് വളർന്നവർക്ക് പഠിക്കാതിരിക്കാനാവില്ലായിരുന്നു. വിവാഹം കഴിച്ച കുടുംബം ചെങ്ങന്നൂർ അടിമുറ്റത്ത് മഠം മലയാലപ്പുഴ തന്ത്രിമാരുടേതുമാണ്. തന്ത്രവും മന്ത്രവാദവും രണ്ടും ചെയ്യാൻ

അംഗീകാരമുള്ള ചുരുക്കം ചില കുടുംബങ്ങളിൽ ഒന്നാണിത്. യക്ഷിക്കഥകൾ നിറഞ്ഞ പരിസരം. സ്വർണ്ണത്തിൽ തീർത്ത പൂച്ചയെ തേങ്ങാപ്പൂള് കാട്ടി മന്ത്രവാദം കൊണ്ടു നടത്തിയ മുതുമുത്തശ്ശൻ സ്ഥാപിച്ച പൂച്ചക്കിണർ. കഥകൾ ഇനിയും തുടരും, വിശ്വസിക്കാം, വിശ്വസിക്കാതിരിക്കാം. ഓരോരുത്തരുടെയും ഇഷ്ടം. ഭർത്താവിന്റെ അച്ഛൻ മഹാതാന്ത്രികനായിരുന്നു. എന്നാൽ ഒരിക്കലും ശബരിമലയിൽ പോയിരുന്നില്ല. പോകുകയില്ല എന്നത് ഒരു തീരുമാനമായിരുന്നു. ഗുരുവായൂർ പോലും പോകേണ്ട എന്നായിരുന്നു അഭിപ്രായം. ചെങ്ങന്നൂർ മഹാദേവനും മലയാലപ്പുഴ അമ്മയും മാത്രമാണ് അദ്ദേഹത്തിന്റെ വിശ്വാസങ്ങൾ. പഴയ തറവാടുകളിൽ കുടുംബ പരദേവതയുടെ തേവാരപ്രതിഷ്ഠ ഉണ്ടാവും. മനുഷ്യരെപ്പോലെ അല്പസ്വല്പം കുശുമ്പൊക്കെയുള്ള ദൈവങ്ങളുണ്ടെന്ന് ഞാൻ മനസ്സിലാക്കിയിട്ടുള്ളത് ഇത്തരം പഴയ ചില തറവാടുകളിൽ നിന്നാണ്. അവിടുത്തെ സന്തതികൾ, അവിടത്തെ പരദേവതയെ അല്ലാതെ മറ്റൊരു ഈശ്വരനെ പ്രാർത്ഥിക്കുന്നത് ഇഷ്ടമില്ലാത്ത ദൈവങ്ങളുണ്ട്. പരദേവതയ്ക്ക് സമർപ്പിച്ച് ജീവിതം തുടരാനാണ് മുതിർന്നവർപോലും കുട്ടികളെ ഉപദേശിക്കുന്നത്.

പ്രിയ സഹോദരിമാരേ, മന്ത്ര-തന്ത്രങ്ങളുടെയും ക്ഷേത്രങ്ങളുടെയും ഇടയിലെ കഴിഞ്ഞ അമ്പതിലേറെ കൊല്ലത്തെ ജീവിതത്തിൽ ഞാൻ കണ്ടത് മാറുന്ന ആചാരങ്ങളുടെ നിരയെ മാത്രമാണ്. 1985ൽ വിവാഹം കഴിഞ്ഞ് തിരുവനന്തപുരം വിടുമ്പോഴും അതിനു വർഷങ്ങൾക്കു ശേഷവും ആറ്റുകാൽ പൊങ്കാല, ക്ഷേത്രത്തിനുചുറ്റുവട്ടത്തു മാത്രമായിരുന്നു. ഇന്നത് നഗരം കീഴടക്കിയല്ലോ. എന്റെ ചെറുപ്പകാലത്ത് എന്റെ വീട്ടിലുള്ളവരോ മറ്റന്തർജ്ജനങ്ങളോ അഗ്രഹാരങ്ങളിലെ തമിഴ് സ്ത്രീകളോ പൊങ്കാലയിടാൻ പോകാറില്ലായിരുന്നു. ഇന്ന് ഭക്തി ഒരു വിശ്വാസമല്ല, ഒരു ബിസിനസ്സാണ്. ഈവന്റ് മാനേജ്മെന്റ് ഗ്രൂപ്പുകൾ, വഴികാട്ടുന്ന ബിസിനസ്സ്. ഒരു ക്ഷേത്രത്തിൽ വളരെ കുറച്ചുകാലത്തിന് മുമ്പ് ഒരു ചടങ്ങാരംഭിച്ചു. പച്ച, വെള്ള, ചുമപ്പ് പൂക്കൾ നടയിൽ വയ്ക്കുകയും കണ്ണടച്ച് അതിൽനിന്ന് ഒരു പൂവെടുക്കുകയും എടുത്ത പൂവിന്റെ നിറമനുസരിച്ച് ഫലം കിട്ടുകയും ചെയ്യുന്ന രീതി. ഈ ആചാരം തുടങ്ങിയിട്ട് അധികം കാലമായിട്ടില്ല. എന്നാൽ ഇന്നവിടെ തിക്കും തിരക്കുമാണ്. ഇത്തരം ആചാര ഇടപാടുകൾ പതുക്കെ ഉണ്ടാക്കിവെച്ച് കുറേശ്ശെ മുന്നോട്ട് കൊണ്ടുവന്ന് കാര്യം സ്ഥിരപ്പെടുത്തുകയാണ് ലക്ഷ്യം.

കുടുംബക്ഷേത്ര വരുമാനത്തെച്ചൊല്ലി ഉണ്ടാവുന്ന വഴക്കുകൾ ചില്ലറയല്ല. ക്ഷേത്രവും ക്ഷേത്രാചാരങ്ങളും പണം ഉണ്ടാക്കാനുള്ള മാർഗമാണ് പലർക്കും. ഭക്തി എന്നത് മനസ്സിന്റെ സ്വസ്ഥതയ്ക്കാണെങ്കിൽ ഈ തെരുവുയുദ്ധം ചെയ്യുന്നവർ ഭക്തരേയല്ല. പ്രപഞ്ചത്തെ തന്നിലേക്ക് ആവാഹിക്കാനും തന്നെ പ്രപഞ്ചത്തിലേക്ക് വിന്യസിപ്പിക്കാനും കഴിയുന്ന മനോനില ഭക്തർക്കുണ്ടാവേണ്ടതല്ലേ? ഞാൻ ചെറുപ്പകാലത്ത്

ക്ഷേത്രത്തിൽ പോകുമായിരുന്നെങ്കിലും ആചാരാനുഷ്ഠാനങ്ങൾ വളരെ ചെറിയ രീതിയിൽ മാത്രം നടത്തിയിരുന്ന ആളാണ്. വളർന്നതിനുശേഷം സ്വന്തം ഇഷ്ടപ്രകാരം കുറെയേറെ ഈ രംഗത്തെക്കുറിച്ച് പഠിച്ചെടുത്തു. 'കുഴിക്കാട്ട് പച്ച' ഉൾപ്പെടെ പലതും വായിച്ചു. സ്വയം പൂജ ചെയ്തു. പിന്നീടവയൊക്കെ ഉപേക്ഷിച്ചു. എന്നാൽ ഇന്നും എന്റേതായ ഭക്തി ഉള്ള ആളാണ് ഞാൻ. ഋഗ്വേദമന്ത്രമായ ദേവി സൂക്തം മുടങ്ങാതെ ചൊല്ലുന്ന ആളുമാണ്. പക്ഷേ, ഒന്നിനും മനുഷ്യന് അപ്പുറം സ്ഥാനം കൊടുക്കണ്ട എന്നു തോന്നി. എല്ലാ ആചാരങ്ങളും കാലാകാലങ്ങളായി സൂത്രശാലികൾ തുടങ്ങി വെക്കുന്നതാണ് എന്നു മനസ്സിലാക്കിയതാണ് കാര്യം.

മാറ്റങ്ങൾ ഉൾക്കൊള്ളാനായില്ലായെങ്കിൽ ചരിത്രം ഉണ്ടാകുമായിരുന്നില്ല. എന്റെ ഓർമ്മയിൽ തന്നെ 'വെളിയിലാകുന്ന', സമയത്ത് സ്ത്രീകൾ ഒരു ഇരുട്ടുമുറിയിൽ, കുളിക്കാതെ ആരുടെയും മുന്നിൽ വരാതെ, ഒളിച്ചിരുന്നു. എന്റെ അമ്മ മാറിയിരിക്കൽ പരിപാടി ഒന്നും നടത്തിയില്ല. പലർക്കും അത് പ്രശ്നമായിരുന്നു. ശുദ്ധം നോക്കാത്തിടത്തുനിന്ന് പച്ച വെള്ളം കുടിക്കില്ല അവർ. കാലം മാറി. ഈ നാട്ടുനടപ്പൊക്കെ കാലം മാറ്റി എന്നു കരുതുമ്പോഴാണ് ആഢ്യത്വത്തിനായി ഇത്തരം പഴമകൾ വീണ്ടും തിരിച്ചെത്തുന്നത്. 2018 കാലം - ഇന്നല്ലയെങ്കിൽ എന്നാണ് സ്ത്രീകൾ മനുഷ്യരാകുക? ആർത്തവം അശുദ്ധിയാണെന്ന സങ്കല്പം കഴിഞ്ഞ തലമുറയിലെ സ്ത്രീകളെ അടിച്ചേല്പിച്ചിരുന്നു. ശാസ്ത്രയുഗത്തിലെ പെൺകുട്ടികൾ അതു വെറുതെ അംഗീകരിക്കാൻ തയ്യാറാവുകയില്ല എന്നതിൽ അദ്ഭുതപ്പെടേണ്ട കാര്യമൊന്നുമില്ല. നാല്പത്തൊന്നു ദിവസത്തെ വ്രതം എന്നത് ആർത്തവം കാരണം സാധ്യമല്ല എന്നു പറയുന്നതിൽ ഒരു ന്യായവുമില്ല.

ശബരിമലയിലെ യുവതീ വിഷയത്തിൽ ഇതുവരെ ഒന്നും എഴുതാതിരുന്നത് പറയാൻ ഏറെയുള്ളതുകൊണ്ടാണ്. വിസ്തരിച്ചു പിന്നെ എഴുതാം എന്നു കരുതി. 'അപ്പോൾ എന്നാ ശബരിമലയ്ക്ക്?' എന്ന് തമാശ മട്ടിലാണ് പലരുടെയും ചോദ്യം. 50 വയസ്സ് കഴിഞ്ഞ് എത്രയോ വർഷമായി. വേണമെങ്കിൽ എന്നേ പോകാമായിരുന്നു. ശബരിമലയ്ക്ക് പോക്ക് ഒരിക്കലും ഒരാഗ്രഹമായിരുന്നില്ല. എന്നാൽ അവിടെ പോകാൻ ആഗ്രഹമുള്ള സ്ത്രീകൾക്കുവേണ്ടി ഏതു പ്രായത്തിലും അവിടെ പോകാൻ ഞാൻ തയ്യാറാണ്.

ഞാൻ ജനിച്ചുവളർന്ന തിരുവനന്തപുരം കോട്ടയ്ക്കകം വീട്ടിൽ എന്റെ ചെറുപ്പകാലത്ത് ആരും ശബരിമലയിലേക്ക് കെട്ടുകെട്ടി പോകുന്നതു കണ്ടിട്ടില്ല. എന്റെ ബന്ധുവീട്ടിലൊന്നും കെട്ടുനിറച്ച് ശബരിമലയ്ക്ക് പോകുന്നത് കണ്ടിട്ടില്ല. ആകെ ഒരു തവണ കെട്ടുനിറ ഞാൻ കണ്ടത് എന്റെ ചെറിയമ്മയുടെ അച്ഛൻ പാലമുറ്റം മുത്തശ്ശൻ ശബരിമല മേൽശാന്തി ആയിരിക്കുമ്പോൾ അപ്ഫന്റെ വീട്ടിൽ വെച്ചാണ്. അദ്ദേഹമാകട്ടെ

എല്ലാ ജീവജാലങ്ങളിലും അടങ്ങിയിരിക്കുന്നത് ഒരേ ചൈതന്യമാണെന്നു വിശ്വസിച്ചിരുന്ന ആളായിരുന്നു. ആണും പെണ്ണും മാത്രമല്ല ജന്തുമൃഗാദി കളും ഈശ്വരന്റെ മുന്നിൽ ഒന്നുപോലെ എന്നു കരുതുന്ന 10 ശതമാനം ആൾക്കാർ ഇവിടെയുണ്ട്.

എന്റെ അഭിപ്രായത്തിൽ ശബരിമല വിവാദമാക്കിയത് സ്ത്രീകൾക്ക് കാര്യങ്ങൾ കൂടുതൽ എളുപ്പമാക്കുകയേ ഉള്ളൂ. പല സ്ത്രീകളും ശബരി മലയിൽ പോകാതിരുന്നത് ഒരു ശീലംകൊണ്ടാണ്. പ്രായപൂർത്തി ആയ സ്ത്രീകൾ അവിടെ പോകാൻ പാടില്ല എന്നു ജനിച്ചപ്പോൾ മുതൽ കേട്ടു വളർന്ന സ്ത്രീ സമൂഹം അതിനെതിരെ ആലോചിച്ചതേ ഇല്ല. എന്നാൽ ഇന്നും ജീവിച്ചിരിക്കുന്ന പല മുതിർന്ന സ്ത്രീകളോടും ചോദിക്കുമ്പോൾ തങ്ങളുടെ കുഞ്ഞിനെ ചോറൂണ് നടത്താനോ പിറന്നാൾ തൊഴീക്കാനോ ശബരിമലയ്ക്ക് കൊണ്ടുപോയ കഥ അവർ പറയും. പോകുന്നത് ഒരു പാപമാണെന്ന് കരുതി പോകാതിരുന്നവർ അവരുടെ മുത്തശ്ശിമാർ പോയിട്ടുണ്ട് എന്നറിയുമ്പോൾ അവർക്കു പോകണമെന്ന് തോന്നാനുള്ള സാധ്യത കൂടുന്നു. പഴയ കാലത്ത് സ്ത്രീകളും പോയിരുന്ന ഒരു സ്ഥലം പുതിയ തലമുറയിലെ പെൺകുട്ടികൾക്ക് അപ്രാപ്യം ആകേണ്ട ആവശ്യമില്ല. ഇതിലൊരു ആചാരലംഘനവുമില്ല.

അയ്യപ്പനും ഭരണഘടനയും രാജ്യവും ജനങ്ങളുടേതാണ്

ഡോ.എം.എ. സിദ്ദിഖ്

ഒരു പേരിലെന്തിരിക്കുന്നു എന്ന ഒ.എൻ.വി. കവിത ഷേക്സ്പിയറോട് കടപ്പെട്ടിരിക്കുന്നതുപോലെ ലൈംഗികസ്വാതന്ത്ര്യത്തെക്കുറിച്ചുള്ള സുപ്രീംകോടതിവിധിയും ഷേക്സ്പിയറോട് കടപ്പെട്ടിരിക്കുന്നു. 'റോസാ പുഷ്പത്തെ റോസ് എന്നല്ല മറ്റെന്തു പേരിട്ടു വിളിച്ചാലും മധുരോദാരമായ അതിന്റെ സുഗന്ധത്തിനാണ് മൂല്യം. അതുകൊണ്ട് ഒരു പേരിലെന്തിരിക്കുന്നു?' എന്ന് ഷേക്സ്പിയറുടെ ജൂലിയറ്റ് റോമിയോയെക്കുറിച്ചു പറഞ്ഞ പ്രണയരൂപകമാണ് അത്. ആ വാക്യത്തെ കോടതിവിധിയിൽ ഉദ്ധരിക്കുന്നു എന്നതിനർത്ഥം, നമ്മുടെ സാംസ്കാരിക ജീവിതത്തിന്റെ അനുരാഗസാധ്യതകൾ അടഞ്ഞുപോയിട്ടില്ല എന്നുതന്നെയാണ്. അങ്ങനെ നിലനിൽക്കാൻ, അതിന് ആകാശത്തോളം പൊങ്ങിയ പ്രതിമയാവേണ്ടതില്ല - മണ്ണിൽ പടർന്ന തൊട്ടാവാടിപ്പിണക്കമായാൽ മതി എന്നതാണ് സമകാല ഇന്ത്യയിലെ വികാരപരമായ ശരി. ചെറുതാണെങ്കിലും പരിഭവങ്ങൾ പലതു പെരുകുന്നുണ്ട് ഇന്ത്യയിൽ. ഭരണകൂടം, യാന്ത്രികമായ പൊക്കം മാത്രമായി അധഃപതിച്ചുപോയ ഇന്ത്യയിൽ ഭരണഘടനയുടെ ഉള്ളിൽനിന്ന് അനേകം സംവാദങ്ങൾ ഉണ്ടായിവരുന്നു. അവയെ സാക്ഷാത്കരിക്കുകയാണ് പല കോടതിവിധികളും എന്നാണ് കാണാൻ കഴിയുന്നത്.

സ്റ്റുവർട്ട് മില്ലും സൂസന്നെ ആന്റണിയും

വ്യക്തിയെ 'സ്വാതന്ത്ര്യ'മായി നിർവചിച്ച ചിന്തകനാണ് സ്റ്റുവർട്ട് മിൽ. ബ്രിട്ടീഷ് ഈസ്റ്റ് ഇന്ത്യാ കമ്പനിയുടെ രാഷ്ട്രീയകാര്യ ഉദ്യോഗസ്ഥനായിരുന്ന അദ്ദേഹം 'കൗൺസിൽ ഓഫ് ഇന്ത്യ'യിൽ തനിക്കു ലഭിച്ച നോമിനേഷനോട് പ്രത്യയശാസ്ത്രപരമായി വിയോജിക്കുകയും ആ പദവി വേണ്ടെന്നുവയ്ക്കുകയും ചെയ്തയാളാണ്. 2018 സെപ്തംബർ ആറിന്റെ ഐ.പി.സി. 377മായി ബന്ധപ്പെട്ട വിധിയിലും സെപ്തംബർ 27ന്റെ

വിധിയിലും സ്റ്റുവർട്ട് മിൽ ഉദ്ധരിക്കപ്പെടുകയുണ്ടായി. സെപ്തംബർ ആറിന്റെ വിധിയിൽ സ്റ്റുവർട്ട് മില്ലിന്റെ വാക്യത്തെ ബിബ്ലിക്കലായാണ് കോടതി ഉപയോഗിച്ചത്. സ്വതന്ത്ര വ്യക്തി (individual)യാണ് പൗരത്വത്തിന്റെ ഉപ്പ് എന്ന് അതിനെ വിശദീകരിക്കാം. ഗിരിപ്രഭാഷണത്തിൽ യേശു ഉപയോഗിച്ച സത്താപരമായ അധ്യാരോപമാണത്. "നിങ്ങൾ ഭൂമിയുടെ ഉപ്പാകുന്നു' എന്ന് യേശു പറഞ്ഞു. ആ വാക്യത്തിനും അതിന്റെ ഊർജ്ജത്തിനും പുതിയൊരു ഭൂമിയെയും ആകാശത്തെയും വാർത്തെടുക്കുന്നതിനുള്ള ഊർജ്ജം ഉണ്ടായിരുന്നു. ഏതൊരു വ്യക്തിയിലും സ്വാഭാവികമായി ഉള്ളടങ്ങിയിരിക്കുന്ന, പ്രകൃതിപരമായ പ്രേരണകളെ അംഗീകരിക്കുന്നു എന്ന തത്ത്വത്തിലാണ് 'ഉപ്പ്' എന്ന രൂപകത്തെ യേശു ഉപയോഗിച്ചത്. കോടതി അതിനെ എടുത്തുപറഞ്ഞു. 'The natural identity of an individual should be treated to be absolutely essential to his being' എന്ന വാക്യമായിരുന്നു അത്. താരതമ്യേന സാധാരണം എന്നു തോന്നിയേക്കാവുന്ന ഇതിന്, ഇന്നത്തെ നിലയിൽ സാർത്രിയൻ വ്യക്തിവാദത്തിനുമപ്പുറം സഞ്ചരിക്കാനുള്ള കഴിവുണ്ട്. ആധിപത്യത്തിന്റെ ദേശീയമായ വിദ്വേഷം ഭരണകൂടരൂപത്തിൽ പ്രവർത്തിക്കുന്ന ഇന്ത്യയിൽ വ്യക്തിസ്വത്വ (individual identity)ത്തിന് പലതലങ്ങളിൽ പ്രാധാന്യമുണ്ട്.

വംശീയത, അതിന്റെ സാംസ്കാരികനൃശംസതയെ, സാമ്പത്തിക അരാജകത്വത്തിലേക്ക് വലിയ നിലയിൽ പ്രയോഗിക്കുകയാണ്. അപ്പോഴാണ് കോടതി വ്യക്തിയുടെ ആന്തരപ്രേരണകളെ (impulses) അഭിസംബോധന ചെയ്യുന്നത്. അത് ലൈംഗികപങ്കാളിത്തത്തെയോ ശരീരത്തിനുമേലുള്ള മാനസികസ്വാതന്ത്ര്യത്തെയോ സ്ത്രീയുടെ വിശ്വാസസ്വാതന്ത്ര്യത്തെയോ, ട്രാൻസ്ജെൻഡർ പൗരസങ്കല്പത്തെയോ എന്തിനെക്കുറിച്ചുമോ ആവാം. അതുകൊണ്ടാണ് പറഞ്ഞത് പ്രതിമകൾക്കല്ല, പരിഭവങ്ങൾക്ക് നമ്മുടെ രാഷ്ട്രീയജീവിതത്തിൽ കൂടുതൽ ഇടം കിട്ടുന്നു എന്ന്. ഭരണഘടനയിൽ സാമൂഹികനീതിക്കുവേണ്ടിയുള്ള പരിഭവങ്ങളുണ്ട്. അതിനെ രൂപപ്പെടുത്തിയെടുക്കാൻ വിദ്യാഭ്യാസത്തെയാണ് അംബേദ്ക്കർ ആയുധമാക്കിയത്. തന്റെ ഓരോ ചിന്തയ്ക്കും പിറകിൽ ഒരുപാട് നാളത്തെ പഠനത്തെ അദ്ദേഹം നിക്ഷേപിച്ചു. ആ മാതൃകയെ പിന്തുടർന്ന് പഠിച്ചുകൊണ്ടിരിക്കുന്ന ഒരു ജനതയും പഠിക്കാത്ത ഒരു ജനതയും ഇന്ത്യയിൽ ഉണ്ടായിക്കഴിഞ്ഞിട്ടുണ്ട്.

പഠിക്കാത്തവരെ വംശീയവൽക്കരിക്കുന്നതിനും വംശീയവൽക്കരിക്കപ്പെട്ടവർ പഠിക്കാതിരിക്കുന്നതിനും ഇന്ത്യൻ സാംസ്കാരിക വർഗീയത ചെലുത്തുന്ന സ്വാധീനം വളരെ വലുതാണ്. അതിനൊരു നല്ല ഉദാഹരണമാണ് ശബരിമല വിധിയുമായി ബന്ധപ്പെട്ട് ഇപ്പോൾ നടക്കുന്ന

വിവാദങ്ങൾ. ആചാരത്തെ സംരക്ഷിക്കണം എന്നാവശ്യപ്പെടുന്നവർ പ്രായോഗികമായ ഒരു അറിവും മുന്നോട്ടുവയ്ക്കുന്നില്ല. പുതിയ ചിന്തകളുടെ അനുഭവങ്ങളെ നിർമ്മിക്കുന്നതിനുള്ള ചരിത്രപരമായ സാമൂഹിക ശാസ്ത്രം അവരിൽ പ്രവർത്തിക്കുന്നില്ല. അങ്ങനെയുള്ളവർക്ക് സ്ഥിര ബുദ്ധിയോടെയും ഉറച്ച നിലപാടുകളോടെയും സംവാദങ്ങളിൽ പങ്കെടുക്കാനാവില്ല. അനുസരിക്കാൻ എളുപ്പമായ വിധികൾ മാത്രമേ കോടതികൾ വിധിക്കാവൂ എന്നു പറയുന്ന ദേശീയനേതാവ് മികച്ച സംവാദങ്ങൾക്കു യോഗ്യമായ സാമൂഹികജ്ഞാനമുള്ളയാളല്ല, എന്നാൽ കോടതിയുടെ വ്യവസ്ഥാപിതമായ ചട്ടക്കൂടിന്റെ ചില ഉലച്ചിലുകളെ അകത്തുനിന്ന് പുറത്തേക്കു വിമർശിച്ചവരിൽ പ്രധാനിയായ ജസ്റ്റിസ് ചെലമേശ്വർ പറഞ്ഞതു ശ്രദ്ധിക്കുക. 'എല്ലാ ജനാധിപത്യക്രമവും ഓരോ പരീക്ഷണങ്ങളാണ്. നീണ്ട ചർച്ചകൾക്കും തിരച്ചിലുകൾക്കും ശേഷമാണ് ജനാധിപത്യത്തിൽ കാര്യങ്ങൾ നടക്കുന്നത്. വിരുദ്ധവീക്ഷണങ്ങൾ തമ്മിലുള്ള സംവാദം നടക്കണം. ഏതായാലും ജനങ്ങൾ ഇപ്പോഴെങ്കിലും രാജ്യത്തെ നീതിന്യായവ്യവസ്ഥയിലും കോടതികളിലും എന്തു സംഭവിക്കുന്നു എന്നതിനെക്കുറിച്ച് ചർച്ചയെങ്കിലും നടത്താൻ തുടങ്ങിയല്ലോ." (മാതൃഭൂമി ആഴ്ചപ്പതിപ്പ്, പുസ്തകം 6 ലക്കം 19, പു. 23-4).

കോടതികൾ നമ്മുടെ ഭാവനാപരമായ ചരിത്രജീവിതത്തിന്റെ ജാഗ്രതയിലാണെന്ന വികാരം ചെലമേശ്വറിലുണ്ട്. ശബരിമല വിധിയിൽ സൂസന്നെ ബി. ആന്റണി ഉദ്ധരിക്കപ്പെടുന്നതിനു പിന്നിലെ പ്രേരണയും ചരിത്രപരമായ ജാഗ്രതയാണ്. അമേരിക്കൻ ഫെമിനിസ്റ്റ് വിപ്ലവത്തിലെ ആദ്യകണ്ണികളിലൊരാളായ അവർ സ്ത്രീയുടെ അവകാശം എന്ന മേഖലകളിൽ നടത്തിയ പോരാട്ടങ്ങൾ അനിഷേധ്യമായ അന്വേഷണങ്ങളാണ്. ഇതൊന്നും മനസ്സിലാക്കാതെയാണ് 'ഫെമിനിച്ചികൾ' എന്ന പരിഹാസം ഉന്നയിച്ച് സ്വയം വിലയില്ലാതായിത്തീരാൻ ചിലർ പരിശ്രമിച്ചതും അപഹാസ്യതകളുടെ ഗർത്തങ്ങളിലേക്ക് സ്വയം ചെന്നു വീണതും.

മഹത്തായ മൂന്നുവിധികൾ

ലൈംഗികവൃത്തിയുടെ സ്വാതന്ത്ര്യം വൈവാഹികജീവിതത്തിന്റെ മാത്രം സംഭാവനയാണെന്നും ഗാർഹികജീവിതമാണ് അതിന്റെ സംരക്ഷണകവചമെന്നുമുള്ള പഴയ നിയമാവലിക്ക് സാംസ്കാരികമായ പുനർവായന സാധ്യമാണെന്ന അന്വേഷണമാണ് സെപ്തംബർ 27ന്റെ വിധിയിൽ ഉണ്ടായിരുന്നത്. വിവാഹേതര ലൈംഗികബന്ധം (ADULTERY) എന്നു വിളിക്കപ്പെട്ടിരുന്ന 497-ാം വകുപ്പുപ്രകാരമുള്ള തെറ്റിനെ, ഇനിമേൽ തെറ്റല്ല എന്നു കോടതി വിധിച്ചു. അതോടെ ലൈംഗികവൃത്തി ഉദാരമായിത്തീർന്നെന്നും ലൈംഗിക അരാജകത്വത്തിലേക്കാണ് സമൂഹം

നയിക്കപ്പെടാൻ പോകുന്നതെന്നും വലിയ ആരോപണം വ്യവസ്ഥാപിത മതവാദികൾ അഴിച്ചുവിടുകയുണ്ടായി.

സമാനമായ ആഘാതമാണ് 377-ാം വകുപ്പിനെ കുറ്റകരമല്ലാതാക്കിയ (decriminalised) സെപ്തംബർ ആറിന്റെ വിധിയും പാരമ്പര്യവാദികളിൽ സൃഷ്ടിച്ചത്. കേരളത്തിന്റെ കാര്യത്തിലാണെങ്കിൽ, വലതുപക്ഷ മതേതരവാദത്തിന്റെ പുരോഗമന സാമൂഹികബോധത്തെ അളക്കുന്ന വിധിയായിരുന്നു ശബരിമലയെ സംബന്ധിച്ചുണ്ടായത്. ഇന്ത്യൻ ജനാധിപത്യത്തിന്റെ വളർച്ചാപുസ്തകത്തിൽ ഈ വിധികൾ വലിയ രാഷ്ട്രീയ വിചാരമാതൃകാവ്യതിയാന(political paradigm shift)മാണ് മുന്നോട്ടുവയ്ക്കുന്നത്. അങ്ങനെ നോക്കിക്കാണുമ്പോഴേ അവയുടെ ഉള്ളടക്കത്തിന്റെ പ്രാധാന്യത്തെ നമുക്കു മനസ്സിലാക്കാനാവൂ.

2018 എന്ന വർഷം, കോടതിവിധികളുടെ ചരിത്രത്തിൽ എന്നും ഓർമ്മിക്കപ്പെടുമെന്നതിൽ സംശയമില്ല. കഴിഞ്ഞ മൂന്നുദശകങ്ങളായി ഇന്ത്യയിലെ വംശീയവാദികൾ സജീവമായി നിലനിർത്തിയിരുന്ന സംവാദത്തിന്റെ ഭൂമികയെ ഈ വിധികൾ തലതിരിച്ചിടുകയാണ് ചെയ്തത്. ആയിരത്തിത്തൊള്ളായിരത്തി എൺപതുകൾ മുതൽ സങ്കീർണമായി ഇവിടെ വ്യവഹരിക്കപ്പെട്ടിരുന്ന ചില വിഷയങ്ങളുടെ കരട് അത്തരം വിധികളുടെ പൊതുവിഷയമായിരുന്നു. യൂണിഫോം സിവിൽ കോഡ്, മതപരിവർത്തനവും സാംസ്കാരികജാഗരണവും ഗോവധം, സി.ആർ.പി.സി. സെക്ഷൻ 125ഉം 127ഉം, അതിനെ കേന്ദ്രീകരിച്ചുണ്ടായ ഷാബാനു കേസ്, ഭരണഘടനാനുഛേദം 30 പ്രകാരമുള്ള ന്യൂനപക്ഷാവകാശങ്ങൾ, മണ്ഡൽ കമ്മീഷൻ, ആർട്ടിക്കിൾ 370, ബാബറി മസ്ജിദ് എന്നുവേണ്ട സങ്കീർണമായ വിഭജനമനശ്ശാസ്ത്രങ്ങളാണ് അവയുടെയെല്ലാം ചുവടുപിടിച്ച് ഇന്ത്യയൊട്ടുക്കും പടർന്നുപന്തലിച്ചത്. അത്തരം വിഷയങ്ങളെ തന്ത്രപരമായി ഉപയോഗിച്ചുകൊണ്ട് ഇന്ത്യൻ മതേതരത്വത്തിൽ വിള്ളൽ വീഴ്ത്തുകയും അതിന്റെ ഗുണഭോക്താക്കളായിത്തീരുകയും ചെയ്യുന്ന പ്രവർത്തനരീതിയാണ് സംഘപരിവാറും ഇവിടെ നടപ്പിലാക്കിയിരുന്നത്. സാമ്പത്തികതത്ത്വശാസ്ത്രത്തിന്റെ തലത്തിൽ ഉദാരീകരണവും (liberalisation), സാംസ്കാരിക കുതന്ത്ര(cultural logic)ത്തിന്റെ തലത്തിൽ വർഗ്ഗീയവാദവും കൂട്ടുമുന്നണിയായി പ്രവർത്തിച്ചതിന്റെ ഫലമായി ഈ പ്രവർത്തനരീതിക്ക് വൻതോതിൽ സ്വീകാര്യത കൈവരുകയും ചെയ്തു. അവയുടെ ഫലമായി ഒന്നിലേറെത്തവണ അധികാരത്തിലേറാനും അധികാരത്തെ അപമാനവീകരിക്കാനും അവർക്കായി. അവയുടെ ഫലങ്ങളാണ് കഴിഞ്ഞ രണ്ടുമൂന്നു കൊല്ലങ്ങളായി വലിയ ക്ലേശങ്ങളായി ഇന്ത്യ അനുഭവിച്ചുകൊണ്ടിരിക്കുന്നത്. ഇന്ത്യയിലെ കുത്തകമുതലാളിമാർക്ക് ഇന്ത്യയെ അന്തർദ്ദേശീയമായി തീറെഴുതിക്കൊടുക്കാനുള്ള ദേശീയതാമുഖംകൂടി അവർ അണിഞ്ഞിരക്കുന്നു എന്നുമാത്രം.

അമിത്ഷാ, അദ്ദേഹത്തിന്റെ കണ്ണൂർ പ്രസംഗത്തിൽ വ്യക്തമാക്കിയ കോടതികളോടുള്ള മുന്നറിയിപ്പ് താൽക്കാലികാവേശത്തിന്റെ ഫലമല്ല. ആ നിലപാട് സംഘപരിവാരപ്രത്യയശാസ്ത്രത്തിന്റെ വേരുകളിൽനിന്ന് മുകളിലേക്ക് തലനീട്ടിയതാണ്. ഭരണഘടനയെ സാധ്യതകളായി അവർ കാണുന്നില്ല. ഇന്ത്യയിലെ ബഹുഭൂരിപക്ഷം വരുന്ന സാധാരണജനത ഭരണഘടനയെ വിമോചനസാധ്യതയായി കാണുമ്പോഴാണത്. ഭരണഘടനയോടുള്ള സംഘപരിവാരത്തിന്റെ വിയോജിപ്പ് ആമുഖത്തിൽനിന്നു തന്നെ ആരംഭിക്കുന്നു. രാജ്യത്തിന്റെ ഘടനയെയോ നീതി, സ്വാതന്ത്ര്യം, സമത്വം മുതലായ ആധാരതത്ത്വങ്ങളെയോ ഒരിക്കലും ഉൾക്കൊള്ളാൻ വർഗീയവാദികൾക്കാവില്ല. ഫെഡറലിസം, പൗരത്വം, മൗലികാവകാശങ്ങൾ എന്നിവയെ സംബന്ധിച്ച ഭരണഘടനയുടെ വിവക്ഷകളെ അടിസ്ഥാനപരമായ വിഘ്നങ്ങളായി അവർ സമീപിച്ചതിന്റെ തെളിവുകൾ ധാരാളമായി നമുക്കു ചൂണ്ടിക്കാട്ടാനാവും. ഇവിടെയാണ്, അത്തരം സാമൂഹിക ദുരന്തങ്ങളെ അതിജീവിച്ചുകൊണ്ട് ഭരണഘടന അതിന്റെ പ്രായോഗിക സാധ്യതകളെ കോടതികളിലൂടെ ബോധ്യപ്പെടുത്തിത്തരുന്നത്.

സ്വവർഗലൈംഗികതയെക്കുറിച്ചും ഇഷ്ടപ്പെട്ട പങ്കാളിയോടുള്ള ശാരീരികമോ മാനസികമോ ആയ സഹവർത്തിത്വത്തെക്കുറിച്ചുമുള്ള കോടതിയുടെ നിരീക്ഷണം 'പാപ'ത്തിന്റെ സങ്കല്പത്തെയല്ല, കുറ്റത്തിന്റെ ഭാരത്തെയാണ് പുനർനിർവചിക്കുന്നത്. പാപം എന്ന മർദ്ദനോപകരണം ആശയപരവും അചഞ്ചലവും സാമൂഹികസദാചാരത്തിന് അക്രമവാസന നൽകുന്നതുമായ അബോധരാഷ്ട്രീയമാണ്. എന്നാൽ കുറ്റം അങ്ങനെയല്ല. അതിന് മാനുഷികവും നിയമപരവും ചരിത്രപരവുമായ ലോകക്രമമാണുള്ളത്. ദസ്തയേവ്സ്കി ഇരുപതാംനൂറ്റാണ്ടിന്റെ മനുഷ്യചരിത്രമെഴുതിയ കൃതിക്കു നൽകിയ പേര് 'കുറ്റവും ശിക്ഷയും' എന്നായത് പാപത്തിന്റെ നീതിയെ അദ്ദേഹം അവിശ്വസിച്ചതുകൊണ്ടാണ്. പൗരജീവിതത്തിൽപോലും തങ്ങളുടെ വിശ്വാസികൾ തങ്ങളുടെ മതശാസനങ്ങളെ മാത്രമല്ല പിന്തുടരാവൂ എന്നു നിർബന്ധം പിടിക്കുന്ന മതവിശ്വാസം പക്ഷേ, ക്രിമിനൽ കോഡിന്റെ കാര്യത്തിൽ ആ നിർബന്ധം പുലർത്താറില്ല. ഒരാൾ കുറ്റവാളി ആയിത്തീർന്നാൽ പിന്നെ, അയാൾ മതനിയമങ്ങൾക്കു പുറത്താണ് എന്ന അബോധമായ വിശ്വാസമാണ് ക്രിമിനൽ നിയമങ്ങളെപ്പറ്റി നിശ്ശബ്ദത പാലിക്കാൻ നമ്മുടെ നാട്ടിലെ യാഥാസ്ഥിതിക മതകോടതികൾ ശ്രമിക്കുന്നതിനു കാരണം. ഈ വൈരുദ്ധ്യത്തെയാണ് ശിക്ഷാനിയമം 377നെ റിവ്യൂ ചെയ്യുമ്പോൾ സുപ്രീം കോടതി പരിഗണിച്ചത്.

377നെ ഭരണഘടനാപരമായി അസാധുവാക്കുന്നു എന്ന കോടതിയുടെ നിലപാട് പ്രകൃതിവിരുദ്ധ ലൈംഗികതയുടെ സാധൂകരണമാണെന്നു വാദിക്കുന്ന സദാചാരസുഗമവാദികളുണ്ട്. സ്വവർഗലൈംഗികതയോടുള്ള പക്ഷംപിടിക്കലോ പരമ്പരാഗത ലൈംഗികതയെ പാടേ

നിരാകരിക്കലോ അല്ല കോടതിയുടെ ലക്ഷ്യം സമത്വത്തിനും ലിംഗനിരപേക്ഷമായ സാമൂഹിക സുരക്ഷിതത്വത്തിനും ഭരണഘടനാപരമായ വ്യാഖ്യാനം കൊണ്ടുവരികയാണ്. ഭരണഘടനയെ സൂക്ഷ്മമായി അംഗീകരിക്കുകയും അതിനെ അനുസരിക്കുകയും ചെയ്യുന്നവരാണ് സ്വവർഗലൈംഗികരുമെങ്കിൽ, അവരുടെ അവകാശങ്ങളെ അവഗണിക്കുന്നതെങ്ങനെ എന്ന അടിസ്ഥാനപര്യാലോചനയാണ് കോടതി നടത്തിയത്. ഭരണഘടനാപരമായ ജനാധിപത്യം പുലരണമെങ്കിൽ ഭരണഘടന ഉറപ്പുവരുത്തുന്ന നീതി, ഇതേവരെ ക്രിമിനലുകളായി പരിഗണിച്ചിരുന്ന അവർക്കും ലഭിക്കണം. അതാണ് പറഞ്ഞത്, കോടതി ലൈംഗികതയുടെ കേവലമായ അനുഭവത്തിലല്ല, അതിനെയെല്ലാം ഉൾക്കൊള്ളുന്ന മാനവികതയിലാണ് ഊന്നിയതെന്ന്. എൽജിബിടി സമൂഹത്തിന്റെ സാമൂഹികവീക്ഷണത്തെ ജനാധിപത്യപരമായി സ്വാംശീകരിക്കുന്ന ഒരു വിചാരമാതൃക സാഹിത്യത്തിലും സിനിമയിലും സംഗീതത്തിലും ചിത്രകലയിലും സാമൂഹിക സിദ്ധാന്തങ്ങളിലും ഇതിനോടകംതന്നെ വന്നുകഴിഞ്ഞിരിക്കുന്നു. ഭാവുകത്വപരമായ നിശ്ചലതകൾക്കു വളമിടുന്ന എല്ലാ യാതാസ്ഥിതിക കൗശലങ്ങളെയും ഈ പുതിയ സാംസ്കാരികാവബോധം തകർത്തുകഴിഞ്ഞിട്ടുണ്ട്. ലൈംഗികാസക്തി, ലൈംഗികമായ അടിമത്തം, ഉപഭോഗ ലൈംഗികത മുതലായ സർഗാത്മകമല്ലാത്ത ആശയപരിസരങ്ങളോടു കലഹിക്കുന്ന പുതിയ ഭാവുകത്വമാണത്. സ്വവർഗലൈംഗികതയെ മാനസികരോഗമായി കാണുന്ന മതപരമോ സാംസ്കാരികമോ ആയ അശാസ്ത്രീയധാരണകളെ, അന്തർദേശീയ മാനദണ്ഡങ്ങളുടെ അടിസ്ഥാനത്തിലാണ് കോടതി തള്ളിക്കളഞ്ഞത്. ലോകാരോഗ്യസംഘടനയുടെ വ്യത്യസ്തമായ ചില നിയമാവലികൾകൂടി അതിനുവേണ്ടി കോടതി ഉദ്ധരിച്ചിട്ടുണ്ട്. ഇത്തരം പുരോഗമന സമീക്ഷകൾക്കു സാധുതയുള്ള ഭരണഘടനയുടെ പരിവർത്തനാത്മകത (transformative constitutionalism)യെ മുന്നിൽവെച്ചുകൊണ്ടാണ് ബഹുമാനപ്പെട്ട കോടതി ഇന്ത്യൻ സാമൂഹികബോധത്തെ നവീകരിക്കുന്നതെന്നും നാം കാണേണ്ടതാണ്. ഈ പരിവർത്തനാത്മകതയെ സാങ്കേതികമായി അതൊരു വലിയ ആശയമാണെങ്കിലും മറ്റൊരു കോടതിവാദത്തെ ഉദ്ധരിച്ചുകൊണ്ട് ഇപ്പോഴത്തെ വിധിയിൽ പരാമർശിക്കുന്നുണ്ട്. 'ഒരു ഭരണഘടന കൊണ്ടുള്ള വിവക്ഷ രാജ്യത്തെ പ്രതീക്ഷാനിർഭരമായ ഭാവിയിലേക്ക് നയിക്കലാണ്. അതുകൊണ്ട് ഭരണഘടനയെ ഉപയോഗിക്കേണ്ടത് സമൂഹത്തെ മികവോടെ മാറ്റിത്തീർക്കുന്നതിനാണ് ഈ ലക്ഷ്യമാണ് ഭരണഘടനയുടെ പരിവർത്തനാത്മകതയുടെ ആധാരശില.' (പു. 65/ഖ.95)

ശരീരത്തിന്റെ ഉടമസ്ഥത

എൽജിബിടി അവകാശങ്ങളെക്കുറിച്ച് ഇതിനോടകം ഉണ്ടായിട്ടുള്ള ചർച്ചകൾ സമൂഹത്തിനു നൽകിയിട്ടുള്ള ഗുണപരമായ വ്യാപ്തിയെപ്പറ്റി

ഇതേവരെ നാം ഒരു സോഷ്യൽ ഓഡിറ്റിങ് നടത്തിയിട്ടില്ല. ഇത്തരം നിയമപരമോ അല്ലാത്തതോ ആയ ചർച്ചകളും തിരിച്ചറിവുകളും നമ്മുടെ സാമൂഹിക സൂക്ഷ്മരൂപങ്ങളെ വലിയ നിലയിൽ യാഥാർത്ഥ്യവൽക്കരിക്കുന്നുണ്ട്. ഇതോടുകൂടി നമ്മുടെ സാമൂഹികക്രമമൊന്നാകെ കീഴ്മേൽ മറിഞ്ഞു എന്നൊക്കെ വിലപിക്കുന്നവർ, നീതിയെക്കുറിച്ചും സമത്വത്തെക്കുറിച്ചും ശരിയായി ചിന്തിക്കുന്നവരാണ് എന്നും കരുതാനാവില്ല. സമത്വത്തെക്കുറിച്ചു സംസാരിച്ചുകൊണ്ടിരുന്നാലല്ല, അസമത്വത്തെ വിശദീകരിക്കുംതോറുമാണ് നാം സമത്വത്തെ സ്ഥാപിക്കുന്നതെന്ന് റാൻസിയെറെ ഒരിടത്തു പറയുന്നുണ്ട്.

ക്വീർ സിദ്ധാന്തങ്ങളുടെ വിമർശനപരമായ സാമൂഹിക പരിസരം ജാതി-വർഗ-ലിംഗ-സാമ്പത്തികബന്ധങ്ങളെ നിശിതമായി പുനർവിചാരണകൾക്കു വിധേയമാക്കുന്നുണ്ട്. സ്വവർഗ/വൈവിധ്യ ലൈംഗികതകളെക്കുറിച്ചു മാത്രമല്ല അതിനുള്ളിൽത്തന്നെ നിലനിൽക്കുന്ന അനേകം അടിസ്ഥാനപരമായ അസമത്വങ്ങളെ ക്വീർതിയറി ഇന്നു ചോദ്യം ചെയ്യുന്നുണ്ട്. 'Black Gay Man' എന്ന പുസ്തകമെഴുതിയ റോബർട്ട് റെയ്ഡ്ഫാറിന്റെ ഡോഞ്ചി എന്ന ദീർഘലേഖനത്തിൽ ഈ വിഷയം സൂചിപ്പിക്കുന്നു. 'We must insist on a queer theory that takes the queer body and what we do with it as a primary focus, lest we allow for the articulation of a queer subjectivity that never recognizes the differences we crate and carry in our bodies, including not only race but genger, health and age, to name only the most obvious categories' എന്ന വിമർശനമാണതിലൊന്ന്. സാമൂഹികസമസ്യകളുടെ മാധ്യമമായിത്തീരാൻ ശരീരത്തിനു കഴിയുകയും ശരീരം അതിന്റെ മനഃശാസ്ത്രപരമായ അയിത്തത്തെ കുടഞ്ഞുകളയുകയും ചെയ്യുന്ന പ്രതിഭാസം റെയ്ഡ്ഫാറിന്റെ വരികളിലുണ്ട്.

സെപ്തംബർ 27ന്റെ വിധി, വിവാഹേതര ലൈംഗികബന്ധത്തെ കുറ്റകരമെന്നു വിധിച്ചിരുന്ന പഴയ 497-ാം വകുപ്പിനെ അസാധുവാക്കി എന്നാണു പലരും പ്രചരിപ്പിക്കുന്നതെങ്കിലും അതല്ല വാസ്തവം. ഒരാളുടെ ശരീരത്തിനുമേൽ മറ്റൊരാളുടെ മനസ്സിനും ശരീരത്തിനുമുള്ള ഭരണഘടനാവിരുദ്ധമായ ഉടമസ്ഥതയെ എടുത്തുകളയുകയാണ്. പ്രസ്തുത വകുപ്പ് മുമ്പ് സ്ത്രീയെ കുറ്റകൃത്യത്തിനു സഹായിക്കുന്ന (abettor)വളും ഭർതൃമതിയായ അവളോടു രമിക്കുന്നയാളെ വ്യഭിചാരിയുമായി മുദ്രകുത്തിയിരുന്നു. ഈ സമീപനവും ഇതിനോടുള്ള ശിക്ഷാവിധിയും സഹസ്രാബ്ദങ്ങൾക്കുമുന്നേ ഉണ്ടായിരുന്നതും കോടതിതന്നെ ചൂണ്ടിക്കാട്ടുന്നുണ്ട്. ബിസി 1750ലെ ഹമുറാബി രേഖകളിലൊന്നാണത്. അതേ നിലപാടുകൾ തന്നെയാണ് പിന്നീടു വന്ന ആധുനിക മതനിരപേക്ഷ നിയമസംഹിതകളും തുടർന്നുവന്നത്. ഈ ദീർഘകാല പശ്ചാത്തലം സൂചിപ്പിക്കുന്നതുതന്നെ വൈവാഹിക

സദാചാരത്തിന്റെ ചരിത്രപരതയും അതിന്റെ സ്വാധീനവുമാണ്. ഈ സ്വാധീനമാണ് ഈ വിധിക്കെതിരെ ഉയരുന്ന വിമർശനങ്ങളുടെയും കേന്ദ്രം.

പഴയ 497-ാം വകുപ്പ് സ്ത്രീയെ ലൈംഗിക വാർപ്പുമാതൃകയായി സങ്കല്പിച്ചുകൊണ്ട് അവരെ ഇരയാക്കുന്നു എന്ന പരാതിയും പണ്ടേയുണ്ട്. ലൈംഗികസമത്വത്തെ പാടേ നിരാകരിക്കുന്ന ആ സമീപനം, മൃതിയിലും വലിയ അപമാനമായിത്തീരുകയായിരുന്നു പഴയ പതിവ്. കല്ലുകളും മുഴുവൻ ഏറുകളും സ്ത്രീതന്നെ ഏറ്റുവാങ്ങേണ്ടിവരുന്ന സാംസ്കാരിക പ്രതിസന്ധിയെയാണ് ഭരണഘടനാപരമായി കോടതി പുനർനിർവചിച്ചത് The status of section 497 as a 'special provision' operating for the benefit of women, constitutes a paradigmatic example of benevolent patriarchy എന്നു കോടതി നിരീക്ഷിച്ചു. സംരക്ഷണങ്ങൾക്കുവേണ്ടി നിർമ്മിച്ചുവച്ച ദയ(bendvolent)കൾ സ്ത്രീകളുടെ സാമൂഹിക ഉന്നമനത്തിന് ഉതകുകയില്ലെന്ന നിലപാട് സ്ത്രീവാദത്തിന്റെ രണ്ടാം തരംഗം മുതൽ പ്രബലവുമാണല്ലോ!

വിവാഹം കഴിച്ചതോ അല്ലാത്തതോ ആയ ഒരു പുരുഷൻ, വിവാഹിതയായ സ്ത്രീയുമായി നടത്തുന്ന ശാരീരികബന്ധമാണ് നിയമപരമായി കുറ്റമായി പരിഗണിക്കപ്പെട്ടിരുന്നത്. അതിലൊരു വിരോധാഭാസവുമുണ്ട്. എന്നാൽ ആ പുരുഷൻ അവിവാഹിതയായ സ്ത്രീയുമായി നടത്തുന്ന ലൈംഗികബന്ധം കുറ്റകരമല്ല. അയാൾ വിവാഹിതനാണെങ്കിൽ, കുറ്റത്തെ നിർണയിക്കുന്നതിൽ അയാൾക്ക് ജീവിതപങ്കാളിയുണ്ടെന്നത് ഒരു ഘടകമേയല്ല. ഇതിനർത്ഥം, നിയമത്തിന്റെ വ്യവസ്ഥ, സ്ത്രീയെ ഒരു ജംഗമവസ്തുവായി ഭർത്താവിന്റെ ഉടമസ്ഥതയിലുള്ള സാധനമായി പരിഗണിക്കുന്നു എന്നാണ്.

സദാചാര സാമൂഹികാധികാരം വ്യഭിചാരത്തെ പാപമായി പരിഗണിക്കുന്നത് പാതിവ്രത്യത്തെ അടിസ്ഥാനപ്പെടുത്തിയാണെങ്കിൽ, വ്യഭിചാരത്തിലേർപ്പെടുന്ന പുരുഷന്റെ ഭാര്യയുടെ പാതിവ്രത്യത്തെയും പരിഗണിക്കേണ്ടതായി വരും. അതിനോടു വിശ്വാസ്യത പുലർത്താൻ ബാധ്യതയുള്ള പുരുഷന്റെ പാതിവ്രത്യത്തെ സദാചാരം പരിഗണിക്കുന്നില്ല. അങ്ങനെ പരിഗണിക്കാത്തതുകൊണ്ട് അയാൾ ഒപ്പം ശയിച്ച സ്ത്രീകൾ ഭർത്താവ് സദാചാരവാദികളാൽ അപമാനിക്കപ്പെടുകയോ സഹതപിക്കപ്പെടുകയോ ആണ് ചെയ്യുക. ഈ ആഘാതങ്ങൾ നീതിയുക്തമായി പുനർമൂല്യവിചാരങ്ങൾക്കു വിധേയമാവേണ്ടതുണ്ടെന്നും കോടതി കരുതി. അതുകൊണ്ട്, ആ വിധി കടുത്ത ലൈംഗിക അരാജകത്വത്തിലേക്കു നയിക്കുമെന്നു ചിലർ പ്രചരിപ്പിക്കുന്നത് ശരിയാണെന്നു കരുതാനാവില്ല. കാരണം, ക്രിമിനൽ നിയമങ്ങളെക്കുറിച്ചുള്ള വിധികൾ, സൈദ്ധാന്തികമായി മാത്രമാണ് സാമാന്യവൽക്കരിക്കപ്പെടാനാവുക.

എല്ലാവരും നിരന്തരമായി ഇങ്ങനെ ലൈംഗികവേഴ്ചയിലേർപ്പെടേണ്ടവരാണെന്ന താത്പര്യമല്ലല്ലോ കോടതിയുടേത്. സാമൂഹികമൂല്യങ്ങളെക്കുറിച്ചുള്ള ഭരണഘടനാ സംസ്കാരം നടപ്പിൽ വരുമ്പോഴാണ് ജനാധിപത്യം പുലരുന്നത് എന്ന വിശാല കാഴ്ചപ്പാടാണ് കോടതി പുലർത്തിയത്. ജീവിതത്തിലെ ആകെയൊരു വ്യവഹാരം ലൈംഗികത മാത്രമാണെന്നു ധരിച്ച് ജീവിക്കുന്നവർക്ക് അങ്ങനെയാവണമെന്നില്ല.

ശബരിമല

ശബരിമലയിൽ കുടികൊള്ളുന്ന അയ്യപ്പശാസ്താവിനെക്കാണാൻ ഇരുമുടിക്കെട്ടെടുത്ത്, ഇനി 10നും 50നും ഇടയ്ക്കു പ്രായമുള്ള പെണ്ണിനും കയറാം എന്നു പറഞ്ഞ വിധിയാണല്ലോ അടുത്തത്.

'The dualism that persists in religion by gloriying and venerating women as goddesses on one hand and imposing regorous sanctions on the other hand in matters of devotion has to be abandoned' എന്നു വ്യക്തമാക്കിയ കോടതിവിധിയിൽ എന്താണു തെറ്റുള്ളതെന്ന് ആചാരവാദികളാരും പറയുന്നില്ല. 1965ലെ കേരളത്തിലെ ഹൈന്ദവ ആരാധനാസ്ഥല (പ്രവേശനാംഗീകാരം) നിയമാവലിയിലെ ഭരണഘടനാവിരുദ്ധമായ 3-ബി ഭാഗം റദ്ദാക്കുകയാണ് സുപ്രീംകോടതി പ്രധാനമായി ചെയ്തത്. ആ വ്യവസ്ഥപ്രകാരമാണ് 10-50 പ്രായത്തിലെ സ്ത്രീകൾക്ക് ശബരിമലയിൽ പ്രവേശനം നിഷേധിക്കപ്പെട്ടിരുന്നത്. ഈ വിലക്ക്, പെണ്ണിന്റെ ജീവശാസ്ത്രപരമായ ആർത്തവം കാരണമാണെന്നും അത് ആർട്ടിക്കിൾ 14, 15, 17, 25, 26 മുതലായവയെ നിരാകരിക്കുന്നതുമാണെന്ന് കോടതി പറഞ്ഞു. അനുച്ഛേദം 290 അപ്രകാരം പ്രവർത്തിക്കുന്ന ശബരിമല എന്ന പൊതു ആരാധനാലയം പ്രത്യേക മതശാഖയിൽ (special denomination) വരുന്നതല്ലെന്നും ഖണ്ഡിതമായി കോടതി ബോധ്യപ്പെടുത്തി.

സുപ്രീംകോടതിയുടെ വിധി, 1991ലെ ഹൈക്കോടതി വിധിയെ പുനഃപരിശോധിക്കുന്നതാണെന്നു വ്യക്തമാണ്. 1991ലെ ഹൈക്കോടതി വിധിയിൽ 10നും 50നും ഇടയ്ക്കുള്ള വിലക്ക് നിലനിർത്തുന്നതിനു പറഞ്ഞ കാരണങ്ങൾ കോടതി പരിശോധിക്കുകയും തള്ളിക്കളയുകയുമാണ് ചെയ്തത്. 'ശബരിമലയിലെ പ്രതിഷ്ഠ നൈഷ്ഠിക ബ്രഹ്മചാരിയാകയാൽ വനിതകൾ പ്രവേശിക്കരുതെന്ന പുതുമനയെപ്പോലുള്ള തന്ത്രിമുഖ്യരുടെ അഭിപ്രായം, ആർത്തവാശുദ്ധി എന്ന ശരീരശാസ്ത്രകാരണങ്ങളാൽ സ്ത്രീകൾക്ക് 41 ദിവസത്തെ മണ്ഡലകാലവ്രതം പൂർത്തീകരിക്കാനാവില്ല എന്ന വാദം, 10-50 എന്ന പ്രായവിലക്ക് സ്മരണാതീതകാലം (immemmorial) മുതലേ പാലിച്ചുവരുന്നതാണെന്ന വിശ്വാസം 1965 Authorisation of Entry Act ലെ 3 ബി പ്രകാരമുള്ള വിലക്ക് ആർട്ടിക്കിൾ

15, 25, 26 എന്നിവയെ നിഷേധിക്കുന്നില്ലെന്നു മാത്രമല്ല ഈ വിലക്ക് സ്ത്രീകളെയാകെ ഒരു വർഗമായി പരിഗണിച്ചുകൊണ്ടുള്ളതല്ല' എന്നിത്രയും നിലപാടുകളുടെ അടിസ്ഥാനത്തിലാണ് 1991ൽ ഹൈക്കോടതി വിലക്കിനു സാധുത നൽകിയത്. ഈ നിലപാടുകളെ ഒന്നൊന്നായി ഖണ്ഡിക്കുകയായിരുന്നു ഭരണഘടനാബെഞ്ച്. ഏക വനിതാംഗമായ ജസ്റ്റിസ് ഇന്ദു മൽഹോത്ര മാത്രമാണ് അതിൽ വിയോജിപ്പു രേഖപ്പെടുത്തിയത്. സ്ഥിതി (status)യിലും അവസരത്തിലും (opportunity) സമത്വം അനുഭവത്തിൽ വന്നില്ലെങ്കിൽപ്പിന്നെ സ്വാതന്ത്ര്യം എങ്ങനെ നടപ്പിൽ വരാനെന്നാണ് ജസ്റ്റിസ് ചന്ദ്രചൂഡ് ഉന്നയിച്ച ആശയം. ഈ ആശയമാണ് ഭക്തർ എന്ന നിലയിൽ സ്ത്രീകളുടെ മൗലികാവകാശങ്ങളിലേക്കു വിരൽ ചൂണ്ടിയ പ്രധാനപ്പെട്ട പ്രതിരോധം. ഈ തത്ത്വം ഇപ്പോൾ ശബരിമല പ്രവേശനത്തിൽ മാത്രമാണ് ഉന്നയിക്കപ്പെട്ടിരിക്കുന്നതെങ്കിലും വരുംകാലങ്ങളിൽ എല്ലാ മതവിശ്വാസികളുടെയും ആരാധനാലയങ്ങൾക്കു ബാധകമാവുമെന്നതിൽ സംശയം വേണ്ട.

നാല്പത്തിയൊന്നു ദിവസത്തെ മണ്ഡലവ്രതം അനുഷ്ഠിക്കാൻ ഒരു കാരണത്താലും സ്ത്രീകൾക്കു കഴിയില്ല എന്ന ആചാരപരമായ സ്മൃതിയാണ് 10–50 പ്രായത്തിനിടയിലെ സ്ത്രീപ്രവേശനത്തിനുള്ള വിലക്കിനു നിദാനം. ആർത്തവം അശുദ്ധികാലമാകയാൽ ആ സമയങ്ങളിലെ ആരാധനാലയപ്രവേശനം, പൊതുവേ, സ്ത്രീകൾ ഒഴിവാക്കാറാണ് രീതി. മലമൂത്ര വിസർജ്ജനത്താലുള്ള അശുദ്ധിയുണ്ടെങ്കിൽ പുരുഷന്മാരും ആരാധനാലയത്തിൽ കയറാത്തതുപോലുള്ള പ്രാധാന്യമേ അതിനുള്ളൂ. ഈ വിധിയുടെ മറപിടിച്ച് ചില കേന്ദ്രങ്ങൾ പ്രചരിപ്പിക്കുന്നത്, ശബരിമലയിൽ ആർത്തവകാല സ്ത്രീകളെ പ്രവേശിപ്പിക്കാൻ പുരോഗമനവാദികൾ തിടുക്കം കാട്ടുന്നു എന്നാണ്. എന്നാൽ അതല്ല യാഥാർത്ഥ്യമെന്നും സ്ത്രീകൾ, ട്രാൻസ്ജെൻഡർ സഹോദരങ്ങൾ മുതലായവർക്കുള്ള മാനുഷികാംഗീകാരത്തിന്റെ പൂർണതയാണ് പുരോഗമനവാദികൾ ഉന്നയിക്കുന്നതെന്നും ഈ വിമർശകർ മനസ്സിലാക്കുന്നില്ല.

ആർട്ടിക്കിൾ 26 പ്രകാരമുള്ള മതവിശ്വാസ അനുഷ്ഠാന ആചരണ സ്വാതന്ത്ര്യം (Freedom to manage religious affairs (a), (b), (c), (d)) സ്ത്രീകൾക്കു നിഷേധിക്കുന്നത് ഭരണഘടനാവിരുദ്ധമാണ് എന്നാണല്ലോ വിധിയിൽ പറയുന്നത്. ആർത്തവം എന്ന ജീവശാസ്ത്ര പ്രക്രിയയാണ് വിലക്കിനു നിദാനമെന്ന ആചാരത്തെ ഖണ്ഡിക്കുമ്പോൾ, ശബരിമലയിൽ ഇതിനുമുമ്പ് പലവട്ടം ഈ ആചാരങ്ങൾ ലംഘിക്കപ്പെട്ടിട്ടുള്ളത് കോടതി ചൂണ്ടിക്കാട്ടിയിട്ടുണ്ട്. ചോറൂണ്, പടിപൂജ, പ്രത്യേക ഫീസ് വാങ്ങി യുവതീപ്രവേശനം എന്നിങ്ങനെ പല പ്രകാരത്തിൽ അവിടെ സ്ത്രീകൾ പ്രവേശിച്ചിട്ടുണ്ട് എന്നതിന് ഇപ്പോൾത്തന്നെ ധാരാളം തെളിവുകൾ പൊതുസമൂഹത്തിനു മുന്നിലുണ്ട്. മറ്റൊന്ന് അവിടെയെത്തുന്ന

പുരുഷന്മാരുടെ കാര്യത്തിലാണ്. നല്ലൊരു ശതമാനം പുരുഷന്മാരും യഥോചിതമായ വ്രതപൂർണതയോടെയല്ല പതിനെട്ടാംപടി കടന്നു പോവുന്നതെന്നതിന് പലരുടെയും ക്ലീൻഷേവ് മുഖങ്ങൾ തന്നെ സാക്ഷി. ഇതിനൊക്കെ സമാധാനം കേരളത്തിന്റെ നവോത്ഥാന യുക്തിവിചാര ത്തിൽത്തന്നെയുണ്ട്. നമ്മുടെ യോഗ താർക്കിക (yogic logical) നവോത്ഥാനത്തിന്റെ പ്രാമാണിക ശബ്ദമായിരുന്ന ചട്ടമ്പിസ്വാമികളുടെ വിപ്ലവകരമായ പുസ്തകമായ 'വേദാദികാരനിരൂപണം' നോക്കുക. അതിന്റെ ഹൃദയഭാഗമായ നാലാമധ്യായമായ 'പ്രമാണാന്തര വിചാര' ത്തിലും അവസാന അദ്ധ്യായമായ 'യുക്തിവിചാര'ത്തിലും സ്വാമി അതു വിശദീകരിച്ചിരിക്കുന്നു.

'വേദത്തിനു വിരുദ്ധമായ സ്മൃതിവാക്യം വകയല്ല. ഈ രണ്ടിനും വിരോധമായ പുരാണവചനവും വകയല്ല' എന്ന വ്യാസപ്രമാണത്തെ വച്ചുകൊണ്ടാണ് ശൂദ്രനും സ്ത്രീക്കും വേദാഭ്യാസമാകാം എന്ന ന്യായത്തെ സ്വാമി കണ്ടെടുക്കുന്നത്. 'ന സ്ത്രീ ശൂദ്രൗ വേദമധീയാതാം' എന്ന കേവലം സൂത്രമുദ്ധരിച്ചാണ് നൂറ്റാണ്ടുകളോളം ഇവിടെ ശൂദ്രനും സ്ത്രീക്കും വിദ്യ നിഷേധിക്കപ്പെട്ടിരുന്നത്. അതിനെ സ്വാമി ചോദ്യം ചെയ്തത് ഇങ്ങനെയാണ്. 'ഈ വാക്യം വേദവുമല്ല, സ്മൃതിയുമല്ല. കേവലം സൂത്രമാകുന്നു. ശ്രുതിസ്മൃതി പുരാണേതിഹാസാചാരങ്ങൾ എന്നുള്ള പ്രമാണങ്ങളിൽ ഒന്നായിട്ട് ഇതിനെ എവിടെയും സ്വീകരിച്ചു പഠിക്കുന്നുമില്ല... ഇതിന്റെ അർത്ഥം എന്തെന്നാൽ സ്ത്രീകളും ശൂദ്രരും പഠിച്ചേ കഴിയൂ എന്നില്ല; എന്നല്ലാതെ പഠിച്ചേ കൂടാ എന്നല്ല. എന്നാൽ ഇതിനെ വ്യാഖ്യാനിച്ചവർ പഠിച്ചേ കൂടാ എന്നർത്ഥം പറഞ്ഞിരിക്കു ന്നല്ലോ എന്നാണെങ്കിൽ, ഇതിലേക്ക് അവരെ കുറ്റം പറവാൻ പാടില്ല. ഇങ്ങനെയുള്ള ഗ്രന്ഥങ്ങൾക്കു വ്യാഖ്യാനം ചെയ്യുന്നവർ തൽക്കാല ത്തിൽ നടന്നുവരുന്ന ആചാരഗൗരവത്തിനു യാതൊരു ന്യൂനതയും നേരിടാതിരിക്കുന്നതിലേക്കുവേണ്ടി സ്പഷ്ടമായ വാക്യങ്ങൾ ക്കെല്ലാം കൃത്രിമമായി അർത്ഥകല്പനം ചെയ്യുന്നത് ലോകപ്രസിദ്ധ മാകുന്നു."

സ്വാമി ചൂണ്ടിക്കാണിക്കുന്ന ദുർവ്യാഖ്യാനമാണ് ശബരിമലയെ സംബ ന്ധിച്ചും 'ആചാരം' എന്ന പേരിൽ ഇപ്പോൾ പ്രചരിക്കുന്നത്. മണ്ഡല കാല വ്രതം സ്ത്രീകൾക്കു സാധ്യമല്ലെന്നും യുവതികൾ പ്രവേശിക്കു ന്നത് മൂർത്തിയുടെ നൈഷ്ഠിക ബ്രഹ്മചര്യത്തിന് അപായമാണെന്നുമുള്ള വാദങ്ങൾക്ക് വേദപ്രാമാണ്യമോ സ്മൃതി പുരാണസാധുതയോ ഇല്ല. ഭഗവദ്ഗീതയിലെ സാംഖ്യായോഗകാരികകളിൽ സ്പഷ്ടമായി പറഞ്ഞി രിക്കുന്ന ബ്രഹ്മചര്യ/ബ്രഹ്മജ്ഞാനവിധികളെ സംബന്ധിച്ച കാരികകൾ വെറുതെ മറിച്ചുനോക്കുന്നവർക്കുപോലും ആചാരവാദികൾ പറയുന്ന ഈ വാദം തെറ്റാണെന്നു ബോധ്യമാകും.

ശബരിമലയുടെ മലയാണ് ശബരിമല. അവിടെ കുടികൊള്ളുന്ന മാളികപ്പുറത്തമ്മയുടെ ഐതിഹ്യവും ശരംകുത്തിയാറിലേക്കുള്ള എഴുന്നള്ളത്തും അയ്യപ്പന്റെ വിവാഹത്തെക്കുറിച്ചുള്ള ഭാവിസങ്കല്പവും ശാസ്താവിന്റെ പത്നിയായ പൂർണ പുഷ്കല ചരിത്രവും അയ്യപ്പന്റെയും പൂർണതയുടെയും കുടുംബജീവിതവും മകൻ സത്യകനെക്കുറിച്ചുള്ള വിവരങ്ങളും ശബരിമലയിലും ചീരപ്പൻചിറയിലുമൊഴിച്ച് മറ്റെല്ലായിടവുമുള്ള ബ്രഹ്മചാരിരൂപിയല്ലാത്ത അയ്യപ്പപ്രതിഷ്ഠകളും നമ്മെ ബോധ്യപ്പെടുത്തുന്ന തത്ത്വവും ഇവിടെ മനസ്സിലാക്കേണ്ടതാണ്. നൈഷ്ഠിക ബ്രഹ്മചാരിയെന്നത് അയ്യപ്പന്റെ സ്ഥിരഭാവമല്ല; താൽക്കാലിക ഭാവമാണ്. അയ്യപ്പസന്നിധിയിലെത്തുന്ന യുവതിയായ സ്ത്രീയും വ്രതശുദ്ധിയുടെ ഇരുമുടിക്കെട്ടുമായി അവിടെയെത്തുന്നത് ബ്രഹ്മചര്യഭാവത്തിലാണ്. ചിലപ്പോൾ അത് സ്ഥിരമാവാം. അല്ലെങ്കിൽ താൽക്കാലികമാവാം. രണ്ടായാലും ഭക്തയായ ഒരു ബ്രഹ്മചാരിണി ബ്രഹ്മചാരീഭാവത്തിലുള്ള തത്ത്വമസീഗാഥാവായ മൂർത്തിയെ വണങ്ങാനെത്തുന്നതിൽ എന്ത് അപാകതയാണുള്ളതെന്ന് ഒരു പ്രമാണമുദ്ധരിച്ചും ഒരിക്കലും ആചാരവാദികൾക്കു സ്ഥാപിക്കാനാവില്ല.

വ്രതത്തിൽനിന്ന സ്ത്രീകളെ വിലക്കുന്ന ആർത്തവം ഏതുതരം അശുദ്ധിയാണെന്നതാണ് മറ്റൊരു പ്രശ്നം. അത് മലമൂത്രാദികൾപോലെ വിസർജ്ജ്യം എന്ന അശുദ്ധിയാണെങ്കിൽ വ്രതകാലത്തുതന്നെ മലമൂത്ര വിസർജ്ജനം നടത്തുന്ന പുരുഷന്റെ അശുദ്ധി അവന്റെ വ്രതത്തിനു ഭംഗം വരുത്താത്തതുപോലെ ആർത്തവാശുദ്ധി പെണ്ണിന്റെ വ്രതത്തിനും ഭംഗമേൽപ്പിക്കുന്നില്ല. വേദ-ന്യായ-സ്മൃതി പ്രമാണങ്ങൾ അങ്ങനെയാണ് പറയുന്നതും. എന്നാൽ ആചാരവാദികൾ ഇപ്പോൾ ആ വേദപ്രമാണത്തെ അംഗീകരിക്കുന്നില്ല. അതിനർത്ഥം അവർ ആർത്തവത്തെ ഒരുതരത്തിലും അംഗീകരിക്കാൻ തയ്യാറല്ല എന്നുതന്നെയാണ്. ആർത്തവത്തെ അവർ കേവലമായ അശുദ്ധിക്കുമപ്പുറം അപരിഹാര്യമായ സാംസ്കാരിക അശുദ്ധിയായി കാണുന്നു എന്നർത്ഥം. ഈ വിചാരം പഴയ അയിത്താചാരത്തിന്റെ ഉച്ചിഷ്ഠമാണ്. മനുഷ്യജീവിതത്തിന്റെ സൃഷ്ടികാരണങ്ങളിലൊന്നായ ആർത്തവചക്രത്തെ ആദരിക്കാത്ത സമൂഹം മാനവികതയെക്കുറിച്ച് മിനിമം ബോധ്യംപോലുമില്ലാത്ത സമൂഹമാണ്. ആർത്തവരക്തം അശുദ്ധിയാണെന്നതിലും പ്രധാനമാണ് ആർത്തവചക്രം ആദരണീയവും സർഗാത്മകവും പ്രപഞ്ചസത്യവുമാണെന്നത്.

ശബരിമലയെ സംബന്ധിച്ച് ചരിത്രപരമായ എത്രയോ ആചാരങ്ങൾ കാലക്രമേണ പരിഷ്കരിക്കപ്പെട്ടിരിക്കുന്നു. പിഎസ്. തെക്കുംഭാഗത്തിന്റെയും ശ്രീനി പട്ടത്താനത്തിന്റെയും ഇന്ദു മൽഹോത്ര ഉദ്ധരിച്ച രാധികാ ശേഖറിന്റെയും ഗ്രന്ഥങ്ങൾ അതിനു തെളിവാണ്. ചട്ടമ്പിസ്വാമികൾ എഴുതിയതുദ്ധരിച്ചുതന്നെ തൽക്കാലം ഇത് ഉപസംഹരിക്കാം. സുപ്രീം കോടതി പറഞ്ഞത് സ്വാമികളുടെ ഇതേ അഭിപ്രായമാണ്.

'കടശിയിൽ ശൂദ്രർ ഉണ്ണാൻ പാടില്ല എന്നു നിഷേധിക്കുമ്പോൾ അതിനെ ആരെങ്കിലും വകവെയ്ക്കുമോ? ഈ ലോകത്തിൽ ജീവിക്കാൻ ഭക്ഷണം ആവശ്യമെങ്കിൽ ഈ ലോകത്തു മാത്രമല്ല, ഏതുലോകത്തും ജീവിക്കുന്നതിന് ജ്ഞാനമത്യാവശ്യമായിരിക്കയാൽ ആ ജ്ഞാനത്തെ ശൂദ്രൻ പ്രാപിച്ചുകൂടാ എന്നു നിഷേധിക്കുന്നതിനെ മാത്രം ഗൗനിക്കുന്ന തിന് ആവശ്യം എന്താണുള്ളത്? തങ്ങളെപ്പോലെ ശൂദ്രരും പഠിച്ചു പോയാൽ തങ്ങൾക്കു മഹിമ കുറഞ്ഞുപോകുമല്ലോ എന്ന അസൂയ യാലും തങ്ങൾമൂലമായിട്ടേ എല്ലാവരും ജ്ഞാനം സമ്പാദിക്കാവൂ എന്ന യാൽ തങ്ങൾക്കു ലാഭപ്രദമായിരിക്കുമെന്ന ദുരാശയാലും തങ്ങൾ വലി ക്കുന്ന വഴിക്കെല്ലാം എല്ലാവരും വരണമെന്ന ഉദ്ദേശ്യത്താലും ഇങ്ങനെ യുള്ള സങ്കേതത്തെ ആരുതന്നെ ഏതു കാലത്തേർപ്പെടുത്തിയതായാലും അതിനെ ആദരിക്കേണ്ടതില്ല.

കുറിപ്പ്

1. Transformative constitutions differ from traditional liberal constitutions by conceptualizing the constitution as a comprehensive order for a more just and equal society and a tool to prompt state action to that purpose as much as restrain it (Michaela Hailbronner, (abstract) Transformative constitutionalism: Not only in the Global South, 2017)

അനുബന്ധം 1

അഭിമുഖം

ശബരിമല മലയരയർക്ക് തിരിച്ചുനൽകണം

പി.കെ. സജീവ് • സജി ശ്രീവത്സം

ശബരിമലയിലെ യുവതി പ്രവേശന വിഷയം കേരളക്കരയാകെ നിലയ്ക്കാത്ത ചർച്ചയായി തുടരുമ്പോൾ ആരാണ് ശബരിമലയുടെ യഥാർത്ഥ അവകാശികൾ എന്ന ചോദ്യം പ്രസക്തമാവുകയാണ്. പന്തളം കൊട്ടാരവും ദേവസ്വം ബോർഡും ഇക്കാര്യത്തിൽ നേർക്കുനേർ ഏറ്റുമുട്ടി. എന്നാൽ, തങ്ങളാണ് യഥാർത്ഥ അവകാശികളെന്ന് മലയരയ സമുദായം വ്യക്തമാക്കുന്നു. ക്ഷേത്രത്തിന്റെ യഥാർത്ഥ അവകാശികളെ കണ്ടെത്തി അവർക്ക് അത് നൽകുന്ന കാര്യംകൂടി പരിഗണിക്കണം എന്ന രീതിയിലുള്ള മലയരയ വിഭാഗത്തിന്റെ വാദത്തോടെ പുതിയ ചർച്ചകൾ ഉയർന്നുവരുന്നുണ്ട്. ഇനിയും അതൊരു നിയമയുദ്ധത്തിലേക്കാണ് വഴി തുറക്കുന്നത്. പൊന്നമ്പലമേട്ടിൽ മകരവിളക്ക് കത്തിക്കാനുള്ള അവകാശമെങ്കിലും തങ്ങൾക്ക് നൽകണമെന്നവാശ്യപ്പെട്ട് മലയരയർ സമരം തുടങ്ങിയിട്ട് എങ്ങുമെത്തിയില്ല. ഇതു സംബന്ധിച്ച കേസ് ഹൈക്കോടതിയിൽ നിലനിൽക്കുന്നുമുണ്ട്. ആ പോരാട്ടം തുടങ്ങിയിട്ട് ഇപ്പോൾ അഞ്ചു വർഷമാകുന്നു. അതിന് നേതൃത്വം നൽകുന്നത് ഐക്യമലയരയ സംഘത്തിന്റെ ജനറൽ സെക്രട്ടറി പി.കെ. സജീവാണ്. ശബരിമല വിഷയം കേരളക്കരയാകെ ചർച്ച ചെയ്യുമ്പോൾ വേറിട്ട സ്വരം കേൾപ്പിച്ച് ശബരിമലയുടെ യഥാർത്ഥ അവകാശികൾ തങ്ങളാണെന്ന് അദ്ദേഹം ആവർത്തിച്ച് ചരിത്രവസ്തുതകളുടെ അടിസ്ഥാനത്തിൽ വാദിച്ചുകൊണ്ടിരിക്കുന്നു. എം.ജി. സർവ്വകലാശാലയിൽ അസി. രജിസ്ട്രാറായ പി.കെ. സജീവ് സംസാരിക്കുന്നു.

- താങ്കൾ ജനിച്ചത് എവിടെയാണ്? ശബരിമലയുമായി താങ്കളുടെ കുടുംബത്തിനും സമുദായത്തിനുമുള്ള ബന്ധം വിശദമാക്കാമോ?

കാഞ്ഞിരപ്പള്ളി താലൂക്കിലെ പാറത്തോട് പഞ്ചായത്തിലെ പഴുമല എന്ന ഗ്രാമത്തിലാണ് ഞാൻ ജനിച്ചത്. ഞാൻ ജനിക്കുന്ന കാലത്ത് ചാണകം തളിച്ച, ഓലയിട്ട വീടാണ്. അച്ഛൻ പോസ്റ്റ് ഓഫീസിൽ മെയിൽ ഓവർസിയർ അതായത് ചെക്കിങ് ഇൻസ്പെക്ടർ ആയിരുന്നു. സഹോദരിയും പോസ്റ്റ് ഓഫീസിലാണ്. സഹോദരൻ ഗവണ്മെന്റ് സർവീസിലാണ്. പാറത്തോട് ക്രൈസ്റ്റ് മെമ്മോറിയൽ സ്കൂളിലേക്ക് 14 കിലോമീറ്റർ നടന്നായിരുന്നു ഞാൻ പോയിരുന്നത്. സെന്റ് തോമസ് കോളേജിലും അങ്ങനെതന്നെ. 1993ലാണ് ഞങ്ങളുടെ ഭാഗത്ത് വൈദ്യുതി വരുന്നത്; ടാറിങ് വന്നത് 97ലും.

പഴുമലയിൽത്തന്നെ ഞങ്ങൾക്ക് ഒരു മലയമ്പലമുണ്ട്. വെച്ചാരാധനയാണ്; കല്ലുവെച്ച് പൂജിക്കുന്നത്. അവിടെ മുത്തപ്പന്മാർ പാരമ്പര്യകലയായ ഐവറുകളി കളിക്കാറുണ്ട്. മലയരയരുടെ പാരമ്പര്യകലയാണ്. ആദ്ധ്യാത്മികതയോട് അടുത്തുനിൽക്കുന്ന കലയാണത്. ചവിട്ടുകളി, കോൽക്കളി തുടങ്ങിയ കലകളുമുണ്ട്. അത് ഇന്ന് മണ്ണുവെച്ചുള്ള ചെറിയ ക്ഷേത്രമായിട്ടുണ്ട്. ശബരിമലയിലെ പതിനെട്ടു മലകളിലൊന്നായ തലപ്പാറമലയിലെ ആരാധനതന്നെയാണ് അവിടെയും. എനിക്ക് ഓർമ്മയായ കാലം മുതൽ ഞങ്ങൾ ശബരിമലയിൽ പോകും. ഞങ്ങൾ 41 ദിവസം വ്രതമെടുത്ത് മാത്രമേ ശബരിമലയിൽ പോകാറുള്ളൂ. ഒരു പെരിയസ്വാമിയാണ് നയിക്കുന്നത്. രാവിലെ തോട്ടിൽ പോയി കുളിച്ചാൽ കുളികഴിഞ്ഞ് ഈറനോടെ സ്വാമിയേ ശരണമയ്യപ്പ വിളിക്കണം. ഇന്നത്തെപ്പോലെയല്ല, വളരെ കഠിനമായ വ്രതാനുഷ്ഠാനമാണ്. തുലാം 25ഓടെ തന്നെ വ്രതമെടുക്കാനുള്ള തയ്യാറെടുപ്പുകൾ തുടങ്ങും. വീടൊക്കെ വൃത്തിയാക്കി, ചാണകം തളിച്ച് പാത്രങ്ങളെല്ലാം കഴുകിവെക്കും. നമ്മൾ മുടിവെട്ടി നഖങ്ങളുമൊക്കെ വെട്ടി എല്ലാ തയ്യാറെടുപ്പുകളും നടത്തും. മാലയിട്ടു കഴിഞ്ഞാൽ വീടിന് പുറത്താകും മിക്കവാറും കഴിയുക. പച്ചയോലകൊണ്ട് കുടിലുകെട്ടി അവിടെ കഴിയും. കിഴങ്ങുവർഗങ്ങൾ പുഴുങ്ങിയതും മറ്റുമായിരിക്കും ആഹാരം.

- നടന്നാണോ ശബരിമലയ്ക്ക് പോകുന്നത്?

ശബരിമലയ്ക്ക് പാറത്തോടുനിന്ന് കോരുത്തോടു വന്ന് മുക്കുഴി വഴി കയറി കരിമലയിലും അവിടെനിന്ന് പമ്പയിലേക്കും നടന്നാണ് പോകുന്നത്.

- അയ്യപ്പൻ എവിടെ ജനിച്ചു എന്നാണ് ചരിത്രം പറയുന്നത്?

1100ന്റെ ആദ്യദശകത്തിലാണ് അയ്യപ്പൻ ജനിക്കുന്നത്. കേരളം അന്ന് ചോളന്മാർ ആക്രമിക്കുന്ന കാലമാണ്. നൂറുവർഷത്തോളം നീണ്ടുനിന്ന യുദ്ധം. ഗോത്രവിഭാഗമായ മലയരയരാണ് അന്ന് ശബരിമലക്കാടുകളിൽ കഴിയുന്നത്. അയ്യപ്പന്റെ അച്ഛനും അമ്മയും ജീവിച്ചിരുന്നത് പൊന്നമ്പലമേട്ടിലാണ്. മനുഷ്യന് ഇന്നും എത്തിച്ചേരാൻ കഴിയാത്ത സ്ഥലമാണത്. അവിടെ ജീവിച്ചിരുന്ന കണ്ടനും കറുത്തമ്മയ്ക്കും മക്കളില്ലായിരുന്നു. അന്ന് കോർമൻ എന്നൊരു ദിവ്യനുണ്ടായിരുന്നു. അദ്ദേഹത്തിന്റെയടുത്തുചെന്ന് മക്കളില്ലാത്ത ഈ ദമ്പതികൾ ദുഃഖം പറഞ്ഞു. അദ്ദേഹം പറഞ്ഞതാണ് നിങ്ങൾ 41 ദിവസം വ്രതമെടുക്കാൻ, ദിവ്യനായ ഒരു പുത്രൻ ജനിക്കുമെന്ന്. അങ്ങനെയാണ് അയ്യപ്പന്റെ ജനനം. അതിന്റെ ഓർമ്മയായാണ് ഈ 41 ദിവസത്തെ വ്രതം എന്ന അനുഷ്ഠാനംതന്നെ ഉണ്ടായത്. ഇത് ഞങ്ങളുടെ മുത്തച്ഛന്മാർ പറഞ്ഞിട്ടുള്ളതാണ്. ഒരാളല്ല, എല്ലാവരും ഇതുതന്നെയാണ് പറഞ്ഞിട്ടുള്ളത്. അതുകൊണ്ട് കെട്ടുകഥയാവാൻ വഴിയില്ല. വലിയ കിഴുക്കാംതൂക്കായ പാറയിലെ ഗുഹയിലായിരുന്നു ഇവർ താമസിച്ചിരുന്നത്. അവിടെയായിരുന്നു അയ്യപ്പൻ ജനിച്ചത്. കണ്ടന്റെ മകനായതുകൊണ്ടാണ് ചെറിയ കണ്ടൻ എന്നർത്ഥമുള്ള മണികണ്ടൻ എന്നു പേരുവന്നത് (മണികണ്ഠൻ അല്ല). പിന്നീട് ചീരപ്പൻചിള എന്ന ഈഴവ കുടുംബത്തിൽനിന്ന് അയ്യപ്പൻ ആയോധനകല അഭ്യസിച്ചു. ഇതിനിടെ, തന്നോട് പ്രണയം വെളിപ്പെടുത്തിയ പെൺകുട്ടിയോട് തന്റെ ലക്ഷ്യം ഗോത്രത്തിനുവേണ്ടി പോരാടുക എന്നതു മാത്രമാണെന്ന് പറഞ്ഞ് അയ്യപ്പൻ ഒഴിഞ്ഞു. അയ്യപ്പന് കീഴിൽ അണിനിരന്ന മലയരയ ഗോത്രവർഗം ചോള അധിനിവേശം ശക്തമായി പ്രതിരോധിച്ചു. മലയരയരുടെ അനേകം ഇരട്ടി വരുന്ന ചോളസൈന്യത്തെ അയ്യപ്പൻ യുദ്ധതന്ത്രംകൊണ്ട് തുരത്തി. ശേഷം അദ്ദേഹം യോഗനിദ്രയിലാവുകയും പ്രതിഷ്ഠയിൽ വിലയം പ്രാപിക്കുകയും ചെയ്തു.

- **അപ്പോൾ ചേര-ചോള യുദ്ധകാലത്ത് ജനിച്ച ഒരു പോരാളിയായ ധീരനായിരുന്നു അയ്യപ്പൻ. അല്ലാതെ പന്തളം രാജാവിന് ലഭിച്ച ദിവ്യ ജന്മമല്ല?**

നമ്മുടെ ചരിത്രത്തിൽ നാം അനേകം മിത്തുകൾ ലയിപ്പിച്ചിട്ടുണ്ട്. അതുകൊണ്ട് ചരിത്രമേതാണ് മിത്ത് ഏതാണെന്ന് വേർതിരിച്ച് അറിയാനാവാത്ത അവസ്ഥ വന്നു. ശങ്കരാചാര്യർ കൈലാസംവരെ പോയിട്ടുണ്ട്. അത് മിത്തല്ല. നമുക്ക് ചിന്തിക്കാൻ കഴിയാത്ത അതീന്ദ്രിയമായ കഴിവുള്ള മനുഷ്യർ അക്കാലത്ത് ജീവിച്ചിരുന്നു എന്നത്

തർക്കമില്ലാത്ത കാര്യമാണ്. അത്തരത്തിൽ ദിവ്യത്വമുള്ള ജന്മമാണ് അയ്യപ്പന്റേതും. മോഹിനിസുതനാണ് അയ്യപ്പൻ എന്നാണ് ബഹുഭൂരിപക്ഷം വിശ്വാസികളും വിശ്വസിക്കുന്നത്. പക്ഷേ, പന്തളം രാജവംശം ഇവിടെ വന്നശേഷമാണല്ലോ അയ്യപ്പൻ ജനിക്കുന്നതെന്ന് ചരിത്രം പറയുന്നത്. അക്കാലത്ത് മുസ്ലിം സമുദായം ഇവിടെയുണ്ടല്ലോ. വാവരും അയ്യപ്പന്റെ സൈനികനിരയിലുള്ള ആളുതന്നെ ആയിരുന്നു. വാവരെ കൊള്ളക്കാരനായി ചില കഥകളിൽ ചിത്രീകരിക്കുന്നു. ഇതൊക്കെ പിന്നീടുവന്ന തെറ്റായ വ്യാഖ്യാനങ്ങളാണ്.

പുറനാനൂറിലൊക്കെ വിവരിക്കുന്നുണ്ട്. രാജാക്കന്മാരെ കൊന്നിട്ട് അവരുടെ തലവെട്ടി അത് അടുപ്പുകല്ലാക്കി അവരെ ചുട്ടെരിക്കുന്ന അതിക്രൂരതയായിരുന്നു ചോളന്മാർ നടത്തിയിരുന്നത്. മറവപ്പടയെന്ന ഒരു പടയുണ്ടായിരുന്നു ചാവേറുകളായിരുന്നു അവർ. കൃഷി ചെയ്യുന്ന ഭൂമിയിൽ അവരെ താമസിപ്പിക്കുകപോലുമില്ലായിരുന്നു. കാരണം, ചെടികളുമായി സമ്പർക്കം വന്നാൽ അവർക്ക് അനുകമ്പ എന്ന ഒരു വികാരം ഉണ്ടായിപ്പോയാലോ എന്ന ഭയം. പത്തുലക്ഷം സൈനികരുണ്ടായിരുന്നു അവർക്ക് എന്നായിരുന്നു പറയപ്പെടുന്നത്. ഇവർക്കെതിരെ അയ്യപ്പൻ നടത്തിയത് ഒളിയുദ്ധമായിരുന്നു. അത് ചരിത്രത്തിൽ ആദ്യമായിരുന്നു. അദ്ദേഹത്തിന്റെ പ്രധാന സൈനികർ കടുത്തയും കൊച്ചുകടുത്തയും പുതുശ്ശേരി മുണ്ടനുമൊക്കെ ആയിരുന്നു. കാരണം അദ്ദേഹത്തിന് പുറത്തുനിന്നുള്ളവരെ വിശ്വാസമായിരുന്നില്ല. കാട്ടിൽ ഇവരുടെ വീരക്കല്ലുകൾ ഉണ്ടായിരുന്നു. വീരന്മാരായവർ മരണപ്പെടുമ്പോഴാണ് അവരെ അടക്കം ചെയ്യുന്നിടത്ത് വീരക്കല്ലുകൾ സ്ഥാപിക്കുന്നത്. കരിമലയിലെ കല്ലറ ഞാൻ കണ്ടിട്ടുണ്ട്. ഇടകടത്തിയിൽനിന്ന് ഉള്ളിലേക്ക് കാട്ടിലൂടെ 28 കിലോമീറ്റർ ഞാൻ സഞ്ചരിച്ചിട്ടുണ്ട്. അവിടെ മൂന്നു കല്ലറകളാണുള്ളത്.

കോരുത്തോടു നിന്ന് മൂഴിക്കൽ ചെന്ന് അവിടെനിന്ന് മുക്കുഴി പുതുശ്ശേരി, അവിടെനിന്ന് കൊടുംമല കയറിയാൽ മായക്കിയിലെത്തും. അവിടെ നിരന്ന പ്രദേശമാണ്. മായക്കി കഴിഞ്ഞാണ് കരിമല. കരിമലയിൽ ക്ഷേത്രമുണ്ടായിരുന്നു. അവിടെനിന്ന് പമ്പയിലേക്ക് ഇറക്കമായിരുന്നു. അത്തരത്തിൽ കരിമല തന്ത്രപ്രധാനമായ സ്ഥാനമാണ്. ഇവിടെനിന്ന് എങ്ങോട്ടുനോക്കിയാലും മലകളെല്ലാം കാണാം. ഏതുവഴി ആളുവന്നാലും കാണാം. സമാന്തരമായി കാളകെട്ടിയിൽനിന്ന് മുക്കുഴി ചെന്ന് ഇതുവഴിതന്നെ എത്തും. ഇതൊക്കെ അയ്യപ്പൻ സഞ്ചരിച്ച വഴികളാണ്. നമ്മുടെ പുസ്തകങ്ങളിൽ ഇത്തരം ചരിത്രമൊന്നും ആരും പഠിപ്പിച്ചില്ല.

● അയ്യപ്പൻ യുദ്ധം മുന്നിൽനിന്ന് നയിച്ച ആളാണെന്ന് താങ്കൾ പറഞ്ഞിട്ടുണ്ടല്ലോ?

ശബരിമലയിലേക്കുള്ള കെട്ടുനിറ തന്നെ യുദ്ധസ്മൃതി ഉണർത്തുന്നതാണ്. ഒരു യുദ്ധത്തിനുള്ള തയ്യാറെടുപ്പാണ് അയ്യപ്പൻ നിർദ്ദേശിച്ചത്. കന്നി അയ്യപ്പൻ ശരക്കോലു കൊണ്ടുപോകുന്നു. ശരംകുത്തി ഒരു ആയുധപ്പുരയായിരുന്നു. ഓരോ കന്നി അയ്യപ്പനെയും യുദ്ധത്തിന് സജ്ജനാക്കുക എന്ന ലക്ഷ്യമായിരുന്നു. അത് തലമുറയിലേക്ക് പകരുക. അന്ന് ചോളർക്കെതിരെ ഒളിപ്പോര് നടത്തിയ പോരാളിയായിരുന്നു അയ്യപ്പൻ. മുമ്പും പിമ്പും ഇടവും വലവും സ്വാമി തന്നെ കാത്തുകൊള്ളും. ലക്ഷ്യം അത്ര ഏകാഗ്രമായിരിക്കണം എന്നാണ് പെരിയസ്വാമിമാർ നൽകുന്ന നിർദ്ദേശം. മുൻകെട്ടിൽ അഞ്ചു നാളികേരം, പൂജാദ്രവ്യങ്ങളും. ഓരോ മലയ്ക്കും അടിക്കാനാണ് തേങ്ങ. പിൻകെട്ടിൽ അരിയും മലരും മഞ്ഞളും കർപ്പൂരവും മറ്റും. ബന്ധുക്കൾ ഓരോ പിടിയായി അരിയിടും. എല്ലാവർക്കും ദക്ഷിണ കൊടുക്കും. ഒടുവിലാണ് അമ്മയ്ക്ക് ദക്ഷിണ കൊടുക്കുന്നത്. കെട്ട് തലയിൽ വെച്ചുകഴിഞ്ഞാൽ പിന്നെ തിരിഞ്ഞുനോക്കരുത്. കാരണം നീ ഇനി തിരിച്ചുവരും എന്ന് ഉറപ്പില്ല. യുദ്ധത്തിന് പോകുന്നവരാണ് അങ്ങനെ പറയുക. ഇത്തരത്തിലൊരു ആചാരം വേറെ ഏതു ക്ഷേത്രത്തിലാണ് ഉള്ളത്? കന്നി അയ്യപ്പൻ ശരക്കോലും കൊണ്ടുപോകുന്നതിന് മാളികപ്പുറത്തിന്റെ വിവാഹവുമായിട്ടൊന്നും ഒരു ബന്ധവുമില്ല.

● ശബരിമല ഒരു ബുദ്ധക്ഷേത്രമായിരുന്നു എന്നും അവിടത്തെ ആചാരങ്ങൾക്ക് ബൗദ്ധപാരമ്പര്യവുമായി ബന്ധമുണ്ടെന്നും ചരിത്രകാരന്മാർ വാദിച്ചിട്ടുണ്ടല്ലോ?

ശരണംവിളി ഇവിടെ നിലനിൽക്കുന്നതിനാൽ ഇതൊരു ബുദ്ധക്ഷേത്രമാണെന്ന് ചിലർ പറയുന്നു. അത് ശരിയല്ല. നമ്മുടെ ജീവിതത്തെ സമഗ്രമായി സ്വാധീനിച്ചിരുന്നു ബുദ്ധന്മാർ ഒരുകാലത്ത്. അതുകൊണ്ട് അത്തരം ആചാരങ്ങൾ പലയിടത്തും ഉണ്ടാകും. ഇത്തരത്തിൽ പലതും നാം കടമെടുത്തിട്ടുണ്ട്. അത്രയേ ഉള്ളൂ. അതുകൊണ്ട് ശബരിമല ബുദ്ധക്ഷേത്രമാണെന്നു വാദിക്കാൻ കഴിയില്ല. കാരണം, അതല്ല എന്ന് തെളിയിക്കാനുള്ള വേറെ നിരവധി തെളിവുകളുണ്ട്.

● ശബരിമല യുദ്ധം നിലനിന്ന പ്രദേശമാണെന്ന് തെളിയിക്കുന്ന രേഖകളുണ്ടോ?

1875ൽ സാമുവൽ മറ്റീർ എന്ന സി.എസ്.ഐ. മിഷണറി ശബരിമലയിലും പരിസരപ്രദേശങ്ങളിലും ഗവേഷണം നടത്തിയിരുന്നു. 1883ൽ അദ്ദേഹം പ്രസിദ്ധീകരിച്ച 'നേറ്റീവ് ലൈഫ് ഇൻ ട്രാവൻകൂർ' എന്ന പുസ്തകത്തിൽ പണ്ടത്തെ മലയരയ നാഗരികതയെക്കുറിച്ച് വ്യക്തമാക്കുന്നുണ്ട്. ചരിത്രമാണത്. 18 മലകളുടെ പേരുകളും അദ്ദേഹം പുസ്തകത്തിൽ സൂചിപ്പിച്ചിട്ടുണ്ട്. ശബരിമല, പൊന്നമ്പലമേട്, ഗൗണ്ടൽ മല, നാഗമല, സുന്ദരമല, ചിറ്റമ്പലമേട്, ഗാൽഗിമല, മാതംഗമല, മയിലാടുമേട്, ശ്രീപാദമല, ദേവർമല, നിലയ്ക്കൽമല, തലപ്പാറമല, നീലിമല, കരിമല, പുതുശ്ശേരിമല, കാളകെട്ടിമല, ഇഞ്ചിപ്പാറമല എന്നിവയാണവ. പൊന്നമ്പലമേട്ടിൽ ക്ഷേത്രമുണ്ടായിരുന്നെന്നും അതിന്റെ അവശിഷ്ടമായി ശിവലിംഗം അക്കാലത്ത് കണ്ടെത്തിയിട്ടുണ്ടെന്നും ഈ പുസ്തകത്തിൽ പറയുന്നു.

കോഴിക്കാനം, നിലയ്ക്കൽ, പള്ളിയറക്കാവ്, ഇടക്കുന്നം, ളാഹ, കൊതകുത്തിപ്പാറ, അലുവംകുടി എന്നിവിടങ്ങളിൽനിന്ന് ക്ഷേത്ര അവശിഷ്ടങ്ങൾ കണ്ടെത്തിയതായി പറയുന്നു. ഇവിടങ്ങളെല്ലാം മനുഷ്യവാസമുള്ള സ്ഥലങ്ങളായിരുന്നെന്നും പറയുന്നുണ്ട്. പൊന്നമ്പലമേട്ടിൽ ക്ഷേത്രം നശിച്ചുപോയിട്ടും മകരസംക്രമത്തിന് ദീപം തെളിയിച്ചിരുന്നതായി പുസ്തകത്തിൽ വ്യക്തമായി പറയുന്നുണ്ട്. അയ്യപ്പൻ ജനിച്ചത് ഈ ദിവസമാണെന്നും ഇതാണ് അയ്യപ്പന്റെ മൂലസ്ഥാനമെന്നും പറയുന്നു.

ശബരിമല യുദ്ധതന്ത്രപ്രധാനമായ സ്ഥലമായിരുന്നു. ഇവിടെനിന്നായിരുന്നു ചോളരെ ആക്രമിച്ച് പുല്ലുമേടു വഴി അയച്ചത്. ശബരിമലയ്ക്ക് ചുറ്റും മലകളാണ്. അവിടെ ആയുധപരിശീലനം നൽകിയിരുന്നു. ഉദയനെന്ന ചോളസൈനികനെതിരെ യുദ്ധം നയിച്ച സ്ഥലമാണ് കരിമല. 1970 വരെ കരിമലയിൽ ആളുകൾ താമസിക്കുന്നുണ്ടായിരുന്നു. അവിടെനിന്ന് എല്ലാവരെയും സർക്കാർ ഓടിച്ചതാണ്. പിന്നീട് ദേവസ്വം ബോർഡ് കൈയടക്കുകയായിരുന്നു ആ സ്ഥലം. അവിടെ വീടുകളുണ്ടായിരുന്നു, ക്ഷേത്രമുണ്ടായിരുന്നു. എല്ലാവരെയും വനംവകുപ്പും കെ.എസ്.ഇ.ബിയും ചേർന്ന് ഓടിച്ചു. ശബരിഗിരി പദ്ധതി വന്നതൊക്കെ ആ കാലഘട്ടത്തിലാണ്. എന്റെ ഓർമ്മയുള്ള കാലത്ത് മരിച്ചുപോയ കാരണവന്മാർ ശബരിമലയുടെ ചരിത്രം പറയാറില്ല. കാരണം അവർക്ക് ഭയമാണ്. ഇതൊക്കെ പറഞ്ഞാൽ തങ്ങളെ ആരെങ്കിലും വന്ന് കൊല്ലും എന്ന് അവർ ഭയപ്പെടുന്നു. പതിനെട്ടു മലകളിലായി താമസിച്ചിരുന്ന ജനവിഭാഗത്തിന് അനേകം ക്ഷേത്രങ്ങളുണ്ടായിരുന്നെന്ന് കണ്ടെത്തിയിട്ടുണ്ട്.

- **മലയരയരായിരുന്നോ ശബരിമല ക്ഷേത്രത്തിലെ ആദ്യത്തെ പൂജാരിയും പ്രതിഷ്ഠ നടത്തിയ ആളും?**

താളനാനി അരയനായിരുന്നു അന്ന് ക്ഷേത്രത്തിലെ പൂജാരിയും വെളിച്ചപ്പാടുമെന്ന് മറ്റീർ പുസ്തകത്തിൽ പറഞ്ഞിട്ടുണ്ട്. താളനാനി അരയന്റെ കുടുംബക്കാർ മേലുകാവിലുണ്ട്. കരിമല അരയനാണ് അയ്യപ്പന്റെ പ്രതിഷ്ഠ നടത്തിയത്. കരിമലയിൽനിന്നാണ് അവിടേക്ക് പൂജാരിമാർ പോയിട്ടുള്ളത്. പതിനെട്ടാംപടിയിലെ ആദ്യത്തെ കല്ലിൽ ഇന്നും കരിമല അരയൻ വക എന്ന് കൊത്തിയിട്ടുണ്ട്. അത് എടുത്ത് പരിശോധിച്ചാൽ മനസ്സിലാകും.

വെട്ടുകല്ലുകൊണ്ടുള്ള വീടുകൾ കരിമലയിലുണ്ടായിരുന്നു. അത്ര വികസിതസമൂഹമായിരുന്നു ആയിരം കൊല്ലം മുമ്പ് അവർ. സാമുവൽ മറ്റീർ ഇവിടെ നിരവധി ശവക്കല്ലറകൾ കണ്ടെത്തിയതായി രേഖപ്പെടുത്തിയിട്ടുണ്ട്. ഏറ്റവും ഒടുവിലത്തെ പൂജാരി കൊച്ചുരാമൻ ആയിരുന്നു. കൊച്ചുരാമന്റെ കുടുംബക്കാരും കൊക്കോട്ടിയിൽ ഇന്നുണ്ട്. മൂഴിക്കൽ കുഞ്ഞിരാമൻ എന്നയാൾ ഒരു കരയിലെ കാണിക്കാരനായിരുന്നു. അദ്ദേഹത്തിന്റെ അച്ഛൻ ഒരു അയ്യപ്പനായിരുന്നു. അദ്ദേഹത്തിന്റെ ഉടമസ്ഥതയിലുള്ളതായിരുന്നു നിലയ്ക്കൽ മഹാദേവ ക്ഷേത്രം. അത് ദേവസ്വം ബോർഡ് പിടിച്ചെടുക്കുകയായിരുന്നു.

- **അയ്യപ്പൻ പന്തളം രാജാവിന്റെ വളർത്തുമകനായിരുന്നു എന്നത് വെറും കെട്ടുകഥയാണെന്നാണോ?**

അല്ല, അവരെയൊന്നും അധിക്ഷേപിക്കാനല്ല ഞാനിതു പറയുന്നത്. ചരിത്രയാഥാർത്ഥ്യമായതിനാലാണ്. അദ്ദേഹം വളർത്തച്ഛൻ മാത്രമാണ്. അങ്ങനെയാണല്ലോ ചരിത്രവും. സ്വന്തം മകനല്ല. വളർത്തുമകനായതുകൊണ്ടാണല്ലോ കടുവയുടെ അടുത്തേക്ക് പറഞ്ഞുവിട്ടത്. സ്വന്തം മകനായിരുന്നു എങ്കിൽ അത് ചെയ്യുമോ? യഥാർത്ഥത്തിൽ പുലിപ്പാലിനു പോയതല്ല. അയ്യപ്പൻ അദ്ദേഹത്തിന്റെ സ്വന്തം സമൂഹത്തിലേക്ക് തിരിച്ചുപോവുകയായിരുന്നു. തലപ്പാറ വില്ലൻ, പുതുശ്ശേരി മുണ്ടൻ തുടങ്ങിയവരൊക്കെ ആയിരുന്നു അയ്യപ്പന്റെ സൈനികർ. തലപ്പാറമലയുടെ അധിപനായിരുന്നു തലപ്പാറ വില്ലൻ. അയ്യപ്പൻ പുലിവാഹനനല്ല, വാജിവാഹനനായിരുന്നു. അത് ഹരിവരാസനത്തിൽ പറയുന്നുണ്ടല്ലോ.

കൊമ്പുകുത്തിയിൽ താമസിച്ചിരുന്ന മുത്തശ്ശിമാർ പറഞ്ഞുകേട്ടത് അയ്യപ്പനെ പന്തളത്തേക്ക് പിടിച്ചുകൊണ്ടുപോയി എന്നാണ്. അതിന് മോഹിനിസുതൻ എന്ന വ്യാഖ്യാനമൊക്കെ കൊടുക്കുകയായിരുന്നു.

എന്റെ വാദം കേട്ട് ചിലർ പറയുന്നു, നിങ്ങൾ ഇതിലെ ഭക്തി നശിപ്പിക്കുകയാണെന്ന്. കാരാഗൃഹത്തിൽ ജനിച്ച ശ്രീകൃഷ്ണന്റെയും പുൽക്കൂട്ടിൽ ജനിച്ച ക്രിസ്തുവിന്റെയും മഹത്ത്വത്തിന് യാതൊരു കുറവുമുണ്ടായില്ലല്ലോ. അസാമാന്യമായ കഴിവുള്ളവർ പല കാലങ്ങളിലും ജനിച്ചിട്ടുണ്ട്. അവർ എവിടെ ജനിച്ചു എന്നതല്ല അവരുടെ മഹത്ത്വം എന്തെന്ന് തെളിയിക്കുന്നത്. അയ്യപ്പൻ പിതാമഹന്മാരിൽ നിന്ന് പഠിച്ചു. പന്തളം കൊട്ടാരത്തിൽനിന്ന് പഠിച്ചു. ചീരപ്പൻചിറയിൽ പോയി പൂഴിക്കടകൻപോലെയുള്ള അഭ്യാസമുറകൾ പഠിച്ചു. അമ്മാവന്റെ കുടുംബക്കാരായ പെരിയാറിലെ പാലക്കാട്ട് കുടുംബത്തിൽ നിന്ന് പഠിച്ചു. ഇതൊക്കെയാണ് അദ്ദേഹത്തെ മഹാനായ വില്ലാളി വീരനാക്കിയത്. ചോളർക്കെതിരെ യുദ്ധം ചെയ്യുന്ന പാണ്ഡ്യ രാജ്യത്തെ മറ്റുള്ളവരെ സംഘടിപ്പിക്കാനായി അദ്ദേഹം പാണ്ഡ്യ രാജ്യത്ത് പോയതായും പറയപ്പെടുന്നു.

- നിലയ്ക്കൽ പ്രദേശം പണ്ട് ജനവാസകേന്ദ്രമായിരുന്നെന്നും അവിടെ നിന്ന് ക്ഷേത്രാവശിഷ്ടങ്ങൾ കണ്ടെത്തിയിട്ടുണ്ട് എന്നും ചരിത്രമുണ്ടല്ലോ?

നിലയ്ക്കൽ മഹാദേവക്ഷേത്ര ഭൂമിയും മുമ്പ് മലയരയ സമുദായത്തിന്റേതായിരുന്നു. നാലു മലകളിൽ ഇപ്പോഴും മലയരയർ താമസിക്കുന്നുണ്ട്. ശബരിമല ക്ഷേത്രത്തിന് സമീപത്തുള്ള വനപ്രദേശങ്ങളിൽ മലയരയ നാഗരികതയുടെ തെളിവുകളുണ്ട്. കല്ലുകൊണ്ട് നിർമ്മിച്ച ശവക്കല്ലറകളുടെ അവശിഷ്ടങ്ങളുമുണ്ട്. ആർക്കിയോളജി വകുപ്പ് ഇവിടെ പഠനം നടത്തിയാൽ ഇക്കാര്യങ്ങളെല്ലാം കൂടുതൽ വ്യക്തമാകും. നിരവധി ശവക്കല്ലറകൾ കണ്ടെത്തിയിട്ടുണ്ട്.

അയ്യപ്പന്റെ അമ്മാവന്റെ കുടുംബക്കാർ പെരിയാറിലായിരുന്നു. അവരുടെ അനന്തര തലമുറയും ഇന്നുമുണ്ട്. അവിടെ ഒരു പ്രാചീന അയ്യപ്പക്ഷേത്രമുണ്ട്, ഡാമിനുള്ളിൽ. അതിപ്രാചീനമായ അതിന്റെ ശിലകൾ തകർന്നടിഞ്ഞ് കിടക്കുകയാണ്. 150 മീറ്ററിലേറെ അവിടത്തെ തുരങ്കത്തിലൂടെ സഞ്ചരിച്ചിട്ടുണ്ട് ആളുകൾ. അവിടെനിന്ന് മധുരനായ്ക്കരുടെ കൊട്ടാരത്തിലേക്ക് തുരങ്കമുണ്ടായിരുന്നു എന്നൊക്കെ ആളുകൾ വിശ്വസിച്ചിരുന്നു. പുല്ലുമേട് കയറി വണ്ടിപ്പെരിയാർ വഴി അവിടെ എത്താൻ കഴിയും. ഇതൊന്നും ആരും സംരക്ഷിക്കുന്നില്ല. ചരിത്രത്തോട് നമുക്ക് വളരെ പുച്ഛമാണ്. ആര്യങ്കാവ് അയ്യപ്പക്ഷേത്രത്തിലെ നടക്കല്ല് ശ്രദ്ധിച്ചുനോക്കൂ. അവിടെ പ്രാചീനമായി ഉണ്ടായിരുന്ന ശിലകളാണ് നടക്കാനായി

ഇട്ടിരിക്കുന്നത്. അതിൽ ദേവന്മാരുടെ ശില്പങ്ങളാണുള്ളത്. അത്തരത്തിലാണ് നമുക്ക് ചരിത്രത്തോട് കൂറ്.

- തേനഭിഷേകം ശബരിമലയിലെ പ്രധാന ചടങ്ങായിരുന്നുവെന്നും അത് അമ്പതുകൾവരെ നിലനിന്നിരുന്നു എന്നുമാണല്ലോ പറയുന്നത്?

തേനഭിഷേകമായിരുന്നു അവിടത്തെ ഏറ്റവും വലിയ അഭിഷേകം. ചെറുതേനാണ് അഭിഷേകം ചെയ്യുക. 41 ദിവസത്തെ വ്രതമെടുത്താണ് ഈ തേൻ സംഭരിക്കുക. ഇത് ആദിവാസിയായ പൂജാരി കൊണ്ടുവന്ന് വൃശ്ചികം ഒന്നിന് ശ്രീകോവിലിൽ കയറിയായിരുന്നു. അഭിഷേകം നടത്തിയിരുന്നത്. മകരസംക്രാന്തിദിനത്തിൽ ആരതി ഉഴിയുകയും മറ്റ് ആചാരങ്ങൾ നടത്തുകയും ചെയ്തുപോന്നു. അത് സവർണർക്ക് ബുദ്ധിമുട്ടായപ്പോൾ പടിയിൽവന്ന് വാങ്ങിക്കൊണ്ടുപോകുമായിരുന്നു. പിന്നീട് തന്ത്രപരമായി അത് ഒഴിവാക്കി; ദേവഹിതം എന്ന പേരിൽ.

1902ൽ തന്ത്രികുടുംബം ആരാധനയിൽ അധികാരം സ്ഥാപിച്ചു. 41 ദിവസത്തെ വ്രതവും പതിനെട്ടാംപടിയുമെല്ലാം പിന്നീട് ബ്രാഹ്മണവത്കരിക്കപ്പെട്ടതാണ്. ശബരിമലയിലെ 18 പടികൾ മലയരയർ അധിവസിച്ചിരുന്ന 18 മലകളെയാണ് സൂചിപ്പിക്കുന്നത്. ഹിന്ദു മിത്തോളജിയിൽ അത്ര പ്രധാനമല്ലാത്ത അക്കമാണ് 18. ശബരിമല ക്ഷേത്രത്തിൽ മാത്രം എങ്ങനെ അതൊരു പ്രത്യേക അക്കമായി വന്നു? എല്ലാം പിന്നീട് പകർത്തിയെടുത്തതാണ്.

നൂറു വർഷങ്ങൾക്കു മുമ്പ് ഞങ്ങളുടെ പ്രാചീന ആചാരങ്ങൾ തട്ടിപ്പറിച്ചവരാണ് ഇപ്പോൾ ആചാരം സംരക്ഷിക്കാൻ രംഗത്തിറങ്ങിയിരിക്കുന്നത്. ശബരിമലയിലെയും കരിമലയിലെയും ക്ഷേത്രങ്ങളുടെ നടത്തിപ്പുകാർ മലയരയ വിഭാഗമായിരുന്നു.

- ശബരിമല, നീലിമല ഇതൊക്കെ സ്ത്രീകളുടെ പേരിൽ അറിയപ്പെടുന്ന മലകളാണല്ലോ. പണ്ട് സ്ത്രീകൾ ശബരിമലയിൽ പോകുമായിരുന്നോ? സ്ത്രീപ്രവേശനത്തെക്കുറിച്ച് എന്താണ് പറയാനുള്ളത്?

സ്ത്രീകളാരും പണ്ടും മലയ്ക്ക് പോയതായി കേട്ടിട്ടില്ല. കാരണം, ആർത്തവം സംബന്ധിച്ച് ആദിവാസി ഗോത്രവിഭാഗങ്ങളിലും ഇത്തരം വിലക്കുകൾ ഉണ്ടായിരുന്നു. ആ സമയങ്ങളിൽ സ്ത്രീകൾ മാറിത്താമസിക്കുകയാണ് പതിവ്. ആണുങ്ങളുള്ള ഭാഗത്തേക്കുപോലും

അവർ വരാറില്ല. അതിനാൽതന്നെ 41 ദിവസത്തെ വ്രതമനുഷ്ഠിക്കാൻ സാധിക്കുമായിരുന്നില്ല. മലയരയ സമുദായത്തിന് സ്ത്രീകളോടുള്ള ബഹുമാനവും ആദരവും വലുതായിരുന്നു. എല്ലാവരും ഏകഭാര്യത്വം പാലിച്ചവരായിരുന്നു.

ശബരിമലയിൽ ബ്രാഹ്മണപൂജകൾ തുടങ്ങിയശേഷവും മാസ പൂജകൾ ആരംഭിച്ചശേഷവും സ്ത്രീകൾ വന്നതായി തെളിഞ്ഞിട്ടുണ്ടല്ലോ. പതിനെട്ടാംപടിയിൽ ഡാൻസ് നടത്തിയിട്ടുപോലുമുണ്ട്. അതായത് സ്വാധീനമുള്ളവരുടെ സ്ത്രീകൾ പോയിരുന്നു എന്നാണ് ഇന്ന് തെളിയുന്നത്. കുമാരനാശാന്റെ ചെറുമകൾ ലക്ഷ്മി രാജീവ് പോയിട്ടുള്ളതായി വെളിപ്പെടുത്തിയിട്ടുണ്ട്. അവർക്ക് ഐശ്വര്യം മാത്രമേ അയ്യപ്പൻ നൽകിയിട്ടുള്ളൂ എന്നും അവർ പറഞ്ഞു. അയ്യപ്പൻ ബ്രഹ്മചാരി തന്നെയായിരുന്നു. അങ്ങനെതന്നെയായിരുന്നു ആചാരങ്ങൾ. എന്നാൽ കോടതിവിധി ഉണ്ടായ സ്ഥിതിക്ക് അത് നിഷേധിക്കാൻ പാടില്ലെന്ന നിലപാടാണ് മലയരയ സമുദായത്തിനുള്ളത്.

- മകരവിളക്കിന്റെ ആചാരം എന്താണ്? മലയരയരുടെ മറ്റെന്തെങ്കിലും ആചാരത്തിന്റെ ഭാഗമാണോ അതോ ശബരിമലയിലെ ആചാരത്തിന്റെ ഭാഗമായിരുന്നോ?

അയ്യപ്പൻ സമാധിയാകുന്ന സമയത്ത് അച്ഛനും അമ്മയും വാവിട്ടു നിലവിളിച്ചു. അപ്പോൾ അദ്ദേഹം വർഷത്തിലൊരിക്കൽ ഞാൻ ജ്യോതിയായി പ്രത്യക്ഷപ്പെടും എന്ന് അവരോട് അശരീരിയായി വാക്കുകൊടുത്തു എന്നാണ് വിശ്വാസം. അന്ന് ആചാരമായി ആരതി ഉഴിയണം എന്ന് അദ്ദേഹം പറഞ്ഞു. പണ്ട് കാട്ടിൽ ധാരാളമായി ഉണ്ടായിരുന്ന തെള്ളിപ്പൊടികൊണ്ടായിരുന്നു അന്ന് വലിയ ആഴി കത്തിച്ചിരുന്നത്. അതാണ് പിന്നീട് അവർക്കുള്ള ആചാരമായി പരിണമിച്ചത്. 1967 വരെ മകരവിളക്ക് മലയരയർ കത്തിക്കുമായിരുന്നു. അവിടെ നിന്ന് ഞങ്ങളെ ആട്ടിയോടിച്ചു. പിന്നീട് ജ്യോതി തെളിയിക്കാനായി ദേവസ്വം അധികൃതർ കെ.എസ്.ഇ.ബിയെ ചുമതലപ്പെടുത്തി. എന്നിട്ടും വർഷങ്ങൾക്കുശേഷം പുല്ലുമേട് ദുരന്തമുണ്ടായപ്പോൾ അത് മലയരയരുടെ തലയിൽ കെട്ടിവെക്കാൻ ശ്രമമുണ്ടായി. അപ്പോഴാണ് ഞങ്ങൾ ആ അവകാശം തിരികെ നൽകണം എന്നാവശ്യപ്പെട്ട് ദേവസ്വം ബോർഡിനെ സമീപിച്ചത്. അവർ നിഷേധിച്ചപ്പോൾ സമരം തുടങ്ങി. 2012ൽ പുല്ലുമേട് ദുരന്തമുണ്ടായപ്പോൾ അതിന്റെ ഉത്തരവാദിത്വത്തിൽനിന്ന് ഒഴിയാനായി ദേവസ്വം ബോർഡ് പറഞ്ഞു, മലയരയന്മാരാണ് അവിടെ വിളക്ക് തെളിയിക്കുന്നതെന്ന്. ഞങ്ങളുടെ

ആചാരങ്ങളെ നിഷേധിച്ച് വംശത്തെത്തന്നെ അവിടെനിന്ന് ഓടിച്ച വരാണ് ഇതു പറയുന്നത്. നന്ദികേടിന്റെ കഥ കൂടിയാണിത്. അതിനു ശേഷമാണ് ഈ സത്യം ജനം അറിഞ്ഞത്. ഞങ്ങൾ വാർത്താസമ്മേ ളനത്തിൽ പറഞ്ഞു, മകരവിളക്ക് തെളിയിക്കുന്നത് ദേവസ്വം ബോർ ഡിന്റെ ഏജൻസിയാണെന്ന്. ഇതിന്റെ ഉത്തരവാദിത്വം തന്ത്രിക്കും രാജകുടുംബത്തിനുമാണെന്ന്. ഞങ്ങൾ ചർച്ചയ്ക്ക് ക്ഷണിച്ചെങ്കിലും അവർ വന്നില്ല. അതിനുശേഷമാണ് ആ അവകാശം ഞങ്ങൾക്ക് തിരിച്ചുതരണം എന്നാവശ്യപ്പെട്ട് പ്രക്ഷോഭം തുടങ്ങിയത്. മുൻ ദേവസ്വം ബോർഡ് പ്രസിഡണ്ട് രാജഗോപാലൻ നായരാണ് നിങ്ങൾക്ക് ഒരു അവകാശവുമില്ല എന്ന് ചർച്ചയിൽ പറഞ്ഞത്. പരിശോധിക്കട്ടെ എന്നു പറഞ്ഞ് ഒഴിവാക്കുകയായിരുന്നു. സന്നിധാ നത്ത് ചർച്ച നടത്തിയപ്പോഴും അവർ ഹൈക്കോടതി വിധി ദുർവ്യാഖ്യാനം ചെയ്ത് അവർക്ക് താത്പര്യമുള്ളതു മാത്രമാണ് വായിച്ചത്. 2013ൽ ഞങ്ങൾ ഹൈക്കോടതിയിൽ ഹർജി ഫയൽ ചെയ്തു.

- മലയരയ ഗോത്രങ്ങൾ അധിവസിച്ചിരുന്ന കാലത്ത് പുറത്തുനിന്നുള്ള പീഡനങ്ങൾ ഏൽക്കേണ്ടിവന്നിട്ടില്ലേ?

രാജാവിന്റെ കാലത്ത് കരംപിരിവുകാരുടെ പീഡനമായിരുന്നു. തല യിൽ നീറിന്റെ കൂട് ഇറക്കിവെക്കുക, പിടിച്ചുകൊണ്ടുപോയി പണി യെടുപ്പിക്കുക തുടങ്ങിയ കൊടുംപീഡനമായിരുന്നു. ചങ്ങനാശ്ശേരി അടിമക്കച്ചവടം നിലനിന്ന സ്ഥലമാണെന്ന് ചരിത്രമുണ്ട്. എന്റെ പൂർവികർക്ക് ഭൂമി വിട്ടുപോകേണ്ടിവന്നിട്ടുണ്ട്. എന്റെ അമ്മയുടെ അച്ഛന് 100 ഏക്കർ സ്ഥലമുണ്ടായിരുന്നു. അതൊക്കെ പിന്നീട് അന്യാ ധീനപ്പെട്ടു. 1875ൽ 11,500 ആയിരുന്നു മലയരയന്മാരുടെ ജനസംഖ്യ. അന്ന് ഇവിടെ നായർ സമുദായമില്ല, മലയാള ശൂദ്രർ എന്നാണ് അന്ന വർ അറിയപ്പെട്ടിരുന്നത്. അയ്യപ്പനുവേണ്ടി ജീവിക്കുകയും മരിക്കു കയും ചെയ്ത സമുദായമായിരുന്നു മലയരയർ. നൂറ്റാണ്ടിന്റെ യുദ്ധ ത്തിൽ ആയിരങ്ങൾ കൊല ചെയ്യപ്പെട്ടിട്ടുണ്ടാകണം.

കരിമലയിലെ പൂജാരിയായിരുന്നു അരുവിക്കര മൂപ്പൻ. അവിടെനിന്ന് കുടിയിറക്കിയപ്പോൾ അദ്ദേഹം കാളകെട്ടിയിൽ വന്ന് താമസിച്ചു. അവിടെനിന്ന് ഒന്നാം തീയതികളിൽ പൊളിച്ചുകളഞ്ഞ ക്ഷേത്രത്തിൽ തിരികത്തിക്കാൻ അദ്ദേഹം പോകുമായിരുന്നു. വനംവകുപ്പുകാരും ദേവസ്വം ബോർഡ് അധികൃതരുംകൂടി അവിടെനിന്ന് അടിച്ച് ഓടി ക്കുമായിരുന്നു. ഞങ്ങളെ അവർ കൊല്ലും എന്ന് പഴയ കാരണവന്മാർ പറയുമായിരുന്നു. അതിന്റെ അർത്ഥം പലരെയും കൊന്നിട്ടുണ്ട്

എന്നല്ലേ? ഇന്നും താഴ്ന്ന ജാതിക്കാരെ മനുഷ്യരായി കാണുന്ന സമീപനമല്ല നമ്മുടെ നാട്ടിൽ. സി.കെ. ജാനു ഈയിടെ പറഞ്ഞതാണ്. അപ്പോൾ സാധാരണക്കാരോടുള്ള സമീപനം എന്താണെന്ന് ഊഹിക്കാമല്ലോ.

അമേരിക്കയിലെ ലക്കോട്ട ട്രൈബുകൾ ലക്കോട്ട ഹോളിഹിൽസ് എന്ന മലനിരകളിൽ അവർക്കുള്ള അവകാശം നേടിയെടുക്കാനായി സമരം ചെയ്തുകൊണ്ടിരിക്കുകയാണ്. ലോകശ്രദ്ധ ആകർഷിച്ചതാണ് ഈ സമരം. അതിന് സമാനമായ സമരമാണ് ഇവിടെയും വേണ്ടത്. ഞങ്ങളുടെ പതിനെട്ടു മലകളും വീണ്ടെടുക്കണം. അതിനായുള്ള പ്രക്ഷോഭമാണ് ഇനി തുടങ്ങേണ്ടത്.

അനുബന്ധം 2

മുഖപ്രസംഗം

ശബരിമല: കോടതിവിധി ലിംഗനീതിയെ അംഗീകരിക്കുന്നത്

ശബരിമല ക്ഷേത്രത്തിലേക്ക് സ്ത്രീകൾ പ്രവേശിക്കുന്നതുമായി ബന്ധപ്പെട്ട് അടുത്തകാലത്ത് സുപ്രീംകോടതി നടത്തിയ വിധിയെ പിന്തുണയ്ക്കുന്നവരും എതിർക്കുന്നവരുമുണ്ട്. ഏതായാലും അതിനെ എതിർക്കുന്നവർക്കിടയിൽതന്നെ രണ്ടു വ്യത്യസ്ത പ്രവണതകൾ കാണാനുണ്ട്. ഒരുവശത്ത് കോൺഗ്രസ് പാർട്ടി ഈ വിധിയോടുള്ള സമീപനത്തിൽ ഒരു സ്ഥിരതയില്ലായ്മയാണ് പ്രകടിപ്പിക്കുന്നത്. ആ പാർട്ടി ദേശീയതലത്തിൽ എടുത്തിട്ടില്ലാത്ത ഒരു നിലപാടാണ് അതിന്റെ കേരളഘടകം സ്വീകരിച്ചിട്ടുള്ളത്. മറുവശത്ത് ഭാരതീയ ജനതാപാർട്ടി (ബി.ജെ.പി.)യെപ്പോലുള്ള ഹിന്ദുത്വകക്ഷികൾ കൈക്കൊണ്ടിട്ടുള്ളത് മതഘടനകളിൽ ഉൾച്ചേർന്നിട്ടുള്ള അധികാരത്തെ പിന്തുണയ്ക്കുന്ന അവരുടെ കാഴ്ചപ്പാടുകളോട് പൊരുത്തപ്പെടുന്ന നിലപാടാണ്.

ഏതായാലും ഈ വിധിയെ എതിർക്കാൻ വേണ്ടി, ലിംഗനീതിയെ എതിർക്കുന്ന ശക്തികൾ അടിസ്ഥാനമാക്കുന്നത്, ധാർമ്മികമായി പിഴവുപറ്റിയതും ഭരണഘടനാപരമായി വിപത്ക്കരവുമായ നിലപാടുകളെയാണ്. പ്രായോഗികമാക്കാനാവാത്ത വിധികൾ പുറപ്പെടുവിക്കുന്നതിൽനിന്നും സുപ്രീംകോടതി വിട്ടുനിൽക്കണമെന്നു പറഞ്ഞ ബി.ജെ.പി തലവന്റെ പ്രസ്താവനതന്നെ ഇതിനു തെളിവാണ്. ഇത് മൂന്ന് പ്രശ്നങ്ങൾ ഉയർത്തുന്നുണ്ട്. ഒന്നാമതായി എന്തുകൊണ്ടാണ് ബി.ജെ.പി. പ്രസിഡണ്ട് ഇങ്ങനെയൊരു സംശയമുണർത്തുന്നത്? ലിംഗനീതിയെന്ന ലക്ഷ്യം കൈവരിക്കുന്നതിൽ കേരളത്തിലെ കോൺഗ്രസ്സിനെപ്പോലെയുള്ള രാഷ്ട്രീയ പാർട്ടികൾക്ക് എന്തുതരം പ്രതിജ്ഞാബദ്ധതയാണുള്ളത് എന്നതാണ് രണ്ടാമത്തെ പ്രശ്നം. സുപ്രീംകോടതി ശബരിമല വിഷയത്തിൽ പുറപ്പെടുവിച്ച വിധിപ്രഖ്യാപനത്തോടൊപ്പം നിന്നുകൊണ്ട് ജനാധിപത്യത്തെ കൂടുതൽ സമ്പുഷ്ടമാക്കാനുള്ള കഴിവും കരുത്തും ഏതു സാമൂഹിക, രാഷ്ട്രീയശക്തികൾക്കാണുള്ളത് എന്നതാണ് മൂന്നാമത്തെ പ്രശ്നം.

സുപ്രീംകോടതി വിധിയോട് ബി.ജെ.പി. പ്രസിഡണ്ട് നടത്തിയ പ്രതികരണത്തിനുള്ളിൽ വഞ്ചനാപരമായ ഒരുതരം അവിശ്വാസം ഒളിഞ്ഞിരിപ്പുണ്ട്. ഈ കോടതി വിധി 'പൊതുജനങ്ങളുടെ ഭാഗത്തുനിന്നുള്ള തിരിച്ചടി'ക്കു കാരണമായേക്കുമെന്ന ഭയത്തെ ഉയർത്തിവിട്ട് അതിനെ രണ്ടു വ്യത്യസ്ത ലക്ഷ്യങ്ങളോടെ ഉപയോഗപ്പെടുത്താനാണ് ബി.ജെ.പി. പ്രസിഡണ്ടിന്റെ ഉദ്ദേശമെന്നു തോന്നുന്നു. ഒന്നാമതായി, വിധിയെ എതിർക്കുന്ന കേരളത്തിലെ പൊതുജനങ്ങളിലെ ഒരു വിഭാഗത്തെ സ്വന്തം നേതൃത്വത്തിൽ അണിനിരത്താൻ അയാൾ ശ്രമിക്കുന്നു. കേരളത്തിൽ അധികാരത്തിലെത്തുക എന്ന സ്വപ്നം സാക്ഷാത്കരിക്കാനുള്ള അമിതാഗ്രഹത്തിന്റെ പേരിൽ അത്തരത്തിലുള്ള അണിനിരത്തലുകളുമായി അവർ മുന്നോട്ടു പോകുമ്പോൾ ആ വിധിയിൽ ഉള്ളടങ്ങിയിട്ടുള്ള പരിവർത്തന പ്രേരകമായ ആന്തരികശേഷിയേയും അതിന്റെ നിയാമക പ്രാധാന്യത്തെയും നിസ്സാരവത്കരിക്കുകയാണവർ. രണ്ടാമതായി, ഒരു സമൂഹം എന്തായിരിക്കണം, പ്രത്യേകിച്ചും സമത്വാധിഷ്ഠിതമായ പരിവർത്തനത്തിനാവശ്യമായ സമ്മർദ്ദങ്ങളെ മുന്നോട്ടു കൊണ്ടുപോകാൻ അത് എങ്ങനെയായിരിക്കണം എന്ന ചോദ്യത്തെ ഒഴിവാക്കാനായിട്ടാണ് ബി.ജെ.പി. പ്രസിഡണ്ട് ഇങ്ങനെയൊരു നിരീക്ഷണം മുന്നോട്ടു വെച്ചതെന്നു കുറച്ചുകൂടി ഉറച്ചുതന്നെ പറയാനാവും. വാസ്തവത്തിൽ ബി.ജെ.പിയോ സംഘപരിവാരത്തിലെ മറ്റേതെങ്കിലും അംഗങ്ങളോ ഒന്നും ഇത്തരം അതീന്ദ്രിയ പ്രശ്നങ്ങളിലൊന്നുംതന്നെ താത്പര്യമെടുക്കുന്നവരല്ല. ഇതിലൊക്കെ അവർ വെച്ചുപുലർത്തുന്ന ബോധപൂർവ്വമായ മൗനത്തിന്റെ കാരണം ബി.ജെ.പി. പ്രസിഡണ്ടിനും അദ്ദേഹത്തിന്റെ മാതൃ സംഘടനയ്ക്കും ഭാവിയേക്കാൾ കൂടുതൽ താത്പര്യമുള്ളത് 'ഭൂതകാല'ത്തിന്റെ കാര്യത്തിലാണ് എന്നതാണ്.

സമൂഹം എങ്ങനെയായിരിക്കണം എന്ന വിഷയം പരിഗണിക്കുമ്പോൾ വ്യവസ്ഥാപരമായ ധാർമ്മികത ബി.ജെ.പിയിൽനിന്നും ആവശ്യപ്പെടുന്നത്, എല്ലാ മനുഷ്യജീവികളേയും തുല്യരായി പരിഗണിക്കണം എന്നു മാത്രമല്ല; തുല്യത ശരിയായി പ്രകടിപ്പിക്കാനുതകുന്ന ഉചിതമായ രംഗങ്ങളൊരുക്കണം എന്നു കൂടിയാണ്. ശബരിമല ക്ഷേത്രം, മറ്റു മതങ്ങളുടെ വിശുദ്ധ സ്ഥാനങ്ങളെപ്പോലെതന്നെ, ഈ സമത്വബോധം പ്രകടിപ്പിക്കാൻ ഉചിതമായൊരു സ്ഥാനമാണ്. ഇക്കാര്യത്തിൽ ആധുനിക ഇന്ത്യയിലെ പ്രമുഖ ചിന്തകരിലൊരാളായ ജ്യോതിറാവു ഫുലേ മുന്നോട്ടുവെച്ച ഒരു സങ്കല്പമനുസരിച്ച് സ്രഷ്ടാവായ 'നിർമ്മിക് - (നിലവിലുള്ള ദൈവസങ്കല്പനങ്ങളിൽനിന്നും വ്യത്യസ്തമാണത്) തുല്യതയ്ക്കുവേണ്ടിയാണ് നിലക്കൊണ്ടത്. ഏറ്റവും അഭിലഷണീയമായ പുണ്യം സമത്വമാണ്. ഫൂലേയുടെ കാഴ്ചപ്പാടനുസരിച്ച് സ്ത്രീയേയും പുരുഷനേയും സംബന്ധിച്ചിടത്തോളം ഏറ്റവും പ്രധാനപ്പെട്ട കാര്യം തുല്യതയാണ്, 'നിർമിക്കി' (സ്രഷ്ടാവ്)ന്റെ സമത്വദർശനത്തെ നിറവേറ്റുക എന്ന ഉത്കൃഷ്ടമായ സാമൂഹികവും ധാർമ്മികവുമായ ഉത്തരവാദിത്തമാണത്. പൊതുവിൽ

പറഞ്ഞാൽ തുല്യതയുടെയും നീതിയുടെയും പ്രശ്നം നിയമപരമായ ഇടപെടലുകളെയൊന്നും ആശ്രയിക്കാതെതന്നെ സ്വതന്ത്രമായി നിറവേറ്റേണ്ടതും മറ്റെന്തിനേക്കാളും മുൻഗണന ലഭിക്കേണ്ടതുമായ ഒന്നാണ്. മറ്റൊരുതരത്തിൽ പറഞ്ഞാൽ ലിംഗനീതിയെ അംഗീകരിക്കാത്ത മർക്കടമുഷ്ടി പുലർത്തുന്ന ഏതെങ്കിലും വിഭാഗം പൊതുസമൂഹത്തിലുണ്ടെങ്കിൽ അവരെ സമത്വചിന്തയുടെ മണ്ഡലത്തിലേക്കു നയിക്കാൻ മുൻകൈയെടുക്കേണ്ടത് പൗരസമൂഹത്തിലെ അംഗങ്ങളാണ്; അതിലേറെ, ഔപചാരിക രാഷ്ട്രീയമണ്ഡലത്തിൽ പ്രവർത്തിക്കുന്ന രാഷ്ട്രീയപാർട്ടികളാണ്. സമത്വവും നീതിയും പുലരുന്നതിന് ഉതകുന്ന സാഹചര്യം സൃഷ്ടിക്കാൻ ആത്മാർത്ഥമായ ശ്രമങ്ങൾ നടത്തേണ്ടത് അന്തസ്സോടെ ജീവിക്കണമെന്ന് അഭിലഷിക്കുന്ന ഏതൊരു സമൂഹത്തിന്റെയും ഉത്തരവാദിത്വമാണ്. ലിംഗപരവും വംശപരവും ജാതീയവുമായ വേർതിരിവുകളില്ലാതെ എല്ലാവർക്കും അനുഭവവേദ്യമാകുന്ന പൊതുനന്മയായി വേണം സ്ത്രീപുരുഷസമത്വത്തെയും നീതിയെയും രാഷ്ട്രീയ പാർട്ടികൾ പരിഗണിക്കാൻ. പുരുഷന്മാർ കാലങ്ങളായി അനുഭവിച്ചുപോരുന്നതും സ്ത്രീകൾക്ക് നിഷേധിക്കപ്പെട്ടിരിക്കുന്നതുമായ ക്ഷേത്രപ്രവേശനമെന്ന അവകാശത്തെ വിലക്കുന്ന പുരുഷാധിപത്യ വീക്ഷണങ്ങൾക്കെതിരായി പൊതുജനാഭിപ്രായം വളർത്തിയെടുക്കേണ്ടത് ആവശ്യമാണെന്ന് സയുക്തികമായി അംഗീകരിക്കാൻ രാഷ്ട്രീയ പാർട്ടികൾ തയ്യാറാവണം. അതുകൊണ്ട്, ധാർമ്മികവും നൈതികവുമായ അടിസ്ഥാനത്തിൽ, സ്ത്രീകൾക്ക് ക്ഷേത്രപ്രവേശനത്തിനുള്ള അവകാശം നൽകുക എന്നത് സമൂഹത്തിന്റെ പ്രാഥമികമായ ഉത്ക്കണ്ഠകളിൽ ഒന്നാണെന്ന് അംഗീകരിക്കപ്പെടേണ്ടതുണ്ട്. നിയമവ്യവസ്ഥയുടെ സൂക്ഷ്മ പരിശോധനയ്ക്ക് ഈ വിഷയം അവതരിപ്പിക്കുന്നതിനു മുമ്പേതന്നെ സമൂഹം പരിഗണിക്കേണ്ട വിഷയമാണത്.

ലിംഗനീതിയെ ചെറുക്കുന്നതിനായി പൊതുജനങ്ങളെ ഇളക്കിവിടാനുള്ള ബി.ജെ.പി. പ്രസിഡണ്ടിന്റെ ശ്രമം ക്ഷേത്രവുമായി ബന്ധപ്പെട്ട് മുമ്പേതന്നെ നിലനിൽക്കുന്ന പുരുഷാധിപത്യ നിലപാടുകളെ പോഷിപ്പിക്കുകയും പ്രോത്സാഹിപ്പിക്കുകയുമാണ് ചെയ്യുക. പിന്തിരിപ്പൻ നിലപാടുകൾ പുലർത്തുന്ന ഒരു ജനക്കൂട്ടത്തെ സൃഷ്ടിച്ചെടുക്കാനുള്ള ഈ പദ്ധതി ആത്യന്തികമായി പുരുഷാധിപത്യ ശക്തികൾക്ക് ക്ഷേത്രസംവിധാനങ്ങൾക്കുമേലുള്ള സ്വാധീനത്തെ കൂടുതൽ ദൃഢീകരിക്കാൻ സഹായിക്കുകയാണ് ചെയ്യുക. അതൊരിക്കലും സ്ത്രീ പുരുഷസമത്വത്തിലേക്കോ ലിംഗനീതിയിലേക്കോ വഴിതുറക്കുകയില്ല. സ്ത്രീകളുടെയും താഴ്ന്ന ജാതികളിൽപെട്ടവരുടെയും വിമോചനസ്വപ്നങ്ങൾക്ക് തടയിടാനുള്ള അവരുടെ അധികാരത്തെയാണതു വെളിപ്പെടുത്തുന്നത്. രാഷ്ട്രീയ പാർട്ടികളും ജനങ്ങളും ഭരണഘടനാവ്യവസ്ഥകളെ ആദരിക്കുന്നതിൽ പരാജയപ്പെടുമ്പോൾ, ലിംഗനീതിയെപോലുള്ള സാർവ്വത്രികമൂല്യങ്ങളെ സംരക്ഷിക്കാൻ സുപ്രീംകോടതിക്ക് ഇടപെടേണ്ടിവരും. പാർട്ടികളുടെ

ഈ പരാജയമാണ് സ്ത്രീജനങ്ങൾക്കനുകൂലമായ കോടതി നടപടികളെ ആസന്നവും അടിയന്തിരവുമാക്കുന്നത്. അപ്പോൾ ലിംഗനീതിയുടെ വിഷയത്തിൽ സാമൂഹികമായ ഒരു പൊതുസമ്മതം രൂപപ്പെടുത്തുന്നതിൽ രാഷ്ട്രീയപാർട്ടികൾക്കുണ്ടായ കഴിവുകേടിന്റെ ഒരു പ്രതിഫലനമാണ് ശബരിമല കേസിലുണ്ടായ സുപ്രീംകോടതി വിധി. ഏതായാലും വിധി നടപ്പിലാക്കുന്നതിന് കേരളത്തിലെ ഇടതുപക്ഷ ജനാധിപത്യ മുന്നണി (എൽ.ഡി.എഫ്) പ്രകടിപ്പിച്ച സന്നദ്ധത തീർച്ചയായും അംഗീകരിക്കപ്പെടേണ്ട ഒന്നാണ്. അതുപോലെതന്നെ ഈ വിഷയത്തിൽ (വിധിക്കനുകൂലമായി) ബഹുജനങ്ങളെ അണിനിരത്താൻ എൽ.ഡി.എഫും മറ്റ് അധഃസ്ഥിത ജാതിസംഘടനകളും നടത്തിയ ശ്രമങ്ങൾ സുപ്രീംകോടതി വിധിയുടെ ജനാധിപത്യപരമായ ഉള്ളടക്കത്തെ കൂടുതൽ സമ്പുഷ്ടമാക്കുമെന്നതുകൂടി എടുത്തു പറയേണ്ടതുണ്ട്. പരിവർത്തനോന്മുഖമായ ജുഡീഷ്യൽ ആക്ടിവിസത്തിന്റെ സുപ്രധാനമായ ഒരു ചലനത്തെയാണ് ഈ കോടതിവിധി പ്രതിനിധീകരിക്കുന്നത് എന്നുകൂടി നാം കാണേണ്ടതുണ്ട്. ഭരണഘടനയ്ക്ക് മാർഗ്ഗനിർദ്ദേശകങ്ങളായിരുന്ന തത്ത്വങ്ങളും അതിനകത്തെ ബന്ധപ്പെട്ട വ്യവസ്ഥകളും ആധാരമാക്കിക്കൊണ്ടാണ് സുപ്രീംകോടതിയിലെ ജഡ്ജിമാർ ഈ വിധി പ്രസ്താവിച്ചതെന്ന കാര്യം പ്രത്യേകം എടുത്തുപറയേണ്ടതില്ല. കേരളത്തിലെ കോൺഗ്രസ് ഘടകത്തിന് ഭരണഘടനാപരമായ ധാർമ്മികതയോടും ജനാധിപത്യത്തിന്റെ അടിസ്ഥാനപ്രമാണങ്ങളോടും എത്രകണ്ട് പ്രതിബദ്ധതയുണ്ടെന്ന് വിലയിരുത്താനുള്ള മാനകങ്ങളെക്കൂടി ഇതിൽ നമുക്കു കാണാം. സുപ്രീംകോടതി അംഗീകരിച്ച വ്യക്തികളുടെ സ്വകാര്യ അവകാശങ്ങളെ ആദരിക്കുക മാത്രമല്ല തുല്യതയ്ക്കുവേണ്ടിയുള്ള അവകാശത്തെ ഒരു സ്വയം പ്രകാശിതമൂല്യമായി കണ്ട് അംഗീകരിക്കാൻകൂടി അവർക്കു ബാധ്യതയുണ്ട്.

(Economic and Political Weekly യുടെ 2018 നവംബർ 3 ലക്കത്തിലെ മുഖപ്രസംഗം. Vol.53. Issue No.44)

അനുബന്ധം 3

മന്നത്ത് പത്മനാഭന്റെ പ്രസംഗം

കേരളത്തിൽ ജാതിഭേദം വേണ്ട പഠിപ്പുള്ളവർക്ക് പൂജ നടത്താം

സത്യാഗ്രഹം ആരംഭിച്ചിട്ട് രണ്ടു മാസം തികയാൻ പോകുന്നു. ഇതിനകം ഇവിടെ വച്ച് ഒട്ടധികം പ്രസംഗങ്ങൾ നടന്നിട്ടുണ്ട്. ക്ഷേത്രപ്രവേശനം സർവ്വഹിന്ദുക്കൾക്കും കിട്ടാൻ അവകാശമുണ്ടെന്നു പറയാൻ അധികാരവും വിവരവും സ്ഥാനവുമുള്ള പല മഹാന്മാരും യുക്തിയുക്തമായി പ്രസംഗിച്ചിട്ടുണ്ട്. അതുകൊണ്ടുള്ള പ്രയോജനം ബഹുജനങ്ങളുടെ ഇടയിൽ വേണ്ടവണ്ണം ഉണ്ടായിട്ടുണ്ടെന്നു ഞങ്ങൾക്കു ബോധ്യമാണ്. എന്നാൽ കൈവിരലുകളുടെ എണ്ണം മാത്രമുള്ള ഇവിടുത്തെ ക്ഷേത്രാധികാരികളിലും അവരുടെ പിന്നണിയിൽ നിൽക്കുന്ന യാഥാസ്ഥിതികന്മാരിലും ഒരു കടുകിട മനംമാറ്റം വരുത്താൻ കഴിഞ്ഞിട്ടില്ലെന്നുള്ളത് നിങ്ങളിൽ പലരെയും അദ്ഭുതപ്പെടുത്തുന്നുണ്ടായിരിക്കും. യഥാർത്ഥത്തിൽ ഉറങ്ങുന്നവരെ വിളിച്ചുണർത്താൻ പ്രയാസമില്ല. കള്ളയുറക്കക്കാരെ ഉണർത്താൻ ആർക്കും സാധ്യമല്ലെന്നറിഞ്ഞുകൂടേ? അവർ ക്ഷേത്രപ്രവേശനകാര്യത്തിലെ ന്യായവും യുക്തിയും മനസ്സിലാകാത്തവരല്ല. അവർ ദൈവത്തിന്റെ പേരിൽ ബഹുജനങ്ങളിൽനിന്നും വാങ്ങുന്ന പണം സ്വന്തകാര്യങ്ങൾക്കായിപോലും ഉപയോഗപ്പെടുത്താൻ ധൈര്യമുള്ളവരല്ല. ആദായത്തിനുവേണ്ടി അന്ധതയെ പാലിക്കാൻ ശ്രമിക്കയാണെന്ന് അവർക്കും നമുക്കുമറിയാം. അതിനാൽ സത്യാഗ്രഹം എത്ര നീണ്ടുനിന്നാലും അവരുടെ മനസ്സിനും ഒരു മാറ്റമുണ്ടാകുമെന്നു ഞങ്ങളാരും സ്വപ്നേ വിചാരിച്ചിട്ടില്ല. അവരൊഴിച്ച് ബാക്കിയുള്ളവരുടെ അഭിപ്രായ ശക്തിയുടെ മുമ്പിൽ അവർ ഗത്യന്തരമില്ലാതെ കീഴടങ്ങുകയേയുള്ളൂ. ആ ബഹുജനാഭിപ്രായ ശക്തി ഈ സത്യാഗ്രഹം മൂലം കാലക്രമേണ എങ്കിലും സമ്പൂർണമാകുമെന്നുള്ളത് നിസ്തർക്കമാകുന്നു.

ബഹുജനങ്ങളെ വഞ്ചിച്ച് സ്വാധീനപ്പെടുത്താൻ വേണ്ടി ക്ഷേത്രാധികാരികൾ ചില ഒഴിവുകഴിവുകൾ പറയുന്നതല്ലാതെ, അവർ പറയുന്നതിലൊന്നും നേരില്ലെന്ന് ഇതിനുമുമ്പ് പല പ്രാവശ്യം തെളിയിച്ചിട്ടുണ്ട്.

സത്യാഗ്രഹം തുടങ്ങാൻ തീയതി നിശ്ചയിച്ചപ്പോൾ അവധിയൊന്നു മാറ്റണമെന്നും മഹാത്മജി വന്ന് ഇവിടുത്തെ സ്ഥിതിഗതികൾ കണ്ടു ബോധ്യപ്പെട്ടശേഷം ഒരു തീരുമാനം ചെയ്യട്ടെയെന്നും പറഞ്ഞു. എന്ത വധി മാറ്റമാണ്? ഈ തീണ്ടലുമായുണ്ടായത് ഇന്നലെയോ മിനിഞ്ഞാന്നോ ആണോ? എത്ര ആയിരം കൊല്ലമായി! ഇതു നിർത്തേണ്ടതാണെന്നു പറഞ്ഞുതുടങ്ങിയിട്ട് എത്ര കൊല്ലമായി? ഇനിയും അവധി മാറ്റണ മെന്നോ? എത്ര കാലത്തേക്ക് അവധിമാറ്റണമെന്ന് അവർ ഇപ്പോഴും പറ യുന്നില്ല. അപ്പോൾ, എങ്ങനെയെങ്കിലും ഈ സംരംഭം നിർത്തിവയ്ക്കണ മെന്നേ അവർക്കു താത്പര്യമുള്ളൂ. മഹാത്മജി വരട്ടെ എന്നുള്ള ന്യായ ത്തിനും യാതൊരർത്ഥവുമില്ല. ഈ വിഷയത്തിൽ മഹാത്മജിയുടെ അഭി പ്രായം എന്തെന്നു പരസ്യമായി എല്ലാവർക്കും അറിയാവുന്നതാണ്. പോരെങ്കിൽ അദ്ദേഹത്തിന്റെ അനുവാദത്തോടുകൂടിയാണ് ഈ സത്യാ ഗ്രഹം ആരംഭിച്ചിട്ടുള്ളതും. പിന്നെയും ഈ മുടന്തൻ ന്യായം പറയുന്നത് രണ്ടു കാരണംകൊണ്ട് മാത്രമായിരിക്കും. 1800 മേൽ നീളം വീതിയിൽ കിടക്കുന്നതും അന്യോന്യം സ്പർദ്ധാലുക്കളായി വിവിധ ജാതിമതങ്ങ ളിൽപ്പെട്ട് 35 കോടി ജനങ്ങൾ നിവസിക്കുന്നതും വിദേശികളുടെ ഭരണ ത്തിൽപ്പെട്ട് അടിമത്തത്തിൽ ആണ്ടുകിടക്കുന്നതുമായ ഭാരതഭൂമിയെ സ്വതന്ത്രയാക്കാൻ, ശ്വാസംമുട്ടി ജോലി ചെയ്യുന്ന സന്ദർഭത്തിൽ, ഈ ഗുരുവായൂർ ക്ഷേത്രകാര്യം നിസ്സാരമെന്നു കരുതി മഹാത്മജി അവഗണി ക്കുമെന്നുള്ള വിശ്വാസംകൊണ്ടായിരിക്കാം. അല്ലെങ്കിൽ, ബുദ്ധദേവനെ പ്പോലെ കാരുണ്യവാരാന്നിധിയായ മഹാത്മജി അധഃകൃതരുടെ സങ്കട ങ്ങൾ ഓർത്ത് ഇവിടെ എത്തുന്നപക്ഷം ക്ഷേത്രം തുറന്നുകൊടുക്കുന്ന തല്ലെന്ന് അദ്ദേഹത്തിന്റെ മുഖത്തുനോക്കിപ്പറഞ്ഞ് 'ഇണ്ടന്തുരിത്തിപ്പട്ടം' കെട്ടി കൃതാർത്ഥരാകാമെന്നുള്ള മോഹംകൊണ്ടായിരിക്കാം. അതിൽ ക്കവിഞ്ഞ് അവരുടെ അഭിപ്രായത്തിന് ഒരാത്മാർത്ഥതയും ഇല്ലെന്ന് ഇന്ന ലത്തെ സംഭവം തെളിയിച്ചിരിക്കുന്നു.

കോൺഗ്രസ്സിന്റെ ശക്തിയുള്ള പ്രവർത്തകന്മാരിൽ ഒരാളും മഹാ ത്മജിയുടെ അനുയായിപ്രമാണികളിൽ ഉയർന്ന സ്ഥാനത്തു സ്ഥിരമായി ത്തന്നെ നിൽക്കുന്ന ഒരു മാന്യനുമായ സി. രാജഗോപാലാചാരി അവർകൾ ഈ ക്ഷേത്രഭരണാധികാരികളോട് നേരിട്ട് സംസാരിച്ചിട്ടു ഫലമെന്തായി? മുറിശ്ലോകങ്ങൾ കൊണ്ടും കുയുക്തികൾകൊണ്ടും അദ്ദേഹത്തെ തോൽപ്പിക്കാൻ അവർ ശ്രമിച്ചു. അദ്ദേഹത്തിന്റെ യുക്തിവാദത്തിന്റെയും ദീർഘനോട്ടത്തിന്റെയും പരമാർത്ഥ ജീവിതത്തിന്റെയും സമീപത്തെങ്ങും ചെന്നെത്താൻ സാദ്ധ്യമല്ലാത്ത അവർ 'സ്വർഗ്ഗത്തിൽ അട്ടക്കണ' (ഞൗണിക്ക)യുണ്ടോ എന്നു ചോദിച്ച കൊക്കിൻ സമൂഹത്തോട് 'ഇല്ല' യെന്നു പറഞ്ഞ അരയന്നത്തെ നോക്കി സ്വർഗ്ഗം നിസ്സാരമെന്നു പുച്ഛിച്ചു പറഞ്ഞ് അരയന്നത്തെ കളിയാക്കിയ സമ്പ്രദായത്തിൽ മഹാത്മാവായ രാജഗോപാലാചാരിയെയും തോല്പിച്ച് ജയഭേരി അടിച്ചുനടക്കുകയാണ്. അതുകൊണ്ട് അവർ സ്വന്തബോധപ്രകാരം വേണ്ടതു ചെയ്കയില്ലെന്നല്ല,

മഹാന്മാർ പറയുന്നത് കേൾക്കാൻപോലും സന്നദ്ധരല്ലെന്നു സ്പഷ്ടമായി.

ഇനി രണ്ടു കാര്യങ്ങളെക്കുറിച്ചുകൂടി എനിക്ക് ഇന്ന് അല്പം പറയാനുണ്ട്. ഒന്ന്, കഴിഞ്ഞ ഒരു 'മലയാളരാജ്യ'ത്തിൽ കണ്ട ലേഖനത്തെ സംബന്ധിച്ചാണ്. കൊട്ടാരക്കര സദാനന്ദാശ്രമത്തിലെ സ്വാമി ആത്മാനന്ദഭാരതിയുടെ അന്തേവാസിയായ ഒരു മഹാമഹോപാദ്ധ്യായൻ ഇവിടെ നിന്ന് ഏതോ ഒരു മാന്യൻ ആത്മാനന്ദഭാരതിക്ക് അയച്ച എഴുത്തുകളെ ഉദ്ധരിച്ചുള്ള ഒരു ലേഖനമാണിത്. ആവശ്യപ്പെട്ടാൽ ആ മാന്യന്റെ പേര് പുറത്തു പറയാമെന്ന് അദ്ദേഹം ദയാപൂർവ്വം സമ്മതിച്ചിട്ടുണ്ട്. ആര് ആവശ്യപ്പെട്ടാൽ എന്നറിഞ്ഞില്ല. എഴുത്തെഴുതിയ മാന്യൻ, സത്യാഗ്രഹത്തിനനുകൂലിയായിരുന്നു എന്നും എന്നാൽ അല്പം വികൽപ്പത്തിൽപ്പെട്ടിരിക്കുകയാണെന്നും അതിൽ വിവരിച്ചിട്ടുണ്ട്. വികല്പത്തിനുള്ള കാരണം, സത്യാഗ്രഹ കമ്മിറ്റി പ്രസിഡണ്ടായ മി. മന്നത്തു പത്മനാഭപിള്ള പട്ടന്മാരെ വല്ലാതെ ശകാരിച്ചതും പുലയനും പറയനും ക്ഷേത്രപ്രവേശനം കൊടുത്താൽ പോരാ, ബിംബത്തെ തൊട്ടാരാധിക്കാനുള്ള സ്വാതന്ത്ര്യം കൂടി കൊടുക്കണമെന്ന് പ്രസംഗിച്ചതും ആണെന്ന് അദ്ദേഹം പറയുന്നു. ഞാൻ പട്ടന്മാരെ ശകാരിച്ചിട്ടില്ല. അവരിലെ യാഥാസ്ഥിതികന്മാരുടെ മർക്കടമുഷ്ടിയെ കുറ്റം പറയുകയും ഇന്നത്തെ വർണ്ണാശ്രമധർമ്മത്തെ വിവരിക്കുകയും ചെയ്തിട്ടേയുള്ളൂ. കള്ളനെ കള്ളനെന്നു പറയുന്നത് ശകാരമാക്കപ്പെട്ടാൽ മാത്രമേ ഞാൻ പട്ടരെപ്പറ്റി പറഞ്ഞ കാര്യത്തിൽ തെറ്റുകാരനാകയുള്ളൂ. പട്ടരുടെ തെറ്റിനെ മാത്രമല്ല, നായരുടെയും നമ്പൂതിരിയുടെയും തെറ്റിനെയും എന്റെ പ്രസംഗത്തിൽ ചൂണ്ടിക്കാണിക്കാറുണ്ട്. അവർക്കാർക്കുമില്ലാത്ത വേദന പട്ടർക്കുണ്ടാകുന്നത് അവരുടെ മനസ്സാക്ഷിയും അവരും തമ്മിലുള്ള യുദ്ധംകൊണ്ടായിരിക്കാം.

ആ മാന്യന് പുലയനും പറയനും ക്ഷേത്രപ്രവേശനം കൊടുക്കാൻ സമ്മതമാണ്. അവർ ശ്രീകോവിലിന്റെ വാതിൽക്കൽ നമ്പൂതിരിക്ക് ഒപ്പം നിന്ന് മണി അടിച്ചു തൊഴുന്നതും മണ്ഡപത്തിൽ കയറി നമസ്കരിക്കുന്നതും കൈയിൽ പ്രസാദം വാങ്ങുന്നതും അദ്ദേഹത്തിന് സന്തോഷമാണ്. ബിംബത്തിനെ തൊട്ടാരാധന നടത്തണമെന്നു പറഞ്ഞതേ ദുസ്സഹമായിട്ടുള്ളൂ. അത് പൂജാരി മാത്രമല്ലെങ്കിൽ ധർമ്മലോപം വരുമെന്ന് അദ്ദേഹം സംഭ്രമിക്കുന്നു. അദ്ദേഹത്തിന്റെ സമ്മതപ്രകാരമുള്ള പരിഷ്കാരങ്ങൾ വരുത്തിയാൽ സത്യാഗ്രഹ പ്രസ്ഥാനത്തിൽ ബാക്കിയൊന്നും ഇല്ലെന്ന് അദ്ദേഹം അറിയാത്തതിലേ ഞാൻ വ്യസനിക്കുന്നുള്ളൂ. ബിംബം തൊട്ടാരാധിക്കാൻ എല്ലാവർക്കും അവകാശമുണ്ടായിരിക്കണമെന്ന് ഞാൻ പറഞ്ഞതിന്റെ അർത്ഥം പൂജാരിയാകാൻ പഠിപ്പുള്ള ഏതു ജാതിക്കും അവകാശമുണ്ടായിരിക്കണമെന്നാണ്. അല്ലാതെ എല്ലാവരും കൂടി ശ്രീകോവിലിൽ പാഞ്ഞുകേറണമെന്നല്ല. ജാതി തൊട്ടുള്ള അസമത്വത്തിന്റെ കണിക ക്ഷേത്രത്തിൽ കാണരുതെന്നേയുള്ളൂ. ഇതാണ്

പരമാർത്ഥമെങ്കിൽ, പ്രതിഷേധ കമ്മിറ്റിയെ സഹായിക്കാനായി സ്വാമി ആത്മാനന്ദഭാരതിക്കയച്ച ക്ഷണക്കത്ത് ആ മനുഷ്യൻ പിൻവലിക്കുമോ? പിൻവലിച്ചില്ലെങ്കിലും അപചയത്തിൽപ്പെടുന്ന ഈ പാപകർമ്മത്തിൽ പങ്കുകൊള്ളാൻ സ്വാമി വരില്ലെന്നെനിക്കറിയാം. ബുദ്ധിയുള്ള ഒരു സന്ന്യാസിയും ഇക്കാലത്ത് ജാതിയും വർണാശ്രമധർമ്മവും നിലനിർത്താൻ പ്രസംഗിക്കുകയില്ല. അതു കേൾക്കാൻ ആളുണ്ടാവില്ലെന്നവർക്കറിയാം. പാശ്ചാത്യ ക്രിസ്ത്യാനികളെപ്പോലും മതപരിവർത്തനം ചെയ്ത് ഹിന്ദുവാക്കിയ സ്വാമി വിവേകാനന്ദനാണ് ഈ നൂറ്റാണ്ടിലെ മാതൃകാ സന്ന്യാസിയെന്നുള്ളത് സർവ്വസമ്മതമല്ലേ? അതുകൊണ്ട് സ്വാമി ആത്മാനന്ദഭാരതി സത്യാഗ്രഹത്തിനായി പ്രസംഗിക്കാൻ വരികില്ലെന്നാണെന്റെ വിശ്വാസം. ശംബൂകനെന്ന ശൂദ്രൻ തപസ്സുചെയ്തതു നിമിത്തം ധർമ്മിഷ്ഠനായ ശ്രീരാമനെക്കൊണ്ട് കൊലപാതകം നടത്തിച്ച വർണാശ്രമധർമ്മം, നായരാണെങ്കിലും ശൂദ്രനായിക്കരുതുന്ന വംശത്തിൽ ജനിച്ച സ്വാമി ആത്മാനന്ദഭാരതിക്ക് സന്ന്യാസത്തിനെന്നല്ല, കാഷായ വസ്ത്രധാരണത്തിനുപോലും അവകാശമില്ലെന്ന് അദ്ദേഹത്തിന്റെ മുഖത്തു നോക്കി പറയാൻ ഇന്നല്ലെങ്കിൽ നാളെ തയ്യാറാകുമെന്നുള്ളത് അദ്ദേഹത്തിനറിഞ്ഞുകൂടെ. അതിനാൽ അദ്ദേഹത്തെ വരുത്തുന്നത് സൂക്ഷിച്ചു വേണം. വന്നാൽ ക്ഷേത്രപ്രവേശനത്തിനനുകൂലമായി പ്രസംഗിക്കുമെന്നു ധരിച്ചുകൊണ്ടാൽ മതി.

(1931 ഡിസംബർ 21ന് ഗുരുവായൂർ സത്യാഗ്രഹത്തോടനുബന്ധിച്ച് സത്യാഗ്രഹ കമ്മിറ്റി പ്രസിഡന്റ് മന്നത്ത് പത്മനാഭൻ ഗുരുവായൂർ കിഴക്കേനടയിൽ നടത്തിയ പ്രസംഗം. ഡോ. അനിൽകുമാർ വടവാതൂരിന്റെ ഭാരത കേസരി മന്നത്തു പത്മനാഭൻ എന്ന ഗ്രന്ഥത്തിൽ നിന്ന്)

■

www.ingramcontent.com/pod-product-compliance
Lightning Source LLC
LaVergne TN
LVHW060611051026
849519LV00002B/545
9789388830478